ஹிட்லர்

ஆசிரியரின் பிற நூல்கள்

உலகை மாற்றிய புரட்சியாளர்கள்
குஜராத் இந்துத்துவம் மோடி
உரிமைக்குரல்: மலாலாவின் போராட்டக் கதை
சே குவேரா புரட்சியாளர் ஆனது எப்படி?
இந்தியப் பிரிவினை: உதிரத்தால் ஒரு கோடு
முதல் உலகப் போர்
இரண்டாம் உலகப் போர்
நெல்சன் மண்டேலா
மால்கம் எக்ஸ்
விடுதலைப் புலிகள்
போபால்: அழிவின் அரசியல்
ஹூ ஜிண்டாவ்
மாவோ: என் பின்னால் வா!
முதல் காம்ரேட் (லெனின் வாழ்க்கை)
சர்வம் ஸ்டாலின் மயம்
ஃபிடல் காஸ்ட்ரோ: சிம்ம சொப்பனம்
சே குவேரா: வேண்டும் விடுதலை!
ஹியூகோ சாவேஸ்: மோதிப் பார்!
சுபாஷ்: மர்மங்களின் பரமபிதா
திப்பு சுல்தான்: முதல் 'விடுதலை'ப் புலி
முகமது யூனுஸ்
திபெத்: அசுரப் பிடியில் அழகுக் கொடி

ஹிட்லர்

மருதன்

கிழக்கு

ஹிட்லர்
Hitler
Marudhan ©

First Edition: November 2014
248 Pages
Printed in India.

ISBN: 978-93-5135-186-3
Title No: Kizhakku K-773

Kizhakku Pathippagam
177/103, First Floor,
Ambal's Building, Lloyds Road
Royapettah, Chennai 600 014.
Ph: +91-44-4200-9603

Email : support@nhm.in
Website : www.nhm.in

Author's Email : marudhan@gmail.com

Kizhakku Pathippagam is an imprint of New Horizon Media Private Limited.

This book is sold subject to the condition that it shall not, by way of trade or otherwise, be lent, resold, hired out, or otherwise circulated without the publisher's prior written consent in any form of binding or cover other than that in which it is published and without a similar condition including this the rights under copyright reserved above, no part of this publication may be reproduced, stored in or introduced into a retrieval system, or transmitted in any form or by any means (electronic, mechanical, photocopying, recording or otherwise), without the prior written permission of both the copyright owner and the above-mentioned publisher of this book.

ஒரு வாக்குமூலம்

... குழிகளுக்கு எதிரில் ஒருவரை நிற்க வைத்து உடைகளைக் களைந்துவிடுவார்கள். பிறகு அவர் மண்டியிட்டு அமரவேண்டும். பின்னாலிருந்து சுடப்படும்வரை அவர் அவ்வாறே காத்திருக்கவேண்டும். எல்லாவற்றிலும் ஒரு ஒழுங்குமுறை இருந்தது...

ஒரு விளக்கம்

வாழ்வதற்குத் தகுதியற்ற உயிர்கள் நீடிப்பதில் பலனில்லை.

பொருளடக்கம்

முன்னுரை 9

ஒன்று: கலகக்காரர்

1. கனவுகள் 17
2. துரத்தும் தோல்விகள் 27
3. ஜெர்மனியும் முதல் உலகப் போரும் 33
4. இழப்புகளும் சவால்களும் 42

இரண்டு: பேச்சாளர்

5. அரசியல் பாடம் 53
6. வெறுப்பு அரசியல் 60

மூன்று: தலைவர்

7. நாஜி தலைவர் 69
8. சிறைச்சாலைச் சிந்தனைகள் 77
9. தேர்தல் பாதை 82
10. நாஜிகளின் வெற்றி 94

நான்கு: சர்வாதிகாரி

11. சான்சலர் 105
12. நாஜிமயமாக்கல்: ஒன்று 116
13. நாஜிமயமாக்கல்: இரண்டு 128

ஐந்து: ஆக்கிரமிப்பாளர்

14. போர் மேகங்கள் 139
15. இரண்டாம் உலகப் போர் 152
16. ஜெர்மனியும் சோவியத் யூனியனும் 160
17. ஹிட்லரும் முசோலினியும் 170

ஆறு: அழிவுச் சக்தி

18. இன அழிப்பு: ஒன்று 183
19. இன அழிப்பு: இரண்டு 195

ஏழு: முடிவு

20. வீழ்ச்சியும் மரணமும் 205
21. ஹிட்லரின் போர் 217
22. பார்வைகள், மதிப்பீடுகள் 223
23. ஹிட்லர் இன்று 236

ஐரோப்பா 1919-1929

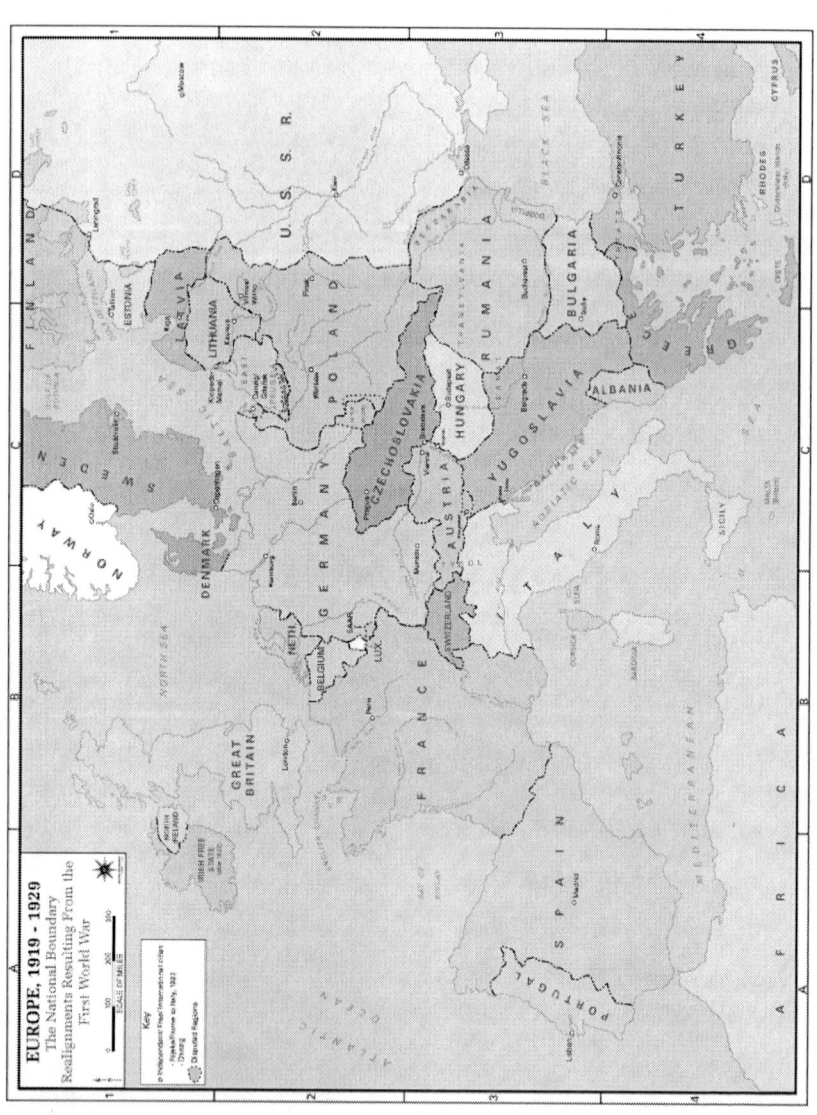

முன்னுரை

ஒரு வரலாற்றாசிரியரின் கடமை தீர்ப்பு எழுதுவதல்ல, புரிந்து கொள்வதுதான். எரிக் ஹாப்ஸ்பாம் தனது புத்தகமொன்றில் குறிப்பிடும் இந்த அளவுகோல் ஹிட்லருக்கும் பொருந்துமா? எந்தவித முன்முடிவும் இன்றி ஹிட்லரை அணுகுவதும், புரிந்துகொள்வதும், அந்தப் புரிதலின் அடிப்படையில் மட்டுமே மதிப்பிடுவதும் சாத்தியமா? சாமானியர்களுக்கு மட்டுமல்ல வரலாற்று ஆய்வாளர்களுக்கும்கூட இது ஒரு சவால்தான். காரணம் ஹிட்லரை வேறு எப்படியும் பார்க்க முடியாது என்னும் அளவுக்கு மிகக் கறாராகவும் மிக வலுவாகவும் ஹிட்லரை நாம் ஏற்கெனவே மதிப்பிட்டு முடித்துவிட்டோம். எந்தவொரு புதிய ஆய்வும் எந்தவொரு புதிய பார்வையும் நம் தீர்ப்பை மாற்றியமைத்துவிடப்போவதில்லை.

இருந்தாலும்,இன்னும் நூறு புத்தகங்கள் எழுதப்பட்டாலும் தீராத பல விவாதங்கள், விடை அறிந்துகொள்ள முடியாத பல கேள்விகள், புரிந்து கொள்ள முடியாத பல மர்மங்கள் ஹிட்லரிடம் எஞ்சியுள்ளன. ஆங்கில வரலாற்றாசிரியர்கள் பலர் இன்னமும் ஹிட்லரின் ஜெர்மனியைப் பாகம் பாகமாகப் பிரித்து ஆராய்ந்துகொண்டிருக்கிறார்கள். ஹிட்லர் பற்றிய பல அடிப்படைக் கேள்விகளை மீண்டும் மீண்டும் எழுப்பிக் கொண்டே இருக்கிறார்கள்; புதிய விடைகளை மீண்டும் மீண்டும் அளித்துக்கொண்டே இருக்கிறார்கள். ஆனால் ஒவ்வொரு விடையும் மேலும் சில புதிய கேள்விகளைத் தோற்றுவிப்பதால் வாசிப்பும் ஆய்வும் நின்றபாடில்லை.

இது ஹிட்லருக்கு மட்டுமே நிகழும் அதிசயமல்ல. பிரெஞ்சுப் புரட்சி பற்றி என்ன நினைக்கிறீர்கள் என்று கேட்கப்பட்டபோது, சீனக் கம்யூனிஸ்ட் கட்சித் தலைவர்களில் ஒருவரான சௌ என் லாய் அளித்த

புகழ்பெற்ற பதில் இது. 'இப்போதே எதுவும் சொல்லிவிடமுடியாது. கொஞ்ச காலம் போகட்டும்!' உண்மையில் அவர் அப்படிச் சொன்னாரா என்பது தெரியாவிட்டாலும் இந்தக் கூற்றில் உள்ள உண்மை மறுப்புக்கு அப்பாற்பட்டது. வரலாறு, தீர்மானமான விடைகளை அளிப்பதில்லை. ஒவ்வொருமுறை புதிய கேள்விகள் எழுப்பப்படும்போதும் வரலாறு புதிய வடிவங்களை எடுக்கத் தொடங்கிவிடுகிறது. அதனால்தான் பிரெஞ்சுப் புரட்சியைப் பற்றி மட்டுமல்ல, ரோம சாம்ராஜ்ஜியத்தின் வீழ்ச்சியையும்கூட இப்போதுதான் நடந்த ஒன்றைப் போல் தீராத ஆர்வத்துடன் ஆராய்ந்துகொண்டிருக்கிறார்கள். எனவே ஹிட்லர் இன்னமும் விவாதத்துக்குரிய, ஆய்வுக்குரிய ஒரு பொருளாக நீடிப்பதில் வியப்பேயில்லை.

வில்லியம் எல் ஷைரர் எழுதிய ஆயிரம் சொச்சப் பக்கங்கள் கொண்ட The Rise and Fall of the Third Reich என்ற புத்தகம் வெளிவந்தபோது ஹிட்லர் என்னும் புதிர் விடுவிக்கப்பட்டுவிட்டது என்றே பலரும் நினைத்தனர். இருபதாம் நூற்றாண்டு ஜெர்மனியை, குறிப்பாக நாஜி ஜெர்மனியைத் தொடர்ச்சியாக ஆய்வுசெய்துவந்த இயான் கெர்ஷா, ஹிட்லர் பற்றிய பிரம்மாண்டமான புத்தகங்களைக் கொண்டுவந்த போது இவ்வளவு புதிய தகவல்களா, இவ்வளவு புதிய பார்வைகளா என்று உலகம் ஆச்சரியமடைந்தது. ஹிட்லரைப் பற்றிய பல கேள்விகளுக்கு இன்னமும் விடை கிடைக்கவில்லை என்று கெர்ஷா அடக்கமாகச் சொன்னபோது இந்த ஆச்சரியம் பலமடங்கு அதிகரித்தது. இன்று ஹிட்லர் பற்றி எதுவொன்றைத் தெரிந்துகொள்ளவேண்டு மானாலும் கெர்ஷாவைத்தான் நாடுகிறது உலகம். ஆனால் கெர்ஷா இன்னமும் ஹிட்லரை ஆராய்ந்துகொண்டிருக்கிறார். இன்னமும் எழுதிக்கொண்டிருக்கிறார்.

- யூதர்களை முழுமுற்றாக அழித்தொழிக்கவேண்டும் என்று ஹிட்லர் ஏன் நினைத்தார்? எப்போது இந்தச் சிந்தனை அவரிடம் உதித்தது?
- மனிதக் கற்பனைக்கு எட்டாத அளவுக்குக் குரூரமாக இந்தக் கொலைத் திட்டம் ஏன் விரிவடைந்தது? அதன்மூலம் நாஜிகள் சாதித்தது என்ன?
- நாஜி வீரர்கள் ஹிட்லரின் உத்தரவுகளை ஒரு கடமையாகக் கருதி நிறைவேற்றினார்களா? அப்பாவிக் கைதிகளை வகை வகையாகச் சித்திரவதை செய்தபோது அவர்கள் என்ன நினைத்தார்கள்?
- ஹிட்லருக்கு எதிர்ப்புகளே எழவில்லையா?
- ஹிட்லர் ஆட்சியைப் பிடித்தபோது பொதுமக்கள் அதை எப்படி எடுத்துக்கொண்டனர்? யூதர்கள் தேடித்தேடி வேட்டையாடப்பட்ட

போது ஜெர்மனி என்ன செய்துகொண்டிருந்தது? உலகம் என்ன செய்துகொண்டிருந்தது?

* ஹிட்லர் அப்படியொன்றும் தீவிரமானவர் அல்லர்; அவர் ஜெர்மனிக் காகவே அனைத்தையும் செய்தார் என்று அப்போது பலர் நம்பினர். இது எப்படி நடந்தது? ஹிட்லரை எப்படி அவர்களால் ஏற்க முடிந்தது?

* ஹிட்லரிடம் மட்டும்தானா யூத வெறுப்பு இருந்தது? ஹிட்லர் மட்டுமா இடதுசாரிகளை வெறுத்தார்? எனில் ஹிட்லரை மட்டும் எதற்காகத் தனியாகப் பிரித்தெடுத்து வசை பாடவேண்டும்? அவர் வாழ்ந்த காலகட்டத்தின் விளைவு என்று அல்லவா அவரை மதிப்பிடவேண்டும்?

* இன்றும்கூட வெளிப்படையாகவே ஹிட்லரைப் பலரும் தங்கள் ஆதர்சமாக ஏற்பது ஏன்?

பல கேள்விகளை இப்படி அடுக்கிக்கொண்டே போகலாம். இவற்றில் சிலவற்றுக்கு மட்டுமே விடைகள் உள்ளன. அவற்றில் சில மட்டுமே அனைவராலும் ஏற்கப்பட்டுள்ளன. இயான் கெர்ஷா குறிப்பிடுவதைப் போல் இன்னும் பல ஆய்வுகள் தொடங்கப்படவே இல்லை. பல கேள்விகள் கேட்கப்படவே இல்லை.

குறிப்பாக, அன்றைய ஜெர்மனியின் சோஷியல் டெமாக்ரடிக் கட்சியினரும் கம்யூனிஸ்டுகளும் (இவர்களைப் பேதம் பிரிக்காமல் இடதுசாரிகள் என்றே மொத்தமாக அடையாளப்படுத்தினார் ஹிட்லர்) ஹிட்லரை எப்படி எதிர்கொண்டனர்? தனிப்பட்ட முறையில் இந்தக் கேள்வி எனக்கு முக்கியம் என்று தோன்றியதால் அது குறித்த தேடல் களும் விவாதங்களும் இதில் சற்றே விரிவாக இடம்பெற்றுள்ளன.

வில்லியம் ஷைரரின் புத்தகம் இன்றும் ஒரு நவீன கிளாஸிக்காகத் திகழ்கிறது. இயான் கெர்ஷாவின் புத்தகங்கள் ஹிட்லரை மிக விரிவான தளத்தில் பொருத்தி ஆராய்வதால் அவற்றிலிருந்து விரிவாக ஒருவர் கற்க இயலும்.

கெர்ஷா சுட்டிக்காட்டும் பல ஜெர்மானிய ஆய்வாளர்களின் விவாதங்கள் ஹிட்லர் பற்றிய நம் அறிவை இன்னமும் விசாலமாக்கு கின்றன. அவற்றையும் இயன்றவரை சுருக்கமாக இதில் அறிமுகப் படுத்தியுள்ளேன். ஆனால் இவையனைத்தையும் வாசித்துத் தீர்த்தாலும் ஹிட்லரை முழுக்கப் புரிந்துகொண்டுவிட்டதாகச் சொல்ல முடியாது.

•••

இது ஆய்வுப் புத்தகம் அல்ல; ஹிட்லரைப் பற்றியும் நாஜி ஜெர்மனி பற்றியும் இதுவரை யாரும் அறிந்திராத எதையும் இது புதிதாகக் கண்டறிந்துவிடவில்லை. மாறாக, மேற்படி ஆய்வாளர்களின் பார்வையில் பல புதிய கோணங்களில் ஹிட்லரை விரிவாக அறிமுகப் படுத்துகிறது இந்தப் புத்தகம். பிறப்பு, போர், வதைமுகாம்கள், வீழ்ச்சி, மரணம் என்று நேர்க்கோட்டில் எளிதாக சித்திரங்களைத் தீட்டிவிட்டுக் கடந்துவிடாமல் ஒவ்வோர் அம்சத்தையும் நின்று நிதானமாக அலசுகிறது. விரிவாக ஹிட்லரைக் கற்க எந்தெந்தத் திசையில் ஒருவர் பயணம் செய்யவேண்டும் என்பதையும் அந்தப் பயணத்தின் முடிவில் என்னவெல்லாம் ஒருவர் கற்கலாம் என்பதையும் சுட்டிக்காட்டுகிறது. ஹிட்லர் பற்றி மேற்குலகில் நடைபெறும் விவாதங்கள் எத்திசையில் செல்கின்றன என்பதைக் கோடிட்டுக் காட்டுகிறது. சுருக்கமாகச் சொல் வதானால், ஹிட்லர் என்னும் ஆளுமையை அதன் அத்தனை குழப்பங்களோடும், நாஜி ஜெர்மனியை அதன் அத்தனை சிக்கல்களோடும் எளிமையாக அறிமுகம் செய்வதே இந்தப் புத்தகத்தின் நோக்கம்.

புத்தகத்தின் கட்டுமானம் பற்றிச் சில விளக்கங்கள்.

- ஆய்வாளர்கள், வரலாற்றாசிரியர்கள் ஆகியோரின் பெயர்கள் தமிழிலேயே புத்தகம் நெடுகிலும் இடம்பெற்றுள்ளன. வாசிக்கும் போது அடிக்கடி அடைப்புக் குறிக்குள் ஆங்கிலத்தைக் கொண்டு வருவது வாசிப்பின் வேகத்தை மட்டுப்படுத்தும் என்பதால் இந்த ஏற்பாடு. மற்றபடி பின்னிணைப்பில் அவர்களுடைய பெயர், படைப்புகள் அனைத்தும் ஆங்கிலத்தில் இடம்பெற்றுள்ளன. மேற் கொண்டு தேடவும் விரிவாக வாசிக்கவும் இந்தப் பட்டியல் உதவும்.

- வார்த்தைகளுக்கு மேலே எண்களைத் தூக்கி நிறுத்தி ஆதாரங் களையும் குறிப்புகளையும் தனித்தனியே அளித்துச் சிரமப்படுத்த வேண்டாம் என்பதால் இம்முறை இதில் தவிர்க்கப்பட்டுள்ளது. 'கெர்ஷாவின் புத்தகம்', 'ஷைரெரின் பார்வையில்...', 'கெப்பல்ஸின் டைரிக் குறிப்புகளிலிருந்து...', 'ஹிட்லரின் சுயசரிதை நூல்' போன்ற பதங்களே பயன்படுத்தப்பட்டுள்ளன. இவை முறையே, Hitler, The Rise and Fall of the Third Reich, The Goebbels Diaries, Mein Kampf ஆகிய நூல்களைக் குறிக்கின்றன. (கெப்பல்ஸின் டைரி இன்னமும் முழுமையாக ஆங்கிலத்தில் வெளிவரவில்லை).

- ஹிட்லரின் வாழ்வில் இரண்டு பெரும் போர்கள் குறுக்கிடுகின்றன. இவற்றை விரிவாக விவரிப்பது இந்தப் புத்தகத்தின் உள்ளடக் கத்தைச் சிதைத்துவிடும் என்பதால் முடிந்தவரை சுருக்கமான ஒரு சித்திரம் மட்டுமே அளிக்கப்பட்டுள்ளது. தவிரவும், இந்த இரு

போர்கள் குறித்தும் நான் தனியே நூல்கள் எழுதியிருப்பதால் மீண்டும் அவற்றை இங்கே விவரிக்கவில்லை. ஜெர்மனியை மையப் படுத்தியே இரண்டாம் உலகப் போர் சுருக்கமாக இங்கே அறிமுகப் படுத்தப்பட்டுள்ளது. ஆனால் இதுவுமேகூட சவாலான ஒரு பணிதான்.

- ஐரோப்பாவின் வரலாற்றையும் புவி அரசியலையும் புரிந்துகொள்ள வேண்டுமானால் முடிந்தவரை ஹிட்லருக்கு முன்னால் உள்ள நிகழ்வுகளையும் வாசிக்கவேண்டும். குறிப்பாக, பிஸ்மார்க் பற்றிய அடிப்படை அறிமுகம் அவசியம். ஆனால் அவற்றையும் இங்கே அளிப்பது இயலாததாகிவிட்டது. என்னுடைய முதல் உலகப் போர் புத்தகத்தில் இந்தப் பின்னணி சற்றே விரிவாக இடம்பெற்றுள்ளது; அதனை இந்தப் புத்தகத்துடன் இணைத்து வாசிப்பது ஒருவேளை உதவிகரமாக இருக்கலாம்.

•••

இந்தப் புத்தகத்தின் சிறப்பான அம்சங்கள் என்று எதையேனும் உங்களால் சொல்லமுடிந்தால், அவை அனைத்தும் நான் வாசித்த சிறந்த புத்தகங்களில் இருந்து அள்ளிப் பகிர்ந்துகொண்ட ஒளிச் சிதறல்கள் என்பதைச் சொல்லிக்கொள்ள கடமைப்பட்டுள்ளேன். பலவீனங்கள், குறைகள் என்னுடையவை.

மருதன்

அக்டோபர் 2014

ஒன்று

கலகக்காரர்

~

1
கனவுகள்

பல்லாயிரம் புத்தகங்களும் கட்டுரைகளும் ஆய்வறிக்கைகளும் வெளி வந்துவிட்ட பிறகும் ஹிட்லர் இன்றளவும் பலருக்கு விளங்கிக்கொள்ள முடியாத ஒரு புதிராகவே இருக்கிறார். எலும்பும் சதையும் ரத்தமும் தாண்டி புதிதாகக் கண்டெடுக்க அப்படி என்ன இருக்கிறது ஹிட்லரின் ஜெர்மனியில்?

ஒன்றல்ல, பல விஷயங்கள் உள்ளன. அதனால்தான் ஆய்வாளர்கள் ஹிட்லரை முடிந்துபோன ஒரு சகாப்தமாகவோ மூடப்பட்ட புத்தகமாகவோ கருதவில்லை. அவர்களைப் பொருத்தவரை ஹிட்லர் அசாதாரணமானவர் மட்டுமல்ல, மிகவும் சிக்கலானவர். கருப்பு, வெள்ளைப் பார்வையில் அவரை அணுகுவதும் மதிப்பிடுவதும் பிழையானது. ஹிட்லரை ஓர் அழிவுச் சக்தியாகப் பார்ப்பது எளிமை யானது. ஆனால் ஹிட்லருக்குப் பின்னால் பல லட்சக்கணக்கான மக்கள் திரண்டு நின்றதைப் புரிந்துகொள்வது அவ்வளவு எளிதல்ல. ஹிட்லரின் யூத வெறுப்பைப் புரிந்துகொள்வது எளிது. ஆனால் அவர் கொண்டிருந்த வெறுப்பைப் பல லட்சக்கணக்கான ஜெர்மானியர்கள் பகிர்ந்துகொண்டனர் என்பதை ஏற்பது கடினம். ஹிட்லர் யூதர்களை வதை முகாம்களில் கொன்றுகொண்டிருந்தபோது ஜெர்மனி என்ன செய்துகொண்டிருந்தது? ஹிட்லர் செய்வது பெரும் தவறு என்று தெரிந்திருந்தும் ஏன் யாரும் எதிர்க்குரல் எழுப்பவில்லை?

ஹிட்லரை அவர் வாழ்ந்த காலகட்டத்தோடும் ஹிட்லரிசத்தை அது இயங்கிய பின்னணியோடும் சேர்த்துப் புரிந்துகொள்வதே ஒரு நல்ல

தொடக்கமாக இருக்கும். அதனால்தான் ஆய்வாளர்கள் ஹிட்லரின் வாழ்வில் ஒவ்வொரு கணத்தையும், அவர் எழுதிய, பேசிய ஒவ்வொரு வார்த்தையையும் அவருடைய ஒவ்வொரு செயலையும் தீவிர மறு வாசிப்புக்கு உட்படுத்துகின்றனர். குறிப்பிட்ட ஒருமுடிவை அவர் எப்படி எடுத்தார், எத்தகைய சூழலில் எடுத்தார், ஏன் எடுத்தார் என்று தெரிந்துகொள்ள விரும்புகிறார்கள். அவர் எப்படிச் சிந்தித்தார் என்பதை அறிந்துகொள்ள ஆர்வம் காட்டுகிறார்கள். புதிய ஆதாரங்களை, புதிய கோணங்களை அவர்கள் நாடிக்கொண்டே இருக்கிறார்கள். மேலும் மேலும் நுணுக்கமாக ஆய்வுகளை நகர்த்திக்கொண்டே செல்கிறார்கள். இந்த முயற்சிகள் ஒவ்வொன்றும் புதிய வெளிச்சங்களைப் பாய்ச்சிக்கொண்டே இருக்கின்றன.

நாஜிகள் ஏன் யூதர்களைக் கொன்றனர்? ‘அது புரிதலுக்கு அப்பாற் பட்டது’ என்று எழுதினார் முகமற்ற ஒரு யூதப் பெண். கொல்லப்படு வதற்கு முன்பு அவர் எழுதிய கடைசி வாசகங்களில் ஒன்று இது. ஹிட்லரின் வாழ்வும் மனிதர்கள்மீதும் நாடுகள்மீதும் அவர் தொடுத்த போர்களும்கூட ஒரு வகையில் புரிதலுக்கு அப்பாற்பட்டதுதான்.

சிலர் ஹிட்லரின் ஆரம்பகால வாழ்வுக்கு தேவையற்ற முக்கியத்துவம் கொடுக்கின்றனர். பிற்காலத்தில் அவர் சர்வாதிகாரியாக மாறியதற்கு அவருடைய இளவயதில் ஏதேனும் தடயங்கள் இருந்திருக்கலாம் என்று இவர்கள் சந்தேகிக்கிறார்கள். ஆனால் ஹிட்லரின் குடும்பப் பின்னணி யையும் அவர் வாழ்ந்து, வளர்ந்த சூழலையும் ஆராயும்போது இந்தச் சந்தேகம் மிகையானது என்றே எண்ணத் தோன்றுகிறது. அன்றைய ஆஸ்திரியாவில் பிறந்து வாழ்ந்த எந்தவொரு குழந்தையையும் போலவேதான் உள்ளது ஹிட்லரின் தொடக்ககால வாழ்வும்.

குடும்பமும் பின்னணியும்

ஆஸ்திரியாவின் தென்பகுதியில், பொஹீமியாவின் எல்லையில் உள்ள ஒரு மலைப்பிரதேசத்தில் 7 ஜூன் 1837 அன்று ஹிட்லரின் தந்தை அலோய்ஸ் ஷிக்கில்க்ரூபர் (Alois Schicklgruber) பிறந்தார். ஹிட்லர் பிறப்பதற்கு பதிமூன்று ஆண்டுகளுக்கு முன்னால் அவர் தன் பெயரை அலோய்ஸ் ஹிட்லர் என்று மாற்றிக்கொண்டார். தன் தந்தை தனக்குச் செய்த மிகப் பெரிய உதவி இதுவே என்று அடால்ஃப் ஹிட்லர் பின்னர் நினைவுகூர்ந்தார். ஹிட்லர் என்பதை ஹீட்லர், ஹுயிட்லர், ஹூயீட்லர் என்று பல வழிகளிலும் அப்போது எழுதியிருக்கிறார்கள். அடால்ஃப் ஹிட்லரின் தந்தையின் குடும்பம், தாயின் குடும்பம் இரண்டிலும் இந்தப் பெயர் இருந்திருக்கிறது. ஷிக்கில்க்ரூபர் என்பது அவருடைய தாய்வழிப் பெயர். இதனைத்தான் அலோய்ஸ் பின்னர் மாற்றிக்கொண்டார்.

பரம்பரைப் பரம்பரையாக விவசாயத்தில் ஈடுபட்டு வந்த அந்தக் குடும்பத்தின் வழக்கத்தை உடைத்து முதல் முறையாக நல்ல வருமானத்துடன் கூடிய வேலையில் அமர்ந்தவர் அலோய்ஸ். தனது பதினெட்டாவது வயதில் ஆஸ்திரிய அரசாங்கத்தின் வருவாய்த் துறையில் ஓர் எளிய பணியில் சேர்ந்தார். படிப்படியாக முன்னேறி, தேர்வுகள் எழுதி வெற்றிபெற்று சுங்கத்துறையில் ஒரு முக்கியப் பொறுப்பில் அமர்ந்தார். 1875-ல் பிரானா-ஆம்-இன் (Braunau am Inn) என்னும் பகுதிக்குக் குடிபெயர்ந்த அலோய்ஸ் சுங்கத்துறைப் பரிசோதகராகப் பதவி உயர்வு பெற்றார்.

இயல்பாகவே குடும்பத்திலும் குடும்பத்துக்கு வெளியிலும் அலோய்ஸ் செல்வாக்கு மிக்கவராக இருந்தார்.

ஊரின் முக்கிய மனிதராக அவர் கருதப்பட்டார். ஆனால் வீட்டுக்குள் அவர் ஒரு முரட்டுத்தனமான சர்வாதிகாரியாகத் திகழ்ந்தார். தான் எதிர்பார்த்தது நடக்கவில்லை என்றால் கோபத்தில் மதியிழந்து கத்தவும் அடிக்கவும் அவர் தயங்கியதில்லை. பலமுறை அடால்ஃப் ஹிட்லர் இவருடைய கோபத்துக்கு இலக்காகியுள்ளார்.

அலோய்ஸ் மூன்று முறை திருமணம் செய்துகொண்டார். முதல் மனைவி அவரைவிடப் பல வயது மூத்தவராகவும் மற்ற இருவரும் அவருடைய மகளையொத்த வயதைக் கொண்டவர்களாகவும் இருந்தனர். திருமணத்தைத் தாண்டிய உறவும் ஒரு பக்கம் நீடித்தது. மூன்றாவது திருமணத்துக்கு முன்னால் இவருக்கு ஒன்பது குழந்தைகள் பிறந்திருந்தன. குழந்தைப் பருவத்தைக் கடக்கும்முன்பே அவற்றில் நான்கு இறந்துவிட்டன. முதல் மனைவியுடனான உறவு முறிந்து போனது. இரண்டாவது மனைவி தனது 23-வது வயதில் இரண்டு கைக்குழந்தைகளை விட்டுவிட்டுக் காசநோயால் இறந்துபோனார். குழந்தைகளுக்கு உதவியாக இருக்கட்டும் என்று கருதி வரவழைக்கப் பட்ட கிளாரா என்னும் உறவுக்காரப் பெண் விரைவில் அலோய்ஸின் மற்றொரு குழந்தைக்குத் தாயாகவேண்டிய நிலைக்குத் தள்ளப்பட்டார்.

கிளாராவின் உடன் பிறந்தவர்கள் பத்து பேர் என்றாலும் அவரைச் சேர்த்து மூவர் மட்டுமே உயிருடன் இருந்தனர். கிளாராவின் தாய் யொஹன்னா அலோய்ஸுடன் ஒன்றாக வளர்ந்தவர். அந்த வகையில், அலோய்ஸ், கிளாராவின் மாமா ஆவார். பதினாறாவது வயதில் அலோய்ஸின் வீட்டுக்கு அவர் வந்து சேர்ந்தார். இருவரும் ரத்த சம்பந்தம் கொண்ட நெருங்கிய உறவினர்கள் என்பதால் ரோமன் கத்தோலிக்கத் தேவாலயத்தின் எழுத்துபூர்வமான அனுமதி பெற்ற பிறகே அதிகாரபூர்வமாக மணம் செய்துகொள்ள முடிந்தது. 7 ஜனவரி 1885 அன்று காலை ஆறு மணிக்கு இவர்களுடைய திருமணம் நடந்து

முடிந்தது. சில மணி நேரங்களில் அலோய்ஸ் தனது அலுவலகத்துக்குச் சென்றுவிட்டார்.

இவர்களுக்கு, மே 1885ம் ஆண்டு குஸ்தாவ் என்னும் முதல் குழந்தை பிறந்தது. அடுத்த ஆண்டு செப்டெம்பர் மாதம் ஐடா என்னும் இரண்டாவது குழந்தை. பிறகு ஒட்டோ என்னும் மூன்றாவது மகன் பிறந்து, சில தினங்களில் இறந்தும்போனது. இந்தத் துக்கத்தில் இருந்து கிளாரா மீள்வதற்குள் முதல் இரு குழந்தைகளும் சில வார இடைவெளியில் அடுத்தடுத்து இறந்துபோயின. கிளாரா மீண்டும் ஒருமுறை கர்ப்பமானார். 20 ஏப்ரல் 1889 அன்று மாலை ஆறு முப்பது மணிக்கு கிளாரா தனது நான்காவது குழந்தையைப் பெற்றெடுத்தார். முந்தைய குழந்தைகளைப்போல் நோய்களில் சிக்காமல் தப்பிப் பிழைத்த இந்தக் குழந்தைதான் அடால்ஃப் ஹிட்லர்.

பொருளாதாரரீதியில் ஹிட்லர் குடும்பம் ஓரளவுக்கு வசதியாகவே வாழ்ந்தது என்று சொல்லலாம். அடால்ஃப் ஹிட்லர் தன் தந்தையிடம் தொலைத்த, தந்தையிடமிருந்து பெறமுடியாத விஷயங்களைத் தனது தாயாரிடமிருந்து மிகுதியாகப் பெற்றுக்கொண்டார். மிகவும் பணிந்து போகும் இயல்பு கொண்டவராக கிளாரா இருந்தார். அடால்ஃப் உள்ளே தந்தையிடம் அடி வாங்கிக்கொண்டிருக்கும் சமயத்தில் வேறு ஏதும் செய்ய இயலாதவராக வீட்டுக்கு வெளியில் தவிப்புடன் கிளாரா காத்துக்கிடப்பது வழக்கமாக இருந்தது. தன் கணவனை கிட்டத்தட்ட எஜமானரைப் போலவே அவர் பாவித்து வந்தது ஒரு காரணம். திருமணம் முடிந்து பல ஆண்டுகள் கழிந்தபிறகும் 'மாமா' என்றே கணவரை அவர் அழைத்து வந்தார்.

தனது இளமைப் பருவத்தைப் பற்றி அடால்ஃப் ஹிட்லர் அதிகம் எழுதி வைக்கவில்லை. அவருடன் பழகியவர், அருகில் வசித்தவர், அவருடைய உறவினருக்கு உறவினர், நண்பரின் நண்பர் என்றெல்லாம் பலர் பின்னாள்களில் ஹிட்லரின் ஆரம்பகால வாழ்க்கையைப் பற்றி பல புத்தகங்கள் எழுதியிருக்கிறார்கள். ஆனால் அவற்றை நிஜம் என்று ஏற்கமுடியாது என்கிறார் ஹிட்லரை மிக விரிவாக ஆராய்ந்து எழுதியிருக்கும் இயான் கெர்ஷா. கற்பனையும் மிகைப்படுத்தல்களும் அதிகம் இடம்பெறும் இத்தகைய குறிப்புகள் ஹிட்லரை ஓர் அவதார புருஷன் என்பதாகவே சித்திரிக்க முயற்சி செய்கின்றன.

மேற்கூறிய இந்தச் சித்திரம் மட்டுமே அவருடைய இளமைக்காலம் குறித்து நமக்குக் கிடைத்திருக்கிறது. இதை வைத்துக்கொண்டு ஹிட்லரின் பிற்கால வாழ்க்கை குறித்து ஒருவரால் எதுவும் அனுமானிக்கமுடியாது. 'ஐயோ பாவம் அந்தக் குழந்தை' என்று

ஹிட்லரைப் பார்த்து அனுதாபம் வேண்டுமானால் கொள்ளலாம் என்கிறார் இயான் கெர்ஷா.

பள்ளிப்பருவம்

ஹிட்லர் பிறந்த ஆஸ்திரிய ஜெர்மன் எல்லைப்புறம் அவருடைய வாழ்க்கையில் குறிப்பிடத்தக்க ஆதிக்கத்தைச் செலுத்தியது என்கிறார் நாஜி ஜெர்மனி குறித்து தொடர்ச்சியாக எழுதிவந்த அமெரிக்கப் பத்திரிகையாளரும் எழுத்தாளருமான வில்லியம் ஷைரர். ஜெர்மன் மொழி பேசும் ஆஸ்திரியாவும் ஜெர்மனியும் வெவ்வேறாக இருக்கக்கூடாது; இரண்டுக்கும் இடையில் எந்த எல்லையும் கூடாது என்று இளம் வயதிலேயே ஹிட்லர் நினைக்கத் தொடங்கிவிட்டார். அவருடைய மெயின் காம்ஃப் புத்தகம் இப்படித்தான் தொடங்குகிறது.

இப்போது நினைத்துப் பார்க்கும்போது நான் பிரானா-ஆம்-இன் பகுதியில் பிறந்ததற்குக் காரணம் விதிதான் என்று சொல்லத் தோன்றுகிறது. இரண்டு ஜெர்மன் நாடுகளுக்கு இடையிலான எல்லைப்பகுதியில் அமைந்திருக்கிறது இந்தச் சிறிய இடம். இவற்றை ஒன்றோடொன்று இணைக்கவேண்டும் என்று இளம் தலைமுறையைச் சேர்ந்த நாங்கள் அப்போதே முடிவு செய்துவிட்டோம். அதை எங்கள் வாழ்நாள் பணியாகவும் தரித்துக்கொண்டோம்.

நவம்பர் 1898-ல் லின்ஸ் என்னும் பகுதிக்கு அலோய்ஸ் குடும்பம் குடிபெயர்ந்தது. தொடக்கக்கல்வி கற்கும் வயதில் அடால்ஃப் ஹிட்லர் கவலைகள் எதுவும் இன்றி மகிழ்ச்சியுடன் வலம் வந்தார். வீட்டில் இருந்த சில புத்தகங்களை வாசிக்கத் தொடங்கினார். பிருஷ்யாவுக்கும் பிரான்ஸுக்கும் இடையிலான போர் பற்றிய படங்களுடன்கூடிய ஒரு புத்தகம் அடால்ஃபை அதிகம் கவர்ந்தது. கார்ல் மே என்பவர் எழுதிய சாகசக் கதைகளையும் விரும்பிப் படித்தார். அப்போதைய குழந்தைகள் பலரும் இந்தக் கதைகளை வாசித்து வளர்ந்தவர்கள்தான் என்றாலும் அடால்ஃப் இதில் தனித்துத் தெரிவதற்குக் காரணம் பின்னாளில் ஜெர்மனியின் சான்சலராக ஆனபிறகும் அவர் கார்ல் மே கதைகளைத் தொடர்ந்து வாசித்ததுதான். நீங்களும் வாசியுங்களேன் என்று தன் ஜெனரல்களுக்கும் அவர் இந்தக் கதைகளைச் சிபாரிசு செய்திருக்கிறார்.

ஹிட்லர் தன் தாயுடன் உணர்வுபூர்வமான உறவு கொண்டிருந்தார். தன் வாழ்நாளில் தன் தாயை மட்டுமே அவர் நேசித்தார் என்றும்கூடச் சொல்லப்படுவதுண்டு. 'என் தந்தையை மதித்தேன்; தாயை நேசித்தேன்' என்னும் ஒரு குறிப்பைத் தாண்டி தன் பெற்றோரைப் பற்றி ஹிட்லர் அதிகம் எழுதிவைக்கவில்லை.

அடால்ஃப் லின்ஸில் படித்து முடித்து அரசு அதிகாரியாக உயர வேண்டும் என்பது அலோய்ஸின் ஆசை. ஆனால் தனக்கு அப்படிப் பட்ட ஆசை எதுவும் இல்லை என்பதை அடால்ஃப் அப்போதே தெளிவாக வெளிப்படுத்திவிட்டார். அதன் காரணமாக அப்பாவுக்கும் மகனுக்கும் இடையில் மோதல்கள் வெடித்தன. அலோய்ஸ் எதை சொன்னாலும் அதற்கு நேர் எதிராக நடக்கவேண்டும் என்று ஒரு தனிச்சட்டத்தையே அடால்ஃப் பின்பற்றிவந்தார். அரசு அதிகாரி ஆகவேண்டும் என்று அலோய்ஸ் சொன்னதும் சிறு யோசனையும் இன்றி அடால்ஃப் அதனை எதிர்க்கத் தொடங்கிவிட்டார். தன் தந்தையின் முடிவுகளை எதிர்ப்பதன்மூலமும் தன் தந்தையின் விருப் பங்களை நிராகரிப்பதன்மூலமும் அவர் தன் தந்தையையே நிராகரித்தார் என்கிறார் கெர்ஷா.

ஆனால் அது மட்டுமல்ல காரணம். தனிப்பட்ட முறையிலும்கூட அவருக்கு அந்தப் பணி பிடிக்கவில்லை. தன்னால் ஒரு மேஜை முன்னால் அமர்ந்து, முடிவின்றி காகிதங்களை நிரப்பிக்கொண்டு அமைதியாக வாழமுடியாது என்று ஹிட்லர் நம்பினார். அரசுப் பணி தன் சுதந்தரத்தைப் பாதிக்கும் என்றும் அப்படியொரு நிலை தனக்கு ஏற்படுவதை நினைத்துப் பார்க்கக்கூட இயலவில்லை என்றும் அவர் பின்னர் நினைவுகூர்ந்தார்.

அலோய்ஸின் கனவு நிறைவேறவேயில்லை. 3 ஜனவரி 1903 அன்று திடீரென்று நெஞ்சு வலி ஏற்பட்டு அலோய்ஸ் மரணமடைந்தார். அவரது மரணத்தோடு அடால்ஃப்மீதான கண்டிப்பும் கண்காணிப்பும் முற்றிலும் அகன்றது. தனிப்பட்ட துக்கம்தாண்டி பொருளாதாரரீதியில் அடால்ஃபை இந்த இழப்பு பாதிக்கவில்லை. அதற்கான ஏற்பாடுகளை அலோய்ஸ் முன்கூட்டியே செய்திருந்தார். கிளாராவால் அடால்ஃபைக் கட்டுப்படுத்தவோ தன் விருப்பங்களுக்கு ஏற்ப வழிநடத்தவோ முடியவில்லை. அடால்ஃப் ஹிட்லர் தன் அம்மாவைச் சுலபமாகத் தன் வயப்படுத்திக்கொண்டு தன் வழியில் நடக்கத் தொடங்கினார்.

தொடக்கத்தில் ஓரளவுக்குச் சுலபமாகப் பாடங்களை படித்துவந்த ஹிட்லர் வகுப்புகள் உயர உயர ஒரு சராசரி மாணவனாக மாறினார். குறிப்பாக, தனது 11-வது வயதில் லின்ஸுக்குக் குடிபெயர்ந்தபிறகு காலையும் மாலையும் இரண்டு மணி நேரம் தன் பள்ளிக்கு நடந்து செல்லவேண்டியிருந்தது. பள்ளிக்கு வெளியில் நண்பர்கள் என்று யாருமில்லை. பள்ளி நண்பர்களிடமும்கூட நெருக்கமான நட்பு நீடிக்கவில்லை. 1905-ம் ஆண்டு தன் பள்ளிப்படிப்பை முடித்துக் கொண்டபோது ஹிட்லரின் திறன், மோசம், சுமார் என்ற இரண்டுக்கும் இடையில் இருந்தது. அப்போதைய பள்ளி ஆசிரியர் ஒருவர் ஹிட்லரை

இப்படி நினைவுகூர்கிறார். 'ஒல்லியான, வெளிறிய உருவம். தன் திறமைகளை அவன் சரிவரப் பயன்படுத்திக்கொண்டதில்லை. பள்ளியின் கட்டுப்பாட்டுக்குப் பொருந்திப் போக முடியவில்லை. கோபம் கொள்பவனாகவும் விடாப்பிடியான இயல்பு கொண்ட வனாகவும் இருந்தான்.'

சான்றிதழ் எதுவும் அளிக்காமலேயே ஹிட்லரை லின்ஸ் பள்ளி வெளியேற்றிவிட்டது. அங்கிருந்து சிறிது தூரத்தில் ஸ்டீயர் என்னும் இடத்தில் உள்ள பள்ளிக்கு அவர் மாற்றப்பட்டார். தன்னைப் புறக்கணித்த பள்ளியை ஹிட்லர் தன் பங்குக்குப் பின்னாள்களில் எள்ளி நகையாடினார். தனக்குப் பாடம் எடுத்த ஆசிரியர்களையும் அவர் விட்டுவைக்கவில்லை. ஒரே விதிவிலக்கு, வரலாறு கற்றுக்கொடுத்த டாக்டர் லியோபோல்ட் பார்ஸ்ட் மட்டுமே.

படிப்பே வேண்டாம் என்று 1905-ம் ஆண்டு பள்ளிக்கூடத்தை உதறித் தள்ளினார் ஹிட்லர். கிளாராவால் இதனை அதிகம் எதிர்க்கமுடிய வில்லை. எதிர்த்திருந்தாலும் பலன் இருக்கப்போவதில்லை என்பது அவருக்குத் தெரியும். அடுத்த இரண்டு ஆண்டுகள் ஹிட்லர் தன் விருப்பத்துக்குச் சுற்றிவந்தார். செய்வதற்கு எதுவும் இல்லை. பொழுதைக் கழிப்பதற்கு நண்பர்கள் இல்லை. கிளாரா, பாட்டி யோஹன்னா, தங்கை பவுலா மூவரும் சேர்ந்து ஹிட்லரைக் கவனித்துக்கொண்டார்கள். இருந்தாலும் ஹிட்லர், ஓவியம் தீட்டுவது, கதை படிப்பது, கவிதை எழுதுவது என்று தனிமையில் திளைத்தார். மாலை நேரங்களில் சினிமா, நாடகம் என்று போய்விடுவார். பியானோ கற்றுக்கொள்ள ஹிட்லர் ஆர்வம் காட்டியதைக் கண்டு, ஒரு பெரிய பியானோவையே வாங்கிக்கொடுத்தார் கிளாரா. இசை ஆர்வம் நான்கு மாதங்கள் மட்டுமே நீடித்தன. நீ எதிர்காலத்தில் என்னவாக விரும்பு கிறாய் என்று அப்போது யாராவது ஹிட்லரிடம் கேட்டிருந்தால், தயங்காமல், 'ஓவியராக விரும்புகிறேன்' என்று சொல்லியிருப்பார்.

ஹிட்லரின் இந்தக் காலகட்டம் குறித்தும் அவருடன் பழகிய தருணங்கள் குறித்தும் அகஸ்ட் குபிசெக் என்பவர் பின்னாள்களில் ஒரு புத்தகம் எழுதினார். ஹிட்லர் குபிசெக்கைச் சந்தித்தது ஒரு நாடகத்தில். ஹிட்லரைப் போலவே அல்லது அவரைவிட மிகுதியாக குபிசெக்குக்கு இசையில் ஆர்வம் இருந்தது. அப்போதே ஹிட்லர் மிகவும் தீர்மான மான ஒரு நபராக இருந்தார் என்றும் தன் கருத்துகளைத் தெளிவாகவும் ஆணித்தரமாகவும் எடுத்து வைப்பவராக இருந்தார் என்றும் குபிசெக் குறிப்பிடுகிறார். எதைப் பற்றியாவது தொடர்ந்து ஹிட்லர் பேசிக் கொண்டே இருந்தார். அவரை மற்றவர்கள் செவிமெடுக்கவேண்டும் என்று ஆசைப்பட்டார். இருவரும் எப்படித் தங்களை அலங்கரித்துக் கொண்டனர், எப்படி நாடகம் பார்க்கக் கிளம்பினர், அவர்களுக்குப்

பிடித்த நாடகக் கலைஞர்கள் யார் யார் என்பதையெல்லாம் குபிசெக் பதிவு செய்திருக்கிறார்.

கருப்பு கோட்டு, தொப்பி, அப்போதுதான் அரும்பிய மெலிதான மீசை, தங்க முலாம் பூசப்பட்ட கருப்புக் கைத்தடி என்று ஹிட்லர் வலம் வந்தாராம். வாக்னரின் இசை நாடகங்கள் ஹிட்லரை மயக்கின. ஒருவித ஆன்மிக அனுபவத்தை வாக்னரின் இசையில் அவர் அடைந்தார் என்று எழுதுகிறார் குபிசெக். தன் தாயின் கையைப் பிடித்தபடி நடந்து சென்ற ஸ்டெஃபானி என்னும் இளம் பெண்மீது ஹிட்லர் ஆர்வம் செலுத்தினார் என்றும் அந்த ஆர்வம் ஒருதலைக்காதலாக வளர்ந்தது என்றும் குபிசெக் நினைவுகூர்கிறார். வளர்ந்து பெரியவன் ஆனதும் அவளை மணந்துகொண்டு ஒரு பெரிய வீட்டில் மகிழ்ச்சியுடன் வாழப்போவதாகத் தன் நண்பனிடம் கண்கள் முழுக்கக் கனவுடன் ஹிட்லர் சொல்லியிருக்கிறார்.

குபிசெக் தீட்டியிருக்கும் இத்தகைய சித்திரங்களை எச்சரிக்கையுடன் அணுகவேண்டும் என்கிறார் கெர்ஷா. காரணம், நாஜிகள் ஆட்சியைப் பிடித்தபிறகு அவர்கள் கேட்டுக்கொண்டதற்கு இணங்க இந்த நினைவுக்குறிப்புகளைத் தொகுத்திருக்கிறார் குபிசெக். ஹிட்லரைக் காட்டிலும் இவருக்கு இசை ரசனை அதிகம் என்றாலும் தன்னை மட்டுப்படுத்திக்கொண்டு ஹிட்லரை அவர் உயர்த்திப்பிடித்ததிலிருந்தே இது ஓர் அரண்மனைக் கவிஞரின் புத்தகம் என்று தெரிந்துகொள்ளலாம் என்கிறார் கெர்ஷா.

இழப்புகள்

1907-ல் பதினெட்டு வயது ஆகிவிட்ட பிறகும் பலமுனைகளிலிருந்து அழுத்தம் வந்தபோதும் ஹிட்லர் வேலை, சம்பாத்தியம் எதுவும் இல்லாமல் இருந்தார். தனது எதிர்காலம் குறித்த சிந்தனைகளும் அவரிடம் இல்லை. மீண்டும் வியன்னாவுக்கே செல்கிறேன், அகாடமியில் சேர்ந்து ஓவியக் கலை கற்கிறேன் என்று அம்மாவை நச்சரித்துவந்தார். எதுவுமே செய்யாமல் இருப்பதற்கு ஓரிடத்தில் சேர்ந்து முறையாக எதையேனும் கற்பது சிறந்தது என்று கருதிய கிளாரா ஹிட்லருக்கு அனுமதி அளித்தார். பாட்டி யோஹன்னா சிறிது பண உதவி அளித்தார்.

ஆனால் இதற்குள், கிளாராவின் உடல்நிலை மோசமாகியது. அவருக்கு மார்பகப் புற்றுநோய் இருப்பது கண்டுபிடிக்கப்பட்டு அதற்கான சிகிச்சைகள் அளிக்கப்பட்டுவந்தன. ஒருமுறை அறுவை சிகிச்சையும்கூட செய்யப்பட்டிருந்தது. செலவுதான் நீண்டுகொண்டே சென்றதே தவிர உடலில் முன்னேற்றம் எதுவும் காணப்படவில்லை. கிளாரா

இறுதிக்கட்டத்தை நெருங்கிவிட்டார்; எப்போது வேண்டுமானாலும் மரணத்தைத் தழுவலாம் என்றனர் மருத்துவர்கள். பதினொரு வயது பவுலாவும் அடால்ஃபும் இந்தச் செய்தியைக் கேட்டு அழத் தொடங்கினர். ஹிட்லர் தன் அம்மாவை அருகில் இருந்து கவனித்துக் கொண்டார். தன் கண்முன்னால் அவர் வலியால் துடித்ததைக் கண்டு கலங்கி நின்றார்.

வியன்னா போகும் திட்டத்தை ஹிட்லர் கைவிடவில்லை. செப்டெம்பர் 1907-ல் ஹிட்லர் வியன்னாவுக்குக் குடிபெயர்ந்தார். தனக்குக் கொடுக்கப்பட்டிருந்த பணத்திலிருந்து ஒரு பகுதியைத் தன் அம்மாவின் மருத்துவச் செலவுக்கு அவர் அளித்திருந்தார். வியன்னா போய்ச் சேர்வதற்கும் அகாடெமியின் நுழைவுத் தேர்வு தொடங்கு வதற்கும் சரியாக இருந்தது. மொத்தம் 113 மாணவர்கள் தேர்வில் கலந்துகொண்டனர். அதில் 33 பேர் முதல் கட்டத்திலேயே நிராகரிக்கப் பட்டனர். அக்டோபர் மாதம் இரண்டாவது கட்டத் தேர்வு நடை பெற்றது. மூன்று மணி நேரம் நீடித்த இந்தத் தேர்வில் குறிப்பிட்ட ஒரு பொருளில் ஓவியங்கள் தீட்டித் தரவேண்டியிருந்தது. இதில் 28 பேர் மட்டுமே தேர்வு செய்யப்பட்டனர். ஹிட்லரின் படைப்புகள் நிராகரிக்கப்பட்டன.

பள்ளிக்கூடம் தன்னை நிராகரித்ததைப் பெரிதாக எடுத்துக்கொள்ளாத ஹிட்லரால் ஓவியக் கல்லூரியின் நிராகரிப்பை அவ்வாறு எடுத்துக் கொள்ளமுடியவில்லை. பேரதிர்ச்சியில் தள்ளாடிப்போனார். தன்னுடைய ஓவியங்கள்மீது அவர் கொண்டிருந்த அபாரமான நம்பிக்கையே இதற்குக் காரணம். என் படைப்புகளில் என்ன குறை, எதற்காக நிராகரித்தீர்கள் என்று நேரில் சென்று கேட்டார். உன்னுடைய ஓவியத் திறன் திருப்தி அளிக்கவில்லை என்று அவர்கள் பதில் சொல்லி அனுப்பிவைத்தனர். மீண்டும் ஒருமுறை ஹிட்லர் விண்ணப்பித்தார். இந்த முறையும் விண்ணப்பம் ஏற்கப்படவில்லை.

மரணப் படுக்கையில் இருந்த தன் தாயாரிடம் ஹிட்லர் இந்தச் செய்தியைச் சொல்லவில்லை. 21 டிசம்பர் 1907 அன்று கிளாரா தனது 47-வது வயதில் இறந்துபோனார். அவரை அருகில் இருந்து கவனித்துக்கொண்ட மருத்துவர், தனது நினைவுக்குறிப்புகளைப் பிற்காலத்தில் எழுதி வெளியிட்டார். பல மரணங்களை அருகில் இருந்து பார்த்தபோதும் கிளாராவின் படுக்கைக்கு அருகில் அமர்ந்து துக்கப்பட்ட ஹிட்லரின் பரிதாபத் தோற்றத்தைத் தன்னால் மறக்க இயலவில்லை என்று அதில் அவர் எழுதினார். கிளாராவின் மரணம் ஹிட்லர் தன் வாழ்நாளில் முதலில் சந்தித்த பேரிடர் என்று அவர் குறிப்பிடுகிறார்.

அடுத்து என்ன?

நிலைமையின் விபரீதத்தை அப்போதுதான் ஹிட்லர் உணர்ந்தார். தந்தை விட்டுச்சென்ற செல்வத்தின் பெரும் பகுதி தாயாரின் மருத்துவத் துக்காகச் செலவழிக்கப்பட்டுவிட்டது. பள்ளிக்கூடத்தின் கதவுகளும் ஓவியக் கல்லூரியின் கதவுகளும் மூடப்பட்டுவிட்டன. யாரும் அற்ற ஓர் அநாதையாகத் தான் மாறிவிட்டதை ஹிட்லர் உணர்ந்தார். ஆதரவற்றவர்களுக்காக அரசு அளித்துவந்த உதவித் தொகை சொற்பமாகவே இருந்தது. 'சொந்தக்காலில் நின்று எதையாவது செய்து பிழைக்க வேண்டிய நிலைக்குத் தள்ளப்பட்டேன்' என்று தன் புத்தகத்தில் அவர் எழுதினார்.

ஆனால் நிஜத்தில் அப்படியொன்றும் மோசமான நிலையில் ஹிட்லர் இருக்கவில்லை என்கிறார் இயான் கெர்ஷா. அப்பாவின் சொத்தில் மிச்சம் இருந்ததும், அம்மா சிக்கனமாகச் செலவு செய்தது போக பாக்கி வைத்திருந்ததும் தொடர்ந்து வாழ்வை ஓட்டப் போதுமானவையாகவே இருந்தன. ஹிட்லர், அவருடைய தங்கை பவுலா இருவரும் 24-வது வயதைத் தொடும்வரை அப்பாவின் சொத்தில் கை வைக்க முடியாது. அந்தத் தொகையிலிருந்து வரும் வட்டியை மட்டுமே பயன்படுத்தி கொள்ளலாம். இந்தப் பணத்தைக் கொண்டு, வேலை எதுவும் செய்யாமலேயே ஓராண்டுக் காலம் ஹிட்லரால் பிரச்னையின்றி வாழ்ந்திருக்க முடியும்.

பிப்ரவரி 1908 வாக்கில் வியன்னா திரும்பிய ஹிட்லர் நோக்கம் எதுவுமின்றி வெறுமனே சுற்றிவரத் தொடங்கினார். இப்போது நீ வேலைக்குப் போய்த்தானே ஆகவேண்டும் என்று அவரை அறிந்தவர்கள் கேட்டபோதுகூட, நான் ஓவியம் கற்கப்போகிறேன் என்றுதான் அவர் சொல்லிவந்தார். இன்னொருமுறை நுழைவுத் தேர்வு எழுதும் எண்ணம் உண்மையாகவே அவருக்கு இருந்ததா அல்லது அப்போதைக்குச் சமாளிப்பதற்காக அப்படிச் சொல்லிவைத்தாரா என்று தெரியவில்லை.

2
துரத்தும் தோல்விகள்

ஹிட்லரால் வியன்னாவில் தனியாக இருக்கமுடியவில்லை. 'தயவு செய்து வந்துவிடு, இங்கே என்னுடன் இருந்துவிடு' என்று மன்றாடிக் கடிதம் எழுதி தன் நண்பன் அகஸ்ட் குபிசெக்கை வரவழைத்துக் கொண்டார். இரவு வந்திறங்கிய குபிசெக்குக்கு வியன்னா முழுவதையும் சுற்றிக்காட்டிவிட்டு நள்ளிரவுக்குப் பிறகே தன் அறைக்கு அழைத்துச் சென்றிருக்கிறார் ஹிட்லர். வியன்னா பற்றித் தனக்குத் தெரிந்திருக்கும் அனைத்தையும் தன் நண்பனுக்கு அன்றிரவே புகட்டி முடித்துவிடவேண்டும் என்னும் துடிதுடிப்பு! ஹிட்லரின் அறை ஏற்கெனவே சிறியது என்றாலும் குபிசெக்கை அங்கே தங்கவைத்துக் கொள்வதில் அவருக்குச் சங்கடங்கள் எதுவும் இல்லை. வியன்னாவின் கலையரங்கங்களையும் வீதிகளையும் சுற்றிக்காட்டி மகிழ்ந்த ஹிட்லர் ஒரு விஷயத்தை மட்டும் தன் நண்பனிடம் மறைத்துவிட்டார். தனக்கு ஓவியக் கல்லூரியில் இடம் கிடைத்துவிட்டது என்றும் தான் தினமும் அங்குதான் போய்வருவதாகவும் அவரிடம் பொய் சொல்லிவைத்தார்.

குபிசெக்குக்கு அங்குள்ள இசைக் கல்லூரி ஒன்றில் இடம் கிடைத்தது. ஹிட்லர் காலை எழுந்திருக்கும் நேரம், வெளியில் சென்று திரும்பும் பொழுதுகள், நள்ளிரவு வரை படுக்கையில் அமர்ந்து அவர் தீட்டும் ஓவியங்கள் போன்றவை குபிசெக்குக்குப் புதிராக இருந்தது. ஆனாலும் அவர் ஹிட்லரைச் சந்தேகிக்கவில்லை. இருவரும் ஆளுக்கு ஒரு துறையில் கலை பயின்றுகொண்டிருக்கிறோம் என்றே கருதி வந்தார். சில நாள்கள் கழிந்து குபிசெக் ஒரு புதிய பியானோவை வாங்கி வந்தார். ஏற்கெனவே சிறிய அந்த அறையின் பாதியை பியானோ அபகரித்துக் கொண்டுவிட்டது. ஹிட்லருக்கு அதனால் கோபமா அல்லது இரவு

நெடுகிலும் காதில் வந்து விழுந்துகொண்டிருக்கும் சத்தங்களால் கோபமா என்று தெரியவில்லை. ஒரு கட்டத்தில் கத்திவிட்டார். வாக்குவாதம் எங்கெங்கோ செல்ல மறைக்கமுடியாமல் ஹிட்லர் ஒப்புக் கொண்டார். ஆம், நான் ஓவியக் கல்லூரியில் படிக்கவில்லை; என்னை நிராகரித்துவிட்டார்கள். குபிசெக் தன் அதிர்ச்சியை மறைத்துக் கொள்ளாமல் கேட்டுவிட்டார். அப்படியானால் இனி என்னதான் செய்யப்போகிறாய்? அந்தக் கேள்வி ஹிட்லரின் உள்ளத்தைத் தைத்து விட்டது என்கிறார் கெர்ஷா. சத்தம் போட்டுக் கத்தினார். 'அடுத்து என்ன! அடுத்து என்ன! எல்லோரும் ஏன் இதையே கேட்கிறீர்கள்?'

ஹிட்லர் கோபப்பட்டதற்கு ஒரே ஒரு காரணம்தான் இருக்கமுடியும். அந்தக் கேள்விக்கு என்ன பதில் என்று அவருக்கு உண்மையாகவே அப்போது தெரிந்திருக்கவில்லை.

வளரும் சிந்தனைகள்

ஹிட்லரின் சிந்தனைகளில் அப்போதே ஆதிக்கம் செலுத்தத் தொடங்கி யிருந்தார் ஜார்க் ரிட்டர் ஃபான் ஷானரெர் (முழுப்பெயர் Georg Ritter von Schönerer). ஜெர்மானிய தேசியவாதம், பெண்கள், ஒழுக்கம், ஆரிய வம்சம், யூத எதிர்ப்பு உள்ளிட்ட பல விஷயங்கள் குறித்து ஷானரெரிடமிருந்து ஹிட்லர் நிறையக் கற்றுக்கொண்டார். ஷானரெர், ஆஸ்திரிய ஹங்கேரியப் பேரரசின் அரசியல் தளத்தில் தன் ஆதிக்கத் தைச் செலுத்தியவர். முழுமையான ஜெர்மனி, ஒன்றுபட்ட ஜெர்மனி போன்ற தேசியவாதச் சிந்தனைகளை ஆஸ்திரியாவில் பரப்பியவர். பணபலம் படைத்த செல்வந்தரும்கூட. தனது யூத வெறுப்பை வெளிக் காட்ட இவர் தயங்கியதேயில்லை. சக்திவாய்ந்த பேச்சாளராக அறியப் பட்டிருந்த ஷானரெர், யூதர்களின் நலன்கள் ஜெர்மானிய மக்களின் நலன்களுக்கு நேர் எதிரானவை என்று அனல் பறக்க வாதிட்டார்.

ஹிட்லருக்குப் பாலியல் உறவில் நாட்டம் இருந்ததா, இல்லையா என்று 'ஆராய்ச்சி' செய்து பக்கம் பக்கமாக, ஏன் புத்தகம் புத்தகமாகப் பலர் எழுதியிருக்கிறார்கள். அவருடைய பாலுணர்வு நாட்டத்துக்கும் அவருடைய குணாதிசயங்களுக்கும், பின்னர் அவர் ஒரு சர்வாதிகாரி யாக மாறியதற்கும் தொடர்பு இருக்கிறதா என்பதையும் இவர்கள் ஆராய்ந்திருக்கிறார்கள். ஆனால் உளவியல்ரீதியாக உள்ளுக்குள் குடைந்து புகுந்து எதையாவது கண்டுபிடித்துவிட முடியாதா என்று தேடும் இத்தகைய ஃப்ராய்டிய முயற்சிகளை ஒரு கட்டத்துக்கு மேல் அக்கறையுடன் பரிசீலிக்க முடிவதில்லை. பெண்கள் குறித்த ஹிட்லரின் பார்வை பிற்போக்கானது என்பது மட்டும் ஐயத்துக்கு இடமின்றித் தெளிவாகத் தெரிகிறது. தன் காதலி எப்படி இருக்கவேண்டும்

என்பதைப் பற்றி ஹிட்லர் செய்துவைத்த கற்பனை ஓர் உதாரணம். 'மிருதுவாக, சிறியதாக, அழகாக, அடக்கமாக, இனிமையாக, அசடாக இருக்கவேண்டும்.'

பாலியல் தொழில் அவரை வியப்பில் ஆழ்த்திய அதே சமயம் அதனைத் தீங்கான ஒரு செயலாகவும் ஹிட்லர் கருதினார். அதில் ஈடுபடுவது எவ்வளவு இழிவானது என்பது குறித்துத் தன் நண்பருக்கு அவர் ஒருநாள் பாடமும் எடுத்தார். தடுமாற்றமான குடும்பச்சூழலே பெண்கள்மீது அவர் கொண்டிருந்த ஒருவித வெறுப்புக்கும் அச்சத்துக்கும் காரணம் என்று சிலர் வாதிடுகின்றனர்.

ஹிட்லர் தனது ஆரம்பக்கட்ட வியன்னா வாழ்க்கையை நினைவு கூரும்போது, தான் ஏழைமையான, கொடுமையான, அவலமான ஒரு சூழலில் வாழ்ந்ததாகக் குறிப்பிடுகிறார். மிகைப்படுத்தப்பட்ட கூற்று இது. அவருடைய உடை, அலங்காரம், உணவு வழக்கம், பொழுது போக்கு ஆகியவற்றைப் பார்க்கும்போது ஹிட்லர் கவலைகள் ஏதுமின்றி, ஓரளவுக்கு வசதியாகவே வாழ்ந்திருப்பது தெரிகிறது. அதே சமயம், அவர் ஆடம்பரமாகப் பணத்தைச் செலவழித்துக்கொண்டிருக்க வில்லை. ஆனால் இந்த நிலை விரைவில் மாறியது.

ஜூலை 1908-ல் அகஸ்ட் குபிசெக் தன் நண்பரிடமிருந்து விடை பெற்றுக்கொண்டார். அதே ஆண்டு ஹிட்லர் இன்னொருமுறை ஓவியக் கல்லூரியைத் தொடர்பு கொண்டு விண்ணபித்தார். இந்த முறையும் நிராகரிக்கப்பட்டார். ஒன்றன்பின் ஒன்றாகத் தொடர்ச்சியாகத் தான் நிராகரிக்கப்பட்டதை ஹிட்லரால் ஏற்கவே முடியவில்லை. ஒரு பக்கம் தோல்வி அழுத்த, மற்றொரு பக்கம் தனிமை அவரைத் துரத்தியது. தன்மீதே வெறுப்பும் கோபமும் பொங்கி எழுந்தது. ஒரு கட்டத்தில் இந்த வெறுப்பும் கோபமும் புறவுலகின்மீதும் திரும்பியிருக்கலாம்.

அப்போது வியன்னா வீதிகளில் இருந்த செய்தித்தாள் கடைகளில் 'ஓஸ்டாரா' போன்ற பல இதழ்கள் இனவெறுப்பு சொட்டும் பல கட்டுரைகளைத் தாங்கி வெளிவந்துகொண்டிருந்தன. அவற்றைத் தொடர்ச்சியாக வாசித்து வந்த ஹிட்லரை அந்தக் கருத்துகள் பாதித்திருக்கலாம்.

1909 வாக்கில் ஹிட்லரின் கையிருப்புப் பணம் கரைந்துவிட்டது. வீடு மாறினார். ஒரு கட்டத்தில் வீட்டு வாடகையைக்கூடச் செலுத்த முடியாத நிலையில் பகல் முழுவதும் வெளியில் சுற்றிவிட்டு, இரவு விலை குறைவான மட்டமான விடுதிகளில் உறங்கினார். அதுவும் கிடைக்கப்பெறாதபோது திறந்தவெளியில் படுத்துக்கொண்டார். ஏகப்பட்ட வழக்குகள் பதிவாகி, கிட்டத்தட்டத் தலைமறைவாகச்

சுற்றிக்கொண்டிருந்த ரெய்னால்ட் ஹானிஷ் என்பவரின் நட்பு ஹிட்லருக்குக் கிடைத்தது. உடனடிப் பசிக்கு உணவும் இருப்பிடத்தையும் ஹானிஷ் அளித்தார். ஹிட்லர் சிறிது காலம் பயணிகளின் மூட்டை, முடிச்சுகளைத் தூக்கி சம்பாதித்தார். தான் ஓவியக் கல்லூரியில் சேர்ந்து படித்ததாக ஹிட்லர் ஹானிஷிடம் சொல்லியிருந்தார். எனவே ஹானிஷ் அவரைப் பல படங்கள் வரைய வைத்து, மதுக்கூடங்கள், சிறு வியாபாரிகள் ஆகியோரிடம் விற்பனை செய்யத் தொடங்கினார். லாபத்தை இருவரும் பங்கிட்டுக்கொண்டனர்.

பெரும்பாலும் யூதர்களிடமிருந்தே வருமானம் கிடைத்துவந்தது. கிறிஸ்தவர்களைக் காட்டிலும் யூதர்கள் பண விஷயத்தில் நல்லவர்கள், நம்பகமானவர்கள் என்று ஹிட்லர் அப்போது கருதியதாக ஹானிஷ் குறிப்பிடுகிறார். ஆனால், ஹிட்லரின் முந்தைய நண்பர் அகஸ்ட் குபிசெக்கைப்போலவே ஹானிஷின் குழப்பமான நினைவுக்குறிப்புகளையும் முழுவதுமாக நம்ப முடியாது.

ஹிட்லர் தங்கியிருந்த அடுக்குமாடிக் குடியிருப்பில் அரட்டைகளும் அரசியல் விவாதங்களும் நடைபெறுவது வழக்கம். ஷானரெர், கார்ல் ஹெர்மன் வுல்ஃப் ஆகியோர் உருவாக்கியிருந்த ராடிகல் கட்சியை ஹிட்லர் ஆரவாரமாக ஆதரிப்பது வாடிக்கை. சூடடன்லாண்ட் பகுதியில் செல்வாக்கு பெற்றிருந்த கட்சி அது. அரசியல் அல்லாத பேச்சு எழும்போது வாக்னரின் இசை குறித்தும் வியன்னாவின் கட்டடக்கலை குறித்தும் ஹிட்லர் உரையாடுவது வழக்கம்.

இதற்கிடையில் புது நண்பர் ஹானிஷுடனான உறவு விரிசலடையத் தொடங்கியது. அவர் தன்னை ஏமாற்றுகிறார், ஓவியத்துக்கான பணத்தைச் சரியாகப் பங்கிடவில்லை என்று ஹிட்லர் குற்றம்சாட்டினார். நிலைமை மோசமடைய காவல் துறை குறுக்கிடவேண்டியிருந்தது. ஹானிஷ் சில தினங்கள் சிறை வைக்கப்பட்டார். அதற்குப் பிறகு ஹிட்லரின் வாழ்வில் அவர் குறுக்கிடவில்லை.

ஹிட்லர் அதற்குப் பிறகும் தொடர்ந்து ஓவியங்கள் வரைந்து விற்றுக்கொண்டுதான் இருந்தார். இப்போது தன் செலவுகளை மேலும் குறுக்கிக்கொண்டார். மலிவான உணவுகளையே உட்கொண்டார். எப்போதாவது ஒரு சிகரெட். அதிகபட்ச ஆடம்பரம் என்பது இசை நிகழ்ச்சிகளில் நின்றுகொண்டே பார்ப்பதற்காக அவர் வாங்கிய அனுமதிச் சீட்டுதான். அவருடைய ஆடைகள் தேய்ந்தும் சாயம் இழந்தும் காணப்பட்டன. கிழிந்த காலணிகளை மறைக்க உள்ளுக்குள் காகிதத்தை வைத்து அடைத்துக்கொண்டார். கணிசமான அளவுக்கு வருமானம் வந்துகொண்டிருந்தபோதும் இது அவரே வகுத்துக்கொண்ட

வாழ்க்கை முறை. படிப்புக்கு என்று சொல்லி பாட்டியிடமிருந்து பணமும் பெற்றுவந்தார்.

ஹிட்லரை அப்போது அறிந்திருந்தவர்கள் அவரிடம் கண்ட ஒரே ஆற்றல் ஓவியம் வரைவது மட்டுமே. அரசியல், இசை, பெண்கள் குறித்தெல்லாம் அவர் பேசியவற்றை யாரும் பெரிதாக எடுத்துக்கொள்ளவில்லை.

யூத எதிர்ப்பு

'ஒருமுறை நகருக்குள் நடந்துகொண்டிருந்தேன். அப்போது முக்காடு அணிந்திருந்த ஒரு நிழல் உருவம் என்னைக் கடந்துசென்றது. கருப்புச் சுருள் முடியுடன் இருந்தது அந்த உருவம். எனது முதல் சிந்தனையே, இந்த உருவம் ஒரு யூதனாக இருக்குமா என்பதுதான். லின்ஸில் இருந்தவர்களின் தோற்றம் வேறு மாதிரியாக இருந்தது. நான் அந்த மனிதனைக் கவனமாகவும் கூர்மையாகவும் கவனித்தேன். அந்த அந்நிய உருவத்தை மீண்டும் மீண்டும் பார்த்தபோது என் கேள்வி புது வடிவம் பெற்றது. இது ஜெர்மனிதானா?'

தனது சுயசரிதையில் குறிப்பிட்டதைப்போல் ஹிட்லர் யூதர்களை விநோதமாகவும் விரோதமாகவும் பார்க்கத் தொடங்கியது எப்போது என்று துல்லியமாகச் சொல்ல முடியவில்லை. நிச்சயம் லின்ஸில் இருந்தபோது இப்படிப்பட்ட எண்ணங்கள் அவருக்கு ஏற்பட்டிருக்காது என்று சொல்லலாம். எனில், வியன்னாவில் எப்போது அவர் யூத எதிர்ப்பு உணர்வை வளர்த்துக்கொண்டார்? மிகச் சரியாக எங்கிருந்து? அல்லது, யாரிடமிருந்து? இதை அப்போது யாராவது கவனித்தார்களா? பதிவு செய்து வைத்திருக்கிறார்களா? இயான் கெர்ஷாவின் ஆய்வின் படி, ஹிட்லர் யூத எதிர்ப்பு உணர்வு கொண்டிருந்தாலும் அப்போது யாரும் அவரைப் பிரத்தியேகமாகக் கவனித்திருக்கமாட்டார்கள். காரணம், 'பெரும்பாலானோர் அத்தகைய உணர்வுகளையே கொண்டிருந்தனர்.'

வியன்னா ஓயாமல் உற்பத்தி செய்துவந்த யூத எதிர்ப்பு எழுத்துகளாலும் பொதுவாகவே மக்களிடம் காணப்பட்ட அத்தகைய உணர்வுகளாலும் ஹிட்லர் கவரப்பட்டிருக்கலாம். ஹிட்லரின் எழுத்துகளின்படிப் பார்த்தால், அவருக்கு யூத எதிர்ப்புணர்வு முதலில் தோன்றியது வியன்னாவில்தான். யூதர்கள் ஏன் வியன்னாவில் அந்நியர்களாகக் காட்சி அளிக்கிறார்கள் என்று ஒருமுறை கேட்கப்பட்டபோது, அவர்கள் வேறு இனத்தைச் சேர்ந்தவர்கள் என்று ஹிட்லர் பதிலளித்திருக்கிறார். அவர்களுடைய வாசமே வேறு என்று இன்னொரு சந்தர்ப்பத்தில் சொல்லியிருக்கிறார். யூதர்கள் வழிவழியாகவே வன்முறையாளர்கள், தீவிரவாதிகள் என்று ஹிட்லர் அடிக்கடிச் சொன்னதாகக் குறிப்புகள்

உள்ளன. ஆஸ்திரியாவிலிருந்து வெளியேறும் யூதர்களின் உடைமைகள் பறிமுதல் செய்யப்படவேண்டும்; அவை ஆஸ்திரியாவுக்கு உரியவை என்பது ஹிட்லரின் கருத்து.

24 மே 1913 அன்று தனது 24வது வயதில் ஹிட்லர் வியன்னாவைவிட்டு வெளியேறினார். அதற்கு அவர் கூறிய காரணங்கள் இரண்டு. அங்கேயே தங்கியிருந்தால் கட்டாய ராணுவப் பணியில் சேர்ந்திருக்கவேண்டும். அதை ஹிட்லர் விரும்பவில்லை. இரண்டாவது காரணம், தான் வாழவேண்டியது ஜெர்மனியில் மட்டுமே என்று அவர் உணர்வு பூர்வமாகக் கருதினார். ஆஸ்திரிய ஹங்கேரியப் பேரரசு அழிவை நோக்கிச் சென்றுகொண்டிருக்கிறது என்று ஹிட்லர் நம்பினார். எனவே வாழ்வு தேடி அவர் ஜெர்மனிக்குக் கிளம்பினார். மியூனிக் நினைவுகள் தாம் இருப்பதிலேயே இனிமையானவை என்று தன் சுயசரிதையில் அவர் பகிர்ந்துகொண்டார்.

3

ஜெர்மனியும் முதல் உலகப் போரும்

வியன்னாவில் இருந்ததைப் போலவே மியூனிக்கிலும் ஒரு சிறிய இடத்தை ஹிட்லர் வாடகைக்குப் பிடித்துக்கொண்டார். படங்கள் வரைந்து, மதுக்கூடம், சந்தை என்று அலைந்து திரிந்து அவற்றை விற்பனை செய்தார். வியன்னாவில் கிடைத்த அதே அளவு வருமானம் தான் இங்கும் கிடைத்தது. நண்பர்கள் யாரும் இல்லை. தெரிந்தவர்கள், அறிந்தவர்கள் எவரும் இல்லை. தொந்தரவற்ற தனிமை.

மியூனிக்கில்தான் தான் மார்க்சியத்தைப் பயின்றதாக ஹிட்லர் தனது சுயசரிதையில் குறிப்பிட்டுள்ளார். மார்க்சியச் சித்தாந்தத்துக்கும் யூதர்களுக்கும் உள்ள தொடர்பை அறிந்துகொள்வதற்காகவே மார்க்சியச் சிந்தனைகளை ஊன்றி வாசித்தாக அவர் குறிப்பிடுகிறார். வியன்னாவில் இருந்தபோதே ஹிட்லர் புத்தகங்களை வாசித்து வந்துள்ளார். மியூனிக்கிலும் அந்த வழக்கம் நீடித்ததாக அவர் தங்கியிருந்த குடியிருப்பின் உரிமையாளர் பின்னர் நினைவுகூர்ந்தார். பல புத்தகங்களை அவர் வாங்கிவந்ததாகவும் இரவு முழுவதும் கண் விழித்து வாசித்ததாகவும் அவர் குறிப்பிட்டுள்ளார்.

ஆனால் ஹிட்லர் பதிவு செய்துள்ளபடி கார்ல் மார்க்ஸ், பிரெட்ரிக் எங்கெல்ஸ், லெனின், டிராட்ஸ்கி என்று அவ்வளவு பரவலாக அவர் வாசித்தாரா, வாசித்ததை உள்வாங்கிக்கொண்டாரா என்பதற்கு ஆதாரம் இல்லை. ஹிட்லரின் வருகைக்குச் சற்று முன்னர்தான் லெனின் மியூனிக் வந்திருந்தார். வியன்னாவில் ஹிட்லர் வசித்தபோது டிராட்ஸ்கியும் அங்கே இருந்திருக்கிறார். இயான் கெர்ஷாவின் வாதப்படி ஹிட்லர் மார்க்சியத்தைப் பயிலவில்லை. தன் வாழ்நாளில் மார்க்சியச் சித்தாந்தம்

பற்றியோ, தான் வாசித்த மார்க்சியச் சிந்தனையாளர்கள் குறித்தோ அவர் எதையும் குறிப்பிடவும் இல்லை. தான் ஏற்கெனவே வந்தடைந்திருந்த தீர்மானமான முடிவுகளை ஊர்ஜிதம் செய்துகொள்ளும் நோக்கில் மட்டுமே ஹிட்லர் வாசித்தார். எதையும் முறைப்படிக் கற்பது அவருடைய வழிமுறை அல்ல.

ஆனால் மார்க்சியத்தை அவர் வெறுத்தார் என்பதிலோ மார்க்சியச் சித்தாந்தம் அழிக்கப்படவேண்டும் என்று அவர் விரும்பினார் என்பதிலோ மாறுபட்ட கருத்துகள் இல்லை. தேநீர்க் கடையில் அமர்ந்து செய்தித்தாள்கள் வாசிப்பதை அவர் வழக்கமாகக் கொண்டிருந்தார். தனக்குத் தேவைப்பட்ட அரசியல் செய்திகளையும் நிகழ்ச்சிப் போக்குகளையும் அவர் செய்தித்தாள்களிலிருந்தே சேகரித்துக்கொண்டார். பல சமயங்களில் தீவிரமான வார்த்தைப் போர்களில் அவர் இறங்கியதும் உண்டு. தேநீர்க் கடை, மதுக் கடை ஆகிய இடங்களில் ஹிட்லர் தன் கருத்துகளைத் தீர்மானமான முறையில் எடுத்து வைத்துப் பேசியதைப் பலர் பதிவு செய்துள்ளனர். ஜெர்மனியின் எதிர்காலம் என்பது மார்க்சியத்தின் அழிவிலேயே அடங்கியிருக்கிறது என்னும் முடிவை மியூனிக்கில் இருந்தபோது தான் வந்தடைந்ததாக ஹிட்லர் எழுதியுள்ளார்.

ஹிட்லர் மியூனிக்கை நேசிக்கத் தொடங்கிய தருணத்தில் வியன்னா அவரைத் தேடி வந்தது. ராணுவப் பணியில் இணையாமல் நாட்டை விட்டுத் தப்பியது சட்டப்படி குற்றம் என்பதால் காவல் அதிகாரிகள் தகுந்த ஆவணங்களுடன் அவரை மடக்கிப் பிடித்தனர். ஹிட்லரைக் கைது செய்வதற்கும் விசாரிப்பதற்கும் அவரிடமிருந்து அபராதம் வசூலிக்கவும் ஆணையிடப்பட்டிருந்தது. ஆனால் ஹிட்லரைக் காவலர்கள் எதுவும் செய்யவில்லை என்பது ஆச்சரியம். அவருடைய தோற்றம், தடுமாற்றமான பேச்சு, தன்னைப் பற்றி அவர் செய்து கொண்ட அறிமுகம், பொருளாதார நிலை ஆகியவற்றைக் கணக்கில் கொண்டு அவர்கள் விசாரணையை நடத்தினர். ஹிட்லர் கட்டாயம் ராணுவப் பயிற்சியில் இணையவேண்டும் என்று முடிவானது. சொன்ன படியே ஹிட்லரை சால்ஸ்பெர்க் நகருக்கு அழைத்துச் சென்று பரிசோதித்தனர். ஆனால் இங்கு ஹிட்லருக்குச் சாதகமான முடிவு வந்தது. ராணுவப் பணிக்கு அவர் பொருந்தி வரமாட்டார் என்று மருத்துவப் பரிசோதனையின்போது சொல்லிவிட்டார்கள்.

நிம்மதிப் பெருமூச்சுடன் ஹிட்லர் தன் இயல்பு வாழ்வுக்குத் திரும்பும் போது ஐரோப்பா ஒரு போருக்குத் தயாராக ஆரம்பித்திருந்தது. ஹிட்லர் மட்டுமல்ல, ஐரோப்பாவின் எதிர்காலத்தையும் இந்தப் போரே தீர்மானித்தது என்று சொல்லலாம். தொடர் தோல்விகளாலும்

தனிமையாலும் வாடிக்கொண்டிருந்த ஹிட்லருக்கு இந்தப் போர், கடவுள் அனுப்பிவைத்த வரமாகத் திகழ்ந்தது என்கிறார் கெர்ஷா. இனி என்ன செய்யப்போகிறாய், அடுத்து என்ன, அடுத்து என்ன என்று ஓயாமல் உலுக்கியெடுத்து கேட்டுக்கொண்டிருந்த அனைவருக்கும் பதிலளிக்கத் தயாராகிவிட்டார் ஹிட்லர்.

முதல் உலகப் போர்

ஞாயிற்றுக்கிழமை, 28 ஜூன் 1914 அன்று செய்தி வெளியானது. ஆஸ்திரிய இளவரசர் ஆர்ச்டியூக் ஃபெர்டினாண்ட், அவருடைய மனைவி இருவரும் சாரயேவோ நகரில் கொல்லப்பட்டனர். ஜெர்மனி உள்பட அநேக ஐரோப்பிய நாடுகள் அடுத்தடுத்து போரில் குதிக்கத் தொடங்கின. லட்சக்கணக்கான ஜெர்மானியர்களைப் போல் ஹிட்லரும் அதிர்ச்சியில் உறைந்து போனார். ஆனால் விரைவில் சுதாரித்துக்கொண்டார். 'இது சாதாரணத் தருணம் அல்ல. கடவுளே அருளித்தந்த அற்புதம்.' இப்படித்தான் அவர் முதல் உலகப் போரைத் தன் சுயசரிதையில் அறிமுகம் செய்கிறார். தரையில் அமர்ந்து சொர்க்கத்தில் உள்ள கடவுளை அவர் பிரார்த்தனை செய்தார்; உணர்ச்சி பொங்க நன்றியும் தெரிவித்துக்கொண்டார்.

ஆகஸ்ட் முதல் வாரம் 1914-ம் ஆண்டு கொதிக்கும் வெயிலில் ஐரோப் பாவைச் சேர்ந்த ஏழு நாடுகள் போரில் குதித்தன. ஜெர்மனியும் ஆஸ்திரிய-ஹங்கேரியப் பேரரசும் இணைந்து செர்பியா, ரஷ்யா, பெல்ஜியம், பிரான்ஸ், பிரிட்டன் ஆகிய ஐந்து நாடுகளையும் எதிர்த்தன. ஜெர்மனியின் சக்ரவர்த்தி கெய்சர் வில்லியம் மிகுந்த நம்பிக்கையுடன் கொடியசைத்து இந்தப் போரைத் தொடங்கிவைத்தார். மரங்களிலிருந்து இலைகள் விழுவதற்குள் திரும்பி வந்துவிடுங்கள் என்று சொல்லித்தான் ஜெர்மானியர்களை அவர் போர்க்களத்துக்கு அனுப்பிவைத்தார். அப்படித்தான் வீரர்களும் நினைத்து, கிட்டத்தட்ட சுற்றுலா செல்வது போலத்தான் புறப்பட்டுப் போனார்கள். சிறிய போர் என்று கருதப்பட்ட முதல் உலகப் போர் ஆண்டுக்கணக்கில் நீண்ட போது ஜெர்மானியர்கள் மட்டுமல்ல, பிற ஐரோப்பிய நாடுகளும்கூடக் களைத்துப் போயின. முதல் ஆண்டு, இரண்டாம் ஆண்டு, மூன்றாம் ஆண்டு என்று இழுத்துக்கொண்டே சென்றபோது இது எப்படியாவது முடிவுக்கு வந்துவிடாதா என்று ஏங்கத் தொடங்கினர்.

ஒரு பக்கம் பிரான்ஸ், பிரிட்டன், ரஷ்யா மற்றும் சில சிறிய நாடுகள். இன்னொரு பக்கம் ஜெர்மனி, ஆஸ்திரிய-ஹங்கேரியப் பேரரசு, துருக்கி ஒட்டோமான் சாம்ராஜ்ஜியம் மற்றும் சில சிறு நாடுகள். இந்தப் போரைத் தொடங்கியது ஜெர்மனி அல்ல என்றாலும் போரின்

மையமாக ஜெர்மனியே திகழ்ந்தது. இரண்டு படுகொலைகளுக்காக ஐரோப்பாவே இரண்டு அணிகளாகப் பிரிந்து மோதிக்கொண்டன என்பது மிகவும் எளிமையான பார்வை. உண்மையில் பல்வேறு அம்சங்கள் ஒன்றோடொன்று பின்னிப்பிணைந்து போருக்கு இட்டுச் சென்றன. எல்லோரும் ஒப்புக்கொள்ளும் சில காரணங்களைக் குறிப்பிட்டுச் சொல்ல முடியும். தேசபக்தி, ராணுவப் போட்டி, ஏகாதிபத்தியம், போருக்கு முன்பு நாடுகள் ஏற்படுத்திக்கொண்ட ஒப்பந்தங்கள், ஐரோப்பாவின் சமநிலை பாதிக்கப்பட்டது மற்றும் பல.

'ஐரோப்பா முழுவதும் விளக்குகள் அணைந்துவிட்டன. இனி என் வாழ்நாளில் வெளிச்சம் மீண்டும் தோன்றப்போவதில்லை' என்று நம்பிக்கையற்று எழுதினார் பிரிட்டனின் அயல்துறை அமைச்சர் எட்வர்ட் கிரே. வியன்னாவில் கார்ல் கிராஸ் தனது முதல் உலகப் போர் நினைவுகளுக்கு 'மனித குலத்தின் கடைசி தினங்கள்' என்று தலைப்பிட்டார். வேறு பலரும்கூட உலகம் இத்துடன் முடிவுக்கு வந்துவிடும் என்றே முடிவுகட்டினர். எரிக் ஹாப்ஸ்பாம் குறிப்பிடுவதைப்போல் அப்போது வாழ்ந்த பலரும் அமைதி என்றால் 1914-க்கு முந்தைய உலகம் என்றுதான் குறிப்பிடுவது வழக்கம்.

1914 குறித்து இந்த 2014-ம் ஆண்டிலும் வரலாற்றாசிரியர்கள் ஆராய்ந்துகொண்டுதான் இருக்கிறார்கள். முதல் உலகப் போரைப் பற்றி விரிவாக எழுதியுள்ள மாக்ஸ் ஹாஸ்டிங்ஸ், முதல் உலகப் போர் மூள்வதற்குக் காரணம் ஜெர்மனியின் பிரதேச விரிவாக்க வெறியே என்று குறிப்பிட்டுச் சுட்டிக்காட்டுகிறார். ஜெர்மனிதான் ஆஸ்திரியாவைத் தூண்டிவிட்டு செர்பியாமீது போர் தொடுக்க வைத்தது என்றும் அதன் விளைவாகவே சீட்டுக் கட்டு கோபுரம் கலைந்து ஒவ்வொரு நாடாக அடுத்தடுத்து போரில் குதித்தன என்றும் சொல்கிறார்கள். வேறு சிலர் செர்பியாவை மட்டுமே குற்றம் சாட்டுகிறார்கள்.

ஹிட்லர் போன்ற தேசியவாதிகளால் அப்போது ஜெர்மனியின் நோக்கங்களைச் சந்தேகிக்கக்கூட முடிந்திருக்காது. தேசியவாத உணர்வும் தேசபக்தியும் பொங்கிய அந்தத் தருணத்தில் மியூனிக்கில் ஆயிரக்கணக்கான இளைஞர்கள் ராணுவப் பணியில் இணைய ஆர்வத்துடன் முன்வந்தனர். ஹிட்லரும் அவர்களுள் ஒருவர். ஆஸ்திரியாவுக்காக ராணுவப் பணியாற்ற ஆர்வமில்லாத ஹிட்லர், ஜெர்மனிக்காக இப்போது அதே பணியில் சேரத் தன்னிச்சையாக முன்வந்தார். ஆகஸ்ட் 3-ம் தேதி பவேரியாவின் மூன்றாம் லூத்விக் அரசருக்கு விண்ணப்பம் அனுப்பி வைத்தார் ஹிட்லர். கவனிக்கவும், அப்போது அவர் ஒரு ஜெர்மானியப் பிரஜை அல்லர். ஆஸ்திரியப் பிரஜையாகவே அவர் தனது விண்ணப்பத்தைப் பதிவு செய்திருந்தார்.

விண்ணப்பம் ஏற்றுக்கொண்ட தகவல் கைக்கு வந்ததும் மகிழ்ச்சியில் திக்குமுக்காடினார் ஹிட்லர்.

ஆகஸ்ட் 16-ம் தேதி இரண்டாவது ரிசர்வ் பட்டாலியன் பிரிவில் இணைந்துகொள்ளுமாறு ஹிட்லருக்கு உத்தரவு பிறப்பிக்கப்பட்டது. செப்டெம்பர் தொடக்கத்தில் அப்போதுதான் புதிதாக உருவாகியிருந்த பவேரியன் ரிசர்வ் இன்ஃபாண்ட்ரி 16-வது ரெஜிமெண்டில் இணைத்துக் கொள்ளப்பட்டார். இந்தப் பிரிவில் இருந்தவர்கள் அநேகம் பேர், ஹிட்லரைப் போலவே அனுபவமற்றவர்கள். அவசர அவசரமாகச் சில பயிற்சிகள் அளிக்கப்பட்டு அவர்கள் போர்முனைக்கு அனுப்பிவைக்கப் பட்டனர்.

ஹிட்லர் இருந்த பிரிவு அக்டோபர் 21-ம் தேதி ஃப்ளாண்டர்ஸ் போர் முனைக்கு அனுப்பிவைக்கப்பட்டது. ஒரு வாரம்கூட ஆகியிருக்காது; தன் வாழ்நாளின் முதல் போரை ஹிட்லர் சந்தித்தார். இப்பிரஸ் பகுதியில் உள்ள மெனின் ரோட் என்னும் இடத்தில் நடைபெற்ற மோதல்களில் ஹிட்லர் பங்கெடுத்துக்கொண்டார். நான்கே தினங்களில் ஹிட்லரின் படையில் இருந்த எழுபது சதவிகிதம் பேர் கொல்லப்பட்டு விட்டனர். 3,600 என்று இருந்த வீரர்களின் எண்ணிக்கை, 611 என்று குறைந்தது. தன் கண் முன்னால் ஆயிரக்கணக்கானவர்கள் அடுத்தடுத்துக் கொல்லப்படுவதை ஹிட்லர் கண்டார். இந்தப் போர் ஹிட்லருக்குள் ஏற்படுத்திய பாதிப்பை கெர்ஷா பதிவு செய்கிறார். 'இப்போது, மரணம் நிரந்தர நண்பனாக மாறிவிட்டது. மனிதர்களின் துயரங்கள் இப்போது அவருக்கு இயல்பானவையாக மாறிவிட்டன... துன்பங்களைக் கண்டு கண்களை மூடிக்கொள்ள அவர் பழகிவிட்டார். உயிருடன் இருப்பதும் போராடுவதும் வெற்றி பெறுவதும் மட்டுமே அவருக்கு முக்கியமாகிவிட்டன.'

நவம்பர் 1 தொடங்கி ஹிட்லர் கார்ப்பொரலாகப் பதவி உயர்வு பெற்றார். இந்தப் போரில் அவருக்குக் கிடைத்த அதிகபட்சப் பதவி உயர்வு இதுவே. ஹிட்லரின் பணி, ஆணைகள் கிடைக்கும் இடத்தி லிருந்து போர்வீரர்கள் இருக்கும் இடத்துக்குச் செய்திகளைக் கொண்டு சென்று சேர்ப்பது. சில சமயம் நடந்தும் சில சமயம் மிதிவண்டியிலும் சென்று செய்திகளை ஒப்படைக்கவேண்டியிருக்கும். தனது சுயசரிதை யில் ஹிட்லர் இதைக் குறிப்பிடவில்லை என்பதைக் கவனிக்க வேண்டும். போர்முனையில் பணியாற்றினேன் என்று மட்டுமே சொல்கிறாரே தவிர தன் வேலை செய்திகளைக் கொண்டுசெல்வது மட்டும்தான் என்று குறிப்பிடவில்லை. பிற்காலத்தில் அவருடைய அரசியல் எதிரிகள் சிலர் இந்த விஷயத்தை வெளியில் கொண்டுவந்து அவருக்கு எதிராகப் பிரசாரத்தில் ஈடுபட்டது தனிக்கதை. ஆனால்

அவர்கள் குறிப்பிடுவதுபோல் இது முற்றிலும் பாதுகாப்பான பணியும் அல்ல. தகவல்கள் கொண்டு சேர்ப்பதற்காக நியமிக்கப்பட்ட பலர் பலியாகியுள்ளனர். ஒரு செய்திக்குறிப்பை ஒரே சமயத்தில் இருவரிடம் கொடுத்தனுப்பி ஒருவராவது கொண்டுபோய்ச் சேர்க்கட்டுமே என்றுகூட நினைத்திருக்கிறார்கள்.

ஹிட்லருக்கு நிறைய ஓய்வு நேரம் கிடைத்தது. அவருடைய குறிப்புகளின்படி அங்கும்கூட ஓவியம் தீட்டிக்கொண்டும் புத்தகம் வாசித்துக்கொண்டும் இருந்திருக்கிறார். தனது படைப்பிரிவுக்கு உண்மையானவராக, ஈடுபாடு கொண்டவராக ஹிட்லர் இருந்தார். அதனாலேயே நண்பர்கள், படை வீரர்கள், உயர் அதிகாரிகள் என்று பலரிடமும் நன்மதிப்பு ஈட்டியிருந்தார். அவருடைய சக ராணுவத்தினர் ஹிட்லரை நேசித்தனர். கலகலப்பான உரையாடல்களில் கலந்து கொள்ளாத, பிரெஞ்சுப் பெண்கள் பற்றி வம்பு பேசாத, நகைச்சுவை உணர்வு அற்ற ஹிட்லரை அவர்கள் சில சமயம் எரிச்சலுடனும் சில சமயம் வியப்புடனும் பார்த்தனர். கிறிஸ்துமஸ் சமயத்திலும்கூட அவருக்குக் கடிதங்கள் எதுவும் வராதது அவர்களை ஆச்சரியப் படுத்தியது. ஹிட்லரின் குடும்பம், பின்னணி, நண்பர்கள் என்று எதைப் பற்றியும் அவர்களால் தெரிந்துகொள்ளமுடியாமலே போய்விட்டது. இறுக்கமான, சலனமற்ற அவருடைய முகம், நான் உங்களைப் போன்ற வனல்லன் என்பதை எப்போதும் அவர்களுக்கு நினைவுபடுத்திக் கொண்டே இருந்தது. நீ இதுவரை யாரையும் காதலித்ததுகூட இல்லையா என்று கேட்டபோது ஹிட்லர் அதே முகபாவத்துடன் பதிலளித்திருக்கிறார். 'இதோ பார், எனக்கு அதற்கெல்லாம் நேரமில்லை.'

1919 கிறிஸ்துமஸ் சமயத்தில் பிரிட்டிஷ் படைகளுடன் ஜெர்மன் படைகள் நடுவாந்திரமான ஓரிடத்தில் சந்தித்து கைகுலுக்கிக்கொண்டு, பாடல்கள் இசைத்தபடி சிரித்துப் பேசிக்கொண்டபோது ஹிட்லர் எரிச்சலடைந்தார். போர் சமயங்களில் இத்தகைய விதிவிலக்குகளுக்கு இடம் அளிக்கப்படக்கூடாது என்று அவர் கருதினார். இது ஜெர்மனியின் போர், தேசபக்திக்கான போர் என்று மட்டுமே அவர் பார்த்தார். மோதிக்கொண்டிருக்கும் பிரான்ஸும் பிரிட்டனும் முறியடிக்கப்படவேண்டியவை. இதில் எந்தவிதச் சமரசத்துக்கும் இடமில்லை. ஹிட்லரின் உணர்வுகளைப் புரிந்துகொண்ட நண்பர்கள் வேண்டுமென்றே அவரைச் சீண்டிவிடுவது வழக்கம். ஜெர்மனி தோற்கப்போகிறது, ஜெர்மனி பலவீனமாக இருக்கிறது என்றெல்லாம் சொல்லப்படும்போது ஹிட்லர் கடுகடுப்புடன் அங்கிருந்து நகர்ந்து சென்றுவிடுவாராம்.

தினம் தினம் செத்து மடியும் ஜெர்மானிய வீரர்களின் தியாகங்களை நினைத்துப் பூரிப்படைந்தார் ஹிட்லர். ஜெர்மனியின் கரங்களில் உயிரிழந்த 'சர்வதேச எதிரிகள்' ஒழிக்கப்படவேண்டியவர்கள் என்பதில் அவருக்குச் சந்தேகம் இல்லை. இந்தப் போர் கூடுதல் நிலப்பரப்புகளைக் கொண்டுவந்து சேர்க்காவிட்டாலும் பரவாயில்லை, அந்நியர்கள் அனைவரையும் அகற்றிவிட்டு நிலத்தைச் சுத்தப்படுத்தினாலே போதும் என்பது அவருடைய குறைந்தபட்ச எதிர்பார்ப்பு. மியூனிக்குக்கு அவர் அனுப்பிய ஒரு சில கடிதங்களில் இந்த விருப்பத்தை அவர் பகிர்ந்து கொண்டார்.

'பிரம்மாண்டமான படுகொலைகளை அவர் இப்படித்தான் எடுத்துக் கொண்டார். மனித துயரங்களாக அல்ல, இனரீதியில் தூய்மையான ஒரு ஜெர்மனியை உருவாக்க இத்தகைய பயனுள்ள முயற்சிகள் தேவை என்று அவர் கருதினார்' என்று கெர்ஷா எழுதுகிறார். போர் நெடுகிலும் ஹிட்லரின் மனநிலை இப்படித்தான் இருந்துள்ளது. போர் இழப்புகள் அவருக்கு ஒரு பொருட்டாகவே இல்லை. இழப்புகள் இல்லாமல் வெற்றி சாத்தியமில்லை என்று உறுதியாக நம்பினார். தன்னுடைய இத்தகைய அரசியல் கருத்துகளை அவரால் சுதந்தரமாக யாரிடமும் பகிர்ந்துகொள்ளமுடியவில்லை. யூதர்கள் பற்றியும் குறிப்பிட்டுச் சொல்லும்படியான எந்த ஒரு கருத்தையும் அவர் யாரிடமும் இந்தச் சமயத்தில் பகிர்ந்துகொண்டதாகத் தெரியவில்லை. மெயின் காம்ஃப் புத்தகத்தில் எழுதப்பட்டுள்ளது உண்மை என்றால் 1916 வாக்கில் அவருடைய அரசியல் கருத்துகள் தீவிரமடையத் தொடங்கியிருந்தன.

ஹிட்லரின் படைப்பிரிவு, மார்ச் 1915 முதல் செப்டெம்பர் 1916 வரை ஃபுரொமெலாஸ் என்னும் பகுதியில் பிரிட்டன் படைகளுடன் போரில் ஈடுபட்டு வந்தது. 1916 அக்டோபர் 2-ம் தேதி சொம்மா என்ற பகுதிக்குப் படைப்பிரிவு நகர்ந்து சென்றது. தனக்கு அருகில் வந்து விழுந்த ஒரு குண்டு வெடிக்க, ஹிட்லர் காயமடைந்தார். இடது தொடையில் காயம் ஏற்பட, பெர்லினுக்கு அருகில் ரெட் கிராஸ் மருத்துவமனையில் சேர்க்கப்பட்டார். இரண்டு மாதங்கள் ஓய்வு கிடைத்தது. போர் தொடங்கியபிறகு அவர் ஜெர்மனியைப் பார்த்தது அதுவே முதல் முறை என்பதால், எத்தகைய உணர்வுகள் வீரர்களிடையிலும் மக்களிடையிலும் மிகுந்துள்ளன என்பதைத் தெரிந்துகொள்ள ஆர்வமாக இருந்தார். ஆனால், மருத்துவமனையில் இருந்த வீரர்கள் பேசிக் கொண்டது அவருக்கு அதிர்ச்சியை ஏற்படுத்துவதாக இருந்தது. ஒரு சிறு காயத்தால் தான் எப்படிப் போர்முனையிலிருந்து தப்பினேன் என்று ஒரு வீரன் சொல்லிக்கொண்டிருந்தான். இன்னும் சிலர் தாமாகவே காயங்களை ஏற்படுத்திக்கொண்டு மருத்துவமனையில் வந்து படுத்துக் கொண்டதைப் பற்றியும் அவர் கேள்விப்பட்டார். நகைச்சுவையாகவும்,

மேம்போக்காகவும், அதைவிட மோசமாக அலட்சியமாகவும் அவர்கள் போரைக் கண்டது ஹிட்லரை அதிர வைத்தது. ஜெர்மானிய தேசத்தின்மீது அதன் பிரஜைகள் கொண்டிருக்கும் உறவு இவ்வளவு தானா, இதுதானா தேசபக்தி என்றெல்லாம் நினைத்து ஹிட்லர் உள்ளுக்குள் புழுங்கினார். பெர்லினிலும் சோர்வான மனநிலையே நிலவிவருவதை அவர் கண்டுகொண்டார்.

மியூனிக் அவருடைய எதிர்பார்ப்புகளையும் நம்பிக்கைகளையும் மேலும் சிதறடித்தது. திரும்பும் திசையெங்கும் கோபமும் அதிருப்தியும் வசவுகளும் வெளிப்பட்டன. அவர் நினைத்திருந்ததுபோல் இந்தப் போர் அவர்களை ஒருங்கிணைக்கவில்லை. ஜெர்மானிய தேசபக்தி யைத் தூண்டிவிடவில்லை. என் தேசத்தை உயிரைக் கொடுத்தேனும் காப்பேன் என்று யாரும் முன்வரிசையில் வந்து நிற்கவில்லை. பின்னர் தனது சுயசரிதையில் இந்த உணர்வுகளை ஹிட்லர் வேறு மாதிரியாக வெளிப்படுத்தினார். அப்போதைய மியூனிக் நகரம் போருக்கு எதிரான மனநிலையைக் கொண்டிருந்ததற்குக் காரணம் யூதர்களே என்று அவர் எழுதினார். அவரைப் போலவே வேறு சிலரும்கூட யூத எதிர்ப்பு மனோபாவத்துடன் போர்க்கால மியூனிக்கைப் படம்பிடித்துள்ளனர்.

5 மார்ச் 1917 அன்று ஹிட்லர் மீண்டும் பணியில் சேர்ந்துகொண்டார். இப்பிரஸ் பகுதியில் பிரிட்டனை எதிர்த்து போர் தொடர்ந்து கொண்டிருந்தது. மிகுதியான சேதத்தைக் கண்டபிறகு ஆகஸ்ட் தொடக்கத்தில் ஹிட்லரின் ரெஜிமெண்ட் அல்சேஸ் பகுதிக்கு நகர்ந்தது. செப்டெம்பர் இறுதியில் ஹிட்லர் முதல் முறையாக விடுமுறை எடுத்துக்கொண்டார். நம்பிக்கையற்றுக் கிடந்த மியூனிக்குக்குத் திரும்பிச் செல்ல விருப்பமில்லை என்பதால் பெர்லின் சென்றார். உடன் பணியாற்றிய வீரரின் குடும்பத்தினருடன் சில காலம் தங்கினார். தனது 18 நாள் விடுமுறையை ஹிட்லர் மகிழ்ச்சியுடன் கொண்டாடியதாகத் தெரிகிறது. பெர்லின், குறிப்பாக அதன் அருங்காட்சியகங்கள், ஹிட்லரைக் கவர்ந்தன. மகிழ்ச்சியுடன் படைவீரர்களுக்கு போஸ்ட் கார்டுகளை அனுப்பிவைத்தார்.

அக்டோபர் மத்தியில் ஹிட்லர் தன் பிரிவில் இணைந்துகொண்டபோது அவர்கள் அல்சேஸிலிருந்து ஷாம்பேனுக்கு நகர்ந்து சென்றிருந்தார்கள். இங்கும் கடுமையான இழப்புகளையே சந்திக்கவேண்டியிருந்தது. ஜூலை இறுதியில் மார்னேவில் கடைசிப் பெரும் தாக்குதலை ஜெர்மனி மேற்கொண்டது. ஆகஸ்ட் தொடக்கத்தில் நேச நாடுகளின் படைகள் ஜெர்மனியை முறியடித்தன. கடந்த நான்கு மாதங்களில் மட்டும் எட்டு லட்சம் வீரர்களை ஜெர்மனி இழந்திருந்தது. நம்பிக்கை யிழந்த ஜெர்மன் வீரர்கள், போர் கிட்டத்தட்ட முடிவுக்கு வந்துவிட்டது

என்று முன்கூட்டியே தீர்மானித்துவிட்டார்கள். 4 ஆகஸ்ட் 1918 அன்று ஹிட்லருக்கு 'அயர்ன் கிராஸ், ஃபர்ஸ்ட் கிளாஸ்' என்ற விருது வழங்கப்பட்டது. கடும் போருக்கு இடையிலும் செய்திகள் கொண்டுசென்று சேர்த்ததற்காக அளிக்கப்பட்ட இந்த விருதை பிற்காலத்தில் ஹிட்லருக்குப் புகழ் சேர்க்கும்படி மாற்றிக் காட்டினார்கள். 'பதினைந்து பிரெஞ்சு வீரர்களை ஒற்றை ஆளாகச் சிறைபிடித்ததற்காகவே இந்த விருதை நம் ஃப்யூரர் (தலைவர்) பெற்றார்' என்று எழுதிவைத்தார்கள்.

ஆகஸ்ட் இறுதியில் தொலைபேசிச் செய்திப் பரிவர்த்தனையில் பயிற்சி பெறுவதற்காக ஹிட்லர் நியூரம்பர்க் சென்றார். அது முடிந்ததும் மீண்டும் விடுமுறை எடுத்துக்கொண்டார். மீண்டும் போர்முனைக்குத் திரும்பிய ஹிட்லருக்கு நம்பிக்கையூட்டும் செய்திகள் கிடைக்கவில்லை. விஷ வாயு (மஸ்டர்ட் கேஸ்) தாக்குதல்கள் தொடங்கிய போது பல வீரர்கள் பதுங்குகுழியிலிருந்து பின்வாங்கி ஓடினர். இப்பிரஸ் அருகில் ஹிட்லர் விஷ வாயுத் தாக்குதலுக்கு உள்ளானார். கண்களைத் திறக்கமுடியாததால் வீரர்கள் ஒருவரையொருவர் பிடித்துக்கொண்டு தட்டுத்தடுமாறியே தப்பினார்கள். ஹிட்லரின் கண் பார்வை தாற்காலிகமாகப் பாதிப்படைந்தது. அவருக்கு உடனடியாகச் சிகிச்சை அளிக்கப்பட்டது. ஜெர்மனி போரில் தோற்கடிக்கப்பட்டதை சிகிச்சையில் இருந்தபோதுதான் ஹிட்லர் அறிந்துகொண்டார். இப்போது உலகமே இருண்டுபோனது போல் இருந்தது அவருக்கு.

4

இழப்புகளும் சவால்களும்

நான்கு ஆண்டுகள் கழித்து ஒரு வழியாக 1918-ல் போர் முடிவுக்கு வந்தபோது, ஜெர்மனி உருக்குலைந்துபோயிருந்தது. அடிப்படைப் பொருள்கள் அனைத்துக்கும் தட்டுப்பாடு. போதிய அளவு நிலக்கரி கிடைக்காததால் மின்சார உற்பத்தி குறைந்தது. மின்சாரம் இல்லாததால் பல நகரங்கள் இருண்டுகிடந்தன. அடுக்குமாடிக் குடியிருப்புகளில் வசித்தவர்கள் வெகு விரைவில் விளக்குகளை அணைத்துவிடுவார்கள். அரசு அலுவலகங்கள் மூடப்பட்டன. அப்போதைய நிலைமையை ஒரு ஜெர்மானியர் இப்படி நினைவுகூர்கிறார். 'நாங்கள் அனுபவித்த கொடுமையான பல விஷயங்களில் ஒன்று இருட்டில் அமர்ந்திருப்பது. மாலை நான்கு மணிக்கே இருட்டிவிடும்... காலை எட்டு மணி வரை வெளிச்சம் வராது. அவ்வளவு நேரத்துக்குக் குழந்தைகளால்கூடத் தூங்கிக்கொண்டிருக்க முடியாது. அவர்களைப் படுக்கைக்கு அனுப்பி விட்டு நாங்கள் நடுங்கியபடி அமர்ந்திருப்போம். பசியால் நடுக்கம் மேலும் கூடிப்போகும். மேலுக்கு அணிந்துகொள்ள ஆடைகள்கூட இருக்காது.'

இந்தப் போரை வெல்லமுடியும் என்னும் நம்பிக்கை ஜெர்மானிய ராணுவ உயர் அதிகாரிகளுக்கே ஒரு கட்டத்தில் தொலைந்துபோய் விட்டது. ஒரு வழியாக 1918-ல் போர் முடிவடைந்தபோது அந்த ஓராண்டில் மட்டும் கிட்டத்தட்ட 4 லட்சம் ஜெர்மானியர்கள் பசியால் இறந்துபோயிருந்தனர். போரில் வென்ற நாடுகள், ஜெர்மனிமீது சில நிபந்தனைகளை விதித்தன. ஜெர்மனி கூடுதல் ஜனநாயகத்துடன் செயல்படவேண்டும் என்று அமெரிக்க அதிபர் உட்ரோ வில்சன்

விரும்பினார். ஜெர்மனி மன்னரும் ராணுவத்தினரும் தங்கள் அதிகாரத்தைக் குறைத்துக்கொள்ளவேண்டும் என்றும் ஜெர்மன் நாடாளுமன்றத்துக்கு அதிகாரம் கைமாற்றப்படவேண்டும் என்றும் அவர் நிபந்தனை விதித்தார்.

மற்றொரு பக்கம், ஜெர்மனியில் உள்நாட்டுக் கலகங்கள் எழத் தொடங்கின. சோஷலிஸ்டுகளும் கம்யூனிஸ்டுகளும் ஒரு புரட்சியின் மூலம் அரசாங்கத்தைக் கவிழ்த்துவிட்டு ஆட்சியைக் கைப்பற்ற முயற்சி செய்தனர். இதே எண்ணம் ராணுவத்துக்கும் பரவியது. 28 அக்டோபர் 1918 அன்று கப்பல் படை எழுச்சி தொடங்கியது. வீதிகளில் அதிருப்தி எதிரொலிக்கத் தொடங்கியபோது கலக அலை பலமாக வீசத் தொடங்கியது. சோஷலிஸ்டுகளின் உந்துதலால் பல அரசுக் கட்டடங்களில் சிவப்புக் கொடிகள் பறக்கவிடப்பட்டன. தெற்கே பவேரியாவில் இன்டிபென்டண்ட் சோஷலிஸ்ட் பிரிவினர் தனிக் குடியரசை நிறுவினர். தன் பதவியைத் துறந்த கெய்சர் வில்லியம் நவம்பர் மாதம் ரகசியமாக ஜெர்மனியைவிட்டு வெளியேறினார்.

ஜெர்மானிய வலதுசாரிகள் போரையும் இழப்புகளையும் தங்களுக்கே உரித்தான அரசியல் கண்ணோட்டத்துடன் புரிந்துகொண்டனர். ஜெர்மனி தோற்றதற்கு ஜெர்மனியின் படை வலிமையைவிட எதிரி நாடுகளின் படை வலிமை சக்திவாய்ந்ததாக இருந்தது ஒரு காரணமல்ல. ஜெர்மனி தோற்றதற்கு ஜெர்மனி சரியாகப் போரிடாதது ஒரு காரணமல்ல. ஜெர்மானியர்கள் நம்பிக்கையிழந்து காணப்பட்ட தற்குக் காரணம் உள்நாட்டு நிலவரங்கள் அல்ல. இதில் சதி உள்ளது. எதிரிகளின் சூழ்ச்சி உள்ளது. அப்படித்தான் அவர்கள் புரிந்து கொண்டார்கள்; அப்படித்தான் பிரசாரமும் செய்தார்கள். போர் முனையில் ஜெர்மனி கடும் இழப்புகளைச் சந்தித்து வந்த கடைசி நான்கு மாதங்களிலும்கூட இவர்கள் ஜெர்மானிய வெற்றியை உறுதிசெய்தே பிரசாரம் மேற்கொண்டு வந்தனர். நிதர்சனத்துக்கு நேர் எதிராக அமைந்திருந்தது இவர்களுடைய பார்வை. ஜெர்மனி தங்கள் தந்தையர் நாடு என்று முழக்கமிட்டு இளைஞர்கள் தங்கள் உயிரைத் துச்சமென மதித்துப் போரில் குதிக்கவில்லை. ஹிட்லர் தன் கண்ணால் கண்டபடி இளைஞர்கள் போரின் பிடியில் இருந்து தப்பியோடினர்; படையில் இணைந்தபிறகும் கடமையை நிறைவேற்ற மறுத்து விலகியோடினர்.

இதற்கும் வலதுசாரிகள் ஒரு காரணத்தைக் கண்டுபிடித்தனர். ஜெர்மனியில் குழப்பங்களையும் கலகங்களையும் ஏற்படுத்தி, போர் முனையில் வீரர்களைப் பலவீனப்படுத்தும் நோக்கில் போல்ஷ்விக் சக்திகள் இறங்கியுள்ளன. அவர்கள்தான் ஜெர்மனியின் ஆன்மாவைச் சீர்கெடுத்துவிட்டனர்!

ஆனால், 1915-லிருந்தே ஜெர்மானிய மக்களிடம் கடும் கோபமும் அதிருப்தியும் பரவ ஆரம்பித்துவிட்டன என்கிறார்கள் வரலாற்றாசிரியர்கள். போரின் தொடக்கத்தில் வீசிய தேசபக்தி அலை, நாள் செல்லச்செல்ல வலுவிழந்து, நம்பிக்கையற்றுப் போய்விட்டதுதான் உண்மை.

புற உண்மைகள் அனைத்தையும் புறக்கணித்துவிட்டு புதிய எதிரிகளைக் கண்டுபிடிப்பதிலேயே ஜெர்மானிய வலதுசாரிகள் முனைப்புடன் இருந்தனர். ஜெர்மனியின் இழப்புக்கு யாரைக் காரணமாக்கலாம் என்று மட்டுமே அவர்கள் ஆராய்ந்தனர். அந்த வரிசையில் இடதுசாரிகள்மீது அவர்கள் கோபம் திரும்பியது. காரணம் கெய்சர் வில்லியம் இருந்த இடத்தை நோக்கி இப்போது பலத்துடன் நகர்ந்து கொண்டிருந்தவர்கள் அவர்கள்தாம்.

இடதுசாரிகளும் ஜெர்மன் புரட்சியும்

ஜெர்மனியில் மூன்று வகையான இடதுசாரி அமைப்புகள் இயங்கி வந்தன. முதலாவது, சோஷியல் டெமாக்ரடிக் கட்சி (தலைவர்: பிரெட்ரிக் எபெர்ட்). இரண்டாவது, பவேரியாவில் சுதந்தரக் குடியரசை நிறுவிய இன்டிபென்டெண்ட் சோஷலிஸ்டுகள் (தலைவர்: ஹூகோ ஹாஸி). மூன்றாவது, ஸ்பார்டகஸ்ட்வாதிகள் (தலைவர்கள்: கார்ல் லீப்னெஷ்ட், ரோஸா லக்ஸம்பர்க்). மூவருடைய நோக்கங்களும் பொதுவானவை. சுருக்கமாகச் சொல்வதானால் அவை: 1) தொழிலாளர்களின் வாழ்நிலையை உயர்த்துவது; 2) அனைத்து ஜெர்மானியர்களுக்கும் வாக்களிக்கும் ஜனநாயக உரிமையை அளிப்பது.

நோக்கங்கள் பொதுவாக இருந்தாலும் அவற்றை அடைவதற்கான வழிமுறைகள் வெவ்வேறு. சோஷலிஸ்டுகள் நாடாளுமன்றப் பாதையைத் தேர்ந்தெடுத்தனர். அரசாங்கத்தில் பங்கேற்பதன்மூலம் அல்லது அரசாங்கத்தை ஆதரிப்பதன்மூலம் சில சீர்திருத்தங்களை ஏற்படுத்த முடியும் என்று இவர்கள் நம்பினர். இன்டிபென்டெண்ட் சோஷலிஸ்டுகள் இதனை ஏற்கவில்லை. அரசாங்கத்தை ஆதரித்து அல்ல, எதிர்த்தே சீர்திருத்தங்களைக் கொண்டுவரமுடியும் என்றும் வேலை நிறுத்தம் போன்ற போராட்ட வடிவங்களைப் பயன்படுத்தி அரசைப் பணிய வைக்கலாம் என்றும் இவர்கள் வாதிட்டனர். பண்டைய ரோமில் அடிமைகளின் நட்சத்திரமாகத் திகழ்ந்த ஸ்பார்டகஸின் பெயரில் இயங்கிவந்த ஸ்பார்டகஸ்டுகள் இந்த இரு வழிகளையும் நிராகரித்தனர். புரட்சியின்மூலம் அரசாங்கத்தைக் கவிழ்த்துவிட்டு சோவியத் அமைப்புகளை உருவாக்கினால் மட்டுமே சீர்திருத்தங்கள் சாத்தியம் என்பது இவர்கள் நிலைப்பாடு.

கெய்சரின் வெளியேற்றத்துக்குப் பிறகு ஏற்பட்ட வெற்றிடத்தை நிரப்பப் போராட்டங்களும் கலகங்களும் ஆங்காங்கே வெடிக்கத் தொடங்கின. சோஷியல் டெமாக்ரடிக் கட்சியின் தலைவர் பிரெட்ரிக் எபெர்ட், கெய்சர் வெளியேறிய இரு தினங்களில் ஒரு பொது அறிவிப்பை வெளியிட்டார். அவர்களுடைய புரட்சிகர அரசாங்கம் பொறுப்பேற்றால் பல புதிய சட்டங்கள் கொண்டுவரப்படும் என்றது அந்த அறிவிப்பு. உதாரணத்துக்கு சில: பத்திரிகைச் சுதந்தரம் மீட்கப்படும். பேச்சுரிமை, எழுத்துரிமை வழங்கப்படும். மதச் சுதந்தரம் அளிக்கப்படும். ஒரு நாளைக்கு எட்டுமணி நேரம் மட்டுமே ஒருவர் பணியாற்றமுடியும். குடியிருப்புப் பிரச்னை, வேலையில்லாத் திண்டாட்டம் ஆகியவற்றுக்குக் கவனம் அளிக்கப்படும். போரால் பாதிக்கப்பட்டுப் பரிதவித்திருக்கும் ஜெர்மானியர்களுக்கு உடனடித் தேவை உணவு, இருப்பிடம், வேலை, சுதந்தரம் ஆகியவைதான் என்பதைப் புரிந்துகொண்டு அவற்றை அளிக்க எபெர்ட் முன்வந்தார்.

ஜெர்மன் கம்யூனிஸ்ட் கட்சி என்று பெயர் மாற்றிக்கொண்ட ஸ்பார்டகஸ்டுகள் சோஷலிஸ்ட் கட்சியினரை எதிர்த்தனர். கம்யூனிஸ்ட் புரட்சியை நோக்கி ஜெர்மனியை நகர்த்திச் செல்லவேண்டும் என்றார் ரோஸா லக்ஸம்பர்க். 'போராட வாருங்கள்! போராடவும் வென்றெடுக்கவும் ஓர் உலகம் நமக்காகக் காத்துக்கொண்டிருக்கிறது. உலக வரலாற்றில் இது கடைசி வர்க்கப் போர்!' என்று அவர் முழங்கினார். புதிய கம்யூனிஸ்ட் கட்சியைத் தீவிரமாக எதிர்க்கத் தொடங்கியது சோஷலிஸ்ட் கட்சி. ஃப்ரீ கோர் என்று அறியப்பட்ட முன்னாள் ராணுவ வீரர்களின் குழுவினரோடு கைகுலுக்கிக்கொண்டு அவர்கள் துணையுடன் கம்யூனிஸ்டுகளை எபெர்ட் வேட்டையாடத் தொடங்கினார். இரண்டாயிரம் பேர் கொண்ட ஒரு பெரும் குழு 15 ஜனவரி 1919 அன்று ரோஸா, லீப்னெஷ்ட் இருவரையும் கைது செய்து, துன்புறுத்தி, சுட்டுக் கொன்றது. ரோஸா லக்ஸம்பர்கின் உடல் கால்வாயில் வீசப்பட்டது.

போட்டியின்றி பிரெட்ரிக் எபெர்ட் ஜெர்னியின் புதிய அதிபராகப் பொறுப்பேற்றுக்கொண்டார். 11 பிப்ரவரி 1919 அன்று தெற்கு ஜெர்மனியில் உள்ள வெய்மார் (Weimar) என்னும் ஒரு சிறிய நகரில் புதிய அரசு உருவானது. அதே பெயரால் வெய்மார் குடியரசு என்று அது அழைக்கப்பட்டது.

புதிய ஆபத்துகள்

படுகொலைகளும் வீதிப் போராட்டங்களும் கலகங்களும் முடிவுக்கு வந்து ஒரு புதிய அரசு அமைந்துவிட்டது என்றாலும் ஜெர்மனி இயல்பு

வாழ்க்கைக்குத் திரும்பவில்லை. மாறாக, புதிய வன்முறைச் சம்பவங்கள் அரங்கேறத் தொடங்கின. மார்ச் 1919-ல் கம்யூனிஸ்டுகள் பெர்லினில் இன்னொரு ஆயுதம்தாங்கிய போராட்டத்தை முன்னெடுத் தனர். அதை ஒடுக்க எபெர்ட் அரசு மீண்டு ஃப்ரீ கோரை வரவழைத்தது. அடுத்த சில தினங்களில் ஆயிரக்கணக்கானவர்கள் கொல்லப்பட்டனர்.

மருத்துவமனையிலிருந்து மியூனிக் திரும்பிய ஹிட்லருக்கு, ராணுவப் பணியில் தொடர்வது மட்டுமே தனக்குள்ள ஒரே வாய்ப்பு என்று தெரிந் திருந்தது. போருக்குப் பிந்தைய மியூனிக் இப்போது நிறையவே மாறி யிருந்தது. பவேரியாவில் நவம்பர் 1918-ல் ஆட்சியைப் பிடித்திருந்தது இன்டிபென்டெண்ட் சோஷியல் டெமாக்ரட்ஸ் (யுஎஸ்பிடி). ஆட்சியின் தலைவராக குர்ட் ஈஸ்னர் என்பவர் இருந்தார். பவேரியாவில் ஏற்பட்ட இந்தப் புரட்சிகர மாற்றம் ஹிட்லரைப் பாதித்தது. மக்கள் ஆதரவுடன் நடைபெற்ற தீவிர எழுச்சியானது ஆட்சி மாற்றத்துக்கு வித்திட்டதைக் கண்டு ஹிட்லர் திகைத்துப்போனார்.

ஹிட்லரைப் போன்றவர்கள் இதில் கண்ட இன்னொரு அபாயம் யூதர்களுக்கும் போல்ஷ்விக் ஆதரவாளர்களுக்கும் இடையிலான பிணைப்பு. குர்ட் ஈஸ்னர் ஒரு யூதர் என்பதும் பவேரியாவில் அவருடைய செல்வாக்கு குறிப்பிடத்தக்க அளவில் வளர்ந்துள்ளது என்பதும் ஹிட்லருக்குக் கவலை அளித்தது. ஈஸ்னர் பல தொழிலாளர் போராட்டங்களை முன்னின்று நடத்தியவர்; சிறை சென்றவர். இவர் தன்னளவில் வலிமையானவராக இருந்தபோதும் அவர் தலைமையில் அமையப்பெற்ற அரசு தொடக்கம் முதலே தள்ளாடிக்கொண்டுதான் இருந்தது. யுஎஸ்பிடி உள்ளிட்ட சில கட்சிகளின் கூட்டணியால் இந்த அரசு நின்றுகொண்டிருந்தது. போரால் சீரழிந்திருந்த பொருளா தாரத்தைத் தூக்கி நிறுத்தியாகவேண்டிய கட்டாயம் அதற்கு இருந்தது. ஆனால், அது அவ்வளவு சுலபமாக நடக்கக்கூடியதாக இல்லை.

நிலைமையை மேலும் விபரீதமாக்கும் வகையில் ஈஸ்னர் 21 பிப்ரவரி 1919 அன்று மியூனிக் பல்கலைக்கழக மாணவர் ஒருவரால் நடுவீதியில் படுகொலை செய்யப்பட்டார். ஒரு லட்சம் மக்கள் திரண்டு வந்து அவருக்கு அஞ்சலி செலுத்தினர். அரசு தடுமாறத் தொடங்கியது. புதிய அரசு எப்போது கவிழும் என்று காத்திருந்த பல குழுக்கள் ஆட்சியைக் கைப்பற்றும் நோக்கில் எதிர் நடவடிக்கைகளில் இறங்கின. இதனால் குழப்பம் அதிகரித்தது. சோஷலிஸ்டுகளும் கம்யூனிஸ்டுகளும் இந்தப் போட்டியில் இருந்தனர். ஆனால் வெற்றி கம்யூனிஸ்டுகளுக்கே கிடைத்தது. உடனடியாக அவர்கள் தங்கள் செயல்திட்டத்தை அமலாக்கத் தொடங்கினர். பணக்காரர்களையும் மத்திய தர வர்க்கத் தையும் குறி வைத்து இயங்கிய இந்த அரசு அவர்களிடமிருந்து

வீடுகளைக் கைப்பற்றி தொழிலாளர்களிடம் ஒப்படைத்தது. உணவு, வாகனம், உடைகள் என்று ஒவ்வொன்றாகப் பறிமுதல் செய்யவும் மறுபங்கீடு செய்யவும் தொடங்கினர். தம்மைக் காத்துக்கொள்ள, பவேரியன் செம்படை என்ற ஆயுதப்படையை உருவாக்கிக்கொண்டனர். சோவியத் பாணி மாற்றத்தை ஜெர்மனியில் கொண்டுவருவதே இவர்களுடைய நோக்கமாக இருந்தது.

ஆனால் வெய்மார் குடியரசு இந்த மாற்றங்களை விரும்பவில்லை. வழக்கம்போல் ஃப்ரீ கோரை அனுப்பி பவேரியாவை அடக்க மத்திய அரசு பணித்தது. இடதுசாரிகளை அழிக்க எப்போதும் தயாராக இருந்த ஃப்ரீ கோர், பவேரியாவை நோக்கிப் பாய்ந்து வந்தது. ஏற்கெனவே பசியாலும் பட்டினியாலும் வாடிக்கிடந்த பவேரியாவை வேட்டை யாடத் தொடங்கிய இவர்கள் கம்யூனிஸ்டுகளைத் தேடித்தேடி அழித்தனர். குறைந்தது 600 பேர் கொல்லப்பட்டனர். பவேரியா மாகாணம் வெய்மார் அரசின் கட்டுப்பாட்டுக்குள் வந்தது. பெர்லினும் இவ்வாறே கொண்டுவரப்பட்டது.

சோவியத் யூனியனின் தாக்கத்தால் பவேரியாவில் ஈஸ்னர் அரசு கொண்டுவந்த மாற்றங்கள் வெகு சில நாள்களே நீடித்தன என்றாலும் அந்தச் சில தினங்களையும்கூட ஹிட்லரால் சகித்துக்கொள்ள முடியவில்லை. அடுத்து வந்த பல ஆண்டுகளுக்கு பவேரியா மக்கள் இதனால் பாதிக்கப்பட்டார்கள் என்று ஹிட்லர் எழுதினார். பவேரியா பாதிக்கப்பட்டது நிஜம்தான். ஆனால் அதற்கான காரணம் இது மட்டுமல்ல. உணவுப் பொருள், கரி, ஆடைகள் என்று பலவற்றிலும் தட்டுப்பாடு நிலவியது. இவையனைத்துக்கும் காரணம் கம்யூனிஸ்டுகள் தான் என்று ஹிட்லரும் வலதுசாரிகளும் பிரசாரம் மேற்கொண்டனர். சோவியத் கம்யூனிசத்தை நடைமுறைப்படுத்த முயன்றதால்தான் பவேரியா இந்த அளவுக்கு வீழ்ச்சியைச் சந்திக்க நேரிட்டது என்று அவர்கள் வெளிப்படையாகக் குற்றம்சாட்டத் தொடங்கினர்.

கூடவே யூத எதிர்ப்பையும் இவர்கள் சேர்த்துக்கொண்டனர். பவேரிய நடுத்தர வர்க்கத்தினரிடமும் விவசாயிகளிடமும் இவர்கள் 'கம்யூனிச பீதியை' எடுத்துச்சென்றனர். கம்யூனிச அரசை வீழ்த்த நடத்தப்பட்ட வன்முறை தோய்ந்த மோதல்களை நியாயப்படுத்தியும் பவேரியாவை மீட்க இத்தகைய வழிமுறையே தேவை என்றும் இவர்கள் வாதிட்டனர். இந்த வாதங்களுக்கு நல்ல பலன் கிடைத்தது. மக்களின் மனநிலையை இவர்கள் தங்களுக்குச் சாதகமாகத் திருப்பிக்கொண்டனர். வலதுசாரி களின் இந்த எழுச்சியோடு சேர்த்துதான் ஹிட்லரின் எழுச்சியையும் நாம் காணவேண்டும் என்கிறார் கெர்ஷா.

அதே சமயம், ஹிட்லரின் சந்தர்ப்பவாதத்தையும் இங்கே கவனிக்க வேண்டும். சிவப்பு பீதி, போல்ஷ்விக் அபாயம் என்று பலவாறாக ஈஸ்னரின் அரசாங்கத்தை அவர் விமர்சித்தாலும் அந்த அரசாங்கத்தின் பிரதிநிதியாக அவர் செயல்பட்டதும் உண்மை. சிப்பாய்கள் கூட்டமைப்பு, ஹிட்லரை பட்டாலியன் பிரதிநிதி என்ற பதவிக்குத் தேர்ந்தெடுத்திருந்தது. கெர்ஷா சுட்டிக்காட்டுவதைப் போல், மியூனிக்கின் சிவப்புக் குடியரசை வீழ்த்த ஹிட்லர் எந்த முயற்சியையும் மேற்கொள்ளவில்லை. அதற்கு வெய்மார் அரசாங்கம் வரவேண்டி யிருந்தது.

அமைதி ஒப்பந்தம்?

வெய்மார் அரசாங்கத்துக்கு இப்போது ஒரு புதிய தலைவலி வந்து சேர்ந்தது. 7 மே 1919 அன்று அமைதி ஒப்பந்தத்தில் கையெழுத் திடுமாறு போரில் வென்ற நாடுகள் ஜெர்மனியைக் கேட்டுக் கொண்டன. இந்த ஒப்பந்தம், போரைத் தொடங்கியதற்கு ஜெர்மனியே காரணம் என்று குற்றம் சாட்டியிருந்தது. எனவே போருக்கான இழப்புகளையும் தோற்றுப்போன ஜெர்மனியே அளிக்கவேண்டும். ஜெர்மனி இப்படியொரு அமைதி ஒப்பந்தத்தை எதிர்பார்க்கவில்லை. வெய்மார் அரசாங்கம் இதனை எதிர்பார்க்கவில்லை என்றாலும் அந்தப் பழியை அவர்கள்தான் சுமக்கவேண்டியிருந்தது. நவம்பர் 1918-ல் போர் நிறுத்தத்தில் வெய்மார் அரசு கையெழுத்திட்டதே இத்தகைய மோசமானதோர் அமைதி ஒப்பந்தத்துக்கு வழிவகை செய்துவிட்டது என்று பலர் குற்றம்சாட்டத் தொடங்கினர். குறிப்பாக ஹிட்லரும் வலது சாரிகளும்.

வெய்மார் அரசு தன் எதிர்ப்பைக் கோபத்துடன் வெளிப்படுத்தியது என்றாலும் ஒப்பந்தத்தை மாற்ற வென்றவர்கள் தயாராக இல்லை. ஐந்து தினங்களுக்குள் கையெழுத்திடாவிட்டால் ஜெர்மனி மீண்டும் ஆக்கிரமிக்கப்படும் என்று மிரட்டினார்கள். இதற்கு ஒப்புக்கொள்ளக் கூடாது என்று அரசாங்கத்திலேயே சிலர் எதிர்த்துப் பதவியிலிருந்து விலகினர். கையெழுத்திட மறுத்த எபெர்ட் தன் பதவியைத் துறக்கவும் முன்வந்தார். இன்னொரு போர் மூளும் அபாயம் எழுந்தது.

உண்மையில் பல ஜெர்மானியர்கள் இன்னொரு போருக்குத் தயாராகி விட்டனர் என்பதுதான் உண்மை. இப்படியொரு ஒப்பந்தத்தில் கையெழுத்திடுவதற்குப் பதில் இன்னொரு போரைச் சந்தித்துவிடலாம் என்ற முடிவுக்கு அவர்கள் வந்துவிட்டனர். எபெர்ட்டால் உடனடியாக முடிவெடுக்கமுடியவில்லை. அமைச்சர்கள் பலர் தொடர்ந்து ராஜிநாமா செய்தனர். 'போரைத் தொடங்கு!' என்று குரல்கள் ஒலிக்கத்

தொடங்கியிருந்தன. இன்னும் 90 நிமிடங்களில் அமைதி ஒப்பந்தத்தில் கையெழுத்திடவேண்டிய கெடு முடியவிருந்தது. இன்னொரு போர் என்பது தற்கொலைக்குச் சமம் என்பதை உணர்ந்த எபெர்ட் உடனடியாகப் புதிய அரசை அமைத்தார். ஒப்பந்தத்தில் கையெழுத்திட ஒப்புக்கொண்டார்.

பாரிஸுக்கு அருகிலுள்ள வெர்சைல்ஸ் என்னும் நகரில் 28 ஜூன் 1919 அன்று ஜெர்மனி ஒப்பந்தத்தில் கையெழுத்திட்டது. அன்றைய தினமே ஜெர்மன் பத்திரிகையில் இதைச் செய்தியாக வெளியிட்டார்கள். 'ஜெர்மன் தேசமே, பழிக்குப் பழி! இன்று... அவமானகரமான ஓர் ஒப்பந்தம் கையெழுத்திடப்பட்டுள்ளது. இதை என்றும் மறவாதீர்! 1919 அவமானத்துக்கு நிச்சயம் பழி தீர்ப்போம்!'

இந்த ஒப்பந்தம் ஜெர்மானியர்களைக் கொதிப்படையச் செய்ததற்குப் பல காரணங்கள் உள்ளன. ஒரு கையெழுத்தால் ஜெர்மனி தன் பிரதேசங்களில் ஒரு பகுதியை நேச நாடுகளிடம் இழந்தது. நிலம் மட்டுமல்ல, தொழிலாளர்கள், சுரங்கங்கள், கனிம வளங்கள், விவசாயம் என்று அனைத்தையும் ஒருசேர இழந்தது. குறிப்பாகச் சொல்வதானால், ஜெர்மனி 13.5 சதவிகித நிலத்தை, 12.5 சதவிகித மக்கள் தொகையை, 16 சதவிகித உற்பத்தியை, 15 சதவிகித வேளாண்மையை, 48 சதவிகித இரும்பு உற்பத்தியை இழந்தது. இவற்றோடு சேர்த்து தன் காலனி நாடுகளையும் அவற்றின் வளங் களையும்கூட ஜெர்மனி இழக்கவேண்டியிருந்தது.

ஜெர்மனியின் பலம் தெளிவான வரையறைகளுடன் கட்டுப்படுத் தப்பட்டது. குறிப்பிட்ட எண்ணிக்கையில் மட்டுமே ராணுவத்தினர் இனி பணியாற்றவேண்டும். அவர்கள் உள்நாட்டு எல்லைகளை மட்டுமே கவனித்துக்கொள்ளவேண்டும். கப்பற்படையில் ஆறு போர்க்கப்பல்கள் மட்டுமே இருக்கவேண்டும். நீர்மூழ்கிக் கப்பல்கள் கூடாது. விமானப்படை கலைக்கப்படவேண்டும். வென்ற அணியின் இழப்புகள் அனைத்துக்கும் ஜெர்மனி பொறுப்பேற்கும். முக்கியமாக, பிரதேச விரிவாக்கக் கனவை ஜெர்மனி துறக்கவேண்டும். ஆஸ்திரியா வுடன் ஜெர்மனி இனி இணையவே முடியாது. மேலும் கணிசமான அளவில் பணத்தை அபராதமாக ஜெர்மனி கட்டும்.

அனைத்துக்கும் கட்டுப்பட்டுக் கையெழுத்திடுவதைத் தவிர வேறு வழி இருக்கவில்லை வெய்மார் அரசுக்கு. இத்தோடு அவமானங்கள் முடிந்து விடும் என்று அரசு எதிர்பார்த்தது. ஆனால் புதிய சிக்கல்கள் முளைக்கத் தொடங்கின.

இரண்டு

பேச்சாளர்

~

5
அரசியல் பாடம்

ஹிட்லரின் தோற்றம், நடை, ஆடை அணியும் விதம், பேச்சுமுறை அனைத்தையும் பார்த்துவிட்டு அதிகபட்சமாக அவரால் அஞ்சல் துறை ஜெனரலாக வேண்டுமானால் ஆக முடியும் என்றார் ஜெர்மனியின் அதிபர் ஹின்டெண்பெர்க். ஹிட்லர் உரையாற்றுவதைக் கண்ட ஹென்ரிச் மான் என்னும் புகழ்பெற்ற ஜெர்மானிய நாவலாசிரியர் வெளிப்படையாகவே நகைத்தார். ஹிட்லர் உரையாற்றுவதைக் கேட்கும்போது படிப்பறிவற்ற பாமரன் ஒருவனின் குரலே என் காதில் ஒலிக்கிறது என்றார் அவர். ஹிட்லரின் உச்சரிப்பு முறையையும் அவர் கேலிக்கு உள்ளாக்கினார்.

ஆனால் ஹிட்லர் ஜெர்மனியை வென்றெடுத்தது அவருடைய பேச்சாற்றலால்தான். மெதுவாகத் தொடங்கி, படிப்படியாக வார்த்தை களுக்கு அழுத்தம்கொடுத்து, பிறருடைய ரசனையை உணர்ந்து மேலும் வேகத்தைக் கூட்டி ஒரு கட்டத்தில் சத்தம் போட்டுக் கத்தும் அளவுக்கு அவர் குரல் உயர்ந்தது. கிண்டல், கேலி, வசை எதற்கும் கவனம் கொடுக்காமல் அவர் பேசிக்கொண்டே இருந்தார். முதலில் தனக்குள். பிறகு உடனடி சுற்றத்தாரிடம். பிறகு மெல்ல மெல்லத் தயக்கத்தைக் கொன்று, சற்றே விரிந்த அளவில் ஒரு சிறு கூட்டத்தில். கைத் தட்டல்கள் பெருகப் பெருக அவருடைய தன்னம்பிக்கையின் அளவு கூடிக்கொண்டே போனது. தனது பலம் ஓவியம் வரைவதில் இல்லை, உரையாற்றுவதில்தான் இருக்கிறது என்பதை ஹிட்லர் வெளிப்படை யாகக் கண்டுகொண்ட தருணம் அவருடைய வாழ்வில் மிக முக்கிய மானது. நகைத்தவர்களின் எதிர்பார்ப்புகளைப் பொய்யாக்கிவிட்டு,

அஞ்சல் துறை அலுவலகத்தைக் கடந்து அவரால் உயர முடிந்ததற்கு அவருடைய குரலும் ஒரு காரணம்.

வலிமையான குரல்

5 ஜூன் 1919 தொடங்கி 15 ஜூன் 1919 வரை ஹிட்லர் மியூனிக் பல்கலைக்கழகத்தின் தகவல் துறையினரால் நடத்தப்பட்ட பயிற்சிப் பாடத் திட்டத்தில் கலந்துகொண்டார். இங்குதான் முதல்முறையாக போல்ஷ்விக்குகளுக்கு எதிரான பிரசாரங்களை அவர் அறிந்து கொண்டார். அவருக்குக் கிடைத்த முதல் அரசியல் பாடம் என்று இதனைச் சொல்லலாம். மியூனிக்கில் இருந்த பல பிரபலங்கள் இதில் கலந்துகொண்டு வகுப்பெடுத்தனர். பாடத்தலைப்புகள் சில: சீர்திருத்தக் காலகட்டம் தொடங்கி இன்றுவரையிலான ஜெர்மானிய வரலாறு; போர் பற்றிய அரசியல் வரலாறு; சோஷலிசம்: நடைமுறையும் சித்தாந்தமும்; அமைதிக் காலகட்டமும் நம் பொருளாதார நிலை மையும்; உள்நாட்டுக் கொள்கைக்கும் அயல்நாட்டுக் கொள்கைக்கும் உள்ள தொடர்பு.

இந்த வகுப்புகள் ஹிட்லருக்கு இரண்டு வழிகளில் பயன்பட்டன. முதலாவதாக, பொருளாதாரம், அரசியல் போன்ற துறைகளில் பிற்காலத்தில் திட்டங்கள் வகுக்க இந்த அறிவை அவர் பயன்படுத்திக் கொண்டார். இரண்டாவதாக, உணர்ச்சிபூர்வமாக உரையாற்றுவதற்கும் விஷயங்களைத் தகுந்த முறையில் பார்வையாளர்களிடம் கொண்டு செல்வதற்கும் ஓர் உந்துதல் அவருக்குக் கிடைத்தது. வகுப்புகள் நடந்துமுடிந்து அறை கிட்டத்தட்ட காலியான பிறகு எஞ்சியிருக்கும் ஒரு சிலரைச் சுற்றிலும் அமரவைத்து ஆவேசமாக ஹிட்லர் உரை நிகழ்த்தியதை வகுப்பு எடுத்தவர்களேகூடக் கவனித்திருக்கிறார்கள். இது குறித்து ஹிட்லர் எழுதியும் இருக்கிறார். யூதர்களை ஆதரித்து அங்கு யாரோ பேசியதாகவும் அதற்குத் தக்க மறுமொழி அளிக்கவே தான் எழுந்து உரையாற்றியதாகவும் அவர் சொல்கிறார்.

இது போக, விவாதங்களை வழிநடத்துவதிலும் புதிய விவாதங்களை உருவாக்கிக்கொடுப்பதிலும் ஹிட்லர் பங்கு வகித்தார். அப்படி அவர் எடுத்துக்கொடுத்த ஒரு தலைப்பு, உலகப் போருக்கு யாரைக் குற்றம் சொல்லவேண்டும் என்பதாகும். சில சமயம் அவர் தானே முழு உரையை நிகழ்த்தவும் செய்தார். மொத்தத்தில், முழுவதுமாகத் தன்னைப் பணியுடன் அவர் இணைத்துக்கொண்டார். அவரே குறிப்பிடுவது போல், தன்னுடைய பலம் என்ன என்பதை வாழ்நாளில் முதல் முறையாக மிகச் சரியாக அவர் அடையாளம் கண்டுகொண்டார். மற்றவர்களைக் கவரும் வகையில் தன்னால் திறமையாக உரையாற்ற

முடியும் என்று மட்டுமல்ல, அவர்களை தன் வாதத்திறமையால் வென்றெடுக்கவும் முடியும் என்பதை ஹிட்லர் உணர்ந்துகொண்டார்.

தனது பார்வையாளர்கள் யாரும் அறிந்திராத புது விஷயத்தை ஹிட்லர் பேசிவிடவில்லை. அவருடைய உரைகளின் அடிநாதமாக இருந்தது யூத வெறுப்புணர்வு. அதுவே அவரை இயக்கியது. அதுவே அவருடைய அரசியலாகவும் சித்தாந்தமாகவும் அமைந்துபோனது. மியூனிக்கில் பரவலாக இருந்த யூத வெறுப்புணர்வை அவர் தன் வசப்படுத்திக் கொண்டார். அந்த உணர்வை இன்னமும் பலமாக்கி அவர்களுக்கே திரும்ப அளித்தார். பலத்த ஆரவாரத்துக்கு இடையில் பெருமிதத்துடன் அவர் தன் உரைகளை நிகழ்த்தினார். யூதர்களை அதிகம் தாக்கிப் பேசுகிறீர்கள், இதனால் பிரச்னை வந்துவிடப்போகிறது என்று நிகழ்ச்சி ஒருங்கிணைப்பாளர்கள் அவரிடம் வந்து வேண்டிக் கேட்டுக்கொள்ள வேண்டியிருந்தது.

'யூதப் பிரச்னை' பற்றி தெரிந்துகொள்ளவேண்டும், யாரைத் தொடர்பு கொள்ளவேண்டும் என்று வகுப்புகளில் பங்கேற்ற ஒருவர் கடிதம் எழுதிக் கேட்டபோது, ஹிட்லரின் பார்வைக்குத்தான் அதனை அனுப்பிவைத்தார்கள். அவரும் பொறுமையாகப் பதில் எழுதி அனுப்பினார். 16 செப்டெம்பர் 1919 அன்று எழுதப்பட்ட இந்தக் கடிதம் முக்கியத்துவம் பெறுவதற்குக் காரணம், ஹிட்லர் முதல்முறையாக யூதர்களைப் பற்றி எழுத்துபூர்வமாகச் செய்த பதிவு இதுவே. முதலில், ஓர் அடிப்படையை அவர் தெளிவுபடுத்தினார். 'யூத மதம் என்று ஒன்றில்லை. அது ஓர் இனம்.' அடுத்து யூத எதிர்ப்புணர்வை நியாயப்படுத்தினார். செமிடிக் (யூத) எதிர்ப்பு என்பது உணர்ச்சிகளால் உந்தப்பட்டு அமையக்கூடாது. மாறாக, 'உண்மைகளின்' அடிப்படையில் எழவேண்டும். உணர்ச்சிகரமான யூத எதிர்ப்புணர்வு இனப்படுகொலைக்கே இட்டுச்செல்லும். மாறாக, அறிவுப்பூர்வமாக யூத எதிர்ப்புணர்வை வளர்த்துக்கொள்வதன்மூலம் சீராக யூதர்களின் உரிமைகளை ஒவ்வொன்றாக அகற்ற முடியும். இறுதி நோக்கம், யூதர்களை ஒட்டுமொத்தமாக அகற்றுவதுதான் என்று ஹிட்லர் முடித்துக்கொண்டார்.

ஹிட்லர் குறிப்பிட்ட செமிடிக் எதிர்ப்பு என்பது யூதர்களை ஒரு தேசிய, மத, இனக் குழுவாகக் கருதி எதிர்ப்பதாகும். இத்தகைய வெறுப்புணர்வைக் கொண்டவர் 'செமிடிக் எதிர்ப்பாளர்' என்று அழைக்கப்படுவார். யூதர்கள் இன மதக்குழுவைச் சேர்ந்தவர்கள் என்பதால் இவர்களை எதிர்த்து முன்வைக்கப்படும் சித்தாந்தங்களை இனவாதம் என்றே கொள்ளமுடியும். செமிடிக் எதிர்ப்பு என்பதைக் குறிக்கும் 'ஆன்ட்டி செமிடிஸம்' என்னும் பதம் 19-ம் நூற்றாண்டு

இறுதியில் சேர்க்கப்பட்டது. யூத எதிர்ப்பு என்பதை ஒருவித அறிவியல்பூர்வமான சித்தாந்தமாக நாஜிகள் பிற்காலத்தில் வளர்த்தெடுத்தனர். ஹிட்லர் பின்னர் மேற்கொண்ட இன ஒழிப்பு நடவடிக்கைகளுக்கு இந்த இனவாதச் சித்தாந்தம் அடித்தளம் அமைத்துக் கொடுத்தது.

பியர் ஹால் உரைகள்

கேப்டன் மாய்ர் என்பவர் லெச்ஃபெல்ட் பல்கலைக்கழகத்தின் தலைவராக இருந்தார். ஹிட்லரின் தனித்துவமான திறமையைக் கண்டு கொண்ட இவர், ஹிட்லரைத் தனது வலக்கரமாக ஆக்கிக்கொண்டார். தீவிர வலதுசாரி, இடதுசாரி அரசியல் கட்சிகளை வேவு பார்ப்பதற்கு ஹிட்லரை அவர் பயன்படுத்திக்கொண்டார். அத்தகைய சந்திப்பு ஒன்றில் ஜெர்மன் வொர்க்கர்ஸ் பார்ட்டி (Deutsche Arbeiterpartei அல்லது டிஏபி) என்னும் கட்சியைச் சேர்ந்த ஆண்டன் டிரெக்ஸ்லர் என்பவரைச் சந்திக்கும் வாய்ப்பு ஹிட்லருக்குக் கிடைத்தது. பவேரியாவைத் துண்டாடவேண்டும் என்னும் கோரிக்கையுடன் ஒரு கூட்டத்தில் ஒரு பேச்சாளர் ஆவேசமாக உரையாற்றிக்கொண்டிருந்தார். பொறுக்கமுடியாத ஹிட்லர் சட்டென்று எழுந்து அவருடைய வாதங்களைப் பொடிப்பொடியாக்கி ஆவேசத்துடன் ஜெர்மானிய தேசியவாதத்தை முன்னிறுத்திப் பேசினார். ஹிட்லரின் ஆற்றலில் மயங்கிய டிரெக்ஸ்லர், தன் அரசியல் பிரசுரம் ஒன்றை அவருக்கு அளித்தார். 'என் அரசியல் பிரவேசம்' என்னும் தலைப்பில் அச்சிடப்பட்டிருந்த அந்தப் பிரசுரம் தன்னைப் பிரதிபலிப்பதாக ஹிட்லர் உணர்ந்தார். விரைவில் அந்தக் கட்சியில் ஹிட்லர் உறுப்பினர் ஆனார். அரசியல் அவரை முழுமையாக உள்ளிழுத்துக்கொண்டதால், ராணுவத்திலிருந்து மார்ச் 1920-ல் தன்னை விடுவித்துக்கொண்டார் ஹிட்லர்.

கட்சியில் ஒரு முக்கிய இடத்தையும் இதர உறுப்பினர்களின் கவனத்தையும் அவர் கவர்ந்ததற்குக் காரணம் ஹிட்லரின் திறமையை கேப்டன் மாய்ர் மிகச் சரியாகக் கண்டறிந்ததுதான் என்று சொல்லப்படுகிறது. அதை மறுக்க முடியாது என்றாலும் ஹிட்லரின் போல்ஷ்விக்குகளுக்கு எதிரான நிலைப்பாடு, யூத எதிர்ப்புணர்வு, எல்லாவற்றுக்கும் மேலாக அனல் பறக்கும் 'பியர் ஹால்' உரைகள் ஆகியவை ஹிட்லரைப் பிறரிடமிருந்து தனித்துக் காட்டியது என்பதையும் ஏற்றுக் கொள்ளத்தான் வேண்டும். ஹிட்லர் அரசியலுக்கு வரவில்லை; அரசியல் ஹிட்லரிடம் வந்து சேர்ந்தது என்கிறார் கெர்ஷா. கட்சியில் சேர்ந்த மூன்றே ஆண்டுகளில் ஜெர்மனியின் முசோலினி என்று ஹிட்லரை அழைக்கத் தொடங்கிவிட்டார்கள். சிலர் அவரை நெப்போலியனுடன் ஒப்பிடவும் துணிந்தனர். நான்கு ஆண்டுகளில்

கட்சி, பிராந்தியம் ஆகிய எல்லைகள் தாண்டி தேசிய அளவில் ஹிட்லருக்குப் புகழ் கூடிப்போனது.

ஓவியக் கல்லூரியில் தொடர்ச்சியாகத் தோல்வியுற்றவர், வேலை எதிலும் சேராமல் இருந்தவர், மியூனிக் காப்பிக் கடைகளில் அமர்ந்து செய்தித்தாள் வாசித்துப் பொழுதை போக்கியவர், அடுத்து என்ன செய்வது என்பதையே முடிவு செய்ய முடியாத அளவுக்குத் தெளிவற்ற வராக இருந்தவர் எப்படி திடீரென்று இப்படியொரு புகழை அடைந்தார்? ஹிட்லரின் அரசியல் பிரவேசம் இவ்வளவு பெரிய வெற்றியை ஈட்டியது எப்படி? வரலாற்றாசிரியர்கள், ஹிட்லரின் விரோதிகள், அவருடைய பக்தர்கள் என்று ஒவ்வொருவரும் ஒவ்வொருவிதமான காரணங்களை அளிக்கிறார்கள். ஹிட்லர் செய்தது ஒன்றுமே இல்லை; நேரமும் காலமும் கூடிவந்ததால் அதிர்ஷ்டவசமாக அவர் புகழ் வெளிச்சத்தை அடைந்துவிட்டார் என்று சொல்பவர்கள் உள்ளனர். ஒன்றை மட்டும் மறுக்க முடியாது. ஹிட்லர் திட்டவட்டமாக முடிவெடுத்து, தீர்மானித்து இந்த வெற்றியை ஈட்டவில்லை. அவரிடம் பிரகாசமான சிந்தனைகளோ திட்டங்களோ இல்லை. மற்றவர்களின் அதிருப்தியை, கனவுகளை, அச்சங்களை, வெறுப்புகளை அவர் கவர்ந்து தன் பக்கம் இழுத்துக்கொண்டார். அவை அனைத்துக்கும் குரல் கொடுத்தார். அவர் என்ன சொன்னார் என்பதல்ல, எப்படிச் சொன்னார் என்பதையே மற்றவர்கள் கவனித்தனர் என்கிறார் கெர்ஷா. ஹிட்லருக்கு முன்பும் அவர் காலத்திலும் அவரைவிடக் கருத்தாழம் மிக்க வகையில் பலர் தங்கள் சிந்தனைகளை வெளிப்படுத்தியிருந்தும்கூட ஹிட்லர் அளவுக்கு அவர்கள் மக்களை ஈர்க்கவில்லை என்பதைக் கவனித்தால்தான் ஹிட்லரின் தனித்துவம் புலப்படும்.

அரசியலில் வெற்றி பெறவேண்டுமானால் பெரும் கூட்டத்தைக் கவர்ந்திழுக்கவேண்டும் என்று புரிந்துகொண்டார் ஹிட்லர். பெருவாரியான மக்களைத் தன்வயப்படுத்திவிட்டால் பெரும் லட்சியங்கள் கைகூடும் என்று அவர் நம்பினார். இதைத்தவிர வெற்றிக்கு வேறு வழிகள் இல்லை. ஒவ்வொருமுறை கைத்தட்டல் எழும்போதும் அதை ஒரு சிறு வெற்றியாக ஹிட்லர் குறித்துக்கொண்டார். தனிப்பட்ட முறையில் உறவுகள்மீது நம்பிக்கையற்றுக் கிடந்த ஹிட்லர், நண்பர்களிடம் இருந்து விலகி நின்ற ஹிட்லர், பெண்களைக் கண்டு அஞ்சியும் ஒதுங்கியும் சென்ற ஹிட்லர், பெரும் கூட்டங்களை அப்படியே மொத்தமாக தன்வயப்படுத்தத் தொடங்கியது சந்தேகமின்றிப் பெரும் சாதனை.

ஹிட்லரின் அனல் பறக்கும் உரை ஒவ்வொன்றிலும் இரண்டு அம்சங்கள் அடிநாதமாக இருந்தன. எதைச் சொன்னாலும், எவ்வளவு

அடர்த்தியான விஷயமாக இருந்தாலும் அதை எளிமையாக எடுத்து வைத்தார். மக்களால் புரிந்துகொள்ள முடியாத எதையும் அவர் தன் உரைகளில் கொண்டுவரவில்லை. இரண்டாவதாக, எதைச் சொன்னாலும் அதைத் திரும்பத் திரும்பச் சொன்னார். போரில் ஜெர்மனி தோற்றதற்குக் காரணம் ஜெர்மனியின் எதிரிகள் என்று அவர் திரும்பத் திரும்பச் சொன்னார். போல்ஷ்விக்குகளும் யூதர்களும் ஜெர்மனின் எதிரிகள் என்று அவர் திரும்பத் திரும்பச் சொன்னார். இந்த இரண்டும் அவருடைய அடிப்படைக் கருத்துகளாக அமைந்தன. இவை குறித்து மக்களிடம் எந்தவிதச் சந்தேகமும் ஏற்படாதவாறு எந்தவித மாற்றுக் கருத்தும் தோன்றாதவாறு பார்த்துக்கொண்டார். அளிக்கும் செய்தி வெறுமனே காதில் நுழைந்தால் போதாது, உள்ளத்தில் தைக்கவேண்டும், உளவியல்ரீதியாக பாதிப்பை ஏற்படுத்தவேண்டும் என்பதில் ஹிட்லர் கவனமாக இருந்தார். ஆற்றாமையாலும் வெறுப்பாலும் திரண்டு வந்த மக்கள் எதையெல்லாம் கேட்க விரும்பினார்களோ, எதெல்லாம் அவர்களுக்கு ஆறுதல் அளிக்குமோ அவற்றையெல்லாம் ஹிட்லர் தவறாமல் தந்தார். ஹிட்லரின் சுருக்கமான கோஷங்களை அவர்கள் பற்றிக்கொண்டார்கள்.

போருக்குப் பிந்தைய ஜெர்மனியில் கிட்டத்தட்ட 73 அரசியல் கட்சிகள் இயங்கி வந்தன. மியூனிக்கில் மட்டும் குறைந்தது 15 கட்சிகள் செயல் பட்டு வந்தன. அவற்றுள் பிரபலமானவை ஜெர்மன் வொர்க்கர்ஸ் பார்ட்டி மற்றும் அதன் போட்டிக் கட்சியான ஜெர்மன் சோஷலிஸ்ட் பார்ட்டி (Deutschsozialistische Partei). ஹிட்லர், தான் ஜெர்மன் சோஷலிஸ்ட் பார்ட்டியில் (பின்னர் நேஷனல் சோஷலிஸ்ட் ஜெர்மன் வொர்க்கர்ஸ் பார்ட்டி - என்எஸ்டிஏபி என்று பெயர் மாற்றப்பட்டது) வகித்த பாத்திரத்தை தன்னுடைய மெயின் காம்ஃப் புத்தகத்தில் மிகைப்படுத்தி எழுதினார். மற்றவர்களைக் காட்டிலும் தானே கட்சியில் முக்கியப் பங்காற்றியதாகவும் தானே கட்சியை வளர்த்தெடுத்ததாகவும் குறிப்பிட்டார். ஒரு சில தெளிவற்ற திட்டங்களை மட்டுமே வைத்துக் கொண்டு தடுமாறிக்கொண்டிருந்த அக்கட்சி தனது வருகைக்குப் பிறகு திடமான உருவம் பெற்று, பலம் பெற்று வளர்ந்ததாக ஹிட்லர் விவரிக்கிறார். கட்சியில் ஹிட்லரின் உறுப்பினர் எண் 555. உண்மையில் கட்சியில் சேர்ந்த 55-வது உறுப்பினர் அவர். ஆனால், முன்னர் கட்சியில் அங்கம் வகித்துப் பிறகு வெளியேறியவர்களின் எண்ணிக்கையையும் அப்படியே வைத்திருந்த காரணத்தால் 555 என்னும் எண் கிடைத்தது. கட்சியின் பலத்தை அதிகப்படுத்தும் நோக்கில் இவ்வாறு செய்யப்பட்டிருந்தது. கட்சியின் மூத்த உறுப்பினர் என்று தன்னைக் காட்டிக்கொள்ள, பிற்காலத்தில் ஹிட்லர் தனது உறுப்பினர் எண்ணிக்கையை 7 என்று திருத்திக் காட்டினார்.

ஆனால் கட்சியில் ஆதிக்கம் செலுத்தக்கூடிய வளர்ச்சியை வெகு விரைவில் தான் பெற்றுவிட்டதாக ஹிட்லர் கூறியது உண்மையே. 1 ஆகஸ்ட் 1921 தொடங்கி கட்சியை அவர் 'மறுசீரமைப்பு' செய்யத் தொடங்கினார். முதலில் அவர் கை வைத்தது உள்கட்சி ஜனநாயகத்தை. பிறகு, 'தேவையற்ற' கமிட்டி அமைப்பை. விவாதம், கலந்தாலோசனை, கருத்து சேகரிப்பு போன்ற நீண்ட அநாவசிய நடைமுறைகளை அகற்றிவிட்டு கட்சித் தலைமையிடம் அனைத்துப் பொறுப்புகளும் சென்று சேருமாறு ஹிட்லர் பார்த்துக்கொண்டார். பலவீனமான மனிதர்களால் கடமையை நிறைவேற்ற முடியாது, அவர்களால் சரியாக முடிவெடுக்க முடியாது என்பது ஹிட்லரின் திடமான நம்பிக்கை. அதிகாரங்களை உள்ளடக்கிய ஒரு சக்திவாய்ந்த தலைமைதான் இன்றைய தேவை என்றும் அத்தகைய தலைமையைப் பின்பற்றுவதன் மூலம் அனைவரும் நல்ல பலன்களை அறுவடை செய்யலாம் என்றும் அவர் நம்பினார்.

கட்சியைத் தோற்றுவித்தவர்களுள் ஒருவரான கார்ல் ஹாரெர் என்பவரை முதலில் ஒதுக்கினார் ஹிட்லர். கட்சியின் செயற்குழுவுக்கு மாற்றாக உழைப்பாளர் வட்டம் என்பதை உருவாக்கி, சந்திப்புகளை நிகழ்த்தி, உறுப்பினர்களைத் தன் பக்கம் திரட்டிக்கொண்டார். ஹாரெர் தனிமைப்படுத்தப்பட்டார். டிரெக்ஸ்லர், ஹிட்லர் இருவரின் பலமும் இப்போது முன்பைவிடக் கூடியிருந்தது. இப்போதும்கூடத் தன்னை ஒரு சர்வாதிகாரியாகக் கட்சியில் உயர்த்திக்கொள்வதற்காகவே ஹிட்லர் இப்படிச் செய்தார் என்று சொல்ல முடியாது என்கிறார் கெர்ஷா. தேர்ந்தெடுக்கப்பட்ட ஒரு கமிட்டியின் கரங்களில், நல்ல தலைமையின்கீழ் அதிகாரம் குவிக்கப்படவேண்டும் என்பது மட்டுமே அவருடைய அப்போதைய விருப்பமாக இருந்தது.

6
வெறுப்பு அரசியல்

கட்சியின் முதல் பெரும் பொதுக்கூட்டத்தில் ஹிட்லர் சிறப்புரை ஆற்றவில்லை. கட்சிக்கு வெளியிலிருந்து ஒரு பிரபலத்தை வரவழைத்துப் பேச வைத்தார்கள். முடிவில், இருபத்தைந்து அம்சங்களுடன்கூடிய ஒரு செயல்திட்டம் உருவாக்கப்பட்டது. அதுவே கட்சியின் முழக்கமாகவும் முன்வைக்கப்பட்டது. மாற்றமில்லாதது என்று குறிப்பிடப்பட்டு வரையப்பட்ட அந்த அறிக்கையில் காணப்படும் சில முக்கிய அம்சங்கள் இவை:

- சிதறிக்கிடக்கும் ஜெர்மன் பிரதேசங்கள் அனைத்தும் ஒருங்கிணைக்கப்பட்டு அகண்ட ஜெர்மனி உருவாக்கப்படும். (உறுப்பு 1)
- வெர்சைல்ஸ் ஒப்பந்தம் ரத்து செய்யப்படவேண்டும். (உறுப்பு 2)
- வளர்ந்து நிற்கும் ஜெர்மானிய மக்கள் தொகைக்கு உணவு, இருப்பிடம் வழங்கும் வகையில் நிலப்பிரதேசங்களும் செல்வமும் கைப்பற்றப்படவேண்டும். (உறுப்பு 3)
- ரோமன் சட்டத்துக்குப் பதில் ஜெர்மன் சட்டம். (உறுப்பு 19)
- மக்கள் படை கட்டி எழுப்பப்படவேண்டும். (உறுப்பு 22)
- பலமான மத்திய அரசு அதிகாரம். (உறுப்பு 25)
- யூதர்களை ஜெர்மானியர்களாக ஏற்றுக்கொள்ளக்கூடாது. (உறுப்பு 4)
- ஜெர்மானியர் அல்லாதோரின் வருகை தடுக்கப்படவேண்டும். (உறுப்பு 8)

- தேசிய ஊடகத்தில் ஜெர்மானியர் அல்லாதோரின் செல்வாக்குப் படரக்கூடாது. (உறுப்பு 23)
- உழைக்காமல் ஈட்டும் வருமானத்தைத் தடை செய்யவேண்டும். (உறுப்பு 11)
- போர் லாபங்கள் கைப்பற்றப்படவேண்டும். (உறுப்பு 12)
- வர்த்தகங்கள் பெரிய அளவில் தேசியமயமாக்கப்படும். (உறுப்பு 13)
- முதியோருக்கு உதவித் தொகை. (உறுப்பு 15).
- நிலச் சீர்திருத்தம். (உறுப்பு 17).

மொத்தமாகப் பார்க்கும்போது இந்த அறிக்கையின் முக்கிய நோக்கம் மத்தியதர வர்க்கத்தினரைக் கவர்வதுதான் என்பது தெரியவரும். அவர்கள் எதையெல்லாம் கேட்க விரும்பினார்களோ அவற்றையே இந்த அறிக்கை கூறியது. இவற்றோடு சேர்த்து, மதச்சார்பற்ற நிலைப் பாட்டை இந்த அறிக்கை எடுத்தற்குக் காரணம் தேவாலயத்துக்குச் செல்லும் பவேரியாவின் பெரும் பகுதியினரைப் பகைத்துக்கொள்ள வேண்டாம் என்பதுதான். சுயநலனைப் பின்னுக்குத் தள்ளிவிட்டு பொதுநலனை இந்த அறிக்கை முன்வைத்தது. பல கட்சி ஜனநாயக முறைக்கு மாற்றாகத் தங்குதடையற்ற அதிகாரம் மத்தியில் குவிக்கப்பட வேண்டும் என்று வலியுறுத்தியது. மார்க்சியம், போல்ஷ்விசம் ஆகியவற்றைப் பற்றி எந்தக் குறிப்பும் இந்த அறிக்கையில் கிடையாது. இந்த அறிக்கை யாரால் தயாரிக்கப்பட்டது என்று சொல்லப்பட வில்லை என்றாலும் இதில் ஹிட்லரின் பங்களிப்பு இருந்தது என்பது பொதுவாக ஏற்கப்பட்டுள்ளது. அதே போல், டிரெக்ஸ்லரின் பங்களிப்பும் மறுக்க முடியாதது.

கிட்டத்தட்ட இரண்டாயிரம் பேர் கூடியிருந்த அந்தக் கூட்டத்தில் ஹிட்லர் ஆற்றிய தொடக்க உரை சாதாரணமாகத்தான் தொடங்கியது. அறம், மதம் சார்ந்த மதிப்பீடுகள் சரிந்துகொண்டிருக்கின்றன என்றும் சுயநலனும் பொருள்கள்மீதான பேராசையும் அதிகரித்துக்கொண்டிருக் கின்றன என்றும் வருத்தப்பட்டுக்கொண்டார். தந்தையர் நாட்டைக் காக்க அனைவரும் முன்வந்து பணியாற்றவேண்டும் என்றும் தியாகங்கள் செய்திடவேண்டும் என்றும் கேட்டுக்கொண்டார். கைத்தட்டல்கள் அதிகரிக்க, அதிகரிக்க ஹிட்லர் தன் குரலையும் கோபத்தையும் கூட்டிக்கொண்டே போனார். யூதர்களை வெளிப்படை யாகத் தாக்கி அவர் பேசத் தொடங்கியபோது, கூட்டத்தின் ஆரவாரம் பன்மடங்கு அதிகரித்தது. அவர்களைத் தூக்கிலிடுங்கள்! தூக்கி லிடுங்கள்! என்னும் குரல்கள் ஒலிக்கத் தொடங்கின. கொள்ளை லாபம்

ஈட்டுபவர்களை ஹிட்லர் பெயர் சொல்லித் தோலுறித்துக்காட்டிய போதும் இதே போன்ற ஆவேசக் குரல்கள் கிளம்பின. ஜெர்மனியின் தோல்வியை ஏற்று வெர்சைல்ஸ் ஒப்பந்தத்தில் கையெழுத்திட்ட அமைச்சரையும் அவ்வாறே அவர் பெயர் சொல்லிக் கடுமையாக வசைபாடினார்.

பெரும் வரவேற்பு கிடைத்தபோதும், இந்தப் பொதுக்கூட்டம் முழுமையான வெற்றியை தந்துவிடவில்லை. அறையில் இருந்த அனைவரும் ஹிட்லரை ஏற்றுக்கொண்டுவிடவில்லை. கூட்டத்தில் இருந்த இடதுசாரிகள் ஹிட்லரின் முழக்கங்களுக்குப் பதிலடி தந்த போது குழப்பமும் சச்சரவும் மிகுந்தது. உங்கள் வலதுசாரி சர்வாதி காரத்தை எங்கள் இடதுசாரி சர்வாதிகாரம் எதிர்கொண்டு வீழ்த்தும் என்று அவர்கள் குரல் கொடுத்தபோது நாற்காலிகள் வீசி எறியப் பட்டன. வசைகளும் மோதல்களும் தொடங்கின.

பூர்ஷ்வா பொதுக்கூட்டங்கள்போலன்றி இடதுசாரிகளைப்போல் கூட்டம் நடத்த ஹிட்லர் விரும்பினார். திட்டமிட்ட முறையில், எதிரிகளுக்குச் சவால் விடும்படி, அவர்களைச் சீண்டிவிடும்படித் தன் உரையை அவர் அமைத்துக்கொண்டார். கம்யூனிஸ்டுகளோடு போட்டிபோடுவது போல் திட்டமிட்டு சிவப்பு வண்ணத்தில் பதாகைகளை உருவாக்கினார். சிவப்புப் பின்னணியில், வெள்ளை வட்டத்துக்குள் ஸ்வஸ்திகா சின்னத்தைப் பொறித்தார். பார்த்தவுடன் மனத்தில் பதியும்படி வண்ண அமைப்பு இருக்கவேண்டும் என்பதில் சிரத்தை எடுத்துக்கொண்டார்.

பத்திரிகைகள் இந்தக் கூட்டத்தை எப்படி எடுத்துக்கொண்டன (*பெரிதாகக் கண்டுகொள்ளவில்லை!*), இதனால் என்ன பலன், யாரெல்லாம் நம்மை ஆதரிக்கிறார்கள், தேசிய அளவில் இது எத்தகைய மாற்றத்தை ஏற்படுத்தும் என்பதைப் பற்றியெல்லாம் ஹிட்லர் கவலைப் பட்டுக்கொண்டிருக்கவில்லை. அவர்கள் நம்மைக் கோமாளிகள் என்று சொல்கிறார்களா, நாயகர்கள் என்று சொல்கிறார்களா என்பது முக்கியமல்ல; அவர்கள் நம்மைப் பற்றி பேசுகிறார்கள்; அதுவே போதும் என்று ஹிட்லர் திருப்தியடைந்தார்.

வன்முறையும் வரவேற்பும்

ஹிட்லரின் கூட்டங்களில் வன்முறைச் சம்பவங்கள் நிகழ்வது வாடிக்கையாக இருந்தது. எனவே இதனைச் சமாளிக்க 1921-ல் ஆயுதம் தாங்கிய வீரர்கள் கொண்ட பிரிவு ஒன்றை அவர் உருவாக்கினார். உண்மையில், முன்னாள் ராணுவ வீரர்களைக் கொண்டு உருவாக்கப் பட்ட இந்தக் குழுவின் நோக்கம் கம்யூனிஸ்டுகளைத் தாக்குவதும்

அவர்களோடு மோதுவதும்தான். அப்படி ஒரு பியர் ஹால் சந்திப்பைப் பற்றி ஹிட்லர் தன் புத்தகத்தில் விவரிக்கிறார்.

'... சிலர் கோபத்துடன் கத்தினர். ஒருவன் திடீரென்று நாற்காலிமீது ஏறி நின்று 'விடுதலை' என்று கத்தினான். சில விநாடிகளில் அரங்கத்தில் கூச்சலும் குழப்பமும் அதிகரித்துவிட்டது. தலைக்கு மேலே பியர் பானைகள் பீரங்கிக் குண்டுகளைப் போல் பறக்கத் தொடங்கின. கண்ணாடிகள் நொறுங்கின, நாற்காலிகள் உடைந்தன... என்னுடைய புயல்படை வீரர்கள் (அந்தக் குழுவின் பெயர் ஸ்டார்ம்ட்ரூப்பர்ஸ்) தாக்கத் தொடங்கினார்கள். ஓநாய்களைப்போல் எதிரிகள்மீது பாய்ந்து அவர்களை வெளியில் தள்ளினர். சில நிமிடங்களில் அனைத்தும் கட்டுப்பாட்டுக்கு வந்துவிட்டது.'

1920 இறுதிக்குள் ஹிட்லர் முப்பதுக்கும் மேற்பட்ட பொதுக் கூட்டங்களில் கலந்துகொண்டு தன் கட்சியின் சார்பாக உரையாற்றினார். இக்கூட்டங்களில் 800 முதல் 2500 பேர் வரை கலந்துகொண்டனர். ஹிட்லரின் பியர் ஹால் உரைகளால் கிளர்ச்சியடைந்த ஹான்ஸ் பிராங்க் (பின்னர் இவர், ஹிட்லரின் ஆட்சியில் போலந்து ஆக்ரமிக்கப் பட்டபோது, அதன் கவர்னர் ஜெனரலாக ஆனார்), ஜெர்மனியின் எதிர்காலத்தை ஹிட்லர் ஒருவரால்தான் தீர்மானிக்க முடியும் என்று உணர்ச்சி பொங்க எழுதினார். ஹிட்லர் என்ன பேசினாலும் அது அவருடைய இதயத்திலிருந்து வந்தது என்று பிராங்க் ஆச்சரியப் பட்டார். ஜனவரி 1920-ல் கட்சியின் மொத்த உறுப்பினர்களின் எண்ணிக்கை 190 என்று இருந்தது. ஹிட்லரின் வருகைக்குப் பிறகு அந்த ஆண்டு இறுதிக்குள் உறுப்பினர் எண்ணிக்கை இரண்டாயிரத்தைத் தொட்டது. ஆகஸ்ட் 1921-ல் மொத்தம் 3,300 பேர் சேர்ந்திருந்தனர். ஹிட்லர் இல்லையேல் கட்சி இல்லை என்னும் நிலைக்கு என்எஸ்டிஏபி வந்து சேர்ந்தது.

ஜெர்மனி கடந்த காலங்களில் எவ்வளவு வளமாக இருந்தது என்பதையும் தற்போது எந்த நிலைக்குத் தாழ்ந்துபோயுள்ளது என்பதையும் திரும்பத்திரும்ப உதாரணங்களுடன் விளக்கினார் ஹிட்லர். துரோகிகளும் கோழைகளும் இந்த அவமானத்தை நம் தந்தையர் நாட்டுக்குத் தேடித் தந்திருக்கின்றனர் என்று சாடினார். கிரிமினல்களும் யூதர்களும் ஜெர்மனியைச் சீரழித்துக்கொண்டிருக் கிறார்கள் என்று ஆவேசப்பட்டார். வெர்சைல்ஸ் ஒப்பந்தம் அவமானத்தின் சின்னம் என்றார். இப்படியோர் அவமானத்துடன் அமைதியை நாம் நாடவேண்டுமா என்று கேள்வி எழுப்பினார். ஜெர் மானியர்கள் துயரப்படும்போது, ஜெர்மனி தள்ளாடும்போது யூதர்கள் மட்டும் கொள்ளை லாபத்தில் கொழித்துக்கொண்டிருக்கிறார்கள்

என்றார். தேசத்தை மீண்டும் கட்டமைக்கவேண்டுமானால் உள்நாட்டு எதிரிகளை ஒழித்துவிட்டு ஒற்றுமையை நிலைநாட்டவேண்டும் என்றார். யூதர்களைச் சாட, கடுமையிலும் கடுமையான வார்த்தைகளைப் பயன்படுத்த அவர் தயங்கவில்லை. பல சமயங்களில் காட்டுமிராண்டித்தனமாக ஏசவும் சாபமிடவும் அவர் தயங்கவில்லை.

ஹிட்லர் முன்வைத்த சோஷலிசம், யூத விரோதத்தன்மையுடன் இருந்தது. யூதர்களை ஜெர்மானியர்களிடமிருந்து பிரித்துத் தனியே அடைத்து வைக்கவேண்டும் என்றார் அவர். ஜெர்மனியின் பிரச்னைகளை அகற்றுவது என்பதை யூதர்களை அகற்றுவது என்பதாக அவர் முன்வைத்தார். யூதப் பிரச்னை, யூதர்கள் பற்றிய கேள்வி, யூத விவாதம் என்று யூதர்களை மையப்படுத்தியே அரசியல் விவாதங்களைக் கொண்டுசென்றார். யூதர்களைப் பற்றி பேசும்போது மெலிதான கேலியும் கிண்டலும் தன் பேச்சில் தொக்கி நிற்குமாறு பார்த்துக் கொண்டார். தேவைப்படும்போதெல்லாம் ஆவேசத்தைக் கொட்டினார். மக்கள் அவர் சொல்லும் ஒவ்வொரு வார்த்தையையும் ஆரவாரத்துடன் உள்வாங்கிக்கொண்டனர். நாள்கள் செல்லச்செல்ல அவரை நேசிக்கவும் தொடங்கினர்.

யூத எதிர்ப்பை முதலாளித்துவ எதிர்ப்போடு ஒன்றிணைத்தபோது ஹிட்லருக்கான ஆதரவு மேலும் கூடியது. நடுத்தர வர்க்கத்தின் நண்பனாகத் தன்னைக் காட்டிக்கொள்ளவே அவர் இவ்வாறு செய்தார். முதலாளித்துவம் எப்படியெல்லாம் மக்களைச் சுரண்டுகிறது, எப்படி மக்களின் இழப்பிலிருந்து லாபத்தை உறிஞ்சிக்கொள்கிறது என்று அவர் பேசும்போது அவர் குறிப்பிடும் முதலாளிகள் யூதர்களே என்பதாகக் கேட்பவர்கள் புரிந்துகொண்டனர். ஜெர்மனின் தோல்வி, அவமானம் அனைத்துக்கும் யூதர்களே காரணம் என்று அவர் சொன்னபோது மக்கள் அவரிடம் சாட்சியங்கள் எதையும் கேட்கவில்லை. அவர் சொன்னதை அப்படியே ஏற்றுக்கொண்டார்கள். ஒருவேளை கேட்டிருந்தாலும்கூடத் தனித்தனியே பெயர்களை வெளியிட்டுச் சாட அவர் தயங்கியிருந்திருக்க மாட்டார்.

என்எஸ்டிஏபி கட்சியின் தலைவர் யார் என்று கேட்டிருந்தால் அன்றாடம் செய்தித்தாள் படிப்பவர்கள்கூட ஹிட்லரின் பெயரைத்தான் சொல்லியிருப்பார்கள். ஒரு கட்டத்தில் டிரெக்ஸ்லர் ஹிட்லரிடம் சொல்லியேவிட்டார். நீ ஏன் தலைவராகப் பொறுப்பு ஏற்கக்கூடாது? இன்னொரு சந்தர்ப்பத்திலும் பிறிதொரு முறையும்கூட அவர் ஹிட்லரிடம் இதையே கேட்டார். ஆனால் இதனை ஹிட்லர் ஏற்கவேயில்லை. தலைமைப் பொறுப்பை ஹிட்லர் மறுத்ததற்குக் காரணம் அதைவிட முக்கியமானதொரு பணியை அவர் மேற்கொண்டிருந்ததுதான்

என்கிறார் கெர்ஷா. பிரசாரம். ஜெர்மனி முழுவதிலும் தன் குரல் ஒலிக்கவேண்டும்; தன் கொள்கைகள் பரவவேண்டும் என்னும் வெறி ஒவ்வொரு நாளும் அவரிடம் வளர்ந்துகொண்டிருந்தது. கட்சியின் தலைமைப் பொறுப்பை ஏற்றால் சலிப்பூட்டும் நிர்வாகப் பணிகளை அவர் திரும்பத் திரும்ப மேற்கொள்ளவேண்டியிருந்திருக்கும். அதை அவர் விரும்பவில்லை. ஓர் அரசாங்க ஊழியனாக என்னால் ஒருபோதும் மாறவே முடியாது என்று சிறு வயதில் தன் தந்தையிடம் அறிவித்த ஹிட்லர் இந்த ஒரு விஷயத்தில் மட்டும் மாறவேயில்லை.

ஜனவரி 1921 இறுதியில் பாரிஸ் மாநாடு முடிவடைந்தது. போரில் தோற்ற ஜெர்மனி, கடுமையான அபராதத்தை வெற்றிபெற்ற நாடுகளுக்கு வழங்கவேண்டும் என்று முடிவானது. துடிதுடித்துப் போன ஹிட்லர், ஒரு பொதுக்கூட்டத்தை ஒரே நாள் அவகாசத்தில் நடத்தினார். பெரிய அரங்கம் ஒன்று வாடகைக்குப் பிடிக்கப்பட்டது. இரண்டு லாரிகளில் பிரசுரங்கள் கொண்டுசெல்லப்பட்டு வீதிகளில் வீசப்பட்டன. இது மார்க்சிஸ்டுகளிடமிருந்து கற்றுக்கொண்ட உத்தி. எதிர்பார்த்ததை விடவும் அதிகமாக, கிட்டத்தட்ட 6,000 பேர் இந்தக் கூட்டத்தில் பங்கேற்றனர். வெற்றிகண்ட நாடுகள் ஜெர்மனியை எப்படியெல்லாம் அடிமைப்படுத்தி வைத்துள்ளன, லாயக்கற்ற பலவீனமான அரசாங்கம் எப்படி அடிமைத்தனத்தை ஏற்றுக்கொண்டுள்ளது என்பதை ஹிட்லர் விளக்கிப் பேசினார்.

அரசியல் பணி இல்லாத சமயங்களில் வழக்கம்போல் செய்தித்தாள் வாசிப்பு, காப்பிக்கடை என்று பொழுது போக்கினாலும் அப்போதும் கூடக் கட்சியைப் பற்றியே அவர் யோசித்துக்கொண்டிருந்தார். இந்நிலையில் ஒரு பிரச்னை எழுந்தது. கட்சியின் நிதி நிலைமை மோசமடைந்துகொண்டே இருந்தது. உயிர்த்திருக்கவேண்டுமானால் ஏதாவது மாற்று ஏற்பாடு செய்தாகவேண்டும் என்னும் நிலையில் தீவிர யோசனைக்குப் பிறகு ஜெர்மன் சோஷலிஸ்ட் பார்ட்டியுடன் (டிஎஸ்பி) ஒன்றிணையலாம் என்று என்எஸ்டிஏபி முடிவெடுத்தது. அதுநாள்வரை போட்டிக்கட்சிகளாக எதிரெதிர் அணியில் நின்று இந்த இரண்டும் இயங்கிவந்தபோதும் அவர்களுக்கிடையே பல ஒற்றுமைகள் இருந்தன. பிரிந்துசெல்லும் அம்சங்களைக் காட்டிலும் இருவரும் ஒன்றுசேரும் அம்சங்கள் அதிகம் இருந்தன. இவற்றையெல்லாம் ஹிட்லரிடம் என்எஸ்டிஏபி விளக்கியது. ஹிட்லர் இவற்றை ஒப்புக்கொள்ளவில்லை. இருந்தும் கட்சியின் முடிவை ஏற்றுக்கொள்ள முடிவு செய்தார்.

ஆனால் இரு கட்சிகளுக்கும் இடையிலான பேச்சுவார்த்தையின்போது டிஎஸ்பி விதித்த நிபந்தனைகள் ஹிட்லரைக் கடுமையாகக் கோபமடையச் செய்தன. கட்சியின் செயல்திட்டத்தில் சில மாற்றங்கள்

வேண்டும், தலைமையகத்தை பெர்லினுக்கு மாற்றவேண்டும் என்பன போன்ற நிபந்தனைகளை ஹிட்லரால் ஏற்க முடியவில்லை. டிஎஸ்பியுடனான ஒருங்கிணைப்பைத் தவிர்த்துவிடுங்கள் என்று பலமுறை சொல்லிப்பார்த்தார். தன் கவலைகளை யாரும் புரிந்துகொள்ளப்போவதில்லை என்பது தெரிந்ததும் 11 ஜூலை 1921 அன்று பதவியிலிருந்து விலகிக்கொள்வதாக அறிவித்தார்.

ஆனால், கட்சியும் தலைவர் டிரெக்ஸ்லரும் இதனை ஏற்கவில்லை. அனைவரும் திரண்டு வந்து ஹிட்லரைச் சமாதானப்படுத்தினர். ஹிட்லர் தன் நிபந்தனைகளைத் தெளிவாகப் பட்டியலிட்டார். சர்வ அதிகாரங் களையும் கொண்ட தலைவர் பதவி தனக்குத் தரப்படவேண்டும். கட்சியின் தலைமையகம் மியூனிக்கில் மட்டுமே இருக்கும். கட்சியின் செயல்திட்டத்தில் சிறு மாற்றமும் செய்யப்படக்கூடாது. வேறு கட்சியுடனான இணைப்பு முயற்சிகள் உடனடியாக நிறுத்தப்பட வேண்டும். ஹிட்லரின் மறுக்கமுடியாத பங்களிப்பு, அவருடைய அசாதாரணமான பணிகள், திறமை ஆகியவற்றைக் கணக்கில் கொண்டு ஹிட்லரின் நிபந்தனைகளைக் கட்சி முழுமையாக ஏற்றுக்கொண்டது. 26 ஜூலை அன்று ஹிட்லர் மீண்டும் கட்சியில் சேர்ந்துகொண்டார். இந்த முறை, சர்வாதிகாரியாக. கட்சியின் அரசியலமைப்புச் சட்டம் அவசர அவசரமாகத் திருத்தியெழுதப்பட்டது. ஹிட்லரின் முடிவுகள் இனி இறுதியானவை என்பதையும் கட்சி இனிப் புதிய வழியில் செயல் படும் என்பதையும் அனைவரும் மறுபேச்சின்றி ஏற்றுக்கொண்டனர்.

என்எஸ்டிஏபி கட்சி, சுருக்கமாக நாஜிக் கட்சி என்று அழைக்கப் பட்டது. இப்போது அதன் சர்வாதிகாரத் தலைவர், ஹிட்லர்.

மூன்று
தலைவர்

~

ஐரோப்பா 1936-1939

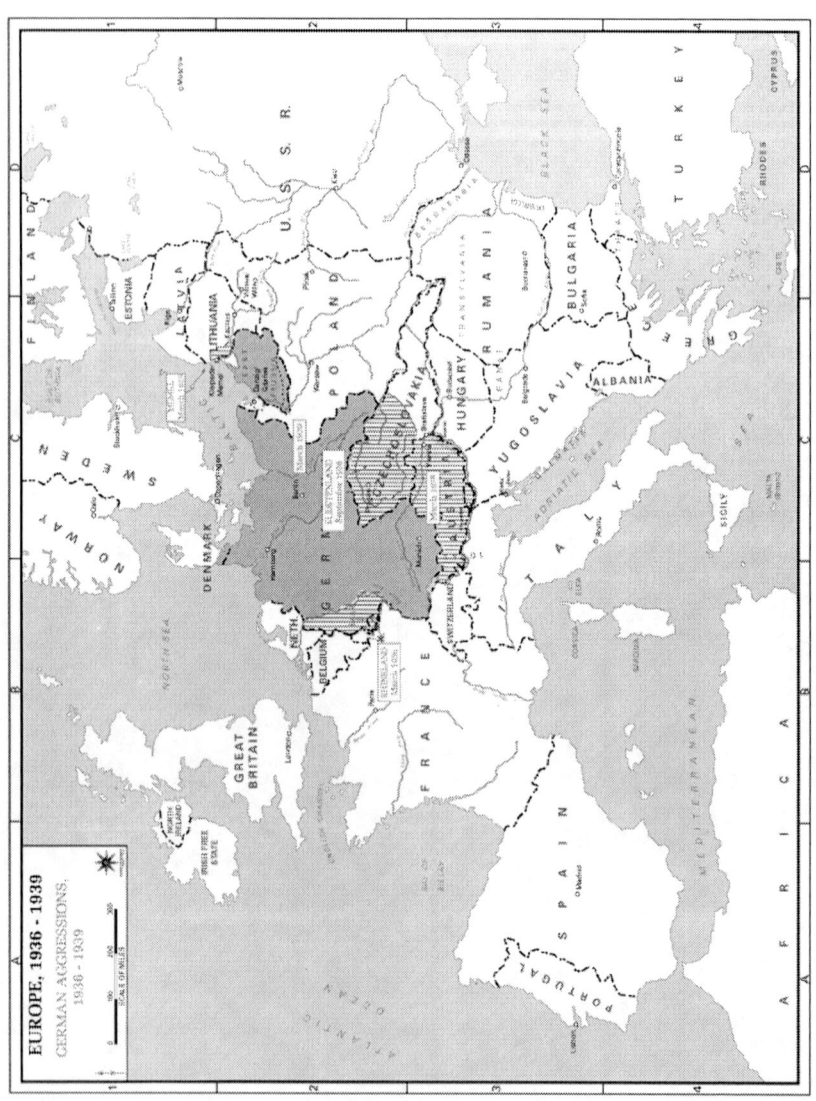

7
நாஜி தலைவர்

ஹிட்லர் இதுவரை கடந்துவந்த பாதையைப் பார்க்கும்போது போரும் உள்நாட்டு அரசியல் குழப்பங்களும்தான் அவருடைய பாதையைத் தீர்மானித்திருக்கின்றன என்பது தெரியவரும். அவர் வாழ்ந்த சமூகமே அவருடைய சிந்தனைகளை உருவாக்கின. அவர் கொண்டிருந்த விருப்பு வெறுப்புகளை அவருடன் வாழ்ந்த ஜெர்மானியர்கள் பலரும்கூடக் கொண்டிருந்தனர். அதே சமயம் ஹிட்லரின் அனைத்துச் செயல்பாடுகளுக்கும் அவருடைய சமூகத்தை மட்டுமே குற்றம் சொல்வது ஏற்கத்தக்கதல்ல. ஹிட்லர் அவர் காலத்தில் நிலவிய வெறுப்பைத் தனது அரசியலாக மாற்றிக்கொண்டார். தன்னுடைய வெறுப்பு அரசியல் மக்களைப் பற்றிக்கொண்டதைக் கண்டு உள்ளம் பூரித்தார். தன் வாழ்நாளில் முதல்முறையாக வெற்றியைக் கொண்டு வந்து குவித்த இந்தப் பாதையைத் தவறவிட்டுவிட அவர் தயாராக இல்லை. தனக்குக் கிடைத்த கைத்தட்டல்களாலும் உற்சாக வரவேற்புகளாலும் உந்தப்பட்ட அவர், ஒரு கட்டத்தில் வானத்தில் மிதக்கத் தொடங்கினார்.

ஜெர்மனி தன் குரலுக்குச் செவி சாய்க்கும் என்று ஹிட்லர் தீவிரமாக நம்பத் தொடங்கினார். தான் எது செய்தாலும் அது ஜெர்மனின் நலனுக்காக மட்டுமே என்றும் நம்பினார். இந்த நம்பிக்கைகளுக்கு அவரிடம் வலுவான, போதுமான ஆதாரங்கள் இல்லை. ஆனால் அதற்காக அவர் கவலைப்படவில்லை. இப்போது அவர் செய்ய வேண்டியதெல்லாம் ஒன்றுதான். அவர் எதை நம்பினாரோ அதை அடையவேண்டும். அதே சமயம், ஹிட்லர் தான் வளர்த்துக்கொண்ட

வண்ண கனவுகளில் தானே சிக்கிக்கொண்டார். தன்னுடைய மிகைப் பிரசாரங்களைத் தானே நம்பத் தொடங்கினார். ஒரு வகையில் தனக்கான வலையை அவரே உருவாக்கி அதில் வெற்றிகரமாகச் சிக்கிக் கொள்ளவும் செய்தார்.

அரசியல் குழப்பங்கள்

வெய்மார் அரசாங்கத்தின் ஐந்தாண்டுக் கால ஆட்சியில் வன்முறையும், அரசியல் குழப்பங்களும், நிச்சயமற்ற தன்மையும் மிகுந்திருந்தன. அரசைக் கவிழ்க்க யாரேனும் தொடர்ந்து முயற்சி செய்துகொண்டே இருந்தனர். அரசும் பதிலுக்கு வன்முறையை ஏவி அத்தகைய முயற்சி களைத் தொடர்ந்து அடக்கிக்கொண்டே வந்தது. ஆனால் 13 மார்ச் 1920-ல் மேற்கொள்ளப்பட்ட ஒரு முயற்சியை அரசால் முறியடிக்க முடியவில்லை. காரணம், இந்தமுறை அரசுக்கு எதிராகத் துப்பாக்கி தூக்கியவர்களுள் அரசே ஒரு காலத்தில் ஊக்குவித்த ஃப்ரீ கோர் குழுவினரும் அடங்கியிருந்தனர்.

உல்ஃப்காங் காப் என்பவர் தலைமையில் ஆயுதம் தாங்கிய குழுவினர் பெர்லினுக்குள் நுழைந்து ஆட்சியைக் கைப்பற்றினர். இது காப் ஆட்சிக்கவிழ்ப்பு (Kapp Putsch) என்று அழைக்கப்படுகிறது. ஜெர்மனியின் அவமானத்தைப் போக்கி, ராணுவத்தைப் பலப்படுத்தி, இழந்தவற்றை மீட்பதே தனது நோக்கம் என்று இவர்கள் சொல்லிக் கொண்டனர். முதல் உலகப் போர் முடிந்ததும் கெய்சர் எவ்வாறு சத்தமின்றி வெளியேறினாரோ, அதேபோல் இப்போது அதிபர் ஃப்ரெடெரிக் எபெர்ட்டும் சத்தமின்றி வெளியேறினார். ஆனால் காப் ஆட்சி 100 மணி நேரங்கள் மட்டுமே நீடித்தன. எதுவுமே நடக்காதது போல் எபெர்ட்டும் சத்தமின்றி பெர்லின் திரும்பி, ஆட்சியைத் தொடர்ந்தார்.

சிக்கல்களும் திரும்பின. வெய்மார் அரசின் கடுமையான அடக்குமுறை களையும் துப்பாக்கிச் சூடுகளையும் பொருட்படுத்தாமல் கம்யூனிஸ்டுகள் மீண்டும் அரசுக்கு எதிரான போராட்டங்களில் இறங்கினர். சிவப்பு அலையைக் கட்டுப்படுத்த அரசு வன்முறை; அரசு வன்முறைக்கு எதிராகச் சிவப்பு அலை என்று ஜெர்மனி தள்ளாடத் தொடங்கியது. நிலைமையை எப்படிக் கட்டுப்படுத்தவேண்டும் என்று ஒரு காவல்துறை அதிகாரி மற்றவர்களுக்குச் சொல்லிக்கொடுத்தார். 'வேலை நிறுத்தத்தில் ஈடுபடுபவர்களைக் கூப்பிட்டுப் பேசுங்கள். மறுநாள் வேலை தொடங்கவேண்டும் என்று சொல்லுங்கள். முதல் நபர் முடியாது என்று சொன்னால் அவரைச் சுட்டுத்தள்ளிவிட்டு இரண்டாவது நபரிடம் பேசுங்கள். அவரும் முடியாது என்றால்

அவரையும் சுடுங்கள். மூன்றாவது ஆள் நிச்சயம் சரி என்பார். இல்லா விட்டாலும் பரவாயில்லை, சுடுவதை நிறுத்தவேண்டாம். இந்தப் பேச்சுவார்த்தைமுறை மூலம் ஆயிரக்கணக்கானவர்களை அழிக்க முடியும்.'

1919 தொடங்கி 1922 வரை மொத்தம் 356 அரசியல் படுகொலைகள் ஜெர்மனியில் அரங்கேறின. 24 ஜூன் 1922 அன்று ஜெர்மனியின் அயல் துறை அமைச்சர் சுட்டுக்கொல்லப்பட்டார். வெய்மார் அரசாங்கத்தின் பலம் குறையத் தொடங்கியது. மிகச் சரியாக அந்த நேரத்தில் ஜெர்மனி தரவேண்டிய இழப்பீடு கணக்கிடப்பட்டு அறிவிக்கப்பட்டது. வெய்மார் அரசையும் ஜெர்மனியையும் அதிர்ச்சிக்குள்ளாக்கிய அந்தத் தொகை 132 பில்லியன் கோல்ட் மார்க். 1987 வரை தவணை முறையில் இதனை ஜெர்மனி, வெற்றிபெற்ற நாடுகளுக்கு அளித்துக் கடனைக் கழிக்கவேண்டும்.

முதல் தவணையைக் கஷ்டப்பட்டுக் கொடுக்கும்போதே ஜெர்மனி கிட்டத்தட்ட திவாலாகிவிட்டது. 1922-ல் கட்டவேண்டிய இரண்டாவது தவணையை ஜெர்மனியால் அளிக்க முடியவில்லை. நிலைமையை விளக்கிப் புரியவைக்கப் பார்த்தது. வென்ற நாடுகள் ஜெர்மனியின் கையறு நிலையை அனுதாபத்துடன் பார்க்கவில்லை. மாறாக, தம்மை ஜெர்மனி ஏமாற்றுகிறது என்றே எடுத்துக்கொண்டார்கள். குறிப்பாக, கடும்கோபமடைந்த பிரான்ஸ் பழிவாங்கும் நடவடிக்கை யாக ஜெர்மனிமீது படையெடுத்து வந்து ரூர் பள்ளத்தாக்குப் பகுதியை (Ruhr valley) ஆக்கிரமித்துக்கொண்டது. இருப்பதிலேயே செழிப்பான இந்தத் தொழில் பகுதியை இழக்க நேரிட்டது ஜெர்மனிக்குத் தீராத வருத்தத்தையும் கோபத்தையும் ஏற்படுத்தியது. ஆனால் கைகள் கட்டப்பட்ட நிலையில் வேடிக்கை பார்ப்பதைத் தவிர வேறு ஒன்றும் செய்யமுடியாமல் இருந்தது ஜெர்மனி. ரூர் பகுதி மக்கள் பிரான்ஸுக்குக் கட்டுப்படவேண்டிய அவசியமில்லை; அவர்கள் இந்த அந்நிய ஆக்கிரமிப்பை எதிர்க்கவேண்டும் என்று மட்டும் கேட்டுக்கொண்டது.

ஆனால், பிரான்ஸ் தனது ராணுவத்தை வைத்து ரூர் பகுதியைக் கசக்கிப் பிழியத் தொடங்கியதால் ரூர் மக்கள் உதவியற்ற நிலையில் இருந்தனர். ரூர் பகுதியால் பிரான்ஸுக்குக் கிடைத்த லாபத்தைவிட ஜெர்மனிக்கு ஏற்பட்ட இழப்பு அதிகம். கையில் செல்வமில்லை. கடன் ஒரு பக்கம். ரூர் இழப்பு இன்னொரு பக்கம். அனைத்தும் ஒன்று சேர்ந்து ஜெர்மனியை அழுத்தத் தொடங்கியது. நிலைமையைச் சமாளிக்க அரசு அதிகப் பணத்தை அச்சிட்டு வெளியிட்டபோது விலைவாசி உயரத் தொடங்கியது. அதைச் சமாளிக்க மேலும் அதிகப் பணத்தை அரசு அச்சிட்டபோது அதற்கு ஏற்றாற்போல் விலைவாசி மேலும் உயரத்

தொடங்கியது. ஒரு கட்டத்தில் ஜெர்மானியப் பணத்தின் மதிப்பு ஒரு குரூர நகைச்சுவையாகமாறிப்போனது. ஓர் உதாரணம்.

பெர்லினில் ஒரு ரொட்டியின் விலை

ஆண்டு	விலை
1918	*0.63 மார்க்*
1922	*163 மார்க்*
ஜனவரி, 1923	*250 மார்க்*
ஜூலை, 1923	*3,465 மார்க்*
செப்டெம்பர், 1923	*1,512,00 மார்க்*
நவம்பர், 1923	*201,000,000,000 மார்க்*

மாதச் சம்பள முறை போய் தினமும் சம்பளம் என்னும் நிலை ஏற்பட்டது. ஒரு கட்டத்தில் அதைக் கொண்டும் சமாளிக்கமுடியாத நிலை ஏற்பட்டபோது தொழிலாளர்களுக்கு தினமும் இரண்டுமுறை கூலி கொடுக்கத் தொடங்கினார்கள். பெர்லினில் ஒரு பத்திரிகையில் ஆசிரியராகப் பணியாற்றும் ஒரு பெண்ணின் வாக்குமூலம் இது. 'என்னுடைய சம்பளப் பணம் கிடைத்ததும் சாமான்கள் வாங்க அவசர அவசரமாகக் கடைக்குச் சென்றேன். என்னுடைய ஒரு நாள் சம்பளத்தில் ஒரு ரொட்டியும் சிறிதளவு பாலாடைக் கட்டியும் மட்டுமே வாங்க முடியும். பெர்லினின் மற்றொரு பகுதியில் உள்ள ஒரு கல்லூரியிலிருந்து உரையாற்ற அழைத்திருந்தார்கள். மறுத்துவிட்டேன். அது மிகவும் தொலைவு. நடந்து போக முடியாது. ரயிலில் செல்லலாம்தான். ஆனால் ரயில் கட்டணத்தைவிடவும் குறைவாக அல்லவா அவர்கள் சம்பளம் தரப்போகிறார்கள்?' ஒரு பாதிரியார் தன் குழந்தைக்குக் காலுறை வாங்குவதற்கான நீண்ட தொலைவு நடந்து வந்து சில வேலைகள் செய்தார். ஆனால் வேலை முடிந்து கொடுத்த கூலியை வைத்து காலுறை வாங்க முடியவில்லை. ஒரு கோப்பை காபி மட்டுமே வாங்க முடிந்தது.

வெய்மார் ஆட்சி முடிவுக்கு வந்தது. திறமைமிக்க அரசியல்வாதியாக அறியப்பட்டிருந்த குஸ்தாவ் ஸ்ட்ரெஸ்மான் தலைமையில் புதிய அரசு செப்டெம்பர் 1923-ல் பதவியேற்றது. மேற்கொண்டு பணம் அச்சிடுவதை அவர் உடனடியாக நிறுத்திவைத்தார். ரென்டன்மார்க் என்னும் புதிய கரன்ஸி ஒன்றையும் அறிமுகப்படுத்தினார். ஆனால் ஜெர்மனியை மீட்க இந்த நடவடிக்கைகள் போதுமானதாக இல்லை.

மியூனிக் ஆட்சிக்கவிழ்ப்புத் திட்டம்

தனக்கான நேரம் வந்துவிட்டது என்று நினைத்தார் ஹிட்லர். ஆட்சிக்கவிழ்ப்புகள் தொடர்ந்து கண்முன்னால் அரங்கேறிவருவதையும் வெற்றி

பெறுவதையும் கண்ட அவரால் அதற்கு மேலும் அமைதியாக இருக்க முடியவில்லை. தன்னுடைய நாஜிக் கட்சியால் ஜெர்மனியை ஆள முடியும் என்னும் நம்பிக்கை அவருக்குப் பிறந்திருந்தது. பண வீக்கத் தாலும் விலைவாசி உயர்வாலும் பாதிக்கப்பட்டுள்ள ஜெர்மானியர் களைச் சுலபமாகத் தன் பக்கம் ஈர்க்க முடியும் என்று அவர் நம்பினார். பியர் ஹால் அரங்கங்களை வசப்படுத்த முடிந்ததுபோல் ஜெர்மானிய மக்களையும் வசப்படுத்திவிட முடியும் என்றும் அவர்கள் துணையுடன் ஆட்சியைக் கவிழ்த்துவிட முடியும் என்றும் ஹிட்லர் நம்பினார்.

ஹிட்லர் ஆட்சிக்கவிழ்ப்பு ஒன்றை நடத்த இருக்கிறார் என்று நவம்பர் 1922 தொடக்கத்திலிருந்தே பலரும் பேசத் தொடங்கிவிட்டனர். முதலில் அது வதந்தியாகத்தான் பரவத் தொடங்கியது. ரூர் பகுதியை பிரான்ஸ் ஆக்கிரமித்தபோதே ஹிட்லர் ஏதாவது செய்வார் என்று நம்பிக்கையுடன் பலர் பேசிக்கொண்டார்கள். இது வதந்தியா, உண்மையா என்னும் குழப்பம் நிலவியபோதே நாஜிக் கட்சியின் பலமும் கூடத் தொடங்கிவிட்டது. பிப்ரவரி தொடங்கி நவம்பர் 1923 வரை மட்டும் சுமார் 35,000 புதிய உறுப்பினர்கள் நாஜிக் கட்சியில் இணைந்தனர். இப்போது மொத்த பலம் 55,000 ஆக உயர்ந்திருந்தது. இதில் மூன்றில் ஒரு பங்கு உறுப்பினர்கள், தொழிலாளர்கள். பத்தில் ஒரு பங்கு உயர் நடுத்தர வர்க்கத்தினர். பாதிப் பேர் கீழ் மத்திய வர்க்கத்தைச் சேர்ந்தவர்கள். மொத்தத்தில் சமூகத்தின் அனைத்துப் பிரிவு களிலிருந்தும் நாஜிக் கட்சியில் உறுப்பினர்கள் சேர்ந்திருந்தனர். இவர் களில் பெரும்பாலானோர் கோபத்திலும் கையறுநிலையிலும் இருந்த வர்கள். செயலூக்கத்துடன் செய்து முடிக்கவேண்டிய திட்டத்தைத் தருகிறேன் என்று அவர்கள் அனைவருக்கும் ஹிட்லர் உறுதி அளித்திருந் தார். உறுப்பினர்களின் சேர்க்கையோடு சில உதிரிக் கட்சிகளும் ராணுவக் குழுக்களும்கூட ஹிட்லரின் கட்சியுடன் ஒன்றிணைந்தன.

நவம்பர் 1923 வாக்கில் பவேரியாவில் காவல்துறையினர் தயாராக ஆரம்பித்துவிட்டனர். மக்களின் அதிருப்தி எங்கோ எப்படியோ வெடிக்கப்போகிறது என்று அவர்கள் யூகித்திருந்தனர். அதிரடியாக எதையாவது செய்தே ஆகவேண்டிய கட்டாயத்துக்கு ஹிட்லர் தள்ளப் பட்டார். ஆட்சிக்கவிழ்ப்புக்குத் தயார் என்றபோதும் ராணுவத்தையும் காவல் துறையையும் தன் பக்கம் இழுத்துக்கொள்ளவேண்டும் என்னும் நினைப்பில் ஹிட்லர் திட்டத்தைத் தள்ளிப்போட்டுக்கொண்டே வந்தார். ஆனால் ஒரு கட்டத்துக்குமேல் காத்திருப்பதில் பயனில்லை என்னும் முடிவுக்கு வந்துவிட்டார். நவம்பர் 8-ம் தேதி அரசுத் தலைவர்கள் மூவர் ஒரு பெரிய பியர் ஹாலில் மக்களைச் சந்தித்து உரையாடுவதாக இருந்தது. திட்டத்தை நிறைவேற்ற இதைவிட நல்ல தருணம் கிடைக்காது என்னும் யோசனையை ஹிட்லர் ஏற்றுக்கொண்டார்.

அந்த அரங்கில் கிட்டத்தட்ட மூவாயிரம் பேர் திரண்டிருந்தனர். இரவு சுமார் 8.30 மணி இருக்கும். பவேரியாவின் அதிபர் குஸ்தாவ் ரிட்டர் ஃபான் கார் (Gustav Ritter von Kahr) தனது உரையை வாசித்துக் கொண்டிருந்தபோது திடீரென்று கதவைத் திறந்துகொண்டு இரும்பு ஹெல்மெட் அணிந்த வீரர்கள் உள்ளே நுழைந்தனர். ஃபான் கார் தன் உரையை நிறுத்திக்கொண்டார். உள்ளே நுழைந்தவர்கள் ஹிட்லரின் ஸ்ட்ராம்ட்ரூப்பர்ஸ் படையினர். என்ன, ஏது என்று தெரியாமல் மக்கள் திகைத்து நின்றபோது பாதுகாவலர்கள் சூழ ஹிட்லர் உள்ளே அடியெடுத்து வைத்தார். கூச்சலை அடக்க தனது பிரவுனிங் துப்பாக்கியை எடுத்து மேல்நோக்கிச் சுட்டார். அவருடைய படையில் 600 பேர் இருந்தனர். தேவைப்பட்டால் இயந்திரத் துப்பாக்கியை உள்ளே கொண்டுவரத் தயார் என்று அறிவித்தார் ஹிட்லர். பவேரியன் அரசாங்கம் அந்த நிமிடமே கலைக்கப்பட்டது என்றும் தலைவர்களுக்கோ ராணுவத்துக்கோ காவல் துறையினருக்கோ தாம் எதிகள் அல்லர் என்றும் பார்வையாளர்கள் சுதந்தரமாக பியர் அருந்தலாம் என்றும் அறிவிக்கப்பட்டது.

தனது அனுமதியில்லாமல் யாரும் அரங்கைவிட்டு வெளியேறக்கூடாது என்றார் ஹிட்லர். தனது துப்பாக்கியை அசைத்தபடி, புதிய ரீச் அரசாங்கம் உருவாகிவிட்டதையும் அதன் தலைவராகத் தான் அந்த நிமிடமே பொறுப்பு ஏற்றுக்கொண்டதையும் அவர் அறிவித்தார். தன்னுடன் வந்திருந்த ராணுவ ஜெனரல் லூடென்டார்ஃப் என்பவரைத் தேசிய ராணுவத்தின் தலைவராக நியமிப்பதாக ஹிட்லர் அறிவித்தார். ஃபான் கார் பவேரியாவின் தலைவராக நீடிப்பார் என்றும் ஹிட்லர் அறிவித்தார். அறிவிப்புகள் முடிந்தவுடன் கையோடு மன்னிப்பும் கேட்டுக்கொண்டார் ஹிட்லர். 'பலவந்தமாக உள்ளே வந்ததும் இப்படி யெல்லாம் நடந்துகொண்டதும் தவறுதான் என்றாலும் இதைத்தவிர வேறு வழி தெரியவில்லை.'

இத்தனையையும் முடித்துவிட்டு பார்வையாளர்களிடம் சுருக்கமாக ஓர் உரையாற்றவும் ஹிட்லருக்கு நேரம் இருந்தது. 'ஐந்து ஆண்டுகளுக்கு முன்னால் ராணுவ மருத்துவமனையில் கண் பார்வை பாதிக்கப்பட்டு முடங்கி கிடந்தபோது நான் மேற்கொண்ட சபதத்தை இப்போது நிறைவேற்றப் போகிறேன். நவம்பர் கிரிமினல்கள் (சோஷலிஸ்ட் கட்சியினர்) மண்ணோடு மண்ணாகப் போகும்வரை, பரிதாபகரமான இந்த ஜெர்மனி சிறந்த பலமிக்க ஜெர்மனியாக மாறும்வரை எனக்கு உறக்கமில்லை, ஓய்வில்லை.' பலத்த ஆரவாரங்களுக்கு மத்தியில் ஹிட்லர் தொடர்ந்தார். 'நான் உங்களுக்கு இப்போது சொல்கிறேன். ஒன்று, ஜெர்மன் புரட்சி இன்றிரவு தொடங்கும். அல்லது விடியும் போது நாங்கள் அனைவரும் மாண்டுபோயிருப்போம்.' தனக்குக்

கொடுக்கப்பட்ட புதிய பொறுப்பை ஏற்றுக்கொள்வதாக ஃபான் கார் அறிவித்தார். எதிர்பார்த்ததைப் போலவே அனைத்தும் திருப்தியாக முடிந்துவிட்டதால் ஒரு குழந்தையைப்போல் ஹிட்லர் துள்ளிக் குதித்து மகிழ்ந்தார் என்று குறுப்பிடுகிறார் கெர்ஷா. ஃபான் காரின் கரங்களைப் பிடித்து மென்மையாகக் குலுக்கவும் செய்தார்.

ஹிட்லரின் மகிழ்ச்சி அந்தக் கணத்தோடு முடிவுக்கு வந்துவிட்டது. ஹிட்லர் தனது ஆள்களை அவசரப்படுத்தியது தவறாகிவிட்டது. நகரம் முழுவதையும் உடனடியாகக் கைப்பற்றவேண்டும் என்று ஹிட்லர் துடித்துக்கொண்டிருந்தார். அரசு அலுவலகங்கள், வீதிகள், காவல் துறை, ராணுவம் அனைத்தும் கைக்கு வந்துவிடவேண்டும் என்று உத்தரவிட்டார். அரசு அலுவலகங்கள் சில தொடக்கத்தில் கைப்பற்றப் பட்டன என்றாலும் தவறுகள் நிகழத் தொடங்கின. ராணுவமும் காவல் படையும் ஹிட்லருடன் இணைய மறுத்துவிட்டது. அலுவலகங்களைக் கைப்பற்றச் சென்ற குழுக்களிடையே ஒருங்கிணைப்பு இல்லாததால் கவனம் சிதறத் தொடங்கியது. நிலைமையைச் சீராக்க, தானே களத்துக்குச் செல்லவேண்டும் என்று ஹிட்லர் முடிவெடுத்ததும் தவறாகிவிட்டது. ஹிட்லரின் ஆட்சிக்கவிழ்ப்பு முயற்சி தவிர்க்கப்பட்டு விட்டது என்று சில மணி நேரங்களில் வானொலி அறிவிப்பு வெளியானது.

துப்பாக்கி முனையில் மிரட்டப்பட்ட பவேரியத் தலைவர்கள் மூவரும் இரவோடு இரவாகப் பின்வாங்கிவிட்டதும் நாஜிக் கட்சியினரைக் கைது செய்ய அவர்கள் முடிவெடுத்ததும் தெரிய வந்தது. அடுத்தடுத்து கைதுகளும் அரங்கேறத் தொடங்கிவிட்டன. அனைவரையும் ஹிட்லர் அமைதிப்படுத்திக்கொண்டிருந்தார். தம் முயற்சி வெற்றி பெறும் என்றும் இத்தகைய தாற்காலிகத் தடைகள் அகன்றுவிடும் என்றும் அவர் நம்பிக்கை அளித்தார். உடனடியாக பணம் அச்சடிக்கும் இடத்திலிருந்து 50 பில்லியன் மார்க் பணத்தைக் கைப்பற்றுமாறு ஹிட்லர் தன் வீரர்களுக்கு உத்தரவிட்டார். பிறகு அமைதியாகிவிட்டார். உண்மையில் அவருக்கும்கூட நிலைமையை எப்படிக் கட்டுக்குள் கொண்டுவருவது என்று தெரியவில்லை.

மறுநாள் காலை ஒரு புதிய திட்டம் தயாரானது. ஹிட்லர், லூடென்டார்ஃப் தலைமையில் படை வீரர்களும் கட்சியினரும் கும்பலாகத் திரண்டு ஊர்வலம் செல்வது என்றும் ஒவ்வொரு நகரமாகச் சென்று மக்களின் ஆதரவைப் பெற்று பெர்லினை அடைவது என்றும் முடிவு செய்தார்கள். மிகுந்த ஆரவாரத்துடன் ஊர்வலம் தொடங்கியது. வியப்புடன் மக்கள் அவர்களைப் பார்த்தனர். ஹிட்லரின் புதிய அரசு அமைந்துவிட்டது என்றே அவர்கள் நினைத்தனர். 'ஹெய்ல் ஹிட்லர்'

என்று சிலர் முழக்கமிடவும் செய்தனர். ஆனால் கூடவே எதிர்ப்பு களையும் சந்திக்கவேண்டியிருந்தது. காவல் படையினர் ஆங்காங்கே ஹிட்லரின் படையோடு மோதிக்கொண்டே இருந்தனர். உயிரிழப்பு களும் தொடர்ந்தன. ஒரு கட்டத்துக்குமேல் மக்கள் ஆதரவும்கூடக் குறைந்துவிட்டது. சவ ஊர்வலம்போல் மாறிவிட்டது.

ஹிட்லர் கைது செய்யப்பட்டார். அவருடைய கனவு சிதறடிக்கப் பட்டது. மியூனிக் ஆட்சிக்கவிழ்ப்பு தோற்றுப்போனது. ஹிட்லரின் கட்சியும் உடனடியாகத் தடை செய்யப்பட்டது. நியாயப்படிப் பார்த்தால் ஹிட்லரின் கதையும்கூட இத்துடன் முடிவுக்கு வந்திருக்க வேண்டும்.

8

சிறைச்சாலைச் சிந்தனைகள்

ஹிட்லர் தற்கொலை செய்துகொள்ளும் முடிவில் இருந்தார் என்று அவரைக் கைது செய்யும்போது ஒரு வதந்தி எங்கிருந்தோ கிளம்பியது. 'அனைத்தையும் இழந்தது போன்ற நிலையில் இருந்தேன்' என்று ஹிட்லரே தன் நிலையை வெளிப்படுத்தியும் இருக்கிறார். என்னிடம் துப்பாக்கி இருந்திருந்தால் அப்போதே செத்திருப்பேன் என்று ஹிட்லர் நம்பிக்கையற்ற குரலில் சொன்னதாக சிறை மருத்துவர் ஒருவர் குறிப்பிடுகிறார். உண்மையில் ஹிட்லர் மனமுடைந்துதான் போயிருந் தார். சிறைக்கு வந்தவுடனேயே தான் பட்டினிப் போராட்டம் நடத்தப் போவதாக அவர் அறிவித்தார். ஆனால் வழக்கு நீதிமன்றத்துக்கு வந்தவுடன் ஹிட்லரின் மனநிலை மாறிவிட்டது. நீதிமன்றத்தை ஒரு பிரசார மேடையாக மாற்றித் தன் வாதத்தை எடுத்துவைக்கத் தொடங்கினார். அதில் தன் பங்கை மிகைப்படுத்தி, பெருமிதத்துடன் பறைசாற்றினார். வெய்மார் குடியரசை வீழ்த்துவது ஏன் அவசியமாகிறது என்று முழங்கினார்.

நீதிமன்றத்துக்கு வரும்போது கைதிகளுக்கான சீருடை அணியாமல் சூட் கோட் அணிந்து, தனக்கு வழங்கப்பட்டிருந்த மெடலையும் அணிந்து வந்திருந்தார் ஹிட்லர். சாட்சியங்களைக் குறுக்கு விசாரணை செய்யும் அனுமதியும் அவருக்கு வழங்கப்பட்டிருந்தது. சில சமயம் நான்கு மணி நேரம் வரையிலும் ஹிட்லர் தொடர்ந்து உரையாற்றவும் செய்தார். இவற்றையெல்லாம் திரட்டி வைத்துக்கொண்ட சிலர், நீதிமன்றம் எப்படி ஹிட்லருக்குச் சாதகமாகச் செயல்படுகிறது என்று குற்றம் சாட்டினர். வழக்கு விசாரணை மொத்தம் 24 தினங்கள்

நடைபெற்றது. ஹிட்லர் நீதிமன்றத்தில் சொன்னவை செய்தித்தாள்களில் முதல் பக்கத்தில் வெளிவந்தன. அதுவரை ஆயிரக்கணக்கானோர் பங்கேற்ற கூட்டங்களில் உரையாடிவந்த ஹிட்லர் இப்போது இந்தப் புதிய வாய்ப்பால் லட்சக்கணக்கானவர்களிடம் உரையாடும் நிலைக்கு உயர்ந்தார்.

'ஆம், இதற்கு நானே முழுப் பொறுப்பேற்கிறேன். ஆனால் அதற்காக நான் கிரிமினல் ஆகிவிட மாட்டேன். 1918 துரோகிகளுக்கு எதிராகச் செயல்படுவது அரசு விரோதம் ஆகிவிடாது. ஜெர்மானிய மக்களுக்கு எது நல்லதோ அதைத்தான் நான் செய்தேன்... கணவான்களே, என்மீது தீர்ப்பு வாசிக்கப்போவது நீங்கள் அல்ல. வரலாறு என்னும் நிரந்தரமான நீதிமன்றமே தீர்ப்பை வழங்கவிருக்கிறது. தம் மக்களுக்கும் தந்தையர் நாட்டுக்கும் நல்லது செய்யவேண்டும் என்று நினைத்த எங்களுக்கு, போராடுவதற்கும் உயிர் விடுவதற்கும் தயாராக இருக்கும் எங்களுக்கு தீர்ப்பு வழங்கப்பட உள்ளது.'

1 ஏப்ரல் 1924 அன்று தீர்ப்பு வாசிக்கப்பட்டது. ஹிட்லருக்கு ஐந்தாண்டுகள் சிறைத் தண்டனையும் 200 கோல்ட் மார்க் அபராதமும் விதிக்கப்பட்டது. லூடென்டார்ஃப் நிரபராதி என்று விடுவிக்கப் பட்டார். இந்தத் தீர்ப்பும்கூட விமர்சிக்கப்பட்டது. அரசாங்கத்தைக் கவிழ்க்க சதி செய்தவருக்கு வெறும் ஐந்தாண்டு தண்டனையா? சோஷலிஸ்டுகளும் கம்யூனிஸ்டுகளும் மட்டுமல்ல, வலதுசாரிகளுமே கூட வியப்படைந்தனர்.

மியூனிக்கிலிருந்து 80 கிமீ மேற்கே உள்ள லாண்ட்ஸ்பெர்க் என்னும் சிறையில் ஹிட்லர் அடைக்கப்பட்டார். முதல் மாடியில், பெரிய ஜன்னல்களுடன் கூடிய ஓரளவு விசாலமான அந்த அறையைச் சிறை என்று அழைப்பதைவிட விடுதி என்று அழைப்பதுதான் பொருத்தமாக இருக்கும். அந்த ஜன்னலுக்கு அருகே மடக்கு நாற்காலியில் அமர்ந்து (நண்பர்கள் தலையணை போன்ற ஒன்றையும் கொடுத்திருந்தார்கள்) செய்தித்தாள்கள், புத்தகங்கள் வாசித்துக்கொண்டிருப்பார் ஹிட்லர். தலையை உயர்த்தினால் ஜன்னல் வழியாக பசுமை நிலப்பரப்பைப் பார்த்துக் களிக்கலாம். சிறை அதிகாரிகள் ஹிட்லரிடம் பணிவுடன் நடந்துகொண்டனர். ஒரு சிறிய மேஜை தயார் செய்யப்பட்டது. தனக்கு வந்து சேர்ந்த கடிதங்களுக்கு அவர் அங்கிருந்து பதில் எழுதினார். பரிசுகள், மலர்கள், பாராட்டுகள் என்று அந்த அறை நிரம்பத் தொடங்கியது. விருப்பம்போல் யார் வேண்டுமானாலும் வந்து ஹிட்லரைச் சந்திக்கலாம், உரையாடலாம். ஒரு கட்டத்தில் விருந்தினர் களின் எண்ணிக்கை ஐநூறைத் தாண்டியபோது ஹிட்லரே சந்திப்பு களைக் குறைத்துக்கொள்ள முடிவு செய்தார்.

எந்த அளவுக்கு ஹிட்லர் நாஜிக் கட்சிக்கு அத்தியாவசியமானவராக இருந்தார் என்பதைப் புரிந்துகொள்ளவேண்டுமானால் அவர் சிறையில் இருந்த காலகட்டத்தில் கட்சியின் செயல்பாடு எப்படி இருந்தது என்பதைப் பார்த்தாலே போதும். அதிகாரப் போட்டி, நிர்வாகத் திறனற்ற நிலை, உள்கட்சிக் குழப்பங்கள், பிரசாரக் குறைபாடு, குறையும் மக்கள் செல்வாக்கு என்று கட்சி தத்தளித்துக்கொண்டிருந்தது.

'என் போராட்டம்'

இதற்கிடையில் ஹிட்லர் தனது மெயின் காம்ஃப் நூலைச் சிறையில் இருந்தபடி எழுதத் தொடங்கினார். ஒரு போராளியாகத் தன்னை இதில் அவர் முன்னிறுத்திக்கொண்டார். உள்ளது உள்ளபடி நேர்மையாகத் தன் வாழ்வையும் அனுபவங்களையும் பதிவு செய்யும் முயற்சியை அவர் தொடக்கத்திலிருந்தே மேற்கொள்ளவில்லை. நீதிமன்றத்தைக்கூட ஒரு பிரசார மேடையாகவே பயன்படுத்திக்கொண்ட ஹிட்லர் தனது சுயசரிதையையும்கூட அவ்வாறே பயன்படுத்திக்கொண்டதில் ஆச்சரியமில்லை. அங்குமிங்குமாகத் தாவிச் செல்லும் இந்த நீண்ட, நெடிய புத்தகம் அரசியல், வரலாறு, சமூகம், மதம் ஆகியவற்றைப் பற்றிய ஹிட்லரின் கருத்துகளைக் கொண்டுள்ளது.

அரசே எனக்காகச் செலவு செய்து படிக்க வைத்த பல்கலைக்கழகம் என்று தன் சிறையை ஹிட்லர் அறிமுகம் செய்தார். நீட்ஷே, மார்க்ஸ், பிஸ்மார்க் தொடங்கி ஜெர்மன், நேச நாடுகளின் தலைவர்கள், ராணுவ ஜெனரல்கள் எழுதிய நூல்களை சிறையில் தான்வாசித்தாக ஹிட்லர் குறிப்பிடுகிறார். தான் ஏற்கெனவே கொண்டிருந்த சிந்தனைகளை இங்கே அவர் வலுப்படுத்திக்கொள்ளவும் செய்தார். குறிப்பாக, யூதர்கள், கம்யூனிஸ்டுகள்மீதான அவருடைய வெறுப்பு இறுக்கமடைந்தது. தூய இனவாதக் கொள்கைகள் வளரத் தொடங்கின. இனவாதத்துக்குத் தத்துவார்த்த, சித்தாந்த நியாயம் கற்பித்துக் கொண்டார். வரலாற்றை இதற்கு அவர் பயன்படுத்திக்கொண்டார். பண்டைய வரலாற்றிலிருந்து புதிய வரலாற்றை அவர் உருவாக்கிக் கொண்டார். ஓரிடத்தில் ஹிட்லர் எழுதுகிறார். 'ரத்த உறவுகளில் கலப்பு ஏற்பட்டதும், இனத் தூய்மை கெட்டுப்போனதும்தான் பண்டைய நாகரிகங்கள் வீழ்ச்சியடைந்ததற்கான காரணங்களாக இருக்க முடியும். தேசங்கள் போர்களால் அல்ல; தாக்குப்பிடிக்கும் திறனை இழந்ததாலேயே வீழ்ச்சி அடைகின்றன. தூய இனத்தின் ரத்தம் இருந்தால் இவ்வாறு நேராது.'

உலகம் எதிர்கொண்டுள்ள பிரச்னைகள் அனைத்தையும்விட இனப் பிரச்னை முக்கியமானது என்று ஹிட்லர் கருதினார். உலக

வரலாற்றையும் கலாசாரத்தையும் புரிந்துகொள்ள இனம் குறித்த புரிதல் அவசியம் என்றார்.

'வாழிடம்' குறித்த தேடலும் ஹிட்லர் மனத்தில் தீவிரமாக உருவானது அப்போதுதான். ஜெர்மானியின் தற்போதைய நிலப்பரப்பு ஜெர் மானியர்களுக்குப் போதாது என்றும் ரஷ்யாவை ஆக்கிரமிப்பதன்மூலம் ஜெர்மானியர்களின் வாழிடம் பன்மடங்கு கூடிப்போகும் என்றும் ஹிட்லர் கருதினார். 'யூத போல்ஷ்வியத்தை' அகற்றுவதன்மூலம் எதிரிகளின் அபாயம் அழிவதோடு ஜெர்மானியர்களின் வாழ்நிலையும் மேன்மையடையும் என்னும் முடிவுக்கு ஹிட்லர் வந்து சேர்ந்தார். ஹிட்லரின் சுயசரிதை அவருடைய இந்த உலகப் பார்வையைத் தெளி வாகவும் பகிரங்கமாகவும் பதிவு செய்தது. அவருடைய நோக்கமும்கூட இதுவேதான். தன்னை வலதுசாரிகளின் நலன் விரும்பியாக, அவர்களை வழிநடத்தும் தலைவராக முன்னிறுத்த ஹிட்லர் இந்தப் புத்தகத்தைப் பயன்படுத்திக்கொண்டார். ஜெர்மனியைப் பாதித்துக் கொண்டிருக்கும் பிரச்னைகளை அலசவும் தீர்வை அளிக்கவும் தனது புத்தகத்தை ஒரு செயல்திட்டக் கருவியாக அவர் வகுத்துக்கொண்டார்.

இருப்பதிலேயே சிறந்த முன்னணி இனம் அவரைப் பொருத்தவரை ஜெர்மானிய இனம் மட்டுமே. அவர்கள் வாழப் போதுமான இடம் இல்லை என்பது பெரும் சோகம் மட்டுமல்ல, கோபமூட்டும் ஓர் உண்மையும்கூட. தூய ஜெர்மானிய இனம் வாழமுடியாமல் போன தற்குக் காரணம் அல்லது அவர்களால் தங்கள் பண்டைய பெருமையை மீட்கமுடியாமல் போனதற்குக் காரணம் யூதர்கள். அவர்கள் ஜெர்மானி யர்களின் வாழ்விடத்தையும் வாழ்வாதாரத்தையும் ஆக்கிரமித்துக் கொண்டுவிட்டார்கள். எனவே யூதர்களை அகற்றுவது அல்லது அழிப்பது ஜெர்மானியர்களுக்கு அத்தியாவசியம். இதுதான் ஹிட்லர் இறுதியாக வந்தடைந்த கோட்பாடு.

சுயசரிதையின் முதல் பாகம் 18 ஜூலை 1923-ல் வெளிவந்தது. இதில் அவர் எழுதிய சுயவரலாற்றுத் தகவல்கள் பலவற்றில் தவறுகளும் திரிபுகளும் மிகுந்திருந்தன. பிப்ரவரி 1920-ல் கட்சியின் செயல் திட்டங்களை அவர் அறிவித்த காலகட்டம் வரையிலான பதிவு இதில் காணக்கிடைக்கிறது. இரண்டாவது பாகம் 11 டிசம்பர் 1926-ல் வெளிவந்தது. இதில்தான் அவருடைய உலகப் பார்வையும் சிந்தனை களும் பதிவு செய்யப்பட்டுள்ளன. ஹிட்லர் இந்தப் புத்தகத்தைத் தானே கைப்பட எழுதினார், உதவியாளர்களுக்கு வாய்வழியாகச் சொல்லி எழுத வைத்தார், சிலவற்றை தானே தட்டச்சு செய்தார், புரியாத பல பகுதிகள் மீண்டும் மீண்டும் பலரால் திருத்தி எழுதப்பட்டன. ஆனால் அனைவரும் ஒப்புக்கொள்ளும் ஒரு விஷயம், இது படிப்பதற்கு

எளிதான புத்தகம் அல்ல என்பதுதான். கருத்துகளைக் காட்டிலும் அவை எழுதப்பட்ட முறை திருகலாகவும் முறையற்றும் இருப்பதாலேயே எழுந்த பிரச்னை இது. ஹிட்லரேகூட இதை ஒரு கட்டத்தில் ஒப்புக்கொண்டார்.

ஹிட்லர் தனது புத்தகத்தில் எழுதப்பட்ட எதையும் பிற்காலத்தில் மாற்றவோ அழிக்கவோ விரும்பவில்லை என்பதை வைத்துப் பார்க்கும்போது அதைத் தனது அரசியல் சாசனமாக அவர் கண்டிருக்கிறார் என்றே கருதவேண்டும். மெயின் காம்ஃப் புத்தகத்தில் உள்ள விஷயங்கள் நமக்கு ஒவ்வாதவையாக இருந்தாலும்கூட அதை ஓர் அரசியல் சித்தாந்தமாக அணுகி ஆராயவேண்டியுள்ளது என்றே கெர்ஷாவும் சொல்கிறார். யூதர்களை எப்படி ஹிட்லர் இந்தப் புத்தகத்தில் கையாண்டுள்ளார் என்பதை வைத்து அவருடைய பிற்கால இனவொழிப்பு நடவடிக்கைகளைப் புரிந்துகொள்வது கடினம் என்கிறார் கெர்ஷா. காரணம், அவர் முன்பே கொண்டிருந்த யூத வெறுப்புணர்வு கிட்டத்தட்ட அதே தொனியில், அதே அளவில்தான் இதிலும் பதிவாகியுள்ளது என்கிறார் கெர்ஷா. யூதர்களைக் கிருமிகள் என்று அவர் முன்னரேகூட வர்ணித்திருக்கிறார். எனவே அவர்கள் அழித்தொழிக்கப்படவேண்டியவர்கள் என்னும் கருத்தும் முன்பே வெளிவந்துள்ளது. ஆக, ஹிட்லர் முன்பே கொண்டிருந்த யூத வெறுப்புணர்வு கிட்டத்தட்ட அதே அளவில்தான் இந்தப் புத்தகத்திலும் பதிவாகியுள்ளது. மற்றபடி, தன்னுடைய உலகப் பார்வை என்றுதான் ஹிட்லர் அந்தப் புத்தகத்தை அழைத்திருந்தார். அதை அவ்வாறே எடுத்துக்கொள்வதுதான் சரியாக இருக்கும்.

20 டிசம்பர் 1924 அன்று 12.15 மணிக்கு ஹிட்லர் விடுவிக்கப்பட்டார். ஒன்பது மாதங்களை மட்டுமே சிறையில் அவர் கழித்திருந்தார். அப்போதைய காவல் துறை அதிகாரி அளித்த குறிப்பு இது. 'ஹிட்லரின் திறனை வைத்துப் பார்க்கும்போது அவர் விடுதலையானால் நிச்சயம் பொது இடங்களில் மீண்டும் கலவரங்கள் நிகழத் தூண்டுதலாக இருப்பார் என்றே தோன்றுகிறது. அதே போல் தேசப் பாதுகாப்புக்கும் அவர் ஓர் அச்சுறுத்தலாகவே இருப்பார்.'

சிறை அதிகாரிகள் பலர் கண்ணீருடன்தான் ஹிட்லரை வழியனுப்பியிருக்கிறார்கள். இன்னும் சிலர் அவருடன் புகைப்படம் எடுத்துக்கொண்டபிறகே அவரை வெளியேற அனுமதித்திருக்கிறார்கள். இரண்டு மணி நேரங்களில் ஹிட்லர் மியூனிக் வந்து சேர்ந்துவிட்டார். மாலை, மரியாதையுடன் நண்பர்கள் அவருக்காகக் காத்திருந்தனர். ஹிட்லரின் செல்லநாய் உல்ஃப் பாய்ந்துவந்து முட்டி தன் எஜமானரைக் கிட்டத்தட்டக் கீழே தள்ளிவிட்டது.

9

தேர்தல் பாதை

இனி பின்னோக்கிப் போகமுடியாது, முன்னேறி மட்டுமே சென்றாக வேண்டும் என்று ஹிட்லருக்குத் தெரிந்திருந்தது. பலரும் எதிர் பார்த்ததைப்போல் கட்சி அரசியலைக் கைவிட்டுவிட்டு முகமற்றவராக மாறிவிட அவர் தயாராக இல்லை. வழக்கம்போல் இந்த முறையும் தன்னுடைய சமீபத்திய தோல்விக்கான காரணங்களைக் கண்டுபிடித்து விட்டார். ஆட்சிக்கவிழ்ப்புத் திட்டம் சிதறிப்போனதற்கும் தான் சிறை சென்றதற்கும் காரணம் தன்னுடன் இருந்த மற்ற தலைவர்களே. ஹிட்லர் எதிர்பார்த்ததைப்போலன்றி அவர்கள் அனைவரும் பின்வாங்கிவிட்டனர். தேசிய விடுதலை இயக்கத்துக்குத் துரோகம் இழைத்துவிட்டனர். தன்னுடைய சறுக்கல்கள் அனைத்துக்கும் தனக்கு வெளியில் மட்டுமே காரணங்கள் தேட அவர் இப்போது முழுக்கவே பழகிப்போயிருந்தார். லூடென்டார்ஃப் உள்பட அனைவரிடமிருந்தும் விலகியிருக்க முடிவு செய்தார். தன்னால் மட்டுமே சிக்கலின்றி, இடையூறின்றி ஒரு காரியத்தைச் சாதிக்க முடியும் என்று அவர் மெய்யாகவே நம்பத் தொடங்கினார்.

தன்னை மட்டுமே நம்பும், தனக்கு மட்டுமே முக்கியத்துவம் கொடுத்துக்கொள்ளும் ஒரு தலைவனாக அவர் இப்போது வளர்ந் திருந்தார். ஓர் அரசியல் ராஜதந்திரியாகவும், ஒரு சிந்தனையாளராகவும், திறமையான செயல்வீரனாகவும் அவர் தன்னைப் பார்த்துக்கொண்டார். இத்தனை திறமைகள் ஒருவரிடமே குவிந்து கிடப்பது வரலாற்றில் அரிதானது என்று அவர் தன்னைப் பற்றியே எழுதிக்கொண்டார் என்று குறிப்பிடுகிறார் கெர்ஷா. தன்னுடைய சிந்தனைகள் சாதாரணமாக

உதித்தவை அல்ல என்றும் ஜெர்மனியின் தலைவிதியைத் தீர்மானிக்கும் சக்தி அவற்றுக்கு உள்ளன என்றும் அவர் உளமாற நம்பினார். குறிப்பாக, யூதர்களுக்கு எதிரான தனது போரை, இறைவனின் செயல் என்றே அவர் அழைத்துக்கொண்டார்.

புத்துணர்ச்சியுடன் இன்னொரு போராட்டக் களத்தைச் சந்திக்கும் துடிப்புடன் ஹிட்லர் சிறையிலிருந்து வெளிவந்தார். ஆனால் ஜெர்மனி இப்போது அதற்குத் தயாராக இல்லை. ஹிட்லரால் நம்பமுடியாத அளவுக்கு அல்லது அவருடைய எதிர்பார்ப்புகளைப் பொய்யாக்கும் வகையில் ஜெர்மனி மாறியிருந்தது.

ஸ்ட்ரெஸ்மேன் மாற்றங்கள்

ஹிட்லர் சிறையில் இருந்தபோதே ஜெர்மனி மாறத் தொடங்கியிருந்தது. புதிதாகப் பதவியேற்ற குஸ்தாவ் ஸ்ட்ரெஸ்மேன் எடுத்த சில நடவடிக்கைகள் பொருளாதாரத் துறையில் சில ஆரோக்கியமான மாற்றங்களை ஏற்படுத்தியிருந்தன. அவர் அறிமுகப்படுத்திய புதிய நாணயம் பண வீக்கத்தைப் படிப்படியாகக் குறைத்து கட்டுக்குள் கொண்டுவந்தது. இதுவே பெரும் நிம்மதியை மக்களிடையே ஏற்படுத்தியது. ரூர் பகுதியில் நடைபெற்று வந்த வேலை நிறுத்தப் போராட்டங்கள் முடிவுக்குக் கொண்டுவரப்பட்டன. பிரெஞ்சு ராணுவம் அங்கிருந்து வெளியேறவும் தயாராகிக்கொண்டிருந்தது. பலரும் எண்ணியதைப் போல் போருக்குப் பிந்தைய ஜெர்மனியில் முதல் முறையாக இயல்பு வாழ்க்கை திரும்பிக்கொண்டிருந்தது. இது மக்களின் மனநிலையில் குறிப்பிடத்தக்க மாற்றத்தை ஏற்படுத்தியது. புதிய அரசாங்கத்தை அவர்கள் ஓரளவுக்கு நல்ல கண்ணோட்டத்துடன் அணுகினர்.

இது நாஜிக் கட்சியைப் பெருமளவில் பாதித்தது. அரசுக்கு ஆதரவாக வீசத் தொடங்கியிருக்கும் இந்த அலையை அவர்களால் எதிர்கொள்ள முடியவில்லை. சோஷலிச அரசு, நவம்பர் கிரிமினல்கள், ஜெர்மனிக்கு அவமானம் தேடித் தந்தவர்கள் என்றெல்லாம் இனியும் பிரசாரம் மேற்கொண்டால் எடுபடாது என்பது எல்லோரையும்விட ஹிட்லருக்கு நன்றாகவே தெரிந்தது. இது ஹிட்லரும் நாஜிக் கட்சியும் எதிர்பாராத ஒரு திடீர்த் திருப்பம்.

வலதுசாரிகளின் பிரசாரக் கூட்டங்களுக்கு ஆதரவு குறைந்து வருவதும் முன்பைவிடக் கூடுதலாக மக்கள் கூட்டம் அரசை ஆதரிப்பதும் ஒரு விஷயத்தைத் தெளிவாக உணர்த்தியது. ஜெர்மனி சரியான திசையில் செல்லும்போது தீவிர வலதுசாரிக் கருத்துகளுக்கு வரவேற்பு இருக்காது. 1924 தொடங்கி 1929 வரையிலான காலகட்டத்தில் ஜெர்மனி அதற்குச் சற்று முந்தைய காலகட்டத்தைக் காட்டிலும்

அமைதியாகவும் ஓரளவுக்கு வளமாகவும் இருந்ததை வரலாற்றாசிரியர்கள் சுட்டிக்காட்டுகிறார்கள். 1924-ல் குஸ்தாவ் ஸ்ட்ரெஸ்மேன் ஜெர்மனியின் அயல்துறை அமைச்சராகப் பொறுப்பேற்றார். உடனடியாக பிரிட்டன், பிரான்ஸ், அமெரிக்கா மூவரையும் தொடர்புகொண்டு சந்திப்பு ஒன்றை ஏற்பாடு செய்தார். போர் இழப்பீடுகள் குறித்து விவாதங்கள் நடத்தப்பட்டு முன்பைக் காட்டிலும் எளிதான ஒரு திட்டம் ஸ்ட்ரெஸ்மேனால் முன்வைக்கப்பட்டது. ஒவ்வொரு ஆண்டும் ஜெர்மனிக்கு உண்மையில் எவ்வளவு சாத்தியமோ அதை மட்டும் செலுத்துவது என்று தீர்மானிக்கப்பட்டது. ஜெர்மன் அரசை அழுத்திக் கொண்டிருந்த முதல் பெரும் சுமையை ஓரளவு இந்தத் திட்டம் குறைத்தது.

உள்நாட்டில் பணவீக்கம் குறைந்ததால் அயல்நாட்டு வர்த்தக நிறுவனங்கள் ஜெர்மனிக்குக் கடன் வழங்க முன்வந்தன. அடுத்த ஐந்தாண்டுகளில் 25 பில்லியன் தங்க மார்க்ஸ் இப்படிக் கடனாகப் பெறப்பட்டது. பொருளாதார மறுகட்டுமானம் இதனால் சாத்தியப்பட்டது. புதிய தொழிற்சாலைகள் உருவாக்கப்பட்டன. புதிய வீடுகள் கட்டப்பட்டன. வேலை வாய்ப்புகள் பெருகின. 1925-ம் ஆண்டு லொகார்னோ ஒப்பந்தம் என்ற ஒன்றின்மூலம் தனது எதிரிகளின் நன்மதிப்பை ஸ்ட்ரெஸ்மேன் பெற்றுக்கொண்டார். ஜெர்மனி, பிரான்ஸ், பெல்ஜியம் ஆகிய நாடுகளுக்கு இடையிலான இந்த ஒப்பந்தத்தின்படி ஜெர்மனி இனி இந்த மூன்று நாடுகளுடனான தன் எல்லைகளை மாற்றிக்கொள்ளாது. இத்தகைய மாற்றங்களால் 1926-ல் ஜெர்மனி, லீக் ஆஃப் நேஷன்ஸ் அமைப்பில் இணைத்துக்கொள்ளப் பட்டது.

1928 வாக்கில் ஜெர்மனி பெருமளவிலான சங்கடங்களைக் களைந்து விட்டது. அப்போது பெர்லினின் வசித்து வந்த பத்திரிகையாளர் வில்லியம் ஷைரெரின் பதிவு இது. 'ஜெர்மனி அற்புதமான மாற்றங்களைச் சந்தித்து வருகிறது. நான் இதுவரை இருந்த இடங்களைவிடவும் ஜெர்மனியில் வாழ்க்கை மேலும் சுதந்தரமானதாக, மேலும் நவீனமயமாக, மேலும் உற்சாகமானதாகத் தோன்றுகிறது... இளைஞர்களின் குரல் எங்கும் ஒலிக்கிறது. நடைபாதை தேநீர்க் கடைகள், மதுபானக் கடைகள், கலைஞர்களின் கூடம் என்று பல இடங்களில் இளைஞர்களுடன் இரவு முழுவதையும் உரையாடியபடிக் கழிக்க முடிகிறது. நீங்கள் சந்திக்கும் பெரும்பாலான ஜெர்மானியர்கள் ஒரு ஜனநாயகவாதியாக, தாராளச் சிந்தனையாளர்களாக, அமைதியை விரும்புபவராக இருக்கிறார். ஹிட்லர் குறித்தோ நாஜிகள் குறித்தோ யாரும் அதிகம் கேள்விப்படவில்லை. சில சமயம் அவர்களைப் பற்றி வேடிக்கையாகப் பேசி மகிழ்கிறார்கள். குறிப்பாக பியர் ஹால் புரட்சி பற்றி.'

பலம் பெறும் நாஜிக் கட்சி

இந்த மாற்றங்களை ஹிட்லர் கவனத்தில் எடுத்துக்கொண்டார். அவரால் ஸ்ட்ரெஸ்மேனின் மாற்றங்களை நல்லவிதமாக எடுத்துக்கொள்ள முடியவில்லை என்றபோதும் அவருடைய நடவடிக்கைகள் ஏற்படுத்திய தாக்கத்தை அவர் உணர்ந்திருந்தார். இந்த மாற்றத்துக்கு ஏற்பத் தானும் தனது கட்சியும் மாறவேண்டும் என்பதும் அவருக்குத் தெரிந்திருந்தது. முதல் காரியமாக, நாஜிக் கட்சியின்மீதான தடையை நீக்கும் நடவடிக்கையில் இறங்கினார். அதற்காக பவேரியாவின் தலைவர்களைச் சந்தித்து உரையாடினார். பலன் கிடைத்தது. அடுத்த தாகக் கட்சியை வலுப்படுத்தும் முயற்சிகளை எடுத்துக்கொண்டார். உறுப்பினர் சேர்க்கை, புதிய சேர்க்கை விதிகள், செயல்திட்டத்தைப் புணரமைத்தல் என்று செய்வதற்கு நிறையவே இருந்தன. மொத்தத்தில், நாஜிக் கட்சியை ஹிட்லர் மீண்டும் புதிதாகக் கட்டமைக்க வேண்டியிருந்தது.

ஹிட்லர் விடுதலையாகி மூன்று மாதங்கள் ஆகியிருந்த நிலையில், மியூனிக்கில் உள்ள ஓர் உணவகத்தின் பின்புறம் ஹிட்லர் ஒரு சந்திப்பை ஏற்பாடு செய்திருந்தார். மறுசீரமைக்கப்பட்ட நாஜிக் கட்சி பற்றிய அறிவிப்பை அவர் அங்கு வெளியிட்டார். அப்படியே தனது புதிய செயல்திட்டத்தையும் பகிர்ந்துகொண்டார். 'இனி ராணுவ ரீதியிலான ஆட்சிக்கவிழ்ப்பு முயற்சிகள் வேண்டாம். மூக்கைப் பிடித்துக் கொண்டாவது நாடாளுமன்றத்தில் (ரீச்ஸ்டாகில்) நுழைந்தாக வேண்டும்.'

ஹிட்லரின் வாழ்விலும் நாஜிக் கட்சியின் வரலாற்றிலும் இது முக்கியமான முடிவு மட்டுமல்ல, அதுவரை அழுத்தமாக நிலவிவந்த கருத்தாக்கத்துக்கு நேர் எதிராக எடுக்கப்பட்ட தலைகீழ் முடிவும்கூட. இனி ஜெர்மனியின் மற்ற கட்சிகளைப்போல் நாஜிக் கட்சியும் தேர்தல் பாதையில் செல்லும். பலவந்தமான ஆட்சிக்கவிழ்ப்பு முயற்சிகள் எதுவும் மேற்கொள்ளப்பட மாட்டாது. இந்த முடிவை ஹிட்லர் எடுக்கக் ஒரே காரணம், தற்போதைய சூழலில் தேர்தல் அரசியல் பாதையைத் தவிர வேறு மாற்று வழிகள் அவருக்குத் தெரியவில்லை என்பதுதான்.

ஆயுதங்கள்மீதான நம்பிக்கையை ஹிட்லர் கைவிடவில்லை என்பதற்கு உதாரணம் தனது எஸ்ஏ (Sturmabteilung - SA) படையை அவர் விரிவாக்கிக்கொண்டதுதான். அதே போல் எஸ்எஸ் என்னும் கருஞ்சட்டைப் பிரிவு (Schutzstaffeln - SS) ஒன்றையும் அவர் தொடங்கினார். இது பாதுகாப்புக்கான ஏற்பாடு என்று சொல்லப்பட்டது. அடுத்து நாடு முழுவதும் கட்சி அலுவலகங்களைத் தொடங்கி வைத்தார். இந்த அலுவலகங்கள் ஒவ்வொன்றும் தனித்தனியே சில சிறப்பு

அமைப்புகளைத் தொடங்கின. ஜெர்மன் மகளிர் பிரிவு, நாஜி மாணவர் பிரிவு, நாஜி ஆசிரியர்கள் பிரிவு என்று அவற்றுக்குப் பெயர்கள் இடப்பட்டன. 1928 இறுதியில் நாஜிகளின் பலம் 1,08,717 ஆக வளர்ந்திருந்தது.

இப்படி ஹிட்லர் ராணுவ பலத்தைக் கூட்டிக்கொள்வதற்குக் காரணமே கம்யூனிஸ்டுகள்தான் என்றும் சொல்லப்பட்டது. கம்யூனிச அபாயத்தைப் போக்கவே நாஜி படை உருவாக்கப்பட்டதாகவும் சொல்லப்பட்டது. யூதர்களைக் காட்டிலும் ஹிட்லர் மார்க்சிஸ்டுகளை அதிகம் விமர்சித்தும் தாக்கியும் பேசத் தொடங்கினார். ஜெர்மனியின் பண்டைய பெருமிதம் மார்க்சிஸ்டுகளின் நடமாட்டத்தால் கைகூடாமலேயே இருக்கிறது என்று குறிப்பிட்டார். இத்தனைக்கும் ஜெர்மன் கம்யூனிஸ்ட் கட்சியின் பலம் குறைவாகவே இருந்தது. 1924-ல் நடைபெற்ற தேர்தலில் கம்யூனிஸ்ட் கட்சி ஒன்பது சதவிகித வாக்குகளை மட்டுமே பெற்றிருந்தது. ஹிட்லரைப்போல் கம்யூனிஸ்ட் கட்சியும்கூடப் புணரமைப்புப் பணியில்தான் ஈடுபட்டு வந்தது. ஹிட்லரைப் போலவே அவர்களும் ஸ்ட்ரெஸ்மேன் மேற்கொண்ட நடவடிக்கைகளைத் தொடர்ந்து விமர்சித்தே வந்தனர். ஹிட்லரைப் போலவே ரெட் ஃபைட்டிங் லீக் என்னும் பெயரில் அவர்கள் ஆயுதம்தாங்கிய ஒரு படைப்பிரிவை உருவாக்கியிருந்தனர். எஸ்ஏ படை அணிவகுப்பு நடத்துவதைப் போலவே சிவப்பு ஆயுதப் படையும் அணிவகுப்பு நடத்தியது. எஸ்ஏ ஹிட்லருக்கு சல்யூட் செய்தது என்றால் சிவப்புப் படை எர்னெஸ்ட் தால்மன் என்பவருக்கு வணக்கம் செலுத்தியது. பல சமயம் வீதிகளில் நாஜிகளுக்கும் கம்யூனிஸ்டு களுக்கும் இடையில் மோதல்கள் ஏற்பட்டன.

மார்க்சிஸ்டுகளைப் பலவாறாக ஏசி உரையாற்றும்போது அவர் ஜெர்மன் கம்யூனிஸ்டுகளை மட்டும் குறிப்பிடவில்லை. சோவியத் கம்யூனிஸ்டு களையும் சேர்த்தே குறிப்பிட்டார். சோஷலிஸ்டுகளையும் வெய்மார் அரசு அதிகாரிகளையும்கூட அவர் மார்க்சிஸ்டுகள் என்றே வகைப் படுத்தினார். கம்யூனிஸ்ட்களை சோஷலிஸ்ட் அரசு தேடித்தேடி வேட்டையாடியதையும் அவர்களுக்கு இடையில் தத்துவத்திலும் நடைமுறையிலும் வேறுபாடுகள் இருப்பதையும் அவர் கண்டுகொள்ள வில்லை. அல்லது அத்தகைய வேறுபாடுகள் அவருக்கு முக்கியமாகப் படவில்லை. நாஜிக் கட்சியின் பெயரில் உள்ள தேசிய சோஷலிசம் மட்டுமே அவரைப் பொருத்தவரை உண்மையான சோஷலிசம். மற்றவை தீங்கு விளைவிப்பவை. அவற்றை அவர் மார்க்சியம் என்னும் பெயராலேயே அழைத்தார். அதே பெயரால் எதிர்க்கவும் செய்தார்.

தேசியவாதமும் கம்யூனிச எதிர்ப்பும் புதிதல்ல. பல கட்சிகள் இந்த இரண்டையும்தான் மக்களுக்கு அளித்து வருகின்றன. ஹிட்லர்

இவர்களிடமிருந்து வேறுபட்டது அணுகுமுறையின் தீவிரத்தில் மட்டுமே. இந்த இரண்டையும் மற்றவர்களைக் காட்டிலும் தீவிரமாகவும் அச்சமூட்டும் அளவுக்கு வலிமையாகவும் வழங்க முடியும் என்னும் நம்பிக்கையை அவர் மக்களிடம் ஏற்படுத்த விரும்பினார். மார்க்சிஸ்டுகள்மீது திடீரென்று பயங்கரவாதத்தைக் கட்டவிழ்த்து விட்டால் தாராளவாத ஜெர்மானியர்கள் பெரிதாக எடுத்துக்கொள்ள மாட்டார்கள் என்பதை அவர் தன் அனுபவங்களிலிருந்து தெரிந்து கொண்டார்.

அவ்வப்போது தனது விருப்பமான யூத எதிர்ப்பையும் அவர் எழுத்திலும் பேச்சிலும் கொண்டுவந்தார். மார்க்சியம் என்பது மனித குலத்தின் கொள்ளை நோய் என்றும் யூதர்கள் உலகின் எதிரிகள் என்றும் அவர் ஒரு கட்டுரையில் எழுதினார். 'வாழிடம்' பிரச்னையையும் அவர் தீவிரமாக விவாதித்தார். அரசியல் என்பது உயிர் வாழ்வதற்காக மக்கள் நடத்தும் போராட்டமேயன்றி வேறில்லை என்றார் ஓரிடத்தில். வலிமையானவை நீடித்து நிற்பதும் பலவீனமானவை அழிவதும் இயற்கையே என்றார் இன்னோரிடத்தில். ஒரு மனிதனை நிர்ணயிக்கும் விஷயங்கள் மூன்று என்று எழுதினார் ஹிட்லர். ஒன்று, ரத்த அல்லது இன மதிப்பு. இரண்டு, ஆளுமையின் மதிப்பு. மூன்று, போராட்ட வலிமை. இந்த மூன்றும் ஆரிய இனத்திடம் காணப்படுகிறது என்றார். இதன் எதிரி, யூத மார்க்சியம். அதை அழிப்பது ஆரிய இனத்தின் கடமை.

கிட்டத்தட்ட இதே காலகட்டத்தில் ஹிட்லர் பொது இடங்களில் உரையாற்றக்கூடாது என்னும் தடையை ஜெர்மனியின் ஒவ்வொரு பகுதியும் அடுத்தடுத்து விலக்கிக்கொள்ளத் தொடங்கியது. அதற்குக் காரணம் நாஜி தொல்லை இனி தொடராது என்று அவர்கள் நம்பியது தான். ஹிட்லரின் உரைகளால் இனியும் தீங்கு நேரும் என்றோ மியூனிக்கில் நடைபெற்றதைப் போன்ற ஆட்சிக்கவிழ்ப்பு முயற்சிகளை அவர் திரும்பவும் மேற்கொள்வார் என்றோ அவர்கள் நம்பவில்லை. நாஜிக் கட்சி தன் ஆதரவை மக்களிடையே இழந்து வருகிறது என்றும் இன்னும் சிறிது காலத்தில் அவர்கள் அரசியல் களத்திலிருந்தே காணாமல் போகக்கூடும் என்றும் அவர்கள் கணித்தனர்.

நீண்டகால நோக்கில் இல்லாவிட்டாலும் இந்தக் கணிப்பு 1928 தேர்தலைப் பொருத்தவரை சரியாகத்தான் இருந்தது. எதிர்பார்ப்புகளுடன் தேர்தலைச் சந்தித்த நாஜிக் கட்சி பெரும் தோல்வியைத் தழுவியது. ரீச்ஸ்டாகில் நாஜிகளுக்கு 12 இடங்களே கிடைத்தன. ஹிட்லர் மூர்க்கமாக எதிர்த்து நின்ற கம்யூனிஸ்ட் கட்சிக்கு 54 இடங்கள் கிடைத்தன. ஹிட்லரின் நவம்பர் எதிரிகளான ஆளும் சோஷியல்

டெமாக்ரடிக் கட்சி 153 இடங்களைக் கைப்பற்றி முதல் இடத்தை வகித்தது. செண்டர் பார்ட்டி என்னும் மிதவாதக் கட்சிக்குக்கூட 61 இடங்கள் கிடைத்திருந்தன.

வெய்மார் குடியரசின் பொற்கால ஆட்சியில் திளைத்துக்கொண்டிருந்த மக்கள் ஹிட்லரைப் பொருட்படுத்தவில்லை என்பதை இந்தத் தேர்தல் தெளிவாக உணர்த்தியது. ஹிட்லரின் எதிரிகள் கணித்ததைப் போலவே நாஜிக் கட்சியை மக்கள் ஒதுக்கி வைத்துவிட்டார்கள். ஹிட்லரின் பரபரப்பூட்டும் உரைகள் வாக்குகளாக மாறவில்லை. 'நாஜிக் கட்சியின் கடைசி நிமிடங்கள் தொடங்கிவிட்டன; ஹிட்லரின் அரசியல் மரணம் நிகழ்ந்துவிட்டது' என்று செய்தித்தாள்களில் எழுதினார்கள். ரீச்ஸ்டாகைக் கைப்பற்றுவோம் என்று முழங்கிய ஹிட்லரின் கட்சியிலிருந்து இப்போது 12 உறுப்பினர்கள் மட்டுமே உள்ளே நுழைய முடியும்.

பெரும் பொருளாதாரச் சீரழிவு

1929-ம் ஆண்டு ஸ்ட்ரெஸ்மேன் மரணமடைந்தபோது சிறிது காலமாக நிலவிவந்த அமைதி சட்டென்று மறைந்துபோனது. தனது மரணத்துக்கு முன்பே ஸ்ட்ரெஸ்மேன் இதனை எதிர்நோக்கியிருந்தார். 'இப்போது நிலவும் பொருளாதார நிலை மேலோட்டமானது. ஜெர்மனி உண்மையில் எரிமலையின்மீது நின்று ஊசலாடிக்கொண்டிருக்கிறது. எப்போது வேண்டுமானாலும் பெரும் சரிவு ஏற்படலாம்.' அவர் சொன்னதுதான் நடந்தது.

ஜெர்மனியின் பொருளாதாரக் கட்டுமானம் அயல்நாட்டு வங்கிகளின் கடன் உதவிகளால்தான் நின்றுகொண்டிருந்தது. பெரும்பாலும், அமெரிக்க வங்கிகளே கடன் அளித்திருந்தன. அதில் பாதி குறைவான அவகாசத்துக்குள் திருப்பித்தரவேண்டிய கடன்கள். ஒப்பந்தத்தின்படி 90 தினங்களுக்குள் ஜெர்மனி தவணையை அடைக்கவேண்டும் அல்லது கடனைப் புதுப்பித்துக்கொள்ளவேண்டும். பலமுறை அமெரிக்க வங்கிகள் தவணையை நீட்டித்து வந்தன. ஆனால் அக்டோபர் 1929-ல் அவ்வாறு நீட்டிக்க மறுத்தன. அதற்குக் காரணம் அமெரிக்காவில் ஏற்பட்டிருந்த பொருளாதார மந்த நிலை. வால் ஸ்ட்ரீட் பங்குச்சந்தை நிறுவனங்கள் சரிந்ததைத் தொடர்ந்து அமெரிக்காவின் நிதி நிலைமை மோசமடைந்திருந்தது. இந்நிலையில் அயல் நாட்டுக் கடன்களைத் திரும்பப் பெற்றே தீரவேண்டிய நிலை அமெரிக்க வங்கிகளுக்கு ஏற்பட்டது. மேலும் கடன் அளிக்கும் நிலையிலும் அந்நாட்டு வங்கிகள் இல்லை.

சட்டென்று ஜெர்மனியின் கரங்களில் இருந்த ஊன்றுகோலை யாரோ தட்டிவிட்டதைப் போன்ற நிலை. சிறிது நேரம்கூட தாக்குப்பிடிக்க

முடியாமல் கீழே விழுந்துவிட்டது ஜெர்மனி. ஸ்ட்ரெஸ்மேன் குறிப்பிட்ட எரிமலையை இப்போது ஜெர்மானியர்கள் அனைவரும் கண்டனர். தொழிற்சாலைகளும் வர்த்தக நிறுவனங்களும் அடுத்தடுத்து திவாலாகத் தொடங்கின. தொழிலாளர்கள் பெருமளவில் வேலை இழந்தனர். கீழ்வரும் புள்ளிவிவரம் நிலைமையின் தீவிரத்தை உணர்த்துகிறது.

1928 முதல் 1933 வரையிலான வேலையில்லாதவர்களின் எண்ணிக்கை

செப்டெம்பர் 1928	6,50,000
செப்டெம்பர் 1929	13,20,000
செப்டெம்பர் 1930	30,00,000
செப்டெம்பர் 1931	43,50,000
செப்டெம்பர் 1932	51,02,000
ஜனவரி 1933	61,00,000

பிரிட்டிஷ் வரலாற்றாசிரியர் ஆலன் புல்லாக்கின் வார்த்தைகளில், 'ஒவ்வொரு தொழில் நகரிலும் தெரு முனையில் இந்த எண்ணிக்கை யில் வேலையற்றவர்கள் காத்திருப்பதைக் கற்பனை செய்து பாருங்கள். போதுமான கதகதப்பு இல்லாத, உணவில்லாத இத்தனை வீடுகளைக் கற்பனை செய்து பாருங்கள். லட்சக்கணக்கான ஜெர்மானிய மக்களின் சொல்லொணாத் துயரமும் கசப்பும் புரியும்.'

வீடுகளை இழந்த பலர் நடைபாதையில் தங்கள் உடைமைகளுடன் குடியேறத் தொடங்கினர். நாளடைவில் அதற்கும் தேவை அதிகரித்து விட்ட நிலையில் சாலைகளும் மக்களால் ஆக்கிரமிக்கப்பட்டன. குளிர் உச்சத்தைத் தொட்டபோது நடைபாதைகளில் உறங்க முடியாதவர்கள் அதற்காகவே அமைக்கப்பட்ட கதகதப்பான அறைகளை இரவு நேரங் களில் நாடினர். அங்கு கட்டணம் செலுத்தி வரிசையில் காத்திருந்து அமர்ந்தபடியே உறங்கவேண்டும். விழுந்துவிடாமல் இருக்க இருக்கைகளுக்கு முன்னால் கயிறு கட்டப்பட்டிருக்கும். கிட்டத்தட்ட ஆடு, மாடுகளை அடைத்து வைக்கும் ஏற்பாடு போன்றது இது.

முதல் வெற்றி

எதிர்பார்த்தபடியே, நாஜிக் கட்சி மட்டும் இதை வேறு மாதிரியாகப் பார்த்தது. கட்சித் தலைவர்களில் ஒருவரான ஜார்ஜ் ஸ்ட்ரேஸர் 1931-ல் தனது மகிழ்ச்சியை வெளிப்படுத்தினார். 'ஒரு மாபெரும் சீரழிவு நடக்கப்போவதையே இவை அனைத்தும் உணர்த்துகின்றன. நமக்கும் ஜெர்மன் புரட்சிக்கும் இது நல்ல, மிக நல்ல விஷயம்.'

ஜனநாயகம் தோல்வியடைந்துவிட்டது, நவம்பர் கிரிமினல்களால் சிறந்த நிர்வாகத்தை அளிக்கவே முடியாது என்பது மீண்டும் ஒருமுறை அழுத்தமாக நிரூபிக்கப்பட்டுவிட்டது என்று சற்றே பெருமிதத்துடன் அறிவித்தது நாஜிக் கட்சி. கம்யூனிஸ்ட் கட்சியினரின் கருத்தும்கூட இதுவேதான். நாஜிக் கட்சி தன் பிரசாரத்தைத் தீவிரமாக முடுக்கி விட்டது. பத்திரிகைகளில் தொடர்ந்து கட்சியின் பெயர் அடிபட வேண்டும் என்னும் நோக்கத்துடன் கடந்த ஆண்டிலிருந்தே அவர்கள் பணியாற்றத் தொடங்கியிருந்தனர். பிற கட்சிகளிலிருந்து ஆள்களைச் சேர்த்துக்கொள்ளவும் தொடங்கியிருந்தனர். பல இளம் தலைவர்கள் அடையாளம் கண்டுகொள்ளப்பட்டு அவர்களுக்குப் பயிற்சிகள் அளிக்கப்பட்டன. மக்களைக் கவர்ந்திழுக்கும் வகையில் உரையாற்று வதற்குச் சிறப்புக் கவனம் செலுத்தப்பட்டன. கிளப், சமூக அமைப்புகள், ஊடகம் என்று பல துறைகளில் நாஜிகள் உள்நுழைந்தனர். உறுப்பினர் சேர்க்கையும் பொதுக்கூட்டங்களில் பங்கேற்பவர்களின் எண்ணிக்கை யும் அதிகரிக்கத் தொடங்கியபோது கூட்டங்களுக்குக் கட்டணம் நிர்ணயித்து வசூலிக்கத் தொடங்கினர். கட்சி வளர்ச்சி நிதியும் திரட்டப் பட்டது.

இடர்பாடுகள் இல்லாமல் இல்லை. கட்சிக்கு உள்ளிருந்தே எதிர்ப்புக் குரல்கள் கிளம்பத் தொடங்கின. எந்தவொரு கட்சியிலும் இத்தகைய குரல்கள் ஒலிப்பது இயல்புதான் என்றாலும் ஹிட்லரால் அப்படி சாதாரணமாக இந்த எதிர்ப்புகளை எடுத்துக்கொள்ள முடியவில்லை. கட்சியின் விதிமுறைகளை மீறுவது, கட்சியை விமர்சிப்பது என்பதை அவர் தனிப்பட்ட முறையில் தனக்கு விடப்பட்ட சவாலாகவே பார்த்தார். தன்னுடைய அதிகாரம் கேள்விக்கு உட்படுத்தப்படுவதை யும் தன்னுடைய கொள்கைகள் விமர்சிக்கப்படுவதையும் அவரால் சகித்துக்கொள்ளமுடியவில்லை. ஒட்டோ ஸ்ட்ரேஸர் கட்சிக்குள்ளேயே ஒரு தனி உள்வட்டத்தை ஏற்படுத்தி வருவதையும் ஹிட்லரின் கொள்கைகளை மறுத்து தனியொரு தேசிய சோஷலிசத்தை உருவாக்கி வருவதையும் கேள்விப்பட்டபோது ஹிட்லர் எரிச்சலடைந்தார். நீண்ட காலமாகவே ஸ்ட்ரேஸர் பற்றி அவர் தவறான தகவல்களை மட்டுமே கேள்விப்பட்டு வந்திருந்தார் என்றபோதும் அவற்றால் கட்சிக்குப் பெரிய ஆபத்து நேரப்போவதில்லை என்று அமைதி காத்து வந்தார். இப்போது ஸ்ட்ரேஸர் தனிக்கட்சி தொடங்கப்போவதும் தெரியவந்தது.

ஸ்ட்ரேஸரைச் சந்தித்து உரையாடினார் ஹிட்லர். அதை ஸ்ட்ரேஸர் பதிவு செய்திருக்கிறார். உங்கள் சித்தாந்தத்தில் எனக்குச் சில பிரச்னைகள் உள்ளன என்று ஸ்ட்ரேஸர் தொடங்கியபோது ஹிட்லர் சீறினார். 'சிந்தனை, சித்தாந்தம் என்று இங்கே எதுவுமில்லை. நமக்கு

ஜனநாயகம் தேவையில்லை. தலைவர்தான் சித்தாந்தம். அவரைப் பின்தொடர்வது மட்டுமே அனைவருடைய கடமை. உனக்குப் புரிகிறதா?' ஹிட்லருக்கு மாற்றாக ஸ்ட்ரேஸர் முன்வைத்த சோஷலிசத்தை அப்போதைக்கு அப்போதே ஹிட்லர் நிராகரித்தார். மக்களுக்குத் தேவை தத்துவமோ சித்தாந்தமோ சோஷலிசமோ அல்ல ரொட்டிதான் என்றார். 'தேவை ஒரேயொரு புரட்சி மட்டுமே. பொருளாதாரப் புரட்சியோ சமூகப் புரட்சியோ அரசியல் புரட்சியோ அல்ல இனப் புரட்சிதான்.' கட்சியின் நிலைப்பாட்டை மீறி ஸ்ட்ரேஸர் சில தொழிலாளர் போராட்டங்களை ஆதரிக்க முன்வந்ததையும் ஹிட்லர் எதிர்த்தார். தொழிலதிபர்களுடன் அணுக்கமாகச் செல்வதே கட்சிக்கு நன்மை பயக்கும் என்றும் எடுத்துரைத்தார்.

ஹிட்லரின் வாதங்களை ஸ்ட்ரேஸர் ஏற்கமுடியாததால் அந்தச் சந்திப்பு முறிந்துபோனது. ஸ்ட்ரேஸர் தனது இருபத்தைந்து ஆதரவாளர்களுடன் கட்சியிலிருந்து விலகினார். ஹிட்லரும் கட்சியும் வேறல்ல என்பதும் ஹிட்லரின் பார்வையும் கட்சியின் பார்வையும் மாற்றத்தக்கது அல்ல என்பதையும் இந்தச் சம்பவம் புரியவைத்தது.

இத்தகைய சமயங்களில் ஹிட்லரின் நிழலாக இருந்து அவரை ஆதரித்தும் ஆராதித்தும் வந்தவர்களில் குறிப்பிடத்தக்கவர் ஜோசப் கெப்பல்ஸ். 1921-ம் ஆண்டு இலக்கியத்தில் முனைவர் பட்டம் பெற்றவர். பத்திரிகையாளராக, வங்கி ஊழியராக, பங்குச் சந்தை ஊழியராகப் பணியாற்றியிருக்கிறார். நாவல், நாடகம் என்று இவர் எழுதிய அனைத்தையும் பதிப்பாளர்கள் நிராகரித்துவிட்டனர். பின்னர் நாஜிகளின் பிரசாரத் துறை இவர் கட்டுப்பாட்டில் வந்தபோது அனைத்து கலைப் படைப்புகளிலும் இவருடைய தலையீடு இருந்தது. தன்னை நிராகரித்த கலை உலகத்தை இவர் பின்னர் பழி தீர்த்துக் கொண்டார்.

நாஜிக் கட்சியுடன் கெப்பல்ஸுக்குத் தொடர்பு ஏற்பட்டது 1923-ம் ஆண்டில்தான். அடுத்த ஆண்டே அதன் உறுப்பினர் ஆனார். 1926-ம் ஆண்டு பெர்லின் பிரதேசக் கட்சித் தலைவராக உயர்த்தப்பட்டார். மேலும் மேலும் கெப்பல்ஸ் கட்சியில் உயர்ந்து ஹிட்லரின் நிழலாக மாறியதற்குக் காரணம் அவருடைய பிரசார உத்தி. சோஷலிஸ்டுகளுக்கு எதிராகவும் கம்யூனிஸ்டுகளுக்கு எதிராகவும் அவர் மேற்கொண்ட அரசியல் தாக்குதல்கள் பலரைத் திரும்பிப் பார்க்க வைத்தன. பின்னர் யூதர்களுக்கு எதிராகவும் கெப்பல்ஸ் தீவிர பிரசார யுத்தத்தைத் தொடங்கினார். நடுத்தர, மேல்தட்டு மக்களை மட்டும் கவர்ந்தால் போதாது, அடித்தட்டு வர்க்கத்தையும் நாம் ஈர்த்தாகவேண்டும் என்று

அடிக்கடி இவர் சொல்வது வழக்கம். அடித்தட்டு மக்கள் இடதுசாரிகளின் பக்கம் சாய்ந்துவிடாமல் இருக்க இது உதவும் என்பது அவர் கணக்கு.

ஹிட்லரின் அணுகுமுறையை கெப்பல்ஸால் ஏற்க முடியவில்லை என்றாலும் கெப்பல்ஸின் திறமைகளைத் தொடக்கத்திலேயே கண்டு கொண்ட வெகு சிலரில் ஹிட்லரும் ஒருவர். 1926 ஏப்ரலில் தனது சொந்த காரை அனுப்பி கெப்பல்ஸை மியூனிக் வரவழைத்த ஹிட்லர் அவருடன் நீண்ட நேரம் பிரத்தியேகமாக உரையாடினார். இந்தச் சந்திப்பு கெப்பல்ஸை ஹிட்லருடன் பிணைத்தது. என்னுடைய தலைமையை உங்களால் ஏற்க முடியுமா என்று கேட்டபோது கெப்பல்ஸ் மனமுவந்து ஏற்றுக்கொண்டார். தான் கொடுத்த வாக்குறுதியைத் தன் வாழ்நாளின் இறுதிவரை காப்பாற்றினார் கெப்பல்ஸ்.

ஹிட்லருடனான தன் சந்திப்புகள் குறித்தும் அவருடன் பழகிய தருணங்கள் குறித்தும் தொடர்ச்சி முதலே கெப்பல்ஸ் தனது நாள்குறிப்பில் பதிவு செய்து வந்துள்ளார். அவற்றை வாசிக்கும்போது, ஹிட்லரை அவர் தொடக்கம் முதலே உச்சத்தில் வைத்துப் பார்த்ததையும் அவருடைய ஒவ்வொரு அசைவையும் கண்டு பிரமித்ததையும் தெரிந்துகொள்ள முடிகிறது. நாஜிக் கட்சியின் பிரசாரங்களைப் புதுமைப்படுத்தி மக்களிடம் வெற்றிகரமாகக் கொண்டுசென்றதில் கெப்பல்ஸின் பங்களிப்பு முக்கியமானது.

இந்த முறை ஊடகங்களால் நாஜிக் கட்சியை ஒதுக்கிவைக்க முடியவில்லை. பழுப்புச் சட்டை வீரர்கள் பத்திரிகைகளின் முதல் பக்கத்தில் அவ்வப்போது இடம்பெறத் தொடங்கினார்கள். இதற்காகவே நாஜிகள் தெருச் சண்டைகளில் இறங்கிப் பரபரப்பை ஏற்படுத்தினார்கள். 1930 தேர்தலை மனத்தில் வைத்து ஜெர்மனி முழுதும் நான்கு வாரங்களில் 38,000 பொதுக்கூட்டங்கள் நடத்தப்பட்டது. வேறு எந்தக் கட்சியும் இவ்வளவு பிரம்மாண்டமாகச் செயல்படவில்லை. ஹிட்லர் மட்டுமே ஆறு வாரங்களில் இருபது பெரிய பொதுக்கூட்டங்களில் கலந்துகொண்டு உரையாற்றினார். இந்தக் கூட்டங்களில் 25,000-க்கும் அதிகமானோர் கலந்துகொண்டபோது ஹிட்லருக்குப் புது நம்பிக்கை உண்டானது.

1930 ரீச்ஸ்டாக் தேர்தல் நெருங்கியபோது ஜெர்மனி ஒரு மாற்றத்துக்குத் தயாராகியிருந்தது. கடந்த தேர்தலில் நிலவிய சூழல் இப்போது அடியோடு மாறிவிட்டதால் நாஜிக் கட்சிக்குக் கிடைக்கும் ஆதரவும் அடியோடு மாறி நல்ல வாக்குகளைப் பெற்றுத்தரும் என்று ஹிட்லர் கணக்கிட்டார். தேர்தல் முடிவுகள் ஹிட்லரை ஆச்சரியப்பட வைத்தன.

1930 தேர்தல் முடிவுகள்

கட்சி	இடங்கள்
சோஷியல் டெமாக்ரடிக் கட்சி	143
நாஜிக் கட்சி	107
கம்யூனிஸ்ட் கட்சி	77
சென்டர் கட்சி	68

மொத்தம் ஆறு மில்லியன் ஜெர்மானியர்கள் நாஜிக் கட்சிக்கு வாக்களித்திருந்தனர். கடந்தமுறையைவிட இது எட்டு மடங்கு அதிகம். இந்த வெற்றியைக் கண்டு ஹிட்லரின் எதிரிகள் அமைதியடைந்தனர். ஹிட்லரால் இனி மீண்டு வரவே முடியாது என்று தீர்ப்பு எழுதியவர்கள் கவலைப்படத் தொடங்கினார். 1928-ல் 2.6 சதவிகித வாக்குகளையும் 12 இடங்களையும் பெற்றிருந்த நாஜிகள் இரண்டே ஆண்டுகளில் 18.3 சதவிகித வாக்குகளையும் 107 இடங்களையும் கைப்பற்றியது பெரும் சாதனைதான். கெர்ஷாவின் வார்த்தைகளில் சொல்வதானால், 'இது ஓர் அரசியல் நிலநடுக்கம்'.

10
நாஜிகளின் வெற்றி

ஹிட்லரே எதிர்பார்க்காத (அவருடைய அதிகபட்சக் கணிப்பு 100 இடங்கள்) 1930 தேர்தல் வெற்றிக்கு இரண்டு காரணங்கள் சொல்லப் படுகின்றன. ஒன்று, சோஷியல் டெமாக்ரடிக் கட்சியின் வீழ்ச்சியானது வலதுசாரிக் கருத்தாக்கத்தை நோக்கி மக்களை நகர்த்திச் சென்றது. நீண்டகாலமாக ஒரு மாற்று வழியை முன்வைத்து வரும் ஹிட்லரின் கட்சிக்கு ஒரு வாய்ப்பை வழங்க மக்கள் தயாரானதை இந்த முடிவு உணர்த்தியது. இரண்டு, நாஜிகளின் திறமையான, தீவிரமான பிரசாரம். என்னென்ன வழிமுறைகள், நுணுக்கங்கள் உள்ளனவோ அனைத்தையும் கெப்பல்ஸ் தயங்காமல் பயன்படுத்தினார். தவிரவும், பிரத்தியேகமான புதிய கண்டு பிடிப்புகளையும் அறிமுகப்படுத்தினார். உதாரணத்துக்கு, ஹிட்லரின் உரைகளை கிராமஃபோனில் பதிவு செய்து விநியோகித்தார்கள். ஜெர்மனிக்கு ஒரு வேண்டுகோள் என்னும் தலைப்பில் கிட்டத்தட்ட 50,000 ஒலிப்பதிவுகள் இவ்வாறு உருவாக்கப்பட்டன.

லட்சக்கணக்கான நாஜிக் கொடிகளும் சுவரொட்டிகளும் நாடு முழுவதும் ஒட்டப்பட்டன. எங்கு திரும்பினாலும் ஹிட்லர் மட்டுமே காட்சியளித்தார். அவருடைய குரலே ஜெர்மனி எங்கும் ஒலித்துக் கொண்டிருந்தது. ஹிட்லர் மட்டுமே தனிப்பெரும் தலைவர் என்பதான தோற்றம் வலிந்து ஆனால் திறமையாக உருவாக்கப்பட்டது. பெரிய விளையாட்டு மைதானங்களில் ஹிட்லர் ஆற்றிய உரைகளும் மாபெரும் பேரணிகளும் ஜெர்மனி முழுவதும் பேசுபொருளாக மாறின. ஹிட்லரின் பிம்பத்தை கெப்பல்ஸ் வானளவுக்கு உயர்த்தினார்.

1932-ல் ஹிட்லர் மேற்கொண்ட ஒரு மாபெரும் பேரணியை அருகில் இருந்து கண்ட கர்ட் லுடெக்கே என்னும் நாஜி தலைவரின் குறிப்பு இது. 'நான் பெர்லின் வீதிகளில் நடந்துசெல்லும்போது கட்சிக் கொடியை எங்கு திரும்பினாலும் பார்க்க முடிந்தது. வீட்டு ஜன்னல்களி லிருந்தும் சிறிய பெட்டிக் கடைகளிலிருந்தும் நாஜி முழக்கங்களைக் கேட்க முடிந்ததது. சீருடை அணிந்த ஆண்கள் கூட்டங்களை ஒழுங்குபடுத்திக்கொண்டிருந்தார்கள். அவர்களுடைய கரங்களில் ஸ்வஸ்திகா சின்னம் காணப்பட்டது. இரவு நெருங்கும்போது மைதானத்தில் நூறாயிரம் பேர் நிற்க இடமில்லாத அளவுக்கு அடைக்கப்பட்டிருந்தனர். இவர்கள் கட்டணம் செலுத்தி நுழைந் தவர்கள். மேலும், ஆயிரக்கணக்கில் கூட்டம் வெளியில் காத்திருந்தது. ஹிட்லரை அவர்களும் கேட்கும் வண்ணம் ஒலிப்பெருக்கிகள் ஏற்பாடு செய்யப்பட்டிருந்தன. இவை போக, வீடுகளில் ரேடியோ முன்னால் லட்சக்கணக்கானவர்கள் காத்திருந்தார்கள். திடீரென்று கூட்டத்தில் ஓர் அலை வீசியது. 'ஹிட்லர் வருகிறார், ஹிட்லர் வருகிறார்' என்னும் குரல்கள் மைதானத்தை நிரப்பத் தொடங்கின. ட்ரம்பெட் இசை காற்றில் மிதந்து வந்தது. கூட்டம் அப்படியே எழுந்து நின்றது. அனைவருடைய பார்வையும் மேடையை நோக்கியே திரும்பியிருந்தது. ஃப்யூரருக்காக அனைவரும் காத்திருந்தனர். சற்று நேரத்தில் ஆரவாரமான கைத்தட்டல்கள் எழுந்தன. சீராக எழும்பிய 'ஹெய்ல் ஹிட்லர்!' முழக்கங்கள் ஒரு கட்டத்தில் நீர்வீழ்ச்சியின் இறைச்சலுடன் ஒலிக்கத் தொடங்கியது.'

புதிய பிரசார உத்திகளுக்குக் கிடைத்த பலனால் உற்சாகமடைந்த நாஜிக் கட்சி அடுத்த தேர்தலுக்குத் தன்னைத் தயார்படுத்திக்கொள்ள ஆரம் பித்தது. 1932-ல் மூன்று தேர்தல்கள் நடைபெறவிருந்தன. ஒன்று அதிபர் பதவிக்கான தேர்தல். மற்றவை ரீச்ஸ்டாக் உறுப்பினர்களுக் கானவை. இந்த முறை கெப்பல்ஸ் ஹிட்லருக்கென ஒரு விமானத்தை ஏற்பாடு செய்தார். ஒரு பேரணி முடிந்து இன்னொன்று, அது முடிந்தவுடன் மற்றொன்று என்று அவர் மேற்கொண்ட பயணங்களைப் பற்றிப் பலரும் ஆச்சரியத்துடன் பேசிக்கொண்டனர். மேலும், அதிக நேர விரயமின்றி நாடு முழுவதும் பயணம் செய்து மக்களைச் சந்திக்கவும் முடிந்தது.

அதிபருக்கான 1932 தேர்தல் முடிவுகளிலும் ரீச்ஸ்ட்டாக் உறுப்பினர் களுக்கான முடிவுகளிலும் இந்த முயற்சிகளுக்கான பலன் எதிரொலித்தது. முந்தைய சாதனையை முறியடிக்கும் வகையில் ஒரு புதிய சாதனையை அவர்கள் நிகழ்த்தியிருந்தனர்.

1932 தேர்தல் முடிவுகள்

வேட்பாளர்/கட்சி	வாக்குகள்
ஹிண்டென்பெர்க் (கட்சியில்லை)	19,359,000
ஹிட்லர் (நாஜிக் கட்சி)	13,418,000
தல்மான் (கம்யூனிஸ்ட் கட்சி)	3,706,655

ரீச்ஸ்டாக் தேர்தல் முடிவுகளும் நாஜிகளுக்குச் சாதகமாகவே அமைந்தன.

ஜூலை 1932 ரிச்ஸ்டாக் தேர்தல் முடிவுகள்

கட்சி	இடங்கள்
நாஜிக் கட்சி	230
சோஷியல் டெமாக்ரடிக் கட்சி	133
சென்டர் கட்சி	97
கம்யூனிஸ்ட் கட்சி	89

இப்போது நாஜிகள் 37.4 சதவிகித வாக்குகளைப் பெற்று முதல் இடத்துக்கு முன்னேறியிருந்தனர். பிரசாரங்களுக்குச் சமமாக ஹிட்லரின் எஸ்ஏ படை ஆற்றிய பங்கும் இந்த வெற்றிக்கு உறுதுணையாக இருந்தது. இவர்களுக்கு ஒதுக்கப்பட்ட பணி, கம்யூனிஸ்டுகளை அடித்து நொறுக்கி அவர்களுடைய பிரசாரத்தைத் தடுத்து நிறுத்தி அதன்மூலம் அவர்களுடைய வெற்றி வாய்ப்புகளையும் தடுத்து நிறுத்துவது. கடந்த தேர்தல்களில் நாஜிக் கட்சிக்கு அடுத்தபடியாகவும் சில சமயம் நாஜிகளை எட்டிப்பிடித்துவிடக்கூடிய அளவுக்கு அருகிலும் கம்யூனிஸ்ட் கட்சிகள் வாக்குகள் பெற்று விட்டதால் இந்த முறை எஸ்ஏ இறக்கிவிடப்பட்டிருந்தது. அவர்களும் தங்கள் கடமையைச் சரியாகவே நிறைவேற்றி முடித்தனர்.

அப்போது அங்கிருந்த ஆங்கில எழுத்தாளர் கிறிஸ்டோபர் இஷர்வுட் தனது அனுபவத்தைப் பதிவு செய்துள்ளார். 'நடைபாதை வழியாக நடந்துசெல்லும்போது எனக்கு முன்பாக மூன்று எஸ்ஏ ஆசாமிகளைக் கண்டேன். அவர்கள் நாஜி பதாகைகளைத் தோளில் சுமந்து கொண்டிருந்தனர். ஈட்டி முனையின் கூர்மையுடன் உள்ள இரும்புக் கழிகளில் பதாகைகள் பொருத்தப்பட்டிருந்தன. திடீரென்று, பதினேழு அல்லது பதினெட்டு வயது மதிக்கத்தக்க ஓர் இளைஞனை அவர்கள்

கண்டனர். அதோ அவன்தான், அவன்தான் என்று ஒரு நாஜி கத்தினான். உடனே மூவரும் அந்த இளைஞன்மீது பாய்ந்தனர். அவன் அலறியபடி அங்கிருந்து தப்பியோட முயன்றான். ஆனால் அவர்கள் தாவிப் பிடித்துவிட்டனர். ஒரு விநாடியில் அவனை அருகிலிருந்த ஒரு வீட்டின் பின்புறம் இழுத்துச்சென்று அவன்மீது ஏறி நின்றபடி எட்டி உதைத்தனர். கையிலிருந்த இரும்புக் கழிகளால் தாக்கவும் செய்தனர். அனைத்தும் கண்மூடிக் கண் திறப்பதற்குள் நடந்துவிட்டன. மூன்று நாஜிகளும் எதுவுமே நடக்காததைப்போல் மீண்டும் நடக்கத் தொடங்கி விட்டனர்... நாங்கள் அந்த இளைஞனை எழுப்பி நிறுத்த முயன்றோம். அவனுடைய இடது கண் பாதி வெளியில் வந்து விழுந்திருந்தது. ரத்தம் பொங்கி வழிந்துகொண்டிருந்தது. இருபதடி தள்ளி ஒரு மூலையில் குழுவாகக் காவல் படையினர் ஆயுதங்களுடன் நின்றுகொண்டி ருந்தனர். ஆனால் நடந்தது எதையும் அவர்கள் கண்டுகொண்டதைப் போலவே தெரியவில்லை.'

வீதிகளில் வன்முறைச் சம்பவங்களின் எண்ணிக்கை அதிகரித்துக் கொண்டே சென்றபோதும் அடக்குவார் யாரும் இல்லாததால் நாஜிகளின் செல்வாக்கு வளர்ந்தது. தேர்தல் பிரசாரத்தின்போதுமட்டும் ஜெர்மனியில் 99 பேர் கொல்லப்பட்டனர், ஆயிரத்துக்கும் மேற்பட்டோர் காயமடைந்தனர். இந்தக் கலவரங்கள் நாஜிகளுக்கு ஆதரவான வாக்குகளைப் பெற்றுத் தந்தன. பெரும்பான்மை ஜெர் மானியர்களின் இனவாத உணர்வுகளை யூதர்களுக்கும் கம்யூனிஸ்டு களுக்கும் எதிராகத் திருப்பி நாஜிக் கட்சி தன் வெற்றியைத் தக்க வைத்துக்கொண்டது. மொத்தத்தில், 1932 தேர்தல்கள் நாஜிக் கட்சியை ஜெர்மனியின் பிரதானக் கட்சியாக ஆக்கின. சோஷியல் டெமாக்ரடிக் கட்சியைப் பின்னுக்குத் தள்ளிவிட்டு ரீச்ஸ்டாகில் அதிக இடங்களை நாஜிகள் பெற்றிருந்தனர். கூடுதல் மகிழ்ச்சியளிக்கும்படி கம்யூனிஸ்டுகள் நான்காவது இடத்துக்குத் தள்ளப்பட்டிருந்தனர்.

ஒரே சிக்கல், அதிபர் தேர்தலில் ஹிட்லரைக் காட்டிலும் அதிக வாக்குகளைப் பெற்றுள்ள ஹின்டென்பெர்க் மட்டுமே. ஜெர்மனியின் அடுத்த சான்சலராக ஃபியூரர் வந்துவிட்டார் என்றே கெப்பல்ஸ் பேசத் தொடங்கியிருந்தார். ஹிட்லர் தனது அமைச்சரவைப் பட்டியலுக்குக் கிட்டத்தட்ட இறுதி வடிவம் கொடுத்துக்கொண்டிருந்தார். கெப்பல் ஸுக்குக் கல்வித் துறையை அவர் ஒதுக்கியிருந்தார். நாஜிக் கட்சி தமக்குக் கிடைக்கவிருக்கும் அதிகாரத்துகாகக் காத்துக்கிடந்தது. கட்சியின் முக்கியத் தலைவர்கள் அனைவரும் தங்களுடைய புதிய பொறுப்புகளுக்குத் தயாராகிவிட்டனர். ஹிட்லரும்கூட சான்சலர் பதவியை ஏற்கத் தயாராகவே இருந்தார். கெப்பல்ஸால் தன் உணர்வுகளை அடக்கிக்கொள்ள முடியவில்லை. 'ஒருவேளை ஏதாவது

தடங்கல் வந்தால், பிறகு ஜெர்மனி அதற்கான விளைவைச் சந்திக்க வேண்டியிருக்கும்' என்று மிரட்டினார்.

அதிபர் உள்ளிட்ட முக்கிய அரசுப் பிரமுகர்களைச் சந்தித்து தன்னை சான்சலராக ஏற்கும்படி ஹிட்லர் கேட்டுக்கொண்டார். அதிக வாக்குகளைப் பெற்றிருந்தும், நடைமுறைச் சிக்கல்களால் அது அத்தனை சுலபமாகக் கிடைத்துவிடாது என்பதை ஹிட்லர் நாள்கள் செல்லச்செல்ல உணர்ந்துகொண்டார். ஜெர்மனியின் அதிபரான 84 வயது ஃபிரான்ஸ் பால் ஃபான் ஹின்டென்பெர்க், சான்சலர் பதவியை ஹிட்லருக்கு அளிக்க மறுத்துவிட்டார். தற்போது ஜெர்மனியில் நிலவும் அமைதியற்ற சூழலை மனத்தில் வைத்துப் பார்க்கும்போது ஒரு புதிய கட்சிக்கு அதிகாரத்தை கைமாற்றியளிப்பது சரியல்ல என்பது ஹின்டென்பெர்க் சொன்ன காரணம். நாஜிக் கட்சி சகிப்புத்தன்மை யற்றும் ஒழுங்குமுறையற்றும் திகழ்வதால் முக்கியப் பொறுப்பை அதற்கு அளிக்க முடியாது என்று தெளிவாகவே குறிப்பிட்டார் அவர். மாறாக, சென்டர் கட்சியைச் சேர்ந்த தற்போதைய சான்சலர் பிரான்ஸ் ஃபான் பாப்பென் பதவியில் தொடர்வதற்குத் தான் அனுமதி அளிக்க விருப்பதாகவும் ஹின்டென்பெர்க் ஹிட்லரிடம் கூறினார். பாப்பெனை ஆதரிக்க அதிபர் என்னும் பொறுப்பில் அவருக்கு அதிகாரம் இருந்தது. ஜெர்மன் அரசியலமைப்புச் சட்டத்தின்படி ரீச்ஸ்டாகின் ஒப்புதலின்றி ஒரு அதிபரால் சட்டமியற்றமுடியும். தனக்கு விருப்பமானவரை ஆதரிக்கவும் முடியும். ஆக, 230 இடங்கள் பெற்ற ஹிட்லரால் சான்சலராக முடியாது. ஆனால் 97 இடங்களை மட்டுமே கைப்பற்றிய பாப்பென் சான்சலராகத் தொடரமுடியும்.

அதிகாரப் போட்டியும் இறுதி வெற்றியும்

12 செப்டெம்பர் 1932 அன்று ரீச்ஸ்டாக் கூடியது. பாப்பென்மீதான நம்பிக்கை வாக்கெடுப்பு நடைபெற்றது. 32 உறுப்பினர்கள் பாப்பென் சான்சலராகத் தொடரலாம் என்று வாக்களித்தனர். மிச்சமுள்ள 515 பேர் எதிராக வாக்களித்தனர். மீண்டும் சிக்கல். இவ்வளவு உறுப்பினர்களின் நிராகரிப்போடு பதவியைத் தக்க வைத்துக்கொள்ள முடியாது என்பதால் மாற்று வழிகள் பரிசீலிக்கப்பட்டன. மற்றொரு தேர்தல் நடத்தலாம் என்றார் பாப்பென். மீண்டுமொரு தேர்தலா என்னும் அயர்ச்சியை ஒதுக்கி வைத்துவிட்டு ஏற்பாடுகள் தொடரப்பட்டன.

நவம்பர் மாதம் மறு தேர்தல் நடத்தப்பட்டது. அதிலும் நாஜிக் கட்சியே 196 இடங்கள் பெற்று முதலிடம் பெற்றது. மீண்டும் ஹிட்லர் அதிபர் ஹின்டென்பெர்கை அணுகித் தனக்குப் பதவியளிக்குமாறு விண்ணப் பித்துக்கொண்டார். இந்த முறையும் ஹின்டென்பெர்க்

மறுத்துவிட்டார். ஹிட்லருக்குப் பதவியளித்தால் அது ஜனநாயகத்துக்கு நல்லதல்ல என்றே சொல்லிவிட்டார். உங்கள்மீது இன்னும் நம்பிக்கை ஏற்படவில்லை என்று திருப்பியனுப்பிவிட்டார். மீண்டும் பாப்பென் தொடரலாம் என்றும் அறிவித்துவிட்டார். பாப்பென் சட்டங்கள் இயற்ற முடியாது, அதற்கு ரீச்ஸ்டாகின் அனுமதி கிடைக்காது என்பதை உணர்ந்த ஹின்டென்பெர்க் இக்கட்டான காலத்தில் சான்சலருக்கு அளிக்கும் எமர்ஜென்ஸி அதிகாரத்தை அளிப்பதாகவும் அறிவித்தார். இந்த அதிகாரம் கைகூடினால் சட்டங்களை இயற்ற ரீச்ஸ்டாகை பாப்பென் அணுகத் தேவையில்லை.

பாப்பென் அப்போதைக்குப் பிரச்னையின்றி ஆட்சியைத் தொடர்ந்தாலும் ராணுவ ஜெனரல்மூலமாக அவருக்கு இக்கட்டு ஏற்பட்டது. இத்தனைக்கும் ஜெனரல் குர்ட் ஃபான் ஷ்லீச்செர் ஹின்டென்பெர்குக்கு நெருக்கமானவர். இருந்தும் பாப்பெனை இனியும் ஆதரிக்கமுடியாது என்றும் ராணுவத்தின் உதவியில்லாமல் அவரால் பதவியில் தொடர முடியாது என்றும் ஷ்லீச்செர் வாதிட்டார். தனது எச்சரிக்கையையும்மீறி பாப்பென் ஆட்சியைத் தொடர்ந்தால் உள்நாட்டுக் கலகம்கூட ஏற்பட்டு விடலாம் என்று அச்சமூட்டினார். இந்தமுறை ஹின்டென்பெர்கால் தன்னுடைய ஆதர்ச வேட்பாளரைக் காப்பாற்ற முடியவில்லை. அவருக்குபதில் ஜெனரல் ஷ்லீச்செர் சான்சலராக நியமிக்கப்பட்டார்.

ஜெனரலின் ஆட்சி சரியாக 57 தினங்கள் மட்டுமே நீடித்தது. அவருக்கும் ரீச்ஸ்டாகின் ஆதரவு கிடைக்கவில்லை. உங்கள் நண்பருக்குக் கொடுத்ததைப்போல எனக்கும் எமர்ஜென்ஸி அதிகாரம் கொடுங்கள் என்று ஹின்டென்பெர்கிடம் ஜெனரல் கோரிக்கை விடுத்தபோதுதான் அதிபருக்கு உரைத்தது. பாப்பெனுக்கு எமர்ஜென்ஸி அதிகாரம் கொடுத்தபோது உள்நாட்டுப் போர் மூளும் என்று காரணம் காட்டி விமர்சித்த அதே ஜெனரல் தனக்கு அதே அதிகாரத்தைக் கேட்பது தவறல்லவா? ஹின்டென்பெர்க், ஜெனரலுக்கு அந்த அதிகாரத்தை மறுத்துவிட்டார். பதவியை ராஜிநாமா செய்யும்படி ஜெனரலைக் கேட்டுக்கொண்டார்.

ஓராண்டு முடிவதற்குள் இரண்டு சான்சலர்கள் வந்து போய் விட்டார்கள். ஜெர்மனி இப்போதிருக்கும் நிலைக்கு இப்படி மாற்றி மாற்றிப் பரிசோதனைகள் செய்வது உகந்ததல்ல. ஒரு பக்கம், ரீச்ஸ்டாகின் ஆதரவற்ற ஜெனரல் போன்ற உதிரிகள். இன்னொரு பக்கம், அதிக வாக்குகள் பெற்று முதல் நிலையில் இருக்கும் ஹிட்லர். தனக்கு நம்பிக்கையில்லை என்பதற்காகத் தொடர்ந்து ஹிட்லரை ஒதுக்கி வைப்பது இனியும் நல்லதல்ல என்னும் முடிவுக்கு வந்தார் ஹின்டென்பெர்க். பதவியேற்கும்படி 30 ஜனவரி 1933 அன்று ஹிட்லருக்கு அழைப்பு விடுத்தார்.

அதற்குமுன்பு ஹின்டென்பெர்க் தன் நண்பர் பாப்பெனுடன் இணைந்து ஒரு திட்டத்தை உருவாக்கியிருந்தார். அந்தத் திட்டத்தின் ஒரு பகுதிதான் ஹிட்லருக்கு அழைப்பு விடுப்பது. ஹிட்லரை தன்னால் எக்காலத்திலும் நம்ப முடியாது என்று ஹின்டென்பெர்குக்குத் தெரியும். ஹிட்லர் சான்சலர் ஆகிவிட்டால் நாஜிகளைக் கட்டுப்படுத்துவது சாத்தியப்படாது என்பதும் அவருக்குத் தெரியும். அவருடைய திட்டத்தின் இன்னொரு பகுதி பாப்பெனுக்கு வைஸ் சான்சலர் பதவி அளிப்பது; அதன்மூலம் ஹிட்லரின் அதிகாரத்தின்மீது கட்டுப்பாடு விதிப்பது. சான்சலராக ஹிட்லர் நியமிக்கப்பட்டுவிட்டாலும் அமைச்சர்களாகப் பெரும்பாலும் பாப்பெனின் ஆள்களே நீடிப்பார்கள் என்பது திட்டத்தின் மூன்றாவது முக்கியப் பகுதி. ஆக மொத்தம், பாப்பெனும் ஹின்டென்பெர்கும் இணைந்து ஹிட்லரைக் கண்காணிப்பார்கள். அவர் எல்லையைத் தாண்டாதவாறு பார்த்துக்கொள்வார்கள்.

ஹிட்லர் சான்சலராக நியமிக்கப்படவுள்ளார் என்னும் செய்தியை யூதர்களும் நாஜி எதிர்ப்பாளர்களும் அச்சத்துடன் உள்வாங்கிக் கொண்டனர் என்றும் அவர்கள் தங்கள் வாழ்நிலை குறித்து கவலைப் படத் தொடங்கிவிட்டனர் என்றும் குறிப்பிடுகிறார் கெர்ஷா. சிலர் நாட்டைவிட்டு வெளியேறுவதற்கு விரைந்து திட்டமிடத் தொடங்கினர். இடதுசாரிகள் இதனை ஒரு பேரழிவாகவே கண்டனர். இன்னும் சிலர் ஹிட்லரால் நீண்ட காலம் ஆட்சியில் இருக்க முடியாது என்று கணித்தனர். புதிய அரசு ஆபத்தானதா என்னும் கேள்விக்கு பத்திரிகை யாளர் செபாஸ்டியன் ஹாஃப்னர் சொன்ன பதில் இது. 'நிச்சயம் இந்த அரசாங்கம் கவலையளிக்கவில்லை. ஆனால் அரசு அமைந்தபிறகு என்னவாகும் என்பதுதான் கவலைக்குரியது. எதிர்காலத்தில் இங்கே சிவில் யுத்தம்கூட மூளலாம்.'

இடதுசாரிகளில் சிலர் ஹிட்லரை பூர்ஷ்வாக்களின் நிழலாகக் கண்டனர். உண்மையில் ஆட்சி செய்யப்போவது ஹிட்லர் அல்ல, அவரைப் பின்னாலிருந்து இயக்கவிருக்கும் நிஜ அதிகார மையங்கள் தாம். மூலதனமே இந்த அதிகார மையம் என்பது அவர்கள் பார்வை. புராடஸ்டண்ட் கிறிஸ்தவர்கள், ஆட்சி மாற்றத்தின்மீது நம்பிக்கை வைத்திருந்தனர். நல்ல மாற்றங்கள் நிகழலாம் என்று அவர்கள் நம்பினர். பொருளாதார வீழ்ச்சிக்குப் பலியான சாமானிய மக்கள் உணர்வுகள் ஏதுமின்றி இந்தச் செய்தியைக் கடந்து சென்றனர். சந்தேகத்துடன் ஹிட்லரை அணுகியவர்கள், ஹிட்லரை அப்போதைக்கு அப்போதே நிராகரித்தனர். நாஜிகள் ஏராளமான வாக்குறுதிகளை அளித்திருக் கிறார்கள். நிச்சயம் அவற்றை அவர்கள் நிறைவேற்றப் போவதில்லை என்னும் நிலையில் எதற்காக நாம் இந்தச் செய்திக்கு முக்கியத்துவம் கொடுக்கவேண்டும்? வெகு விரைவில் ஹிட்லர் மாயை உடையத்தான்

போகிறது என்றார்கள் அவர்கள். நாஜி ஆதரவாளர்களுக்கு இது ஓர் அதிசயம். ஓர் எளிமையான ராணுவ வீரனால் ஜெர்மனியின் உயர்ந்த பதவியை இவ்வளவு சீக்கிரம் வெல்வது சாத்தியம் என்பதை அவர்களால் நம்ப முடியவில்லை. சான்சலராக ஹிட்லர் நிறையவே சாதிப்பார் என்று இவர்கள் ஆவலுடன் எதிர்பார்த்தனர். வேலையில்லாத் திண்டாட்டத்தைப் போக்குவார், யூதர்களின் ஆதிக்கத்தை முறியடிப்பார் என்று அவர்கள் கனவு கண்டனர்.

நாஜிகளுக்கு 30 ஜனவரி 1933 என்பது அவர்கள் நீண்ட காலம் காத்திருந்து பெற்ற ஒரு தினம். ராணுவ ஆட்சிக்கவிழ்ப்பு, ஜனநாயகப் பாதை இரண்டையுமே அவர்கள் முயன்று பார்த்துவிட்டார்கள். முதல் முயற்சி தோல்வியைத் தழுவியது. இரண்டாவது முயற்சி தொடர் வெற்றிகளை தந்தபோதும் நாற்காலி மட்டும் கிடைக்காமல் இருந்தது. இப்போது முதல்முறையாக அனைத்துத் தடைகளும் முறியடிக்கப் பட்டுவிட்டன. இனி ஹிட்லர் சான்சலர் ஆவதை யாராலும் தடுத்து நிறுத்தமுடியாது.

நான்கு

சர்வாதிகாரி

~

ஐரோப்பா 1944

WEST - CENTRAL EUROPE, 1944
ALLIED GAINS IN EUROPE
15 December 1944 - 7 May 1945
Key
15 December 1944-March 1945
22 March-18 April 1945
19 April-7 May 1945
EAST PRUSSIA
POLAND
GERMANY
CZECHOSLOVAKIA
HUNGARY
YUGOSLAVIA
SWITZERLAND
BELGIUM
LUX
FRANCE
SPAIN
ENGLAND
BALTIC SEA
NORTH SEA
ADRIATIC SEA
MEDITERRANEAN SEA

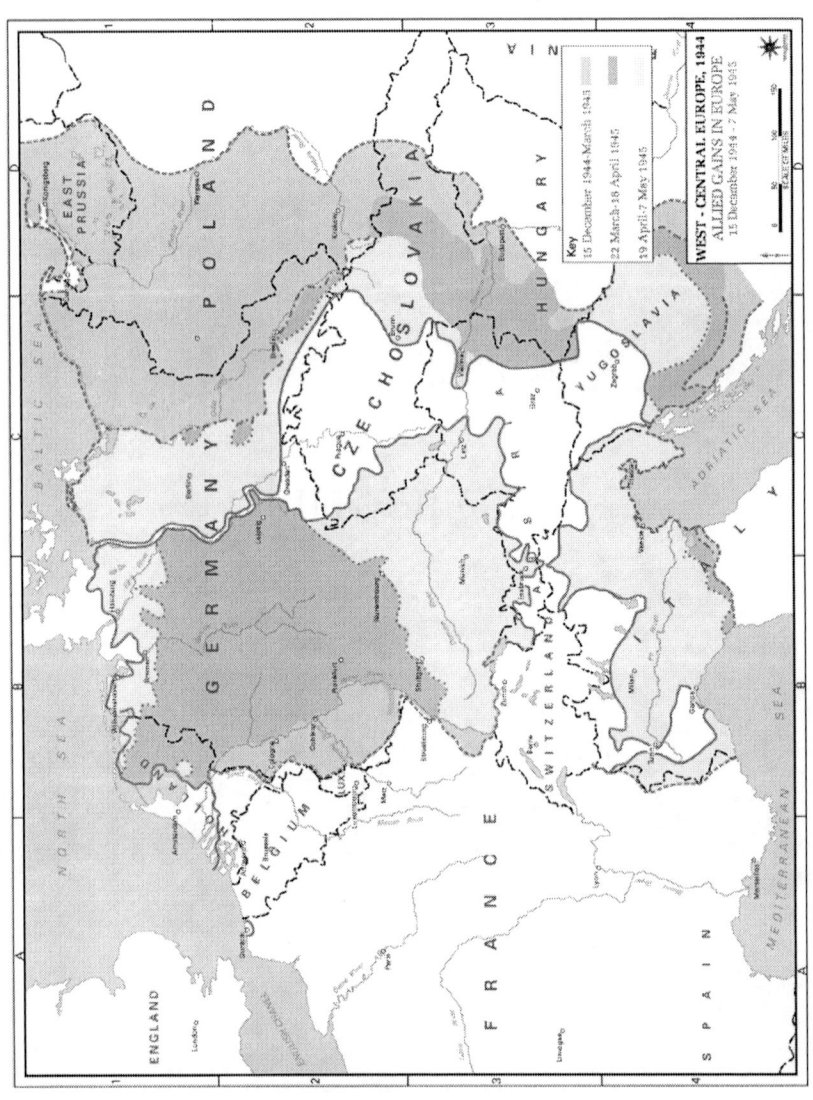

11

சான்சலர்

தன் விருப்பத்துக்கு மற்றவர்களை வளைக்கும் ஆற்றல் பெற்றவராகவும், ஒரு தேர்ந்த பேச்சாளராகவும் திகழ்ந்த ஹிட்லர் வன்முறை மீது விருப்பமும் நம்பிக்கையும் கொண்டவராக வளர்ந்தபோதே எதேச்சாதிகாரத்தின் படிக்கட்டில் கால் வைத்து ஏறத் தொடங்கிவிட்டார். தன் அரசியல் எதிரிகளையும் சமூக எதிரிகளையும் அவர் தெளிவாக அடையாளம் கண்டுகொண்டதோடு அவர்களை அகற்றுவதற்கான வழிமுறைகளையும் தெரிந்துகொண்டுவிட்டார். இப்போது அவருக்குத் தேவை ஜெர்மனியைத் தன் விருப்பத்துக்கேற்ற முறையில் மாற்றியமைப்பதற்கான அங்கீகரிக்கப்பட்ட அதிகாரம் மட்டுமே.

அதனால்தான் பதவியைக் காட்டிலும் அதிகாரமே அவருக்கு ஆர்வமூட்டியது. அலங்கரிக்கப்பட்ட ஆனால் பலவீனமான ஒரு நாற்காலியில் அமர அவர் தயாராக இல்லை. ஜெர்மனியின் சான்சலராக மாற வேண்டும் என்றல்ல, ஒரு சான்சலராகச் செயல்படவேண்டும் என்பதே அவருடைய பெரும் விருப்பம். எனவேதான் இன்னொரு தேர்தல் நடத்தப்படவேண்டும் என்றார் ஹிட்லர். சமீபகாலமாகக் கிடைத்து வரும் தொடர் வெற்றிகள் தேர்தல்மீதான ஹிட்லரின் நம்பிக்கையை அதிகரித்திருந்தது. ரீச்ஸ்டாகில் நாஜிகளின் எண்ணிக்கை அதிகரிக்க தேர்தல்தான் ஒரே வழி. சர்வாதிகாரத்தை அடைய ஜனநாயகம் மட்டுமே ஒரே மார்க்கமாக அவருக்குத் தெரிந்தது. இப்படி ஜனநாயக வழிமுறைகளைப் பயன்படுத்தி சர்வாதிகாரத்தை நிலைநாட்டிய பல தலைவர்களை உலகம் கண்டிருக்கிறது. ஆனால் ஹிட்லர் அவர்கள் அனைவரையும்விடத் தீவிரமானவராகவும் ஆபத்தானவராகவும்

இருந்தார். ஜெர்மனியின் சமூக அடித்தளத்தையும் அதன்மூலம் ஐரோப்பாவின் அடித்தளத்தையும் அவர் ஆட்டம் காண வைத்தார். ஒரு கட்டத்தில், மனித வாழ்வின் ஆதாரத்தையே கேள்விக்கு உட்படுத்தும் அளவுக்கு அவருடைய அதிகாரம் கூர்மையடைந்தது.

கடைசித் தேர்தல்

5 மார்ச் 1933 அன்று இன்னொரு தேர்தல் நடத்தலாம் என்று முடிவெடுக்கப்பட்டது. முதல்முறையாகத் தேர்தலில் வெற்றிபெற்று அரசைக் கைப்பற்றியபிறகு, அரசு செலவில் நாஜிகள் தேர்தலைச் சந்திக்க விருந்தனர். கெப்பல்ஸ் பூரிப்புடன் தன் டைரியில் எழுதினார். 'இப்போது வேலை சுலபமாகிவிட்டது. அரசு நம் கட்டுப்பாட்டில். ரேடியோ, ஊடகம் அனைத்தும் நம் கையில். இதுவரை இல்லாத அளவுக்குப் பிரம்மாண்டமாக நம் பிரசாரங்களை நடத்தலாம். பணமில்லை என்னும் நிலை நிச்சயம் நமக்குத் தோன்றப்போவதில்லை.' முந்தைய தேர்தல்களின்போது நடைபெற்ற அனைத்தும் இப்போதும் அரங்கேற்றப்பட்டன. பலமான பிரசாரம், நாஜி கொடிகள் அணிவகுப்பு, சுவரொட்டிகள், ரேடியோ வர்ணனைகள், தெருக்களில் கம்யூனிஸ்டுகள்மீதான தாக்குதல் என்று எதையும் விட்டு வைக்கவில்லை.

ஹிட்லர் தொழில்துறைக்கு நம்பிக்கையளித்தார். இனி வரும் காலங்களில், மார்க்சிஸ்டுகள் அகற்றப்பட்டு பெரும் முதலாளிகளின் வணிக நலன்கள் காக்கப்படும் என்று ஆறுதல் அளித்தார். க்ருப், யுனைட்டெட் ஸ்டீல், ஐ.ஜி. ஃபார்பென் போன்ற ஆயுத உற்பத்தி நிறுவனங்கள் ஹிட்லரின் இந்த வாக்குறுதியால் கவரப்பட்டன. தேர்தலின் முடிவு எப்படி அமைந்தாலும் ஆட்சியில் அமரப்போவது நாங்கள்தான் என்றார் ஹிட்லர். நாஜிக் கட்சியின் ஹெர்மன் கெரிங் இதனை வேறு வார்த்தைகளில் வெளிப்படுத்தினார். 'அடுத்த பத்தாண்டுகளுக்கு இதுவே கடைசித் தேர்தலாக இருக்கும். அவ்வளவு ஏன், அடுத்த நூறு ஆண்டுகளுக்கும்கூட இதுவே கடைசித் தேர்தலாக இருக்கக்கூடும்.' தொழில்துறை இப்போது சில 'நிதித் தியாகங்கள்' செய்யவேண்டியிருக்கும் என்றும் அவர் கேட்டுக்கொண்டார். ஹிட்லர் சான்சலராகப் பொறுப்பேற்கக்கூடாது என்று ஹிண்டன்பெர்கிடம் முன்னர் கேட்டுக்கொண்ட க்ருப் நிறுவனம், இப்போது நாஜி ஆதரவு நிலைப்பாட்டை எடுத்தது. ஹிட்லரும் கெரிங்கும் அளித்த வாக்குறுதிகளால் வேறு சிலரைப் போல் க்ருப் இந்த முடிவை எடுத்திருக்க வேண்டும் என்கிறார் வில்லியம் ஷைரெர். ஹிட்லர் முன்வைத்த 'தெளிவான சித்திரத்துக்கு' தான் நன்றிக்கடன் பட்டிருப்பதாக க்ருப் ஹிட்லரிடம் தெரிவித்தார்.

கம்யூனிஸ்டுகளை அகற்றுவதை ஹிட்லர் தன் பணிகளில் முதன்மை யானதாகக் கொண்டிருந்தார் என்பது கெப்பல்ஸின் டைரிக் குறிப்புகளி லிருந்து தெரியவருகிறது. ஹிட்லர் சான்சலரான மறுதினம், 31 ஜனவரி 1933 அன்று கெப்பல்ஸ் செய்த பதிவு. 'ஃப்யூரருடன் சந்திப்பு நடந்த போது, சிவப்புத் தீவிரவாதத்துக்கு எதிரான போர் குறித்து முடிவெடுத் தோம். அப்போதைக்கு நேரடியான எதிர்நடவடிக்கைகளில் இறங்க வேண்டாம் என்றும் போல்ஷ்விக் புரட்சிக்கான தீப்பொறி முதலில் ஏற்பட்டபிறகு, சரியான நேரத்தில் தாக்குதல் தொடுக்கவேண்டும் என்றும் முடிவுசெய்தோம்.'

தீவிரமான பிரசாரங்கள் நடைபெற்றுக்கொண்டிருந்தபோதே கம்யூனி ஸ்டுகளை அல்லது சோஷலிஸ்டுகளை நாஜிகள் தூண்டிவிட்டுக் கொண்டிருந்தனர். பிப்ரவரி தொடங்கும்போதே கம்யூனிஸ்டுகளின் சந்திப்புகளுக்குத் தடை விதிக்கப்பட்டுவிட்டது. கம்யூனிஸ்ட் ஊடகங் களுக்கும் தடை பரவியது. சோஷலிஸ்ட் டெமாக்ரடிக் இயக்கத்தினரின் பேரணிக்கும் தடை விதிக்கப்பட்டிருந்தது. மீறுபவர்கள் நாஜிகளால் இரக்கமின்றித் தாக்கப்பட்டனர். கத்தோலிக் செண்டர் கட்சியும்கூட இதிலிருந்து தப்பவில்லை. அதன் முக்கியத் தலைவர்கள் தாக்கப் பட்டனர், மிரட்டப்பட்டனர். இன்னும் சிலர் தப்பியோடி ஒளிய வேண்டியிருந்தது. பிரசாரங்களின்போது மட்டும் 51 பேர் நாஜிகளால் கொல்லப்பட்டனர். அல்லது அதிகாரபூர்வக் குறிப்புகளின்படிச் சொல்வதானால், 51 நாஜி விரோதிகள் அகற்றப்பட்டனர்.

கெரிங் பிரஷ்யாவின் உள்நாட்டு அமைச்சராக நியமிக்கப்பட்டிருந்தார். நியாயப்படி, வைஸ் சான்சலரும் பிரஷ்யாவின் பிரீமியருமாக இருந்த பாப்பெனுக்குக் கட்டுப்பட்டுதான் கெரிங் இயங்கியாகவேண்டும். ஆனால் பாப்பெனை அல்ல, ஹிட்லரையே தன் தலைவராக கெரிங் வரித்துக்கொண்டிருந்ததால் அதிகாரபூர்வமான சட்டதிட்டங்களை நிராகரித்துவிட்டு நாஜி வழியையே அவர் பின்பற்றினார். நூற்றுக்கணக்கான அதிகாரிகளை மாற்றி, நாஜிகளை அவ்விடங்களில் அமர்த்தினார். ஜெர்மனிக்கு விரோதமாகச் செயல்படுபவர்கள் யாராக இருந்தாலும் அவர்கள்மீது துப்பாக்கிச் சூடு நடத்தத் தயங்கக்கூடாது என்று காவல் படைகளுக்கு உத்தரவிட்டார். ஜெர்மனிக்கு விரோத மானவர்கள் யார் என்பதில் சந்தேகம் ஏற்பட்டுவிடக்கூடாது என்பதற் காக ஒரு துணை உத்தரவையும் பிறப்பித்தார். நாஜி படைகளுக்கு எந்தவிதச் சேதாரமும் நிகழாதவண்ணம் காப்பாற்றுவது உங்கள் பணி என்றார் கெரிங். காவல் துறைக்கு உதவியாக 50,000 பேர் கொண்ட துணைப் படைப் பிரிவை கெரிங் உண்டாக்கினார். இவர்களில் 40,000 பேர் எஸ்ஏ. மற்றும் எஸ்எஸ் பிரிவைச் சேர்ந்தவர்கள். வில்லியம் ஷைரெர் குறிப்பிடுவதைப் போல், நாஜித் தீவிரவாதிகளிடமிருந்து

மீட்கும்படி இந்தக் காவல் படையிடம் கேட்டுக்கொள்வதைவிட அபத்தமான இன்னொரு காரியத்தை ஒரு ஜெர்மனால் செய்ய முடியாது.

கெரிங், கெப்பல்ஸ், ஹிட்லர் மூவரும் காத்திருந்ததனர். ஆனால் அவர்கள் எதிர்பார்த்தபடி கம்யூனிஸ்டுகளிடமிருந்த எந்தவொரு தீப்பொறியும் பறக்கவில்லை. எனவே அதையும் அவர்களே தொடங்க வேண்டியிருந்தது.

எரியும் ரீச்ஸ்டாக்

பிப்ரவரி 24-ம் தேதி கெரிங்கின் காவல் படை பெர்லினில் உள்ள கம்யூனிஸ்ட் தலைமையகத்தை உடைத்துக்கொண்டு உள்ளே சென்றது. சில வாரங்களுக்கு முன்புதான் கம்யூனிஸ்ட் தலைமை அந்த இடத்தைக் கைவிட்டுவிட்டு வேறிடத்துக்குக் குடிபெயர்ந்திருந்தது. சிலர் ஜெர்மனியின் வேறு பகுதிகளுக்கும் சிலர் ரஷ்யாவுக்கும் ரகசியமாகத் தப்பிச்சென்றிருந்தனர். கட்டுக்கட்டாகப் பிரசாரத் துண்டறிக்கைகளும் பிரசுரங்களும் மட்டுமே அந்தக் கட்டடத்தில் இருந்தன. கெரிங்குக்கு அவை போதுமானவையாக இருந்தன. அரசு தரப்பிலிருந்து அறிவிப்பு ஒன்று வெளியானது. 'கம்யூனிஸ்டுகள் ஒரு புரட்சியை மேற்கொள்ளத் திட்டமிட்டிருக்கிறார்கள் என்பது அவர்களிடமிருந்து கைப்பற்றப் பட்டுள்ள முக்கிய ஆவணங்களில் இருந்து தெரியவந்துள்ளது.' ஆனால் இதுவும்கூட எதிர்பார்த்த அளவுக்கு மக்களிடையே பீதியை ஏற்படுத்த வில்லை. எதிர்பார்த்த குழப்பங்கள் நேரவில்லை. அரசாங்கத்திலேயே கூட பலர் இந்தக் கம்யூனிசப் புரட்சியை நம்பத் தயாராக இல்லை. இதைக் காட்டிலும் பரபரப்பூட்டும் மற்றொரு சம்பவம் அவர்களுக்குத் தேவைப்பட்டது என்பதை ஹிட்லரும் நாஜிகளும் புரிந்துகொண்டனர்.

பிப்ரவரி 27-ம் தேதி வைஸ் சான்சலர் பாப்பென், அதிபர் ஹின்டெண் பெர்குடன் ஒரு சிறு விருந்தொன்றில் கலந்துகொண்டு உரையாடிக் கொண்டிருந்தார். அதே நேரம் கெப்பல்ஸின் இல்லத்தில் ஹிட்லர் உரையாடிக்கொண்டிருந்தார். கெப்பல்ஸின் குறிப்பின்படி அவர்கள் நிதானமாகப் பொழுதைக் கழித்துக்கொண்டிருந்தனர். கிராமஃபோனி லிருந்து இசை கசிந்துகொண்டிருந்தது. ஹிட்லர் ஏதோ கதைகள் பேசிக் கொண்டிருந்தர். அப்போது திடீரென்று கெப்பல்ஸுக்கு ஒரு தொலைபேசி அழைப்பு வந்தது. ரீச்ஸ்டாக் தீப்பற்றி எரிகிறது.

பாப்பென் பின்னர் இதனை நினைவுகூர்ந்தார். 'ஜன்னல் வழியே சிவப்புப் பிழம்பு எரிவதைக் கண்டோம். தெருக்களில் கூச்சல்கள் பெருகின. வேலையாள்களில் ஒருவன், ரீச்ஸ்டாக் நெருப்பில் எரிகிறது என்று என் காதருகில் வந்து சொன்னான். நான் ஜனாதிபதியிடம்

சொன்னேன். அவர் எழுந்து ஜன்னல் வழியாகப் பார்த்தார். ரீச்ஸ்டாகின் கூம்பு எரிவதை நாங்கள் கண்டோம். அவ்வப்போது திடீரென்று ஒரு நெருப்புப் பிழம்பு கிளம்பி புகையை ஏற்படுத்திக்கொண்டிருந்தது.' உடனடியாக பாப்பென் ஹின்டெண்பெர்கைத் தன் காரில் ஏற்றிக் கொண்டு அங்கிருந்து அவரை அப்புறப்படுத்தினார். ரீச்ஸ்டாக் உண்மையிலேயே தீப்பற்றி எரிகிறதா என்று சிலரிடம் கெப்பல்ஸ் விசாரித்தார். ஆம், அது உண்மைத் தகவல்தான் என்று தெரிந்ததும், 'சில நொடிகளில் நானும் ஃப்யூரரும் மணிக்கு அறுபது மைல் விரைவில் சம்பவ இடத்துக்கு விரைந்துசென்றோம்'.

எரிந்துகொண்டிருந்த அந்தக் கட்டடத்தைக் கண்டதுமே தீர்மானமாக, இது கம்யூனிஸ்டுகளின் சதி என்று அறிவித்துவிட்டார்கள். இவர்கள் இருவரும் வருவதற்கு முன்பே கெரிங் அங்கே வந்து சேர்ந்துவிட்டார். மூச்சு வாங்கியபடி, பரபரப்பான குரலில், 'புதிய அரசாங்கத்துக்கு எதிராக கம்யூனிஸ்டுகள் நிகழ்த்திய வன்முறை இது' என்று அவர் அறிவித்தார். அருகில் இருந்த ரகசிய போலீஸ் பிரிவான கெஸ்டா போவின் தலைவரிடம் உடனே கெரிங் உத்தரவிட்டார். 'கம்யூனிசப் புரட்சியின் தொடக்கம்தான் இது. இனி ஒரு நிமிடம்கூட நாம் தாம திக்கக்கூடாது. இனி இரக்கம் என்பதே கூடாது. கண்ணில் பட்ட இடங்களில் எந்த கம்யூனிஸ்ட் ஆசாமி சிக்கினாலும் தாமதிக்காமல் சுட்டுத்தள்ளுங்கள்.'

மணிக்கு அறுபது மைல் வேகத்தில் சம்பவ இடத்துக்கு வந்து சேர்ந்த ஹிட்லரின் உத்தரவின்பேரில்தான் ரீச்ஸ்டாக் கொளுத்தப்பட்டது என்று பின்னர் குற்றச்சாட்டுகள் எழுந்தன. பின்னாள்களில் நியூரம்பர்க் விசாரணைகள் நடைபெற்றபோதும்கூட ரீச்ஸ்டாக் நெருப்பு பற்றிய முழு உண்மைகள் வெளிவரவில்லை. காரணம் இந்தச் சம்பவத்தில் ஈடுபட்ட பலர் ஹிட்லரால் முன்பே நீக்கப்பட்டிருந்தனர். கெப்பல்ஸ், கெரிங் இருவரும்தான் ரீச்ஸ்டாக் தீயை முதலில் உருவகித்தவர்கள் என்றும் சொல்லப்படுகிறது. எப்படி, எங்கே நெருப்பைப் பற்றவைக்க வேண்டும் என்பதுவரை அனைத்தையும் திட்டமிட்டவர் கெரிங்தான் என்று ஒருவர் சாட்சியம் அளித்தார். 'ரீச்ஸ்டாக் சம்பவம் பற்றி முழுக்க தெரிந்தவன் நான் ஒருவன்தான், காரணம் தீ வைத்தவன் நானே' என்று ஹிட்லரின் பிறந்தநாள் கொண்டாட்டத்தின்போது 1942-ல் கெரிங் பெருமையுடன் நண்பர்களிடம் கூறியதாக மற்றொருவர் நினைவு கூர்ந்தார்.

ஏற்கெனவே தேடித்தேடி வேட்டையாடப்பட்ட கம்யூனிஸ்டுகள் இப்போது இன்னும் தீவிரமாகத் தேடப்பட்டனர். கெரிங் பல கம்யூனிஸ்ட் கட்சித் தலைவர்களை இந்தச் சம்பவத்துடன்

தொடர்புபடுத்தி அறிக்கை வெளியிட்டார். அதைக் கண்ட சிலர் தன்மீதான களங்கத்தைப் போக்கத் தாமாகவே முன்வந்து சரணடைந்தனர். பிற்காலத்தில் பல்கேரியாவின் பிரதமராகப் பதவி வகித்த ஜியார்ஜி டிமிட்ரோஃப் என்னும் பல்கேரிய கம்யூனிஸ்ட் அவ்வாறு சரண் அடைந்தவர்களுள் ஒருவர். நாஜிகளின் முழுமையான கட்டுப்பாட்டில் ஜெர்மனி இருந்தபோதும் வழக்கை விசாரித்த நீதிமன்றம் கெரிங் மற்றும் நாஜிகள்மீதான சந்தேகப் புள்ளியை அகற்றவேயில்லை. ஆனால் ஹிட்லர் அதைப் பற்றியெல்லாம் கவலைப்பட்டுக்கொண்டிருக்கவில்லை. ரீச்ஸ்டாக் சம்பவத்திலிருந்து எவ்வளவு முடியுமோ அவ்வளவு அரசியல் அனுகூலங்களைப் பெற்றுக்கொள்வதே அவருடைய ஒரே நோக்கமாக இருந்தது. நடைபெறவிருக்கும் தேர்தலில் நாஜிகள் வெற்றிபெற்றால் மட்டும் போதாது. பெரும்பான்மை வாக்குகள் பெற்றால்தான் ரீச்ஸ்டாகிலும் நாஜிகள் ஆதிக்கம் செலுத்தமுடியும். எனவே அவர் விரைந்து செயல்பட்டார்.

ரீச்ஸ்டாக் சம்பவம் நிகழ்ந்த மறுநாள், பிப்ரவரி 28ம் தேதி அதிபர் ஹின்டெண்பெர்கை நச்சரித்து ஓர் அவசரச் சட்டத்தைக் கொண்டுவரச் செய்தார் ஹிட்லர். 'நாட்டின் பாதுகாப்புக்காகவும் மக்களின் பாதுகாப்புக்காகவும்' இது தேவைப்படுகிறது என்று சொல்லப்பட்டது. 'ரீச்ஸ்டாக் நெருப்பு தீர்ப்பாணை' என்னும் பெயரால் புகழ்பெற்ற அந்தப் புதிய சட்டம் ஹிட்லரின் சர்வாதிகாரத்தை நிலைநிறுத்த உதவியது. தேர்தலை மனத்தில் வைத்துக் கொண்டுவரப்பட்ட இந்தச் சட்டம் அரசியலமைப்புச் சட்டம் உறுதி செய்திருந்த ஏழு தனி மனித சிவில் உரிமைகளை தாற்காலிகமாக ரத்து செய்தது. நாட்டைக் கவ்விப் பிடித்திருக்கும் வன்முறை அபாயத்தை நீக்குவதற்காகக் கீழ்வரும் தடைகள் அமலாகின்றன என்று அது அறிவித்தது. தனிநபர் சுதந்தரம் இனி கட்டுப்படுத்தப்படும். சுதந்தரமாகத் தன் கருத்தைப் பதிவுசெய்யும் உரிமை கட்டுப்படுத்தப்படும். ஊடகச் சுதந்தரம் கண்காணிப்புக்கு உள்ளாக்கப்படும். பொது இடங்களில் ஒன்றுகூடுவது தடுக்கப்படும். தபால், தந்தி, தொலைபேசி சேவைகள் சுதந்தரமாக இயங்காது. எப்போது வேண்டுமானாலும் வீடுகளைச் சோதனையிட, உடைமைகளைக் கைப்பற்ற, சொத்துகள் வைத்திருப்பதைத் தடைசெய்ய அரசுக்கு அதிகாரம் உண்டு. எல்லாவற்றுக்கும் மேலாக, மாநிலங்களுக்கு அளிக்கப்பட்டுவந்த அதிகாரத்தை எப்போதுவேண்டுமானாலும் மைய அரசு முழுமையாகக் கைப்பற்றிக்கொள்ளலாம். அமைதிக்குப் பங்கம் விளைவிப்பவர் என்று சந்தேகப்படுபவருக்கு மரண தண்டனை விதிக்கலாம்.

ஒரே ஒரு கையெழுத்தின்மூலம் ஹிட்லர் தனிப்பட்ட முறையில் ஜெர்மனியைத் தனதாக்கிக்கொண்டார். தன் எதிரிகளைச் சட்டப்படி ஒடுக்கு

வதற்கான கருவியும் இப்போது அவர் கரங்களுக்கு வந்து சேர்ந்திருந்தது. ஹிட்லருக்கு நேரும் அச்சுறுத்தல் இனி ஜெர்மனிக்கு நேரும் அச்சுறுத்தலாகப் பார்க்கப்படும். ஹிட்லரின் எதிரிகள் ஜெர்மனியின் எதிரிகளாகப் பாவிக்கப்படுவார்கள். இன்னும் ஒரு வாரத்தில் நடைபெறவிருக்கும் தேர்தலில் நாஜிகளை மக்கள் ஆதரிக்கா விட்டால் போல்ஷ்விக் அபாயத்தை யாராலும் தடுக்கமுடியாமல் போய்விடும் என்று சொல்லப்பட்டது. கிட்டத்தட்ட நான்காயிரம் கம்யூனிஸ்ட் கட்சியினரும், கும்பல் கும்பலாக சோஷியல் டெமாக்ரடிக் கட்சியினரும் விரட்டி விரட்டிக் கைது செய்யப்பட்டனர். இவர்களில் சிலர் ரீச்ஸ்டாக் உறுப்பினர்கள். அந்த வகையில் அவர்களை அதிகார பூர்வமாகக் கைது செய்ய இயலாது என்பது சட்டம். ஆனால் ஹிட்லர் அதனை வெகு அலட்சியமாக மீறினார். வில்லியன் ஷைரெரின் வார்த் தைகளில் சொல்வதானால், 'நாஜிகள் ஆதரவுடன் நடைபெறும் தீவிரவாதம் எப்படியிருக்கும் என்பதை அறிந்துகொள்ளும் முதல் வாய்ப்பை ஜெர்மானியர்கள் பெற்றனர்.'

வீதிகளில் எஸ்எஸ் வீரர்கள் ஆயுதம் தரித்து உலாவிக்கொண்டிருந்தனர். அவ்வப்போது வீடுகளை உடைத்துச் சென்று சோதனை செய்தனர். அவ்வப்போது கதறல் ஒலி கேட்பதும் துப்பாக்கிச் சூடு நடைபெறு வதும் திடீர் திடீரென்று யார் யாரோ கைது செய்யப்படுவதும் வாடிக் கையானது. எஸ்எஸ் முகாம்களில் கைதிகள் பலவாறாகத் துன்புறுத்தப் படுவதாகவும் கொல்லப்படுவதாகவும் பேசிக்கொண்டனர். நாஜிகளின் செய்திகள் மட்டுமே வெளிவந்தன. அவர்கள் தரப்பு மட்டுமே மக்களிடம் சென்று சேர்ந்தது. அவர்கள் மட்டுமே தேர்தல் பிரசாரங் களை மேற்கொண்டனர். இதற்குமுன் நடைபெற்ற எந்தத் தேர்தலைப் போலவும் அன்றி நாஜிகள் சத்தமாகவும் பகட்டாகவும் கர்வத்துடனும் பிரசாரத்தை மேற்கொண்டனர். பெரிய தொழில்நிறுவனங்கள் நாஜிகளுக்குத் தாராளமாக நிதியுதவி செய்தன. ரேடியோவைத் திருப்பினால் ஹிட்லர் அல்லது கெரிங் அல்லது கெப்பல்ஸ் மட்டுமே உரையாற்றிக்கொண்டிருந்தனர். தெருக்களில் ஸ்வஸ்திகா கொடிகள் மட்டுமே பறந்தன. ஒவ்வொரு திருப்பத்திலும் ஒலிப்பெருக்கிகள் இருந்தன. நாஜி ஆதரவுக் குரல்களை மட்டுமே அவை ஒலிபரப்பின. சுவற்றிலும் கட்டடங்களிலும் நாஜி சுவரொட்டிகள் மட்டுமே ஒட்டப் பட்டன. இரவு நேரங்களில் பிரகாசமான ஒளியுடன் ஸ்வஸ்திகா மட்டுமே கண்ணில்பட்டது.

பிரஷ்ய அரசாங்கம் வேறு சில கம்யூனிச ஆதாரங்களை திடீரென்று 'கண்டுபிடித்து' வெளியிட்டது. அரசாங்கக் கட்டடங்கள், பொருள் காட்சிகள், தங்கும் விடுதிகள் என்று பலவற்றையும் தீயிட்டு அழிக்க கம்யூனிஸ்டுகள் திட்டமிட்டிருந்தனராம். நல்ல வேளையாக, பழுப்புச்

சட்டைக்காரர்கள் இந்தச் சதியை ஆரம்பத்திலேயே முறியடித்து விட்டனராம். பிப்ரவரி1933-ல் மூன்று பல்கேரியர்கள் கைது செய்யப் பட்டனர். இவர்கள் மேல்மட்ட சர்வதேச கம்யூனிஸ்ட் குழுமத்தின் உறுப்பினர்கள் என்று சொல்லப்பட்டாலும் மேற்கொண்டு விசாரணையில் எதையும் கண்டுபிடிக்கமுடியவில்லை. ரீச்ஸ்டாக் சம்பவ இடத்தில் கைது செய்யப்பட்ட ஃபான் டர் லுபே என்னும் இருபத்தைந்து வயது இளைஞனுக்கு மரண தண்டனை விதிக்கப்பட்டது. நாஜிகள் இவரைக் கம்யூனிஸ்ட் என்று குற்றம் சாட்டினர். கம்யூனிஸ்டுகள் இவரை ஒரு நாஜி அடியாள் என்றனர். தனியாகவே தான் இயங்கியதாகவும் உழைக்கும் வர்க்கத்தின் சார்பாகவே ரீச்ஸ்டாகைக் கொளுத்தியதாகவும் கில்லடினில் உயிரை இழப்பதற்கு முன்பு லுபே தெரிவித்தார்.

இந்தச் சம்பவத்தால் நேரடியாகவும் உடனடியாகவும் பலனடைந்தவர் ஹிட்லர் என்பதால் இயல்பாகவே ஹிட்லர்மீதே சந்தேகம் திரும்புகிறது. ஆனால் ஆய்வாளர்களுக்கு மத்தியில் இது இன்றளவும் ஒரு விவாதப் பொருளாகவே நீடிக்கிறது.

கடைசித் தேர்தல்

ஹிட்லரின் வாழ்நாளில் ஜெர்மனி சந்தித்த கடைசித் தேர்தல் 5 மார்ச் 1933 அன்று நடைபெற்றது. அப்போது பெர்லினில் இருந்த அமெரிக்கத் தூதர், 'நடைபெற்றது தேர்தல் அல்ல, அந்தப் பெயரில் நடத்தப்பட்ட ஒரு மோசடி' என்று வர்ணித்தார். அத்தனை மிரட்டல்களையும் மோசடி களையும்மீறி பெரும்பாலான ஜெர்மானியர்கள் ஹிட்லரை நிராகரித் திருந்தனர். பதிவான மொத்த வாக்குகளில் 43.9 சதவிகித வாக்குகளை நாஜிகள் பெற்றிருந்தனர். கடந்த தேர்தலில் பெற்ற 196 இடங்களை விட அதிகமாக, நாஜிகளுக்கு 288 இடங்கள் கிடைத்தது. இருந்தாலும், ஹிட்லர் கனவு கண்டபடி ரீச்ஸ்டாகில் பெரும்பான்மை கிடைக்க வில்லை. அனைத்து எதிர்ப்புகளையும் ஒடுக்குமுறையையும்மீறி சென்டர் பார்ட்டி தனது வாக்கு எண்ணிக்கையை இந்தமுறை அதிகரித் திருந்தது. ஆச்சரியமூட்டும் வகையில் சோஷியல் டெமாக்ரடிக் கட்சி இரண்டாவது இடத்தைப் பிடித்தது. நேஷனலிஸ்டுகளான பாப்பென், ஹின்டெண்பர்க் இருவரும் தங்களுக்குக் கிடைத்த தோல்வியைக் கண்டு மனம் உடைந்தனர். எட்டு சதவிகித ஓட்டுகளை மட்டுமே அவர்களால் பெறமுடிந்தது. ஆனால் அவர்களுக்குக் கிடைத்த 52 இடங்களையும் இணைத்துக்கொண்டபிறகு நாஜிகள் விரும்பிய பெரும் பான்மை கிடைத்தது. இதைக் கொண்டு அன்றாட அலுவல்களைச் சிரம மின்றி நடத்த முடியும் என்றபோதும் நாடாளுமன்றத்தின் சம்மதத்துடன் தன் சர்வாதிகாரத்தை நிலைநிறுவுவதற்கு ஹிட்லருக்கு மூன்றில் இரண்டு பங்கு ஆதரவு தேவைப்பட்டது. அது கிடைக்கவில்லை.

மிக எளிமையான ஒரு மாற்று வழி கண்டுபிடிக்கப்பட்டது. 'எனேப்ளிங் ஆக்ட்' என்னும் சட்டத்தைக் கொண்டுவருமாறு ஹிட்லர் ரீச்ஸ்டாகிடம் கேட்டுக்கொண்டார். இந்தச் சட்டம் ஹிட்லரின் அமைச்சரவைக்குச் சட்டம் இயற்றும் அதிகாரத்தை நான்காண்டுகளுக்கு வழங்கும். இதையே வேறு வார்த்தைகளில் சொல்வதானால், நான்காண்டு காலத்துக்கு ஜெர்மன் நாடாளுமன்றம் ஹிட்லரிடம் அனைத்து அதிகாரங்களையும் ஒப்படைத்துவிட்டு ஒதுங்கிக்கொள்ளவேண்டும். ஒரே சிக்கல் இடதுசாரிகள். இடது சார்பு கொண்டவர்கள் ஜெர்மனில் இருக்கவே கூடாது என்றுதான் ஹிட்லர் விரும்பினார் என்றாலும் முந்தைய தேர்தலில் வெற்றி பெற்று ரீச்ஸ்டாகில் அங்கம் வகிக்கும் கம்யூனிஸ்டுகளும் சோஷியல் டெமாக்ரடிக் கட்சியனரும் இப்படி யொரு சட்டத்திருத்தத்தத்துக்கு ஒப்புக்கொள்ள மாட்டார்கள் அல்லவா? ஆனால் ஹிட்லர் அலட்டிக்கொள்ளவில்லை. ரீச்ஸ்டாக் உறுப்பினர்களாக இருந்த 81 கம்யூனிஸ்டுகளை அன்றைய தினம் காணாமல் போகச் செய்யமுடியாதா? சில சோஷியல் டெமாக்ரடிக் அங்கத்தினரை உள்ளே வரவிடாமல் தடுக்கும் திறன் கெரிங்குக்கு இல்லையா?

மார்ச் 21-ம் தேதி ரீச்ஸ்டாக் திறக்கப்பட்டபோது, மூன்றாவது ஜெர்மானிய சாம்ராஜ்ஜியம் (ரீச்) ஆரம்பமானது. அன்றைய தினம் ஜெர்மனிக்கு மிக முக்கியமானது. 1871-ம் ஆண்டு அதே தினம், பிஸ்மார்க் இரண்டாவது ரீச் அரசை ஆரம்பித்துவைத்திருந்தார். ஆடம் பரமான விழா ஏற்பாடு செய்யப்பட்டிருந்தது. பளபளக்கும் சீருடை களுடன் அதிகாரிகள் வலம் வந்தபடி இருந்தனர். தனது சகாப்தம் முடிவுக்கு வருவதை உணர்ந்த ஹின்டெண்பர்க் நெகிழ்ச்சியுடன் காணப்பட்டதாகவும் அவர் கண்களில் நீர் தேங்கியிருந்ததைக் கண்டதாகவும் குறிப்புகள் தெரிவிக்கின்றன. இரண்டாம் கெய்சர் வில்லியம் வீற்றிருந்த, தற்போது வெறுமையாக இருந்த, இருக்கைக்கு வணக்கம் செலுத்திவிட்டு மேடையேறி ஹிட்லருக்கு வாழ்த்து கூறும் சுருக்கமான உரையொன்றை நிகழ்த்தினார் ஹின்டெண்பர்க். ஹிட்லர் தன் இருக்கையிலிருந்து எழுந்து, தலையைத் தாழ்த்தி ஹின்டெண் பெர்கின் கரங்களைப் பிடித்துக் குலுக்கினார். பழைய சகாப்தம் முடிவடைந்து ஒரு புதிய தொடக்கம் நிகழ்வதைச் சுட்டிக்காட்டும் இந்தத் தருணத்தைப் பல்வேறு கோணங்களிலிருந்தும் படம் பிடிக்கும் படி கெப்பல்ஸ் ஏற்பாடு செய்திருந்தார்.

இரு தினங்கள் கழித்து, ஏற்கெனவே முடிவுசெய்திருந்தபடி கம்யூனிஸ்டுகள் காணாமல் போயிருந்தனர். சோஷியல் டெமாக்ரடிக் கட்சியினர் சிலருக்கு அனுமதி மறுக்கப்பட்டிருந்தது. கத்தோலிக்க செண்டர் பார்டியிடம் தனியாக ஒப்பந்தம் ஒன்றைச்

செய்துகொண்டிருந்தது நாஜிக் கட்சி. கத்தோலிக்க உரிமைகள் பறிக்கப்பட மாட்டாது என்றும் அதற்கு ஈடாக, சட்டம் நிறைவேறு வதைத் தடுக்கக்கூடாது என்றும் பரஸ்பரம் பேசிக்கொண்டனர். ஹிட்லரின் விருப்பப்படி எனேப்ளிங் ஆக்ட், ரீச்ஸ்டாகில் நிறை வேற்றப்பட்டது. அதில் இடம்பெற்றிருந்த ஐந்து பத்திகள், தடையின்றிச் சட்டம் இயற்றும் அதிகாரத்தை ஹிட்லருக்கு அளித்திருந்தது. அயல் நாடுகளுடன் ஒப்பந்தம் போட்டுக்கொள்ளும் அதிகாரம், அரசியல மைப்புச் சட்டத்தில் திருத்தங்கள் கொண்டு வருவதற்கான அதிகாரம் உள்ளிட்ட அனைத்தும் ஹிட்லரிடம் குவிந்தன. சான்சலர் கொண்டு வரும் சட்டங்கள் 'அரசியலமைப்புச் சட்டத்தோடு முரண்படவும்கூடும்' என்றும் அது தெளிவுபடுத்தியது. மற்றபடி அதிபர் ஹின்டென்பெர்கிடம் உள்ள அனைத்து அதிகாரங்களும் அப்படியே நீடிக்கும் என்னும் குறிப்பு வில்லியம் ஷைரெர் சொல்வதைப் போல் நிச்சயம் ஒரு குரூரமான நகைச்சுவையாகத்தான் இருந்திருக்கவேண்டும்.

அவையின் அமைதியைக் கிழித்தபடி சோஷியல் டெமாக்ரடிக் கட்சியின் தலைவர் ஒட்டோ வெல்ஸ் ஹிட்லரைப் பார்த்துச் சீறினார். 'புதிய அரசால் சோஷலிஸ்டுகளை அதிகாரத்திலிருந்து அகற்ற மட்டுமே முடியும். அவர்களுடைய பெருமிதத்தை அகற்ற முடியாது. இந்த வரலாற்றுத் தருணத்தில் ஜெர்மன் சோஷலிஸ்ட் டெமாக்ரடிக் கட்சியராகிய நாங்கள் ஓர் உறுதிமொழி எடுத்துக்கொள்கிறோம். மனிதத்தன்மை, நீதி, சுதந்தரம், சோஷலிசம் ஆகியவற்றை நாங்கள் உயர்த்திப்பிடிப்போம். எந்தச் சட்டமும் இந்தச் சிந்தனைகளை அழிக்கும் சக்தியை உங்களுக்கு அளித்துவிடாது. காரணம் அவை அழிவற்றவை, நிரந்தரமானவை.'

இன்னமும் ஹிட்லரின் முழுப் பரிமாணத்தை அவர் தரிசித்திருக்க வில்லை என்பதால் எந்தவித யோசனையும் அச்சமும் இன்றி அவரால் இப்படி முழங்க முடிந்தது. தன்னுடைய நண்பர்கள் பலர் அவைக்கு வெளியில் தடுத்து நிறுத்தப்பட்டுவிட்டதில் அவர் கோபமுற்றிருக் கலாம். அல்லது தேர்தலுக்கு முன்பே அமலுக்கு வந்துவிட்ட ஒடுக்கு முறைச் சட்டங்களும் இப்போது அவர் கண்முன் அரங்கேறிக் கொண்டிருக்கும் அதிகாரக் குவிப்பும் அவரை எச்சரித்திருக்கலாம்.

கோபம் பொங்க ஹிட்லர் தன் இருக்கையிலிருந்து பாய்ந்து எழுந்தார். 'நீ இங்கே தேவைப்பட மாட்டாய். ஜெர்மனியின் நட்சத்திரம் உதிக்கப் போகிறது, உன்னைப் போன்றவர்கள் மூழ்கப்போகிறீர்கள். மரணத்தின் ஓசை ஒலிக்கத் தொடங்கிவிட்டது... எனக்கு உங்களுடைய வாக்குகள் தேவையில்லை. ஜெர்மனி நிச்சயம் விடுதலை பெறும். ஆனால், உன்னால் அல்ல.' கைத்தட்டல்கள் அடங்க நீண்ட நேரம் பிடித்தது.

அந்த ஒரு நிமிடம் ஹிட்லர் தான் சான்சலர் என்பதை மறந்திருந்தார். அல்லது, நினைவில் இருந்ததால்தான் அப்படிச் சொன்னாரா என்பது தெரியவில்லை. அவையின் குறிப்புகளிலும் சரித்திரத்திலும் தன்னுடைய கடுஞ்சொற்கள் பதிவாகிக்கொண்டிருப்பதை நினைத்து அவருக்கு வருத்தங்கள் எதுவும் இல்லை.

ஹிட்லர் தன்னுடைய ஆளுமையை அந்த ஒரு நிமிடம் ஒளிவுமறைவின்றிப் பொதுவெளியில் வெளிப்படுத்தினார். அவருடைய சினம், அவர் வெளிப்படுத்திய வார்த்தைகள், அவருடைய உடல்மொழி அனைத்தும் ஒரு சர்வாதிகாரியை ஜெர்மனிக்குத் தெளிவாக அடையாளம் காட்டின.

12

நாஜிமயமாக்கல் : ஒன்று

ஜெர்மனின் சக்திவாய்ந்த அமைப்புகள் ஒன்றன்பின் ஒன்றாக ஹிட்லரிடம் மண்டியிட ஆரம்பித்தன. ஜெர்மானிய சரித்திரத்தில் அதுவரை தனி அதிகாரங்களைக் கொண்டிருந்த மாநிலங்கள் ஹிட்லரின் தலைமையை ஏற்று அதிகாரங்களை அவரிடத்தில் கீழ்ப்படிதலோடு ஒப்படைத்தன. அவ்வாறு செய்யாதவர்களைச் சட்டத்தைக் காட்டித் தன் பக்கம் திருப்பினார் ஹிட்லர். 7 ஏப்ரல் 1933 அன்று ஹிட்லர் அனைத்து மாநிலங்களிலும் ரீச் கவர்னர்களை நியமித்தார். உள்ளூர் அரசாங்கங்களைத் தங்கள் விருப்பப்படி அவர்கள் மாற்றியமைக்கலாம். புதிய நபர்களைக் கொண்டுவரலாம், ஒப்பாதவர்களை அகற்றலாம். அரசு அதிகாரிகள் தொடங்கி நீதிபதிகள் வரை அனைவருக்கும் இது பொருந்தும். இந்த நாஜி கவர்னர்கள் அனைவரும் சான்சலருக்குக் கட்டுப்பட்டு நடப்பார்கள்.

வில்லியம் ஷைரெர் எழுதுகிறார். 'பிஸ்மார்க், இரண்டாம் வில்லியம், வெய்மார் குடியரசு என்று யாரும் முயற்சிகூடச் செய்யாத ஒரு காரியத்தை ரீச்ஸ்டாகின் முழுமையான அதிகாரங்களைப் பெற்றுக் கொண்ட இரண்டு வாரங்களில் ஹிட்லர் சாதித்துக்காட்டினார். பல பழைமையான மாநிலங்கள் அனுபவித்துவந்த தனி அதிகாரத்தை அகற்றி, அவர்களைத் தன் கட்டுப்பாட்டின்கீழ் கொண்டுவந்துள்ளார் ஹிட்லர். ஜெர்மன் வரலாற்றில் முதல்முறையாக மிகப் பழைமையான கூட்டாட்சிப் பண்புகளை அழித்துவிட்டு தேசத்தை மெய்யாகவே ஒன்றிணைத்திருக்கிறார்.'

சோஷியல் டெமாக்ரடிக் கட்சியும்கூட நாளடைவில் ஹிட்லருடன் அனுசரித்துப்போகும் போக்கைக் கடைப்பிடிக்கத் தொடங்கிவிட்டது.

ஹிட்லரின் அயல்துறைக் கொள்கை பிரகடனப்படுத்தப்பட்டபோது அதை சோஷியல் டெமாக்ரடிக் கட்சி ஆதரித்திருந்தது. வெளிநாடுகளில் இருந்தபடி ஹிட்லரை விமர்சித்துவந்த தனது கட்சித் தலைவர்களைக் காட்டிக்கொடுக்கவும்கூட முன்வந்தது. ஹிட்லரை ஏற்று நடக்கும் ஒரு புதிய கமிட்டியையும் உருவாக்கியது. இருந்தும் அவர்களால் நீடிக்க முடியவில்லை. உங்கள் யாருடைய வாக்குகளும் தேவையில்லை என்று கோபத்துடன் அறிவித்திருந்த ஹிட்லர், தான் அளித்த வாக்குறுதியை நிறைவேற்றினார். ஜூன் 1933-ல் சோஷியல் டெமாக்ரடிக் கட்சியைக் கலைக்கும் ஆணையைக் கொண்டுவந்தார் ஹிட்லர். ரீச்ஸ்டாகில் அங்கம் வகித்த கட்சித் தலைவர்கள் கைது செய்யப்பட்டனர். கம்யூனிஸ்ட் கட்சி ஏற்கெனவே செயல்டாத நிலையில்தான் இருந்தது. குறிப்பாக, ரீச்ஸ்டாக் தீ சம்பவத்துக்குப் பிறகு சிறையில் எஞ்சியிருந்த கட்சியினர்தவிர யாரும் ஜெர்மனியில் இல்லை.

வெளியில் எஞ்சியிருந்த ஒரே கட்சி கத்தோலிக் பவேரியன் பீப்பிள்ஸ் பார்ட்டி. ஜூலை 4-ம் தேதி அவர்கள் தாமாகவே முன்வந்து தங்களைக் கலைத்துக்கொண்டனர்! பீப்பிள்ஸ் பார்ட்டியும் அவ்வாறே தன்னைத் தானே அழித்துக்கொண்டது. நாஜிக் கட்சியும் அதை ஆதரித்துச் செயல் பட்டு வந்த ஜெர்மன் நேஷனல் கட்சியும் மட்டுமே இப்போது ஜெர்மனியில் இயங்கின.

ஹின்டெண்பெர்கின் அதிகாரம் தொலைந்துபோய்விட்டது என்ற போதும் அரசு அதிகாரிகள், ராணுவம் என்று பல துறைகளில் அவருக்கு ஓரளவுக்குச் செல்வாக்கு இருந்தது. இத்தனையும் இருந்தும் பிற கட்சிகளுக்கு ஏற்பட்ட கதிதான் நேஷனல் கட்சிக்கும் ஏற்பட்டது. ஹிட்லர் சான்சலராக நீடிப்பதற்குக் காரணமே நேஷனல் கட்சியின் ஆதரவுதான். இருந்தும் ஜூன் 21-ம் தேதி காவல் துறையினரும் நாஜி படையினரும் நேஷனல் கட்சி அலுவலங்களை முற்றுகையிட்டனர். அக்கட்சி தாமாகவே முன்வந்து கலைந்துபோனது.

நாஜிக் கட்சி மட்டுமே ஜெர்மனியின் ஒரே அதிகாரபூர்வமான கட்சி. ஜூலை 14-ம் தேதி கொண்டுவரப்பட்ட ஒரு தீர்ப்பாணை இதனை தெளிவுபடுத்தியது. 'நேஷனல் சோஷலிஸ்ட் ஜெர்மன் வொர்கர்ஸ் பார்ட்டி மட்டுமே ஜெர்மனியின் ஒரே அரசியல் கட்சி. வேறு கட்சியையோ அல்லது நிர்வாக அமைப்பையோ தொடங்குபவர்கள் மீது சட்டப்படி நடவடிக்கை எடுக்கப்படும். அபராதமும் மூன்றாண்டு சிறைத் தண்டனையும் விதிக்கப்படும்.' சிறு எதிர்ப்பும் இன்றி ஒற்றைக் கட்சி எதேச்சாதிகாரத்தை ஜெர்மனி தழுவிக்கொண்டது.

ஜனநாயகத்தின் ஒவ்வொரு உறுப்பையும் பார்த்துப் பார்த்து உடைத்துக் கொண்டு வந்த ஹிட்லரிடமிருந்து மே தினம் பற்றிய அறிவிப்பு

வந்தபோது பலர் வியப்படைந்தனர். ஐம்பதாண்டு காலமாக மே தினம் ஜெர்மானிய தொழிற்சங்கங்களால் கொண்டாடப்பட்டு வந்தது. ஜெர்மானிய, ஐரோப்பியத் தொழிலாளர்களின் விழாவாக அது முன்னெடுக்கப்பட்டு வந்தது. ஹிட்லர், 1933 மே தினத்தைத் தேசிய தொழிலாளர் தினம் என்று அறிவித்து விடுமுறை நாளாகவும் அறிவித்தார். தொழிற்சங்கத் தலைவர்களுக்கு அரசுத் தரப்பில் அழைப்பு விடுக்கப்பட்டது. தொழிலாளர்களுடனான ஒத்துழைப்பை வலியுறுத்தி சுவரொட்டிகள் விமரிசையாக ஒட்டப்பட்டன. இதுவரை இல்லாத அளவுக்குப் பெரிய பேரணி ஒன்றை கெப்பல்ஸ் ஏற்பாடு செய்திருந்தார். தொழிலாளர்களின் பிரதிநிதியை ஹிட்லரே தனிப்பட்ட முறையில் வரவேற்று உபசரித்தார். ஒரு லட்சம் தொழிலாளர்கள் குழுமியிருந்த கூட்டத்தில் ஹிட்லர் உரையாற்றினார். 'புரட்சி தொழிலாளர்களுக்கு எதிரானது என்று சொல்லப்படுவது எவ்வளவு தவறானது என்பதை நீங்கள் உணர்ந்துகொள்வீர்கள். உழைப்பை நாம் மதிக்கவேண்டும். உழைப்பாளர்களை மதிக்கவேண்டும்.'

அன்றிரவு, கிட்டத்தட்ட நள்ளிரவில் கெப்பல்ஸ் தன் டைரியில் எழுதினார். தான் திறமையாக ஏற்பாடு செய்திருந்த மே தினக் கொண்டாட்டங்கள் வெற்றியடைந்ததை மகிழ்ச்சியுடன் பதிவு செய்திருந்த அவர் மறுநாள் செய்யவேண்டிய வேலை குறித்தும் எழுதி வைத்தார். 'நாளை தொழிற்சங்கக் கட்டடங்களைக் கைப்பற்றவேண்டும். சிறிய அளவில்தான் எதிர்ப்புகள் கிளம்பும் என்று எதிர்பார்க்கிறேன்.' மே 21-ம் தேதி நாடு முழுவதிலும் உள்ள தொழிற்சங்கங்களின் தலைமைய கங்கள் நாஜிகளால் கைப்பற்றப்பட்டன. தலைவர்கள் கைது செய்யப் பட்டனர். தொழிற்சங்க அலுவலகங்களில் இருந்த நிதி கைப்பற்றப் பட்டது. தொழிலாளர் அமைப்புகள் உடனடியாகக் கலைக்கப்பட்டன. கைது செய்யப்பட்ட பலர், அடித்து உதைக்கப்பட்டனர். சிலர் வதை முகாம்களுக்கு அனுப்பிவைக்கப்பட்டனர். நாஜி அரசுடன் ஒத்துழைக்கத் தயார் என்று சிலர் முன்வந்தனர். ஆனால் அவர்களும் விட்டுவைக்கப் படவில்லை. பின்னர் நியூரம்பெர்க் விசாரணையின்போது, நாஜிகள் இந்த தினத்துக்கு முன்பே தொழிற்சங்கங்களை அகற்றுவது குறித்துத் திட்டமிட்டு வைத்திருந்தனர் என்பது தெரியவந்தது.

தொழிலாளர் அமைப்புகள் தடை செய்யப்பட்டது தொழில் நிறுவனங் களுக்குத் தாற்காலிக மகிழ்ச்சியையும் நிம்மதியையும் அளித்தது. நாஜிகளுக்காக நாம் செய்த செலவுகள் திரும்பக் கிடைத்துவிடும் என்னும் நம்பிக்கையும் அவர்களுக்குக் கிடைத்தது. அதே சமயம், வர்த்தகம் செழித்து வளர்வதற்கான சூழல் ஜெர்மனியில் நிலவவில்லை என்பதையும் அவர்கள் விரைவில் புரிந்துகொண்டனர். சீருடைக் காவலர்கள் வீதிகளில் ஆயுதங்களோடு சுற்றிக்கொண்டிருக்கும்வரை

நிலைத்தன்மை கிடைக்காது என்னும் உண்மையை அவர்கள் சற்று தாமதமாகத்தான் உணர்ந்துகொண்டனர். வில்லியம் ஷைரெர் சுட்டிக்காட்டுவதைப் போல், ஜெர்மானிய வீதிகளில் வன்முறைச் சம்பவங்கள் இப்போது அதிகரித்துவிட்டதற்குக் காரணம் நாட்டில் சட்ட ஒழுங்கு சீர்குலைந்துபோனதல்ல. அரசின் நேரடித் துணையுடன், நாஜிகள் தாமாகவே வன்முறையில் இறங்கியிருந்தனர். அடிப்பது, உதைப்பது, கொல்வது ஆகியவை அன்றாட நிகழ்வுகளாக மாறியிருந்தன. இத்தனைத் தடைகளையும்மீறி, இத்தனைக் கடுமையான சட்டங் களையும்மீறி, மறைவாகவும் நேரடியாகவும் நீடித்த ஒடுக்குமுறையை மீறி, தாக்கவும் கொல்லவும் நாஜிகளுக்கு ஆள்கள் கிடைத்ததபடியே இருந்தனர். நீதிபதிகள் அச்சத்தில் இருந்ததால் சட்டத்தின் கைகள் கட்டப்பட்டிருந்தன. கொலையே செய்திருந்தாலும் தவறுதலாகவும் கூட ஒரு நாஜியைத் தண்டித்துவிடக்கூடாது என்பதில் நீதிபதிகள் எச்சரிக்கையுடன் இருந்தனர். ஆயிரம் நிரபராதிகள் தப்பிக்கலாம், ஒரு நாஜி தண்டிக்கப்பட்டுவிடக்கூடாது.

முதல் சட்டம்

ஹிட்லர் தனது சான்சலர் அலுவலகத்துக்கு மதியத்துக்குள் சென்று விடுவார். மதிய உணவை வழக்கமான உணவு இடைவேளை நேரத்துக்கு முன்பே விரைவாக எடுத்துக்கொண்டுவிடுவார். அதிகபட்சம் ஒரு நாளைக்கு இரண்டு அல்லது மூன்று மணி நேரங்களை மட்டுமே தன் அலுவலகத்தில் செலவிடுவார். அதாவது, நாட்டை ஆள்வதற்கு அவர் செலவிடும் நேரம் அதிகபட்சம் மூன்று மணி நேரம் மட்டுமே. மற்ற நேரங்களில், பெர்லினுக்கு வெளியில் செலவிடவே விரும்புவார். குறிப்பாக, பெர்க்டெஸ்கேடன் (Berchtesgaden) என்னும் மலைப் பிரதேசப் பகுதியில் மதிய நேரங்களில் உலாவுவதை அவர் வழக்க மாக்கிக்கொண்டிருந்தார்.

ஹிட்லரின் ஆட்சித் திறன், அவர் அலுவலகத்தை நடத்தும்விதம் ஆகிய வற்றை அருகில் இருந்து கவனித்தவர்களின் பதிவுகளின்படி அவர் தன் அரசியல் முடிவுகள் அனைத்தையும் கிட்டத்தட்ட மதிய உணவு நேரத்தில் எடுத்து முடித்துவிடுவார். திடீரென்று ஏதோ நினைவுக்கு வந்ததைப் போல் மின்னல் வெட்டுகள்போல் வார்த்தைகள் தெறிக்கும். அந்த வார்த்தைகளின் அடிப்படையில்தான் அரசு இயங்கும். அதிக யோசனையின்றிச் சட்டென்று பறந்து வரும் அத்தகைய உத்தரவுகளே ஜெர்மனியை இயக்கின. அதே சமயம், தன் அலுவலகத்தில் அதிக நேரம் செலவழிக்கவில்லை என்றாலும் ஹிட்லர் எதைப் பற்றியும் ஆழ்ந்து சிந்திக்கவில்லை என்று கொள்ள முடியாது. ஜெர்மனியைப் பாதிக்கும் பிரச்னைகளை அவர் அக்கறையுடன் பரிசீலித்ததில்லை

என்று கொள்ள முடியாது. ஜெர்மனியின் அரசியல் பிரச்னைகள், பொருளாதாரச் சவால்கள், வேலைவாய்ப்பின்மை, ஆயுத உற்பத்தியில் காட்டவேண்டிய கவனம் என்று அனைத்தையும் கடந்து தன் சிந்தனைகளில் பெரும் பகுதியை அவர் 'யூதப் பிரச்னைக்காக' செலவிட்டார்.

ஆட்சிக்கு வந்து மாதங்கள் கழிந்தபிறகும், சில ஆயிரம் யூதர்களின் உடைமைகளை மட்டுமே இதுவரை அரசால் கைப்பற்றமுடிந்திருந்தது. சில ஆயிரம் யூதர்கள் மட்டுமே தாக்கப்பட்டிருந்தனர். அவர்களில் வெகு சிலர் மட்டுமே கொல்லப்பட்டிருந்தனர். அரசுப் பணிகள், பல்கலைக் கழகங்கள் ஆகியவற்றிலிருந்து யூதர்கள் அகற்றப்பட்டிருந்தனர். நாடு முழுவதிலும் உள்ள யூதர்களின் கடைகளைப் புறக்கணிக்குமாறு மக்களுக்கு 1 ஏப்ரல் 1933 அன்று ஆணை பிறப்பிக்கப்பட்டது.

தொழிலதிபர்கள் அனைவரும் ஹிட்லரை ஆதரிக்கவில்லை. அவர்களில் பலர் தேர்தல் சமயத்தில் நாஜிக் கட்சிக்கு ஆதரவளிக்கவோ நிதியுதவி அளிக்கவோ மறுத்துவிட்டனர். அவர்களை அப்போதே நாஜிகள் தனியே குறித்து வைத்துக்கொண்டனர். இப்போது அவர்களால் ஹிட்லரிடமிருந்து தப்பமுடியவில்லை. வணிக அமைப்புகள், ஆலைகள், கடைகள் என்று எதையும் விட்டுவைக்கவில்லை நாஜிகள். சிலருடைய உடைமைகள் பறிக்கப்பட்டன. சிலர் மிரட்டப்பட்டனர். லாபமீட்டிக்கொண்டிருந்த சில நிறுவனங்களில் நாஜிகளுக்கு உயர் பதவிகள் அளிக்குமாறு கேட்டுக்கொள்ளப்பட்டது. பெரிய தொழிற் சாலைகள், வணிக நிறுவனங்கள் போன்றவை தேசியமயமாக்கப்படப் போவதாக அறிவிக்கப்பட்டது. அளவுக்குமீறிச் சொத்து சேர்த்திருக்கிறார்கள் என்றும் வட்டிக்கு விட்டுச் சம்பாதித்திருக்கிறார்கள் என்றும் காரணம் கூறி பறிமுதல்கள் நடைபெற்றன. ஆயிரக்கணக்கான நாஜிகள் இந்தப் பணிகளுக்காக ஒதுக்கப்பட்டனர்.

வைஸ் சான்சலராக இருந்த பாப்பெனின் அதிகாரம் மட்டுப்படுத்தப்பட்டிருந்தது. கெப்பல்ஸ் மார்ச் 13-ம் தேதி பிரசாரத் துறை அமைச்சராகப் பொறுப்பேற்றார். நாஜிக் கட்சியின் பலம் குறிப்பிடத்தக்க வகையில் அதிகரித்துக்கொண்டிருந்தது. ஜனவரி 1933-ல் 8.5 லட்சமாக இருந்த உறுப்பினர்களின் எண்ணிக்கை மே 1933-ல் 25 லட்சமாக உயர்ந்தது. 1933 மத்தியில் ஹிட்லர் ஜெர்மனியின் ஒரே சக்தியாக மாறியிருந்தார். இனி அவர் எதற்காகவும் யாருக்காகவும் தன் திட்டங்களை நிறுத்திவைக்கத் தேவையில்லை.

சர்வாதிகாரியும் சாமானியர்களும்

ஒன்றன்பின் ஒன்றாகக் கட்சிகள் அழித்தொழிக்கப்பட்ட போது, யூதர்கள் குறிவைக்கப்பட்ட போது, அடிப்படை மனித உரிமைகள் பலருக்கு

மறுக்கப்பட்டபோது, ஜனநாயகத்தின் கழுத்தை நெறித்துக்கொன்று எதேச்சாதிகாரத்தை ஹிட்லர் கொண்டுவந்தபோது, வீதிகளில் ரத்தக் காயங்களுடன் சடலங்கள் கண்டெடுக்கப்பட்டபோது மக்கள் என்ன செய்துகொண்டிருந்தார்கள்? ஹிட்லரின் சர்வாதிகார அரசியலை அவர்கள் ஏற்றுக்கொண்டனரா? அல்லது எதிர்க்கத் திராணியற்று அமைதியாக இருந்துவிட்டனரா? அல்லது, இது கட்சிகளின் பிரச்னை, யூதர்களின் பிரச்னை, இடதுசாரிகளின் பிரச்னை என்று நகர்ந்து சென்றுவிட்டனரா?

ஹிட்லர் குறித்தும் அவருடைய ஆட்சிமுறை குறித்தும் பெரும்பான்மை ஜெர்மானியப் பொதுமக்கள் 1933 வாக்கில் என்ன நினைத்தார்கள் என்று தெரிந்துகொள்வது கடினம் என்கிறார் இயான் கெர்ஷா. காரணம், 'அந்தக் காலகட்டத்தில் நமக்கு அரசாங்கத் தரப்புப் பதிவுகள் மட்டுமே பெரும்பாலும் கிடைத்துள்ளன.' கெர்ஷா சுட்டிக்காட்டுவதைப் போல், சுதந்தரமான பொதுமக்கள் கருத்து என்பது ஒரு ஜனநாயக அரசுக்கு மாத்திரமல்ல, ஹிட்லரின் சர்வாதிகார அரசுக்கும்கூடத் தேவையாகத் தான் இருந்தது. ஆனால் எதிர்க்கருத்துகள் எங்கிருந்தெல்லாம் தோன்ற முடியுமோ அத்தனை கதவுகளும் அறைந்து சாத்தப்பட்டுவிட்ட நிலையில் சுதந்தரச் சிந்தனைகள் எங்கிருந்து உதிக்க முடியும்? குறைந்தது தங்களுடைய பிரசார யுக்தி பலனளிக்கிறதா என்பதையாவது தெரிந்துகொள்ளவேண்டிய கட்டாயம் ஹிட்லருக்கு இருந்தது. எனவே அவர் இதற்கெனச் சில அமைப்புகளை நிறுவி மக்கள் என்ன நினைக் கிறார்கள் என்று தெரிந்துகொள்ள ஏற்பாடுகள் செய்தார். எனவே, அப்போது பொதுக் கருத்து எப்படி இருந்தது என்பதைவிட பிரபல மான கருத்து எப்படி இருந்தது என்று தெரிந்துகொள்வதுதான் சுலபமானது என்கிறார் கெர்ஷா.

மாறுபட்ட கட்சிகள், வெவ்வேறான சிந்தனைப் பள்ளிகள், வெவ்வேறு நலன்களைப் பிரதிபலிக்கும் அமைப்புகள் ஆகியவை இருந்தால்தான் மக்களுக்கு வெவ்வேறு கருத்தாக்கங்கள் கிடைக்கும். தொழிற் சங்கங்கள், இடதுசாரிக் கட்சிகள், அறிவுஜீவிகள், ஊடகம் என்று பல வழிகளிலிருந்து இத்தகைய கருத்தாக்கங்கள் உருவாக்கப்படுகின்றன. மக்கள் அவற்றை விவாதிக்கிறார்கள். தங்களுடைய நலன்களை யார் பிரதிபலிக்கிறார்கள் என்று கவனிக்கிறார்கள். தங்களுக்கேற்ற அரசியல் பார்வையை உருவாக்கிக்கொள்கிறார்கள். ஆனால், ஹிட்லரின் ஜெர்மனியில் நாஜி பிரசாரங்களே மக்களின் சிந்தனைப் போக்கைத் தீர்மானிக்கக்கூடிய ஒரே சக்தியாகத் திகழ்ந்தது.

இரண்டு வகையான பதிவுகளை கெர்ஷா ஆய்வுக்கு எடுத்துக் கொள்கிறார். ஒன்று நாஜி அமைப்புகள் திரட்டிய மக்களின் மனநிலை

பற்றிய குறிப்புகள். வெவ்வேறு பகுதிகளைச் சார்ந்த மக்கள் குழுவினரிடமிருந்து சேகரிக்கப்பட்டு தொடர்ச்சியாகத் தலைமைக்கு அனுப்பிவைக்கப்பட்ட பதிவுகள் இவை. கட்சி அலுவலகங்கள், உள்ளூர் அரசு அலுவலகங்கள், ரகசிய போலீஸ் கெஸ்டாபோ ஆகியோரால் இவை திரட்டப்பட்டன. கெப்பல்ஸ் போன்றோரிட மிருந்து வரும் பிரசாரங்களைப்போலன்றி இவற்றில் 'தயாரிக்கப்பட்ட செய்திகள்' குறைவு.

இரண்டாவது, இடதுசாரிகளின் குறிப்புகள். நாடு கடத்தப்பட்ட சோஷ லிஸ்ட் டெமாக்ரடிக் கட்சியினர் 1933 முதல் 1940 வரை சொபாடே (Sopade) என்னும் அமைப்பை நடத்திவந்தனர். முதலில் பிராக் நகரிலிருந்தும் பின்னர் பாரிஸிலிருந்தும் இவர்கள் இயங்கினர். எர்னஸ்ட் ஷுமாக்கர் என்பவர் தலைமை வகித்தார். சொபோடே சில குறிப்புகளைத் தயாரித்திருந்தது. அடித்தட்டு மக்கள், தொழிலாளர்கள் ஆகியோரின் எண்ணங்களை இவர்கள் பிரதிபலித்தனர். உதாரணத்துக்குச் சில பார்வைகள்: 'ஹிட்லரின் சர்வாதிகாரப் போக்கைக் காட்டிலும் பொருளாதார நிலைமைகளே தொழிலாளர்களை அதிகம் பாதிக்கிறது' என்கிறது ஒரு குறிப்பு. 'விவசாயிகள், தொழிலாளர்கள் போன்றோர் போராட முடியாத நிலையில் இருந்தனர். காரணம் யாரை எதிர்த்து அல்லது எதை எதிர்த்துப் போராடவேண்டும் என்று இவர்களுக்குத் தெரியவில்லை' என்கிறது மற்றொரு குறிப்பு. அல்லது இதைப் பாருங்கள். 'எவ்வளவு துயரங்கள் நேர்ந்தாலும் பெரும்பாலான ஜெர்மன் மக்கள் நாஜி அமைப்பை எதிர்த்துப் போராடத் தயாராக இல்லை. வெய்மார் குடியரசைக் காட்டிலும் இது பரவாயில்லை என்று அவர்கள் நினைத்தனர்.'

உழைக்கும் மக்களின் கருத்துகளை மட்டுமின்றி, தேவாலயங்கள் ஹிட்லர் அரசோடு கொண்டிருந்த முரண்பாடுகளையும் இவர்கள் பதிவு செய்திருந்தனர். செக்கோஸ்லாவாக்கியா, சுவிட்ஸர்லாந்து, பெல்ஜியம், டென்மார்க் போன்ற ஜெர்மானிய எல்லைப்புறங்களிலிருந்து இவர்கள் தகவல்களைத் திரட்டினர். நாஜிகளின் கண்களில் சிக்காமல் தகவல் களை சொபாடேவுக்கு அளிப்பது சவாலான காரியமாகவும் ஆபத்தான சாகசமாகவும் இருந்தது. 1933 தொடங்கி 1935 வரையில் நாஜி ஜெர் மனியில் அன்றாட வாழ்க்கை எப்படியிருந்தது, தொழிற்சாலைகளின் நிலைமை என்ன என்பன போன்ற பல செய்திகளை இவர்கள் திரட்டினர். எளிமைப்படுத்தப்பட்ட வாதங்களை மட்டும் முன்வைக் காமல் பிரச்னையின் அனைத்துக் கூறுகளையும் இவர்கள் முன்வைத்தனர். உதாரணத்துக்கு, ஹிட்லர் வெறுமனே பயங்கரவாதத்தை மட்டுமே அடிப்படையாகக் கொண்டு ஜெர்மனியை ஆட்சி செய்தார் என்று சொல்வது முழு உண்மையல்ல. அதேபோல், பெரும்பான்மை மக்கள்

ஹிட்லரின் செயல்களை ஆதரித்ததால்தான் அவர் நீடித்திருந்தார் என்று சொல்வதும் முழுஉண்மையல்ல.

பொதுவாகவே இடதுசாரிகளின் நாஜி எதிர்ப்பு வெற்றிபெறவில்லை. அதற்கு அவர்கள் ஹிட்லரால் வேட்டையாடப்பட்டது மட்டுமல்ல காரணம். கம்யூனிஸ்டுகளையும் சோஷியல் டெமாக்ரடிக் கட்சியினரையும் பொதுமைப்படுத்தி இருவரையுமே ஒரேயடியாக இடதுசாரிகள் என்றும் கம்யூனிஸ்டுகள் என்றும்தான் ஹிட்லர் அழைத்தார். ஆனால் இந்த இரு பிரிவினருக்கும் இடையில் இறுதிவரை ஒற்றுமை ஏற்படவேயில்லை. இதைப் பயன்படுத்தியே இரு தரப்பினரிடமிருந்தும் வேண்டிய தகவல்களைப் பெற்று நாஜிகள் ஒடுக்குமுறையை ஏவிவிட்டனர். இடது சாரிகள் ஜெர்மனியில் தோற்றதற்கு இதுவும் ஒரு காரணம் என்கிறார் நாஜி ஜெர்மனி குறித்து எழுதியிருக்கும் ஸ்டீஃபன் லீ.

மேலே கண்ட குறிப்புகள் தெரிவித்தபடி, பொருளாதார நிலைமையே மக்களை, குறிப்பாக நடுத்தர வர்க்கத்தினரை ஹிட்லருக்கு எதிராகக் கொண்டுசென்று நிறுத்தியது. நாஜி ஆட்சி அமைந்தபிறகு ஓரளவு வெளிப்படையாக வெளியில் தெரிந்த முதல் எதிர்ப்பு 1934-ல் ஏற்பட்டது. வேலை வாய்ப்புகள் அதிகரிக்கப்படும், பொருளாதார நிலைமை சரிசெய்யப்படும், யூதர்களை அகற்றிவிட்டால் ஜெர்மானியர்களின் பெரும்பாலான சிக்கல்கள் தீர்ந்துவிடும் என்றெல்லாம் ஹிட்லர் அளித்த உறுதிமொழிகள் பொய்த்துப்போனதை நடுத்தர மக்கள் கண்கூடாகக் கண்டனர். ஹிட்லரின் பொருளாதாரக் கொள்கைகளில் உள்ள தீங்கு விளைவிக்கும் அம்சங்களைச் சிறு வியாபாரிகள் சுட்டிக் காட்டி வருந்தினர். கடன் வசதிகள் இல்லாதது, அரசு சிறு வியாபாரிகளிடமிருந்து கொள்முதல் செய்யாதது, வரிச்சுமை, கட்சிக்கு அளிக்க வேண்டிய கட்டாய நிதி, பெரும் முதலாளிகள் சார்பு நிலை என்று தங்களை ஒடுக்கும் பல அம்சங்களை அவர்கள் எதிர்த்தனர். யூதர்களோ கம்யூனிஸ்டுகளோ கொல்லப்படுவது பற்றி இவர்கள் அக்கறை கொள்ளவில்லை என்பதையும் தங்களுடைய சுயதேவைகளுக்குப் பாதிப்பு வரும்போது மட்டுமே, அதுவும்கூட குறிப்பிட்ட அந்தக் கொள்கைகளை மட்டுமே தேர்ந்தெடுத்து அவர்கள் எதிர்த்தனர் என்பதையும் இங்கே கவனிக்கவேண்டியிருக்கிறது.

ஹிட்லரின் பொருளாதாரக் கொள்கைகளால் பாதிப்படைந்த விவசாயிகளின் அதிருப்தியும் பதிவாகியுள்ளது. செப்டெம்பர் 1933-ல் கொண்டுவரப்பட்ட 'ரீச் என்டெயில்ட் ஃபார்ம் லா' என்னும் சட்டத்தில் உள்ள குறைபாடுகள், செல்வாக்குமிக்க எஸ்டேட்டுகள் விவசாயிகளின் பண்ட விற்பனை முறையில் குறுக்கிட்டது, செல்வாக்குமிக்க சிலரின் ஆதிக்கம் ஆகியவற்றை விவசாயிகள் எதிர்த்தனர். 'பெருமளவிலான

விவசாயிகள் நம்பிக்கையிழந்து காணப்படுகிறார்கள், இது ஆபத்தானது' என்று பவேரியாவின் உள்ளூர் நிர்வாகத்தினர் குறிப்பெழுதி அனுப்பினர். முதல் உலகப் போரின்போது நிலவிய அதிருப்தி அலை தற்சமயம் நிலவுவதாக இன்னொரு குறிப்பு சொல்கிறது.

இவ்வளவு அதிருப்திகளையும் எதிர்ப்புகளையும்மீறி ஹிட்லரின் அதிகாரம் அசைவற்று நீடித்ததற்கான காரணத்தை ஹிட்லரை எதிர்க்கும் சொபாடே குறிப்புகளில் காண முடிகிறது. பொருளாதாரக் கொள்கை சார்ந்த விமர்சனங்கள் இருந்தபோதிலும் ஹிட்லருக்குப் பெருமள விலான ஆதரவும் இருக்கவே செய்தது. குறிப்பாக, இளைய ஜெர்மானியர்கள் ஹிட்லரை ஒரு முன்மாதிரியாகக் கண்டனர். நாஜிக் கட்சி மிகத் தீவிரமான விமர்சனங்களைச் சந்தித்த தருணங்களிலும்கூட ஹிட்லரால் பிரம்மாண்டமான கூட்டத்தைக் கூட்டவும் அவர்களுடைய கைத்தட்டல்களை அள்ளிக்கொள்ளவும் முடிந்தது. சிறு வணிகர்கள், தொழிலதிபர்கள், நடுத்தர மக்கள் ஆகியோரின் கோபம் அரசியல் நோக்கங்கள் அற்றவை என்பதால் அவர்களுடைய எதிர்ப்புகள் ஹிட்லரைச் சிறிதும் பாதிக்கவில்லை. உண்மையில், ஹிட்லரின் அதிகாரத்தைக் கேள்விக்கு உட்படுத்துவதையோ தனிப்பட்ட முறையில் அவரை எதிர்ப்பதையோ இவர்கள் விரும்பவில்லை. எனவே, இத்தகைய எதிர்ப்புகளும் கோபங்களும் முக்கியத்துவம் அற்றவையாக மாறிப்போயின. மொத்தத்தில், வலுவான எதிர்ப்பு இல்லாததால் அல்லது எதிர்ப்பு என்பதே இல்லாமல் போன ஒரே காரணத்தால் ஹிட்லரின் பலம் வளர்ந்துகொண்டே சென்றது.

ஆகஸ்ட் 1934 தொடக்கத்தில் ஹின்டெண்பெர்க் மரணடைந்தார். ஹிட்லர் உடனே ஒரு சட்டம் கொண்டுவந்து அந்தப் பதவியையும் தன்னுடன் இணைத்துக்கொண்டார். ரீச் சான்சலர், ரீச் அதிபர், இரண்டும் அவரே.

இரண்டாவது புரட்சி ஒடுக்கப்படுகிறது

வெளியிலிருந்த அனைத்து எதிர்ப்புகளையும் ஒழித்துக்கட்டியபிறகு உள்ளிருந்து ஹிட்லருக்குப் பிரச்னைகள் கிளம்பின. தவறான காரணங் களுக்காக மட்டுமே புகழ்பெற்ற எஸ்ஏ ஸ்ட்ராம்ட்ரூப்பர்ஸ் தன் மனக் கசப்புகளை வெளிப்படுத்தத் தொடங்கியது. நாஜிகள் ஆட்சியைப் பிடிக்கவேண்டும் என்பதற்காக ஆண்டுக்கணக்கில் செயல்பட்டு வந்த இயக்கம் இது. இவர்கள், சமூகத்தை ஒரு குறிப்பிட்ட திசையில் கொண்டுசெல்லவேண்டும் என்றும் நாட்டின் வளம் பங்கிடப்பட வேண்டும் என்றும் துடித்துக்கொண்டிருந்தனர். ஹிட்லரை ஆதரிப்பதன்

மூலம் ஜெர்மனி ஒரு வலுவான நாடாக மாறும் என்று இவர்கள் கனவு கண்டனர். இவர்கள் விரும்பிய வேகத்துக்கு மாற்றங்கள் நிகழவில்லை என்பதால் இவர்கள் மனச்சோர்வு கொண்டனர். ஹிட்லர் ஆட்சிக்கு வந்தபிறகு தம்மை தேசம் மறந்துவிட்டது என்று இவர்கள் கவலைப் பட்டனர். நாஜிகளுக்குள்ளேயே வேறு சிலருக்கு அளிக்கப்பட்ட வாய்ப்புகள் தமக்கு மறுக்கப்பட்டதாக இவர்கள் நினைத்தனர். புதிதாகக் கட்சியில் இணைந்த பலருக்கு நிர்வாகத்தில் நல்ல வேலைகள் கொடுக்கப்பட்டதையும் ஆரம்பம் தொட்டே உயிரைக் கொடுத்துப் போராடிவந்திருக்கும் தமக்கு அத்தகைய வாய்ப்புகள் மறுக்கப்பட்டதையும் கண்ட இவர்களுடைய விரக்தி தீவிரமடைந்தது.

ஹிட்லரின் நீண்டகால நண்பரும் எஸ்ஏவின் தலைவருமான எர்னஸ்ட் ரோம் இந்தப் பாகுபாட்டை எதிர்த்துக் குரல் கொடுக்கத் துணிந்தார். ஜூன் 1933-ல் ஓர் அரசுப் பத்திரிகையில் ஹிட்லருக்கு எதிராக இவர் எழுதிய கட்டுரை ஒன்று பிரசுரமானது. ஜெர்மானிய ராணுவத்தில் எஸ்ஏவுக்கு தகுந்த இடம் அளிக்கப்படாததையும் போதுமான சீர்திருத் தங்கள் மேற்கொள்ளப்படாததையும் கண்ட ரோம் தன் குரலை இன்னமும் உயர்த்தத் தொடங்கினார். பொதுவெளியில் ஹிட்லருக்கு எதிரான ஒரே வலிமையான குரலாக இவருடையது இருந்தது. எனவே, அது உடனேயே ஹிட்லரால் கவனிக்கப்பட்டது. எர்னஸ்ட் ரோமின் கவலைகள் நியாயமானவை என்றும் அவர் கேட்டுக்கொண்ட சீர்திருத் தங்களை ஹிட்லர் உடனடியாக மேற்கொள்ளவேண்டும் என்றும் வேறு சிலரும்கூடப் பேசத் தொடங்கினர். எஸ்ஏவில் அப்போது இருபது லட்சம் வீரர்கள் இருந்தனர். ஜெர்மானிய ராணுவத்தின் பலத்தைக் காட்டிலும் இது இருபது மடங்கு அதிகம் என்னும்போது அவர்களுக் கான சரியான இடத்தை அளித்து அவர்களை அங்கீகரிப்பதுதானே நியாயமாக இருக்க முடியும்? இப்போதைக்கு ஜெர்மன் ராணுவம் தனியாகவும் இவர்கள் தனியொரு குழுவாகவும் மட்டுமே செயல்பட்டு வந்தனர். ஜெர்மன் ராணுவத்துக்குப் பதவிகளும் மரியாதைகளும் அளிக்கப்பட்டு வந்தபோது எஸ்ஏ குழுவினர் அடியாள் கூட்டம் போலவே பாவிக்கப்பட்டனர்.

மேலும், பெரும் தொழில் அமைப்புகள், நிலச்சுவாந்தார்கள், பிரஷ்யன் ஜெனரல்கள் போன்றோரின் ஆதிக்கமும் ராணுவத்தில் இருந்ததை இவர்கள் சுட்டிக்காட்டினார்கள். கெப்பல்ஸ் போன்றவர்களும்கூட ஹிட்லர் உடனடியாக ராணுவத்தைச் சீரமைக்கவேண்டும் என்று கருத்து தெரிவித்தனர். இந்த மனக்கசப்புகள் வெளிவரத் தொடங்கிய போது கெப்பல்ஸ், எர்னஸ்ட் ரோம் போன்றோர் 'இரண்டாவது புரட்சி' என்னும் பதத்தை உருவாக்கி அதைப் பிரபலப்படுத்தினர். ஹிட்லர் கொண்டுவந்த முதல் புரட்சியின் போதாமைகள் இன்னொரு

புரட்சியைக் கொண்டுவரும் என்னும் பொருளை இது உணர்த்தியது. உடனடியாகப் பல்லாயிரம் எஸ்ஏ வீரர்கள் ராணுவத்தில் சேர்த்துக் கொள்ளப்படவேண்டும் என்று மார்ச் 1934-ல் ரோம் கேட்டுக் கொண்டார். அது ஏற்கப்படாதபோது ரோம் ஓர் ஆயுதப் போராட்டத்தை அரசுக்கு எதிராக முன்னெடுக்கலாம் என்று தகவல்கள் கசிந்தன.

அபாயங்களில் இடது, வலது பேதங்கள் இல்லை ஹிட்லருக்கு. தனக்குப் போட்டியாக ஒரு தலைவரோ கட்சியோ இயக்கமோ சித்தாந்தமோ செயல்படக்கூடாது என்பதே அவருடைய கொள்கை. இடதுசாரி அபாயத்தைப் போலவே வலதுசாரி அபாயமும் அவரைப் பொருத்தவரை இரக்கமின்றி முறியடிக்கப்படவேண்டிய ஒன்றுதான். இத்தனைக்கும் ரோம் முன்வைத்த வலதுசாரிக் கருத்துகளுக்கும் கோரிக்கைகளுக்கும் ஹிட்லரின் கொள்கைகளுக்கும் பெரிய வேறு பாடுகள் இல்லை. இருவருமே வலதுசாரிப் பேரினவாதத்தைத்தான் உயர்த்திப் பிடித்தனர். இருவருமே பயங்கரவாத நடைமுறைகளில் நம்பிக்கை வைத்திருந்தவர்கள்தாம். இருவருமே ஜெர்மனியின் நலனுக்காக இயங்குகிறோம் என்று நம்பிக்கொண்டிருந்தவர்கள். அந்த நம்பிக்கையின் அடிப்படையில் அடக்குமுறையை ஏவிவிட்டவர்கள் தாம். இருவருக்கும் இடையிலான அடிப்படை வேறுபாடு, ஹிட்லர் அனைத்தையும் தீர்மானிக்கும் இடத்தில் அமர்ந்திருந்தார்; ரோம் அவருக்குக் கீழே இருந்தார். ரோம் நினைத்ததைப்போல் அனைத்தையும் உடனே நிறைவேற்றுவது கடினம் என்பது நடைமுறை அரசியலையும் நிர்வாகத்தையும் புரிந்துகொண்ட ஹிட்லருக்குத் தெரிந்திருந்தது.

அமைப்புக்கு வெளியில் இருந்து அராஜகவாதத்தை முன்மொழிவதும் அமைப்புக்கு உள்ளே இருந்துகொண்டு அவ்வாறு செய்வதும் வெவ் வேறானவை என்பதை அவர் உணர்ந்திருந்தார். சமரசங்கள் அரசியலுக்கு அவசியம் என்பதும் அதுவே அரசியலுக்கான முன்நிபந்தனை என்பதையும் ஹிட்லர் அனுபவப்பூர்வமாகக் கற்றிருந்தார். சமரசத்தின் மூலமாகவே தனக்குப் பதவி கிடைத்தது என்பதையும் ஹிட்லர் மறந்துவிடவில்லை. ரோமுக்கு அத்தகைய படிப்பினைகள் வாய்க்கவில்லை.

இரக்கமற்ற முறையில்தான் ரோமை ஹிட்லர் எதிர்கொண்டார். ரோம் உள்ளிட்ட அவருடைய நண்பர்கள் சிறை பிடிக்கப்பட்டபோதும் முறைப்படி விசாரணைகள் நடைபெறவில்லை. அவர் தரப்பு நியாயங் களைச் சொல்வதற்கான வழிமுறைகள் பின்பற்றப்படவில்லை. ஜூன் 1934 இறுதியில் தொடங்கி ஜூலை ஆரம்பம்வரை, இரண்டாம் புரட்சி பற்றிப் பேசிய, திட்டமிட்ட அனைவரும் தேடித்தேடிக் கொல்லப் பட்டனர். ரோமும் அவருடைய குழுவினர் முப்பது பேரும் மியூனிக்கில்

உள்ள சிறையில் கொல்லப்பட்டனர். இதையே சாக்கிட்டு சில பழைய விரோதிகளும் ஒழித்துக்கட்டப்பட்டனர். அரசு விரோத நடவடிக்கைகளில் ஈடுபட்டவர்களை அகற்றியதன்மூலம் அரசுக்கு நேரவிருந்த அபாயம் அகற்றப்பட்டது என்று ஒற்றை வரியில் இந்தப் படுகொலைகள் அனைத்தும் அதிகாரபூர்வமாக நியாயப்படுத்தப்பட்டன. நம் சதையை அரித்துக்கொண்டிருக்கும் வியாதியை உண்டாக்கிய கிருமிகள் நீக்கப்பட்டுவிட்டன என்று தனக்கே உரித்தான முறையில் விளக்கமளித்தார் ஹிட்லர். இந்தக் கிருமிகளின் எண்ணிக்கை 77 என்று அரசுத் தரப்பு சொன்னது. நூற்றுக்கணக்கானவர்கள் கொல்லப்பட்டனர் என்பது அனைவருக்கும் தெரிந்த உண்மை. நெருங்கிப் பழகிய தன் நண்பனைத் தானே கொல்லவேண்டியதை நினைத்து ஹிட்லர் மனம் வருந்தினார் என்றும் இரவு முழுவதும் உறக்கமின்றிப் புரண்டுப் புரண்டு படுத்தார் என்றும் கெட்ட கனவு கண்டு பயந்தார் என்றும் சொல்லப்பகிறது. மற்றபடி இவ்வளவு பேரைப் படுகாலைகள் செய்ததைப் பற்றியோ, ராணுவத்தை இதற்குப் பயன்படுத்திக்கொண்டது பற்றியோ அவர் வருத்தப்படவில்லை.

13

நாஜிமயமாக்கல் : இரண்டு

ஜெர்மனி ஒரே சமயத்தில் ஆச்சரியமூட்டக்கூடியதாக, புரிந்துகொள்ள முடியாத புதிராக, பிரச்னைக்குரிய பிரதேசமாகத் திகழ்ந்தது என்கிறார் வில்லியம் ஷைரெர். ஹிட்லரின் எழுச்சியையும் வீழ்ச்சியையும் விரிவாகப் பதிவு செய்துள்ள இந்த அமெரிக்கப் பத்திரிகையாளர் 1934-ல் ஜெர்மனிக்கு வந்து சேர்ந்தார். அவரால் பல விஷயங்களைப் புரிந்துகொள்ள முடியவில்லை. ஏன் பெரும்பலான ஜெர்மானியர்கள் தங்கள் சுதந்தரம் பறிபோய்விட்டதை நினைத்து வருந்தவில்லை? அரசு வடிவில் செயல்படும் காட்டுமிராண்டித்தனத்தை எப்படி அவர்கள் இயல்பான ஒன்றாக ஏற்றுக்கொண்டார்கள்? ராணுவ ஒழுக்கத்துக்கு ஏற்பத் தங்கள் செயல்பாடுகளை எப்படித் திருத்தியமைத்துக் கொண்டார்கள்? கெஸ்டாபோவும் வதைமுகாம்களும் கண்களுக்குத் தெரியவில்லை என்றாலும் அவை பின்னணியில் இயங்கிகொண்டிருந்த போது எப்படி இயல்பு வாழ்க்கை ஜெர்மானியர்களுக்குச் சாத்தியப் பட்டது?

சாத்தியப்பட்டதற்குக் காரணம் நாஜிகளின் நடவடிக்கைகள் வெகு சில ஜெர்மானியர்களை மட்டுமே அப்போது பாதித்தது என்பதுதான். தேசத்தின் எதிரிகள்மீதே அரசு இயந்திரம் நடவடிக்கை எடுக்கிறது என்று அவர்கள் நினைத்துக்கொண்டனர். நம்மையல்ல, யாரையோ சிலரைத்தான் நாஜிகளுக்குப் பிடிக்கவில்லை என்று அவர்கள் திருப்திப் பட்டுக்கொண்டனர். இத்தனை அடக்குமுறைகளையும்மீறிப் பலர் அரசை வெளிப்படையாக ஆதரித்ததைக் கண்டு ஷைரெர் ஆச்சரிய மடைந்தார். இவர்களில் பலர் ஜெர்மனியின் எதிர்காலம் வலுவானதாக

இருக்கும் என்னும் நம்பிக்கையில் அரசை விமர்சனமின்றி ஏற்றுக் கொண்டிருந்தனர். அவர்களைப் பொருத்தவரை ஹிட்லர் ஜெர்மனியை வெர்சைல்ஸின் பிடியிலிருந்து மீட்டவர். வெய்மார் அரசின் குறை பாடுகளைப் போக்கியவர். ஜெர்மானியப் பெருமித உணர்வை மீட்டெடுத்துத் தந்தவர். இதுவே ஷைரெர் கண்ட பெரும்பான்மை மக்களின் பார்வை. 'நான் முக்கியமல்ல, பொதுநலனே முக்கியம்' என்னும் பதாகையைப் பல இடங்களில் அவர் கண்டிருக்கிறார். ஹிட்லரின் 'தேசிய சோஷலிசம்' மக்களின் நம்பிக்கையைப் பெற்றிருந்தது. 'யூதர்களை அரசு நடத்திய விதம் அயல்நாட்டுப் பயணி களுக்கு வேண்டுமானால் அதிர்ச்சியை ஏற்படுத்தலாம்; நிச்சயம் பெரும் பான்மை மக்கள் அதைப் பெரிதாகவோ வித்தியாசமாகவோ எடுத்துக் கொள்ளவில்லை' என்கிறார் ஷைரெர்.

1936 ஒலிம்பிக்ஸ் போட்டிகள் பெர்லினில் நடைபெற்றபோது உலகின் கவனம் ஜெர்மனிமீதும் ஹிட்லர்மீதும் திரும்பியது. ஹிட்லர் இந்த வாய்ப்பை நழுவவிடாமல் சாதுரியமாகப் பயன்படுத்திக்கொண்டார். ரீச் எப்படி இயங்குகிறது என்பதை அவர் உலகுக்குக் காட்ட விரும்பினார். நீங்கள் இப்போது பார்ப்பது பழைய ஜெர்மனி அல்ல, புதிய ரீச் என்று அவர்களுக்கு உணர்த்த விரும்பினார். மேற்கத்திய நாடுகளுக்குப் பிடிக்காத விஷயங்களை அவர்கள் பார்க்கத் தேவையில்லை என்றும் நினைத்தார். யூதர்களுக்கு இங்கே வரவேற்பில்லை என்னும் பொருள்கொண்ட ஜெர்மானிய அறிவிப்புகள் மதுக்கூடங்கள், கடைகள், உணவகங்கள், தங்குமிடங்கள் போன்ற பொதுவிடங்களி லிருந்து தாற்காலிகமாக அகற்றப்பட்டன. இதற்குமுன் நடைபெற்றதை விடச் சிறப்பான ஏற்பாடுகளுடன் விமரிசையாகப் போட்டிகள் நடத்தப் பட்டன. அயல்நாட்டுப் பயணிகளுக்குச் சிறப்புக் கவனம் செலுத்தி விருந்துகளும் கேளிக்கை நிகழ்ச்சிகளும் நடத்தப்பட்டன. குறிப்பாக, பிரிட்டனிலிருந்தும் அமெரிக்காவிலிருந்தும் வந்திருந்த பயணிகளை ஜெர்மனி வெகுவாகக் கவர்ந்தது. ஹிட்லரின் ஆட்சியில் ஜெர் மானியர்கள் ஒற்றுமையுடன், உல்லாசமாக, பெருமிதத்துடன் வாழ்வதை அவர்கள் கண்ணால் கண்டனர். அவர்கள் கண்களுக்குத் தெரியாத இன்னொரு ஜெர்மனி இருந்தது.

'யூதர்களுக்கு அனுமதியில்லை!'

இருபதாம் நூற்றாண்டு ஐரோப்பா இதுவரை கண்டிராத அளவுக்குத் தீவிரமான இரு சட்டங்களை ஹிட்லர் செப்டெம்பர் 1935-ம் ஆண்டு உருவாக்கினார். பெர்லினிலிருந்து நியூரம்பர்க் வரவழைக்கப்பட்ட அரசு அதிகாரிகளை வைத்து இந்தச் சட்டங்கள் உருவாக்கப்பட்டிருந்தன. ஆனால் இவற்றில் உள்ளவை ஹிட்லரின் விருப்பங்களே என்பதற்குச் சாட்சியம் அவருடைய மெயின் காம்ஃப் நூலில் உள்ளது.

முதலாவது சட்டமான 'ரீச் குடிமக்கள் சட்டம்' 15 செப்டெம்பர் 1935 அன்று அமல்படுத்தப்பட்டது. ரீச்ஸ்டாக் ஏகமனதாக முடிவுசெய்து முன்மொழியும் சட்டம் என்னும் அறிமுகத்துடன் கூடிய இச்சட்டத்தின் இரண்டாவது பிரிவு ரீச் குடிமகன் யார் என்பதை வரையறை செய்கிறது. 'ஜெர்மன் அல்லது தொடர்புடைய ரத்தத்தைச் சேர்ந்த உறுப்பினரே ரீச் குடிமகன் என்று அழைக்கப்படுவான். ஜெர்மானிய தேசத்துக்காகவும் ரீச்சுக்காகவும் உவப்புடன் பணியாற்ற அவன் முன்வரவேண்டும். அதைத் தன் செயல்பாடுகள்மூலம் அவன் வெளிப்படுத்தவும்வேண்டும்.' அதே பிரிவின் இரண்டாவது விதி, ஒவ்வொரு ரீச் குடிமகனும் அதற்குரிய சான்றிதழை அதிகாரபூர்வமாகப் பெற்றிருக்கவேண்டும் என்று வலியுறுத்துகிறது. மேலும், ஜெர்மானியக் குடிமகனுக்கு மட்டுமே சட்டப்படி அனைத்து உரிமைகளும் அளிக்கப்படும்.

இரண்டாவது சட்டம், ஜெர்மானியன் என்பவன் யார் என்பதை வரையறுத்தது. 'ஜெர்மானிய ரத்த உறவையும் பெருமையையும் காக்கும் சட்டம்' என்று இது அழைக்கப்பட்டது. ஜெர்மானிய தேசத்தின் பெருமிதம் காக்கப்படவேண்டுமானால் ஜெர்மானிய ரத்தம் அவசிய மானது என்னும் முன்னுரையுடன் இந்தச் சட்டம் தொடங்குகிறது. முதல் பிரிவு திருமண உறவுகள் பற்றியது. யூதர்களுக்கும் ஜெர்மானிய நாட்டின் குடிமக்களுக்கும் இடையிலான திருமண உறவு தடை செய்யப்படுகிறது. இதற்குமுன் யூதர்களுடன் நடைபெற்ற திருமணங்கள் செல்லாது. ஜெர்மனியைத் தாண்டி பிற நாடுகளில் இப்படிப்பட்ட திருமணங்கள் நடைபெற்றால் அவையும்கூட இச்சட்டத்தின்படிச் செல்லாது என்றே கொள்ளவேண்டும். இரண்டாவது பிரிவு, யூதர்களுக்கும் ஜெர்மானியக் குடிமக்களுக்கும் இடையில் திருமணத்துக்கு வெளியிலான பாலுறவைத் தடை செய்கிறது. மூன்றாவது பிரிவு, நாற்பத்தைந்து வயதுக்குக் குறைவான யூதர்களை ஜெர்மானியக் குடிமக்கள் தங்கள் வீடுகளில் பணிபுரிய அனுமதிக்கக்கூடாது என்கிறது. நான்காவது பிரிவின்படி யூதர்கள் ரீச் அல்லது தேசியக் கொடிகளை ஏற்றக்கூடாது. ரீச் வண்ணங்களையும் பயன்படுத்தக்கூடாது. யூதர்களுக்கென்றே ஒதுக்கப்பட்ட வண்ணங்களை மட்டுமே பயன்படுத்தலாம். முதல் சட்டப்பிரிவை மீறுபவர்கள் கடுங்காவல் தண்டனை அனுபவிக்க வேண்டும். இரண்டாவது பிரிவை மீறுபவர்கள் சிறை பிடிக்கப் படுவார்கள். மூன்றாவது, நான்காவது பிரிவுகளை மீறுபவர்களுக்கு ஓராண்டுவரை சிறைத் தண்டனை கிடைக்கும். அபராதமும் விதிக்கப்படும்.

நியூரம்பர்க் சட்டங்கள் என்று அழைக்கப்பட்ட இந்த இரு சட்டங்களும் யார் ஜெர்மானியன் என்பதையும் யாருக்கு அரசு உரிமைகளை வழங்கும் என்பதையும் தெளிவாக உணர்த்தியது. யூதர்களை ஜெர்மானியர்களிட

மிருந்து அடையாளப்படுத்திப் பிரித்து வைக்கும் இந்தச் சட்டங்கள் அவர்களுடனான ரத்த உறவை அடியோடு தடை செய்து அவர்களை மலினப்படுத்தியது. ஆட்சிக்கு வந்த முதல் ஆண்டிலேயே யூதர்களை கிட்டத்தட்ட கிரிமனல்களாகவே அடையாளப்படுத்திவிட்டார் ஹிட்லர். அவர்களால் ஜெர்மானியர்களைப்போல் பத்திரிகைகளில் எழுத முடியாது; ரேடியோவில் பணியாற்றமுடியாது; விவசாயத்தில் ஈடுபடமுடியாது; நாடகங்களில் பங்கேற்கமுடியாது. அடுத்தடுத்த ஆண்டுகளில் இந்தத் தடை கிட்டத்தட்ட சமூக வாழ்வின் அனைத்துத் தளங்களிலும் பரவியது.

அத்தியாவசியமான உணவுப் பொருள்கள்கூட யூதர்களுக்கு மறுக்கப் பட்டன. பேக்கரிகளில், இறைச்சிக்கடைகளில், பலசரக்குக் கடைகளில், பால் விற்பனை நிலையங்களில்கூட யூதர்களுக்கு அனுமதியில்லை என்னும் பலகை தொங்கவிடப்பட்டது. சில நகரங்களின் நுழைவாயிலி லேயே அறிவிப்புப் பலகை தொங்கும். அந்த நகரங்களில் யூதர்கள் நுழைவதற்கே தடை விதிக்கப்பட்டிருந்தது. இங்கே நுழைந்தால் உயிருக்கு உத்தரவாதமில்லை என்றுகூடச் சில இடங்களில் எழுதிவைத் திருந்தார்கள். குழந்தைகளுக்குப் பால் வாங்கவேண்டுமென்றால்கூட யூதர்கள் திண்டாடவேண்டியிருந்தது. Ludwigshafen லுட்விக்ஷே ஃபென் எனுமிடத்தில் ஒரு சாலையில் இப்படியொரு அறிவிப்பு காணப்பட்டது. 'கவனமாக வண்டி ஓட்டவும்! கூர்மையான வளைவு, எச்சரிக்கை! யூதர்கள் மணிக்கு 75 மைல் வேகத்தில் மட்டும் செல்லவும்!' இத்தகைய பல அறிவிப்புப் பலகைகள் ஒலிம்பிக்ஸ் போட்டிகளின் போது மட்டும் ரகசியமாக அகற்றப்பட்டன. வில்லியம் ஷைரெர் இந்த உண்மையை வெளிப்படுத்தி எழுதியபோது ஜெர்மானிய செய்தித்தாள் களும் ரேடியோவும் அவரைப் பலவாறாக ஏசின. ஜெர்மனியைவிட்டு வெளியேற்றப்படுவார் என்றும் அவர் எச்சரிக்கப்பட்டார்.

ஹிட்லரும் மதமும்

ஹிட்லர் தனது நூலில் தேவாலயங்களைக் கடுமையாகத் தாக்கியெழு தியிருந்தார். ஜெர்மனியின் இனப் பிரச்னையைத் தேவாலயங்கள் கண்டுகொள்ளவே இல்லை என்றும் குற்றம் சாட்டியிருந்தார். ஆனால் ஜெர்மானிய அரசியலமைப்புச் சட்டத்தின் 24-வது உறுப்பு, 'ஜெர்மானிய இனத்தின் அறவியலுக்கு ஆபத்து இழைக்காதவரை எல்லாவிதமான மத உரிமைகளுக்கும் இடமுண்டு' என்று குறிப்பிட்டிருந்தது. இதன் பொருள், அரசியல் காரணங்களுக்காக ஹிட்லர் தேவாலயங்களை அனுமதித்தார் என்பதுதான்.

மத நம்பிக்கையைப் பொருத்தவரை ஹிட்லர் தனது கத்தோலிக்கத் தாயைவிட நாத்திகத் தந்தையின் சிந்தனையோட்டத்துக்கு

நெருக்கமானவராகவே இருந்தார். தனது பதினைந்தாவது வயது தொடங்கி தேவாலயம் செல்வதை அவர் நிறுத்திக்கொண்டுவிட்டார். வழிபாட்டின்மீது அவருக்கு நம்பிக்கை இல்லாதபோதும் தன் உள்மனத்திலிருந்து தேவாலயத்தைத் துடைத்து எறிந்துவிட்டார் என்று சொல்வதற்கில்லை என்று சிலர் வாதிடுகின்றனர். ஹிட்லர் ஒரு கிறிஸ்தவ எதிர்ப்பாளர் என்னும் முடிவுக்கு இயான் கெர்ஷா போன்ற வர்கள் வந்து சேர்கின்றனர். இதற்கு கெப்பல்ஸின் டைரிக் குறிப்புகளி லிருந்து கெர்ஷா உதாரணம் காட்டுகிறார். மனித குலத்தின் மேலான அம்சங்களை அழிக்கிறது என்பதால் கிறிஸ்தவத்தை ஹிட்லர் வெறுத்தார் என்கிறது கெப்பல்ஸின் குறிப்பு.

ஆலன் புல்லக், லாரன்ஸ் ரீஸ், மாக்ஸ் டொமேரஸ் என்று பலர் ஹிட்லரின் மத நம்பிக்கை அல்லது நம்பிக்கையின்மை பற்றி அலசி வெவ்வேறு முடிவுகளுக்கு வந்துள்ளனர். ஹிட்லர் கத்தோலிக்கத்தை எதிர்க்கவில்லை, கத்தோலிக்க அரசியலைத்தான் எதிர்த்தார் என்பது ஒரு வாதம். ஹிட்லர் ஒரு யதார்த்தவாதி என்பதால் பெரும்பான்மை மக்களின் மத நம்பிக்கையோடு அவர் விளையாடவில்லை என்பது இன்னொரு வாதம். மதத்தைச் சாதுரியமாக அவர் பயன்படுத்திக் கொண்டார் என்கிறார்கள் வேறு சிலர். அரசிடமிருந்து மத நம்பிக்கை களை ஹிட்லர் திறமையாகப் பிரித்து வைத்தார் என்று அவரைப் பாராட்டுபவர்களும் உள்ளனர். தனது நூலில் ஹிட்லர் இதே கருத்தைத்தான் வெளிப்படுத்தியிருந்தார்.

தனது யூத எதிர்ப்பை அரசுக் கொள்கையாகவே வடிவமைக்க முடிந்த ஹிட்லரால் தனது நாத்திகவாதத்தை அரசு நிலைப்பாடாக மாற்ற முடியாமல் போனதற்கு ஒரு காரணம்தான் இருக்க முடியும். சந்தர்ப்ப வாதம். தேவையில்லாமல் ஜெர்மானியர்களின் இறை நம்பிக்கைக்கு விரோதமாகச் செயல்படவேண்டாம் என்று அவர் முடிவெடுத்திருக்க வேண்டும். தனக்கு நம்பிக்கை இல்லாதபோதும், தனது உரைகளில் கடவுள், இறை சக்தி போன்ற பதங்களைப் பயன்படுத்த அவர் தயங்க வில்லை. அதிகாரத்துக்கு வருவதற்குமுன் கிறிஸ்தவத்தை ஹிட்லர் பாராட்டிப் பேசியதும் உண்டு. ஜெர்மானிய அறவியல் தத்துவத்தின் அடிப்படை கிறிஸ்தவம்தான் என்றுகூட அவர் ஒருமுறை குறிப்பிட்டுள்ளார். ஹிட்லர் உண்மையிலேயே ஒரு நாத்திகவாதியா என்பதில் சிலருக்கு மாற்றுக் கருத்துகள் இருக்கலாம். ஆனால் தன்னை ஒரு நாத்திக வாதியாகப் பொதுவெளியில் அவர் வெளிப்படுத்திக்கொள்ளவில்லை என்பதில் கருத்து பேதங்கள் எழுவதற்கு வாய்ப்பில்லை. அதே சமயம், மக்கள்மீது தேவாலயங்கள் செலுத்திவந்த தாக்கத்தின் அளவைக் குறைக்கும்படியான நடவடிக்கைகளை மட்டும் அதிகச் சத்தமின்றி எடுத்து வந்தார்.

இயான் கெர்ஷாவின் வார்த்தையில் சொல்வதானால், மதம் மட்டுமல்ல ஹிட்லரின் பிரத்தியேகச் சிந்தனைகள் எதையுமே நம்மால் அதிகம் தெரிந்துகொள்ள முடியாது. காரணம் 'அவர் மிகவும் அந்தரங்க மான, சில சமயம் மிகவும் ரகசியமான ஒரு நபர்.'

கலாசாரத் தாக்குதல்

10 மே 1933 மாலை பெல்லின் பல்கலைக்கழகத்துக்கு எதிரில் ஆயிரக் கணக்கான மாணவர்கள் கையில் தீப்பந்தத்துடன் அணிவகுத்தபடி நடந்துவந்தனர். அவர்களுக்கு எதிரில் கட்டுக்கட்டாகப் புத்தகங்கள் குவிக்கப்பட்டிருந்தன. கோஷமிட்டபடி அவர்கள் தீப்பந்தங்களை புத்தகக்கட்டில் வீசியெறிய பெரும் பிழம்புடன் தீ பற்றிக்கொண்டது. மாணவர்கள் மேலும் புத்தகங்களைக் கொண்டுவந்து தீயில் வீசிய வண்ணம் இருந்தனர். வெளிவந்த செய்திகளின்படி அன்றைய தினம் மட்டும் இருபதாயிரம் புத்தங்கள் எரித்து சாம்பலாக்கப்பட்டன. இந்தப் புத்தகங்கள் செய்த குற்றம், ஜெர்மானிய இனத்துக்குத் தீங்கு விளைவிக்கும் படைப்புகளை அவை தாங்கி நின்றவைதாம். ஜெர்மானிய எழுத்தாளர்கள், அயல்நாட்டு எழுத்தாளர்கள் அனைவரும் இதில் அடங்குவர். சில உதாரணங்கள். ஆல்பர்ட் ஐன்ஸ்டைன், எரிக் மரியா ரிமார்குவே, ஜாக் லண்டன், ஹெச்.ஜி. வெல்ஸ், அப்டன் சின்க்ளேர், எமிலி ஜோலா, சிக்மண்ட் ஃபிராய்ட், ஹெலன் கெல்லர், பிரவுஸ்ட் ஆகியோர். வெய்மார் குடியரசின் அரசியலமைப்புச் சட்டத்தை இயற்றிய ஹியூகோ பிரியூஸ் என்னும் அறிஞரின் படைப்புகளும் நெருப்பிலிருந்து தப்பவில்லை.

புத்தகங்கள் எரிந்து சாம்பலாவதைக் கண்டு உற்சாகத்துடன் மாணவர்கள் முழக்கமிட்டனர். 'ஜெர்மானியச் சிந்தனையை, ஜெர்மானிய வாழ்வை, ஜெர்மனியின் எதிர்காலத்தை இந்தப் புத்தகங்கள் தாக்குகின்றன. எனவேதான் எரிக்கிறோம்' என்றான் அந்த மாணவர்களில் ஒருவன். இந்த நிகழ்ச்சி கெப்பல்ஸின் முன்னிலையில் நடைபெற்றது. மாணவர்களை உற்சாகப்படுத்தி அவர் அங்கே உரை நிகழ்த்தவும் செய்தார். 'இனி ஜெர்மானிய மக்களின் ஆன்மா மீண்டும் தன்னை வெளிப்படுத்திக்கொள்ளும். இந்த நெருப்பு பழைய சகாப்தத்தை முடிவுக்குக் கொண்டுவந்துள்ளதோடு மட்டுமின்றி, புதிய சகாப்தத்தையும் தொடங்கி வைத்துள்ளது.'

யூதர்கள், இடதுசாரிகள், புரட்சிகரச் சிந்தனையோட்டம் கொண்டவர் களது படைப்புகள் தடை செய்யப்பட்டன. அவர்களுடைய நூல்கள் பொது நூலகங்களில் இடம்பெறுவது தடுத்து நிறுத்தப்பட்டது. செப்டெம்பர் 1933-ல் கெப்பல்ஸ் ஓர் அறிவிப்பை வெளியிட்டார்.

அதன்படி படைப்புத் துறையைச் சேர்ந்தவர்கள் அனைவரும் ரீச்சின் தலைமையின்கீழ் ஒன்றிணைக்கப்படுவார்கள். நுண்கலை, இசை, நாடகம், இலக்கியம், அச்சு ஊடகம், ரேடியோ, திரைப்படம் என்று பிரித்து, துறை வாரியாகக் கழகங்கள் ஏற்படுத்தப்பட்டன. ஒவ்வொரு கலைஞனும் குறிப்பிட்ட கழகத்தில் இணைந்துகொள்ளவேண்டும். யாரை ஏற்கலாம், யாரை நிராகரிக்கலாம் என்பதைக் கழகம் முடிவு செய்யும். ரீச்சின் கருத்துகளோடு முரண்படுபவர்களின் படைப்புகள் தணிக்கை செய்யப்படும். அனைத்துக் கலைகளும் பிரசாரப் பணிகளுக்காக மட்டுமே பயன்படுத்தப்படவேண்டும் என்பதே ரீச்சின் கொள்கையாக இருந்தது. ஹிட்லரின் ஆட்சிக்குத் துணைபோகாத படைப்புகள் அரசுக்கு எதிரான படைப்புகளாகக் கொள்ளப்பட்டன. ஒரு சில விதிவிலக்குகள் தவிர குறிப்பிடத்தக்க ஜெர்மானிய எழுத்தாளர்களின் எந்தவொரு படைப்பும் நாஜி ஜெர்மனியில் வெளியிடப்படவில்லை. பல எழுத்தாளர்கள் ஜெர்மனியைவிட்டு வெறியேறினர். எஞ்சியிருந்தவர்கள் தங்கள் சிந்தனைகளுக்கு விலங்கு பூட்டிக்கொண்டனர்.

ஒவ்வொரு படைப்பும் அது எந்த வடிவத்தில் இருந்தாலும் பிரசாரத் துறைக்கு முதலில் அனுப்பிவைக்கப்படவேண்டும். அது முற்றிலுமாக நிராகரிக்கப்படவேண்டுமா, தணிக்கைகள் செய்தபிறகு அனுமதிக்கப் படலாமா என்பதெல்லாம் அவர்களுடைய முடிவுதான். இருப்பதி லேயே மிகக் குறைந்த அளவில் தணிக்கைக்கு உள்ளானது இசை வடிவமே. பாக் தொடங்கி பீத்தோவன் வரை; மொசார்ட் தொடங்கி பிராம்ஸ்வரை செழிப்பாக இருந்த இசை வடிவம் நாஜிகளிடம் தப்பிப் பிழைத்தது அதிசயம்தான். இசையில் அரசியலைக் கண்டுபிடிப்பது சுலபமல்ல என்பது அதற்கான நிஜக் காரணம். ஆனால் யூதர்களின் இசை வெளியீடுகள் தடை செய்யப்பட்டன. யூதர்களின் இசை நாடகங்களும் ஆபராக்களும் தடை செய்யப்பட்டிருந்தன. எழுத்தாளர் களைப் போலன்றி இசைக் கலைஞர்கள் பலர் ஜெர்மனியைவிட்டு வெளியேறாமல் அங்கேயே தங்கியிருந்தனர்.

கிளாசிகல் இசை நாடகங்கள் தடையின்றி அரங்கேற்றப்பட்டன. யூதர்களுக்கு மாற்றாகத் தம்மாலும் நல்ல படைப்புகளை அளிக்க முடியும் என்று கறுவிக்கொண்டு சில நாஜி கலைஞர்கள் நாடகங்களை எழுதி, இயக்கி அரங்கேற்றினர். ஆனால் அவற்றுக்கு மக்கள் ஆதரவு கிடைக்காததால் ஒருசில தினங்களுக்குள் அவை அரங்கைவிட்டு வெளியேறின. கெப்பல்ஸ் தன்னால் இயன்றதையெல்லாம் செய்தும் மக்களின் ரசனையை மாற்றமுடியவில்லை. வேறு வழியின்றி கடைசியில் கதே, ஷில்லர், ஷேக்ஸ்பியர் போன்றோரை அனுமதிக்க வேண்டிய நிலை ஏற்பட்டது. ஜார்ஜ் பெர்னாட் ஷாவின் நாடகங்கள்

அனுமதிக்கப்பட்டது ஆச்சரியம். அவர் தன்னளவில் சோஷலிசச் சார்பு கொண்டவர் என்றாலும் ஆங்கிலேயர்களை அவர் பகடி செய்ததால் அவருடைய நாடகங்களை நாஜிகள் தடைசெய்யவில்லை.

கலைத்துறையை நாஜிமயமாக்க ஹிட்லர் ஒரு முயற்சி செய்து பார்த்தார். 1937-ல் ஹவுஸ் ஆஃப் ஜெர்மன் ஆர்ட் என்னும் அருங் காட்சியகத்தை அவர் திறந்துவைத்தார். இதுவரை உலகம் கண்ட கட்டடக்கலை அனைத்திலிருந்தும் இது வேறுபட்டது என்றும் தனித் தன்மை வாய்ந்தது என்றும் அற்புதமானது என்றும் நாஜிகள் அழைத்துக் கொண்ட இந்த அருங்காட்சியகத்தில் கிட்டத்தட்ட 900 ஓவியங்கள் காட்சிக்கு வைக்கப்பட்டிருந்தன. ஓவியர்கள் தங்கள் படைப்புகளை அனுப்பிவைக்கும்படி அழைப்பு விடுத்து பதினைந்தாயிரம் ஓவியங்கள் சேகரிக்கப்பட்டு அவற்றிலிருந்து இந்த 900 ஓவியங்கள் தேர்ந்தெடுக்கப் பட்டிருந்தன. இதில் ஹிட்லரின் தனிப்பட்ட தேர்வுகளும் இருந்தன. வில்லியம் ஷைரெர் இங்கு சென்று பார்த்தபோது அதிர்ச்சியே எஞ்சியது. நாஜிகள் பெருமைப்பட்டுக்கொண்டபடி அந்த ஓவியங்கள் உலகத்தரம் வாய்ந்தவை அல்ல, வெறும் குப்பைகள்.

ஆனால் விளைவுகள் பற்றி ஹிட்லர் என்றுமே கவலைப்பட்டதில்லை. சமூகம், அரசியல், பொருளாதாரம், வாழ்க்கை, கலை, வரலாறு என்று அனைத்துத் துறைகளிலும் அதுவரை நிலவிவந்த மதிப்பீடுகளை உடைத்தெறிந்து புதியனவற்றை உருவாக்குவதே அவருடைய நோக்கம். அந்த நோக்கத்தில் தான் வெற்றிபெற்றதாகவே அவர் எடுத்துக் கொண்டார். உயர்ந்த ஆரிய நாகரிகத்தைத் தழைக்கச் செய்து ஜெர்மனிக்குப் புது ரத்தம் பாய்ச்சுவதற்காகச் சிலர் ரத்தம் சிந்த வேண்டியிருந்தால் அது அவரைப் பொருத்தவரை தவிர்க்க இயலாதது. நாஜிமயமாக்கல் அடுத்தடுத்தக் கட்டங்களுக்கு முன்னேறிச் சென்ற போது நூறு, ஆயிரம் என்று தொடங்கி பல லட்சக்கணக்கானவர்கள் ரத்தம் சிந்தவேண்டியிருந்தது. அதுவும்கூட தவிர்க்க இயலாதது என்றுதான் ஹிட்லர் சொன்னார். ஒரு முழுமையான சர்வாதிகாரியாக வளர்ந்துவிட்ட நிலையில் அவரால் வேறெப்படியும் இதனைப் பார்க்கமுடியவில்லை.

ஐந்து

ஆக்கிரமிப்பாளர்

~

14
போர் மேகங்கள்

மெயின் காம்ஃப் நூல் எழுதும்போதே ஹிட்லருக்குப் போர் எண்ணங்கள் வந்திருக்கக்கூடும் என்கிறார்கள் சிலர். தனது நூலில் அவர் விரித்து எழுதிய திட்டங்களைத்தான் சான்சலர் ஆனபிறகு அவர் ஒவ்வொன்றாகச் செயல்படுத்தினார் என்றும் ஐரோப்பியப் போருக்கான திட்டமிடல்களை அப்போதே அவர் மனத்தளவில் செய்திருக்க வேண்டும் என்றும் இவர்கள் வாதிடுகிறார்கள். நிலத்தை விரிவாக்க வேண்டும், ஜெர்மானியர்களின் வாழ்விடங்களை அதிகரிக்கவேண்டும், 1914-ல் இருந்த நிலைக்கு ஜெர்மனியைக் கொண்டுசெல்லவேண்டும் என்றெல்லாம் அவர் எழுதிவைத்திருப்பதை ஆதாரமாக இவர்கள் சுட்டிக்காட்டுகிறார்கள். வெர்சைல்ஸ் ஒப்பந்ததை மீறத் தொடங்கியதி லிருந்து, ரைன்லாந்தை ராணுவமயமாக்கியது, போலந்து ஆக்கிரமிப்பு, பிரான்ஸ், பிரிட்டன் ஆகியவைமீதான போர், ரஷ்ய யுத்தம், அமெரிக் காவுக்குச் சவால் என்று அனைத்தையும் ஹிட்லர் முன்கூட்டியே திட்டமிட்டுவிட்டார் என்கிறார் ட்ரெவர் ரோப்பர் என்னும் வரலாற்றாசிரியர்.

இரண்டாம் உலகப் போரில் ஹிட்லர் வகித்த மையப் பாத்திரத்தை ஆராயும்போது தொடக்கத்தில் அவர் ஓர் ஆக்கிரமிப்பாளராக இருந்திருக்கவில்லை என்பதைப் புரிந்துகொள்ள முடியும். ஹிட்லரின் அயல்துறைக் கொள்கையை ஆராயும்போது பிற நாடுகளுடன் தொடக் கத்தில் அவர் எச்சரிக்கையுணர்வுடன் நடந்துகொண்டிருப்பதைப் பார்க்க முடிகிறது. ஜனவரி 1933-ல் பதவியில் அமர்ந்தவுடன் அவர் லீக் ஆஃப் நேஷன்ஸ் அமைப்பிலிருந்து ஜெர்மனியை விலக்கிக்கொண்டார்.

ஜெர்மனியின் சுயபாதுகாப்புத் தேவைகளுக்கு எதிராக லீக் ஆஃப் நேஷன்ஸின் சட்டதிட்டங்கள் உள்ளன என்று அவர் காரணம் சொன்னார். ஹிட்லரின் இந்த முடிவுக்கு ஜெர்மானியர்கள் பலத்த ஆதரவு அளித்தனர். 1934-ல் போலந்து தனக்கு ஜெர்மனியால் ஆபத்து நேரலாம் என்று அஞ்சியபோது அதன் அச்சத்தைப் போக்கும் வகையில் அந்நாட்டுடன் ஹிட்லர் அமைதி ஒப்பந்தம் போட்டுக்கொண்டார். போலந்தை ஜெர்மனி ஆக்கிரமிக்காது என்னும் உறுதிமொழியுடன் கூடிய ஒப்பந்தம் அது. உலகின் பார்வையில் ஜெர்மனி ஓர் ஆக்கிரமிப்பு நாடாகவோ போர்க்குணம் கொண்ட நாடாகவோ தெரியக்கூடாது என்ற அக்கறையுடன் ஹிட்லர் செயல்பட்டதை இது காட்டுகிறது. ஆனால் அடுத்தடுத்த ஆண்டுகளில் ஹிட்லரின் அணுகுமுறை முற்றிலும் மாறியது. அல்லது ஹிட்லர் தன் உண்மையான இயல்பை இப்போது தான் வெளிப்படுத்தவே தொடங்கியிருந்தார் என்றும் சொல்லலாம்.

1933 தொடங்கி 1935 வரை வெர்சைல்ஸ் ஒப்பந்தத்தின் ஷரத்துகளை ஒவ்வொன்றாக மீறிய ஹிட்லர் அதற்குப் பிறகே ஜெர்மனியைப் போருக்கு ஆயத்தப்படுத்தத் தொடங்கினார். போர் குறித்த எண்ணங்கள் அவருக்கு எப்போது உதித்தன என்பதை அறுதியிட்டுச் சொல்ல முடியாவிட்டாலும், அவர் மனம் திறந்து போர் பற்றிப் பேசத் தொடங்கியது 1937-ம் ஆண்டில்தான். ராணுவத் தலைமைக் கூட்டத்தில் உரையாடும்போது, மேற்குலக நாடுகளுடன் போரிட ஜெர்மனி தயாராக இருக்கவேண்டும் என்று ஹிட்லர் எச்சரித்தார். இந்தப் போர் 1942-43 வாக்கில் நடைபெறலாம் என்ற கருத்தை அவர் முன்வைத்தார். ஆனால் அதற்கு முன்பே ஹிட்லர் தன் போரைத் தொடங்கிவிட்டார்.

இரண்டாம் உலகப் போர் தன்னால் தொடங்கப்பட்டதல்ல என்பதுதான் ஹிட்லரின் நிலைப்பாடு. இதை ஒருவரும் ஒப்புக்கொள்ளமாட்டார்கள். இரண்டாம் உலகப் போர் என்பது பெருமளவில் ஹிட்லரின் போர்தான் என்பதை ஒருவராலும் மறுக்க முடியாது.

ராணுவமயமாக்கல்

படிப்படியான ஆக்கிரமிப்புமூலமாக ஐரோப்பாவை ஆக்கிரமிப்பதே ஹிட்லரின் கனவு. சர்வதேச அளவில் ஜெர்மனி இழந்த மதிப்பை மீட்டெடுப்பதற்கு இந்த ஆக்கிரமிப்பு உதவும் என்று ஹிட்லர் கருதினார். தோற்றுப்போன, பாழடைந்த, கடன்கார தேசம் என்று அறியப்பட்ட ஜெர்மனியை ஒரு சக்திவாய்ந்த சாம்ராஜ்ஜியமாகக் கட்டி யெழுப்ப விரும்பினார் ஹிட்லர். இதற்காக வெர்சைல்ஸ் ஒப்பந்தத்தை மீறுவதிலோ பிற நாடுகளின் எல்லைகளை மீறுவதிலோ ஹிட்லர் தயக்கம் காட்டவில்லை.

சார்லாந்து (Saarland) என்னும் பகுதி போருக்கான உந்துதலை அளித்தது. வெர்சைல்ஸ் ஒப்பந்தத்தின்படி, ஜெர்மனிக்குச் சொந்தமான சார்லாந்து நிலக்கரிச் சுரங்கங்கள் பிரான்ஸுக்கு அளிக்கப்பட்டிருந்தன. முதல் உலகப் போரினால் தம்முடைய சுரங்கங்கள் பாதிக்கப்பட்டு விட்டன என்றும் அதற்கு ஜெர்மனிதான் இழப்பீடு தரவேண்டும் என்று பிரான்ஸ் கேட்டுக்கொண்டதன்பேரில் இந்த ஏற்பாடு செய்யப்பட்டிருந்தது. சார்லாந்துப் பகுதிக்கு லீக் ஆஃப் நேஷன்ஸ் பொறுப்பேற்றுக் கொண்டிருந்தது. பதினைந்து ஆண்டுகளுக்குப் பிறகு சார்லாந்தில் வாக்கெடுப்பு நடத்தப்படும் என்றும் அப்பகுதி பிரான்ஸுடன் இணைய வேண்டுமா அல்லது ஜெர்மனியோடு சேரவேண்டுமா என்பதை அப்பகுதி மக்கள் அந்த வாக்கெடுப்பில் முடிவு செய்வார்கள் என்றும் ஒப்பந்தத்தின் விதி குறிப்பிட்டது.

1935-ல் வாக்கெடுப்பு நடத்தப்பட்டபோது சார்லாந்து மக்கள் ஆரவாரமான பெரும்பான்மையுடன் ஜெர்மனியோடு இணைந்தனர். இதைக் காரணம் காட்டி ஹிட்லர், ஜெர்மன் ராணுவத்தின்மீது விதிக்கப் பட்டிருந்த அனைத்துக் கட்டுப்பாடுகளையும் விலக்கிக்கொள்வதாக அறிவித்தார். அவருக்கு முந்தைய ஆட்சியாளர்கள் ஏற்கெனவே சிறிது சிறிதாக இத்தகைய கட்டுப்பாடுகளைத் தளர்த்தத் தொடங்கியிருந்தனர். ஹிட்லர் அதை முழுமையாக்கினார். அத்துடன், கட்டாய ராணுவச் சேவையையும் அமலாக்கினார். ஜெர்மனியைப் பாதுகாக்கவே இந்த நடவடிக்கைகள் எடுக்கப்படுவதாகவும் தற்காப்பு தவிர வேறு நோக்கங்கள் இல்லை என்றும் ஹிட்லர் விளக்கமளித்தார்.

ராணுவத்தை, விமானப் படையை ஹிட்லர் மறுகட்டுமானம் செய்யத் தொடங்கியபோது ஜெர்மானியர்கள் அவருடைய முயற்சிகளைப் பலமாக ஆதரித்தனர். ஆனால், அருகில் உள்ள நாடுகள் கவலை யடைந்தன. ஜெர்மனியால் மீண்டும் அபாயம் நேருமா, அப்படி நேர்ந்தால் என்ன செய்வது என்று யோசித்த இந்நாடுகள் தங்களுக்குள் ஒன்றுகூடி விவாதிக்க முடிவு செய்தன. இத்தாலியில் உள்ள ஸ்ட்ரெஸ்ஸா என்னும் பகுதியில் பிரான்ஸ், பிரிட்டன், இத்தாலி நாட்டுப் பிரதமர்கள் சந்தித்துக்கொண்டனர். ஜெர்மனியால் ஐரோப்பாவுக்கு ஏதேனும் அபாயம் நேர்ந்தால் மூவரும் இணைந்து அதை எதிர்ப்பதாக அவர்கள் தங்களுக்குள் ஒப்பந்தம் (ஸ்ட்ரெஸ்ஸா முன்னணி) ஒன்றை உருவாக்கிக் கொண்டனர்.

ஆனால் இந்தக் கூட்டணி வெகு விரைவில் உடைந்துபோனது. இத்தாலியை கிழக்கு ஐரோப்பாவுக்கான பாலமாகப் பயன்படுத்திக் கொண்ட பிரான்ஸ், ரஷ்யாவுடன் பரஸ்பர உதவி ஒப்பந்தம் ஒன்றை உருவாக்கிக்கொண்டது. ஜெர்மனிக்கும் போலந்துக்கும் இடையில் முந்தைய ஆண்டு உருவான ஒப்பந்தத்தால் எச்சரிக்கையடைந்த ரஷ்யா,

பிரான்ஸுடன் கூட்டுசேர ஒப்புக்கொண்டது. இந்த இருவருடன் செக்கோஸ்லாவாக்கியாவும் சேர்ந்துகொண்டது. ஜெர்மனியின் கடல் படையைக் கட்டுப்படுத்தத் துடித்த பிரிட்டன், ஜூன் 1935-ல் ஜெர்மனியுடன் ஓர் ஒப்பந்தம் செய்துகொண்டது. ஜெர்மனியின் கப்பல் கட்டுமானம், பிரிட்டனின் கடற்படையின் 35 சதவிகிதத்தைத் தாண்டக் கூடாது என்னும் விதியின்மூலம் ஜெர்மனியின் பலத்தைக் கட்டுப் படுத்திவிட முடியும் என்று நம்பியது பிரிட்டன். அதன்மூலம், ஜெர்மனி வெர்சைல்ஸ் ஒப்பந்தத்தை அதிகாரபூர்வமாக மீறுவதற்கு பிரிட்டன் ஒப்புதல் அளித்தது.

ஒன்றன்பின் ஒன்றாக இப்படி ஐரோப்பிய நாடுகள் தங்களுக்குள் உருவாக்கிக்கொண்ட ஒப்பந்தங்களைப் பார்க்கும்போது ஸ்ட்ரெஸ்ஸா முன்னணி போரை நிறுத்துவதற்கு அல்ல, தொடங்கி வைப்பதற்கே உதவியது என்று சொல்ல முடியும். இந்த ஒப்பந்தம் உருவாக்கிக் கொண்டிருக்கும்போதே இத்தாலியின் பெனிட்டோ முசோலினி, அபிசீனியா நாட்டை ஆக்கிரமிக்கும் முயற்சியில் இறங்கிவிட்டார்.

இத்தாலியின் அபிசீனியா

கிட்டத்தட்ட ஹிட்லர் தற்சமயம் எதிர்கொண்ட அதே பிரச்னைகளைத் தான் முசோலினியும் இத்தாலியில் எதிர்கொள்ளவேண்டியிருந்தது. பெருகிவரும் மக்கள் தொகைக்கு வாழ்விடம், உணவு, வேலை அனைத்தையும் அளிக்கவேண்டும். எல்லாவற்றுக்கும் மேலாக, தனது அதிகாரத்தையும் மதிப்பையும் உயர்த்திக்கொள்ளவேண்டிய தேவை முசோலினிக்கு இருந்தது. வட கிழக்கு ஆப்பிரிக்காவில் உள்ள அபிசீனியாவை (இன்றைய எத்தியோப்பியா) முசோலினி முதலில் குறிவைத்தார். அப்போது அபிசீனியாவை ஆண்டுவந்தவர் செல்வாக்கு மிக்க சக்கரவர்த்தியான ஹெய்லி செலாஸி. முசோலினி அபிசீனியாவைக் குறிப்பாக ஆக்கிரமிக்க நினைத்ததற்கு இன்னொரு காரணமும் உண்டு. 1896-ம் ஆண்டு அபிசீனியா இத்தாலிமீது தாக்குதல் தொடுத்து பெருத்த சேதத்தை ஏற்படுத்தியிருந்தது. முசோலினி அதை இழப்பாக மட்டு மல்ல, தேசிய அவமானமாகவும் கண்டார். தனது எல்லை விரிவாக்கக் கனவை நிறைவேற்றும்போது அப்படியே பழைய கறைகளையும் அவர் அழித்திட விரும்பினார். அதற்கு அபிசீனியா ஒரு நல்ல தொடக்கமாக இருக்கும் என்று நினைத்தார்.

ஏற்கெனவே இத்தாலிக்கு ஆப்பிரிக்காவில் இரண்டு காலனிகள் இருந்தன. எரித்ரியா, இத்தாலிய சோமாலிலாண்ட். (பிரிட்டிஷ் சோமாலிலாண்ட் என்று அழைக்கப்படும் இதன் மற்றொரு பகுதி பிரிட்டனின் காலனியாக இருந்தது). இப்படி ஐரோப்பிய நாடுகளின்

பிரதேசப் பசிக்குத் தீனிபோட்டே இருண்ட கண்டமாக மாறிப் போயிருந்த ஆப்பிரிக்காவை மேலும் சுரண்டிப் பார்க்க முசோலினி நகர்ந்து வந்தார். அபிசீனியாவின் எல்லைப்பகுதிகளிலிருந்து தமக்குத் தொந்தரவுகள் வந்துகொண்டிருப்பதாகவும் அவற்றை அடக்கவே உள்ளே செல்கிறோம் என்றும் பெயரளவில் ஒரு காரணத்தைச் சொல்லி விட்டு டிசம்பர் 1934-ல் அபிசீனியாவை ஆக்கிரமித்தது இத்தாலி.

இத்தாலியைத் தம்மால் எதிர்க்க முடியாது என்பதைப் புரிந்துகொண்ட அபிசீனியா, லீக் ஆஃப் நேஷன்ஸிடம் உதவி கேட்டது. இதில் சோகம் என்னவென்றால், அபிசீனியாவை லீகில் சேர்த்துக்கொள்ளுமாறு பரிந்துரைத்ததே இத்தாலிதான். முசோலினியைத் தடுக்க லீக் எடுத்துக் கொண்ட முயற்சிகள் பலனளிக்கவில்லை. இதற்கிடையில் முசோலினி தன் பிரசாரத்தைத் தீவிரப்படுத்தி அபிசீனியாவை 'அழித்தொழிக்க வேண்டியதன் அவசியத்தை' இத்தாலியர்களுக்கு எடுத்துச்சொல்லி அவர்களிடையே போர்க்குணத்தை வளர்த்தெடுத்தார். இந்த உத்தி பலனளித்தது. அக்டோபர் 1935-ல் ஆக்கிரமிப்பு முழுமையடைந்தது. ஒப்பனையாகச் சில ஆயுதங்களை வைத்துக்கொண்டு சண்டையிட முன்வந்த அபிசீனியப் பழங்குடிகளை வலிமையான இத்தாலிய ராணுவம் சுலபமாக அடக்கி ஒடுக்கியது. அவசியமே இல்லாமல் விஷ வாயுத் தாக்குதலையும்கூட இத்தாலி பயன்படுத்தியது. 1936 மத்தியில் தலைநகர் அடிஸ் அபாபா, இத்தாலி வசம் சென்று சேர்ந்தது. செலாஸி பிரிட்டனுக்குத் தப்பிச்சென்றார்.

தமது சட்டவிதிகளைப் பயன்படுத்தி, இத்தாலி ஓர் ஆக்கிரமிப்பு நாடு என்று லீக் அறிவித்தது. ஐம்பது நாடுகள் இத்தாலிமீது பொருளாதாரத் தடைகள் விதிக்கவும் ஆயுத ஏற்றுமதித் தடை விதிக்கவும் உடனே முன்வந்தன. மேற்கொண்டு என்ன செய்யலாம் என்று மேற்கு நாடுகள் விவாதித்துக்கொண்டிருந்தபோது ஹிட்லர் களத்தில் இறங்க, முசோலினியையும் அபிசீனியாவையும் கைவிட்டுவிட்டு ஜெர்மனியின் பக்கம் அவர்கள் பார்வை திரும்பியது.

ரைன்லாந்துமுதல் ஆஸ்திரியாவரை

ஹிட்லர் முன்னரே லீக் ஆஃப் நேஷன்ஸிலிருந்து விலகியிருந்தார். மார்ச் 1936-ல் ரைன்லாந்தை நோக்கி ஜெர்மானியப் படைகள் முன்னேறிச் சென்றன. ரைன்லாந்து பல ஆண்டுகளாக ஜெர்மனியின் முக்கியத் தொழில் நகரமாக இருந்த பகுதி. நிலக்கரி, இரும்பு என்று வளங்களை அள்ளிக்கொடுக்கும் பகுதியும்கூட. வெர்சைல்ஸ் ஒப்பந்தத்தின்படி ரைன்லாந்திலிருந்து ஜெர்மன் தனது ராணுவத்தை விலக்கிகொண்டுவிட்டது என்பதால் ஹிட்லரின் கட்டுப்பாட்டுக்கு

வெளியில் இருந்தது அப்பகுதி. அதை மீண்டும் ஜெர்மனியின் ஒரு பகுதி ஆக்கிக்கொள்ள விரும்பினார் ஹிட்லர். ரைன்லாந்துக்கு அவர் முக்கியத்துவம் கொடுத்ததற்குக் காரணம் ரைன் நதி பிரான்ஸுடனான எல்லையை ஒட்டி அமைந்திருந்தது என்பதுதான். இதனால், ஜெர்மனியின் இயற்கையான பாதுகாப்பு அரணாக ரைன்லாந்து திகழ்ந்தது.

ரைன்லாந்து செல்லும் ஜெர்மன் படையினரிடம் ஹிட்லர் தெளிவான ஓர் உத்தரவை வழங்கியிருந்தது பின்னர்தான் தெரியவந்தது. படைகள் உள்ளே செல்லும்போது பிரான்ஸிடமிருந்து எதிர்ப்பு வந்தால் திருப்பித் தாக்காமல் அமைதியாகத் திரும்பிவிட வேண்டும். ஆனால் அதற்கான அவசியமே எழவில்லை. பிரான்ஸ் மட்டுமல்ல, பிரிட்டனும்கூட ஜெர்மனியின் இந்தச் செயலை எதிர்க்கவில்லை. அவர்கள் முசோலினியின்மீது கவனம் செலுத்திவந்த சமயம் அது என்பதால் ஹிட்லரை அப்போது அவர்கள் கண்டுகொள்ளவில்லை. சிலர் குறிப்பிடுவதைப்போல் ஹிட்லரைப் பொருத்தரை ரைன்லாந்து திரும்பக் கிடைத்தது ஒரு சூதாட்ட முயற்சிதான். திரும்பி வருவதற்குத் தயாராக இருந்த நிலையில், நிச்சயமான வெற்றியை எதிர்பார்க்காமல்தான் அவர் படைகளை அனுப்பியிருந்தார். ஒரு தோட்டாகூட வெடிக்காமல் ரைன்லாந்து கைகூடும் என்று அவர் எதிர்பார்க்கவில்லை. இது ஹிட்லரை மகிழ்ச்சிக்குள்ளாக்கியதே தவிர திருப்திப்படுத்தவில்லை; மாறாக, மேலும் தூண்டிவிட்டது. வெர்சைல்ஸ் ஒப்பந்தத்தை இன்னும் எந்த அளவுக்கு மீறமுடியும் என்று இப்போது அவர் கணக்கிடத் தொடங்கினார்.

அடுத்தாக, தொழில் நகரங்களான கொலோன், டஸ்ஸல்டார்ஃப் இரண்டும் இணைத்துக்கொள்ளப்பட்டன. மேற்கு நாடுகளால் ஆபத்து இல்லை என்னும் நம்பிக்கை இப்போது ஹிட்லருக்கு வந்திருந்ததால் அவர் ஆஸ்திரியாவையும் இணைத்துக்கொள்ள விரும்பினார்.

ஆஸ்திரியாவின் 'இணைப்பு'

முதல் உலகப்போரின்போது ஆஸ்திரிய-ஹங்கேரியப் பேரரசாக இருந்த நாடு, தோல்விக்குப் பிறகு துண்டாடப்பட்டது. அந்தப் பேரரசு உடைந்தபோது உருவான ஒரு நாடுதான் ஆஸ்திரியா. ஹிட்லரின் பிறந்த ஊர் இருப்பது இந்த நாட்டில்தான். ஆஸ்திரியாவின் பெரும்பான்மை மக்கள் ஜெர்மன் மொழி பேசுபவர்கள். 1918-ல் ஆஸ்திரியா-ஜெர்மனி எல்லையோர நகரங்களில் பொது வாக்கெடுப்பு நடத்தியதில் பெரும்பான்மையான மக்கள் ஆஸ்திரியா ஜெர்மனியுடன் இணையவேண்டும் என்றே விரும்பினார்கள். ஆனால், ஜெர்மனி பெரிய நாடானால், அது பலம் பெற்றதாகிவிடும் என்பதால் பிரான்ஸும் பிரிட்டனும் இதனை விரும்பவில்லை.

அடுத்தடுத்து வந்த ஆஸ்திரிய அரசுகளும் ஜெர்மனியின் வெய்மார் அரசும் இரு நாடுகளையும் இணைப்பது குறித்து, அல்லது குறைந்த பட்சம் பொருளாதார இணைப்பு குறித்துப் பேசிவந்திருக்கிறார்கள். ஆனால் ஹிட்லரும் நாஜிகளும் ஜெர்மனியின் ஆட்சியைக் கைப்பற்றியதும் ஆஸ்திரியா கொஞ்சம் பின்வாங்க ஆரம்பித்தது.

ஹிட்லரின் அடிப்படை நோக்கமே ஜெர்மன் மொழி பேசும் அனைத்து மக்களையும் ஒரே தேசமாக ஆக்குவதுதான். இதனை அவர் தன் புத்தகத்தில் தெளிவாகவே எழுதியிருந்தார். எல்லாவித முறைகளையும் பயன்படுத்தி எப்படியாவது ஆஸ்திரியாவையும் ஜெர்மனியையும் ஒன்றிணைத்துவிடுவதாக அவர் சொல்லியிருந்தார்.

அதற்கு முதல்படியாக, ஆஸ்திரியாவில் நாஜிக் கட்சி உருவாக்கப்பட்டு, கொஞ்சம் கொஞ்சமாக உறுப்பினர்கள் சேரத் தொடங்கினர். நாஜிகள், ஆஸ்திரிய சான்சலரைக் கொலை செய்துவிட்டு, அரசைக் கைப்பற்றி, ஜெர்மனியுடன் இணைத்துவிடலாம் என்று முடிவு செய்தனர். அதன்படியே, 1934-ல் ஆஸ்திரியாவின் சான்சலராக இருந்த டோல்ஃபஸ் என்பவரைக் கொலை செய்தனர். ஆனால் அடுத்த கட்ட நடவடிக் கைகள் சரியாக நடக்கவில்லை. முக்கியமான ஆஸ்திரிய நாஜிகள் தப்பி ஜெர்மனிக்கு ஓடிவிட்டனர். ஜெர்மனி தன் படைகளை ஆஸ்திரியா வுக்குள் அனுப்ப முடியாத வகையில், இத்தாலியின் முசோலினி ஜெர்மனியை எச்சரித்தார். எனவே இணைப்பு முயற்சி கைகூட வில்லை.

டோல்ஃபஸை அடுத்து ஆஸ்திரிய சான்சலர் ஆன ஷுச்னிக், நாஜிகளைக் கடுமையாக நசுக்கினார். அவர்களைத் தனி முகாம்களில் அடைத்தார். ஆனால் 1936-ல் ஹிட்லருடன் ஒப்பந்தம் செய்துகொண்டு, நாஜிகளை விடுவித்தார். சில நாஜிகளைத் தன் மந்திரி சபையிலும் சேர்த்துக்கொண்டார்.

பிப்ரவரி 1938-ல் ஷுச்னிக்கை ஜெர்மனி அழைத்த ஹிட்லர் அவரைக் கடுமையாக மிரட்டினார். நாஜித் தலைவரான ஆர்த்தர் செய்ஸ்-இன்குவார்ட் என்பவரை உள்துறை அமைச்சராக நியமித்து காவல் துறையை அவர்கீழாகக் கொண்டுவரவில்லை என்றால் ஜெர்மனி தன் படைகளை அனுப்பி ஆஸ்திரியாவை பலவந்தமாக இணைத்துக் கொள்ளும் என்றார். வேறு வழியில்லாமல் ஷுச்னிக், இதனை ஏற்றுக் கொண்டு ஆஸ்திரியா திரும்பினார்.

சொன்னபடி செய்ஸ்-இன்குவார்ட்டை அமைச்சராக ஆக்கினாலும், நேரடியாக மக்களிடம் சென்று ஒரு பொது வாக்கெடுப்பு நடத்தி அவர்கள் உண்மையிலேயே ஜெர்மனியுடன் இணைய விரும்புகிறார்களா என்று

பார்த்துவிடலாம் என்று ஷுச்னிக் முடிவெடுத்தார். அத்துடன் வாக்களிக்கும் வயதைக் குறைத்து, அதுவரையில் தடை செய்திருந்த சில கட்சிகள், தொழிற்சங்க அமைப்புகள் ஆகியவற்றின்மீதிருந்த தடையை விலக்கினார். இப்படிப்பட்ட நிலையில் பொது வாக்கெடுப்பு நிகழ்ந்தால், தான் எதிர்பார்த்த முடிவு வராமல் போய்விடும் என்று நினைத்த ஹிட்லர் ஷுச்னிக்கை மீண்டும் மிரட்டினார்.

அடுத்த நாளைக்குள் அரசை நாஜிகளிடம் ஒப்படைக்காவிட்டால் ஜெர்மனியின் படைகள் ஆஸ்திரியாவில் நுழைந்துவிடும் என்றார் ஹிட்லர். ஷுச்னிக் பிரான்ஸிடமும் பிரிட்டனிடமும் பேசிப் பார்த்தார். ஆனால் அவ்விரு நாடுகளும் தாங்கள் இந்தப் பிரச்னையில் தலையிட விரும்பவில்லை என்று சொல்லிவிட்டன. ஹிட்லர் கொடுத்த கெடு முடிந்தவுடன் வேறு வழியில்லாமல் ஷுச்னிக் பதவி விலகி, செய்ஸ்-இன்குவார்ட்டை சான்சலராக ஆக்கினார்.

உடனே செய்ஸ்-இன்குவார்ட், ஹிட்லருக்கு ஒரு தந்தி அனுப்பி, உள்நாட்டில் கலகம் நடக்க இருப்பதாகவும் அதிலிருந்து ஆஸ்திரியாவைக் காக்க, ஜெர்மனி படைகளை அனுப்பி உதவவேண்டும் என்று கேட்டுக் கொண்டார். ஹிட்லரும் மகிழ்ச்சியுடன் படைகளை அனுப்பினார். அவர்கள் ஒரு தோட்டாவையும் சுடாமல் ஆஸ்திரியா முழுதும் பரவினர்.

13 மார்ச் அன்றே செய்ஸ்-இன்குவார்ட் ஆஸ்திரியா ஜெர்மனியுடன் இணைவதற்கான சட்டத்தை இயற்றினார். இதனை உறுதி செய்ய, ஒரு பொது வாக்கெடுப்பு நடத்தப்படவேண்டும். அதை நடத்துவதில் நாஜிகளுக்கு எந்தப் பிரச்னையும் இருக்கவில்லை. அடுத்த நாளிலிருந்தே இணைப்பை எதிர்க்கும் பலரும் கைது செய்யப்பட்டு, மிரட்டப்பட்டு, ஒழித்துக்கட்டப்பட்டனர். யூதர்களும் இடதுசாரிக் கட்சியினரும் வாக்களிக்க முடியாதவாறு தடை செய்யப்பட்டனர். வாக்கெடுப்பும் ரகசியமாக நடக்காது. வாக்காளர்கள் வாக்குச் சீட்டை தேர்தல் அதிகாரியின் கைகளில்தான் கொடுக்கவேண்டும். இவ்வாறாக 10 ஏப்ரல் அன்று நடந்த வாக்கெடுப்பில் 99.7 % பேர் ஆஸ்திரியா ஜெர்மனியுடன் இணையவேண்டும் என்று வாக்களித்திருந்தனர்.

ஹிட்லரின் வார்த்தைகளின்படி, ஆஸ்திரியா 'ஜெர்மானிய ரீச்சின் ஒரு பகுதியாக மாறியது'. ஏழு மில்லியன் புதிய ஜெர்மானியர்கள் ரீச்சுடன் இணைக்கப்பட்டனர்.

சிதறும் செக்கோஸ்லாவாக்கியா

ஆஸ்திரியாவை இணைத்துக்கொண்டுவிட்ட நிலையில் செகோஸ்லாக் கியாவும் ஜெர்மானிய எல்லைக்கு மிக அருகில் இப்போது

வந்துவிட்டது. நல்ல வளர்ச்சியடைந்த இரு பெரும் செக் பகுதிகளான பொஹிமியா, மொராவியா இரண்டும் வட பகுதியில் அமைந்திருக்க நடுவில் தலைநகரம் பிராக் அமைந்திருந்தது. ஜெர்மனியும் ஆஸ்திரியாவும் இவற்றை மூன்று பக்கங்களிலும் சூழ்ந்திருந்தன. முதல் உலகப் போருக்குப் பிறகு கட்டமைக்கப்பட்ட நாடுகளில் ஒன்றான செக்கோஸ்லாவாக்கியா ஒரு லிபரல் நாடாகத் திகழ்ந்தது. சிறிய பிரதேசம் என்றாலும் நன்கு பயிற்சி அளிக்கப்பட்ட ராணுவத்தைக் கொண்டிருந்தது. பிராகிலிருந்து 50 கிமீ தொலைவில் உள்ள பில்சென் என்னும் பகுதியில் ஸ்கோடா உள்ளிட்ட பெரும் தொழில் நிறுவனங்கள் அமைந்திருந்தன. கனிம வளங்களுக்கும் குறைவில்லை. செக்கோஸ்லா வாக்கியாவை வசப்படுத்துவது ஜெர்மனிக்கு நேரவிருக்கும் அபாயங் களைத் தடுப்பதோடு அதிகப் பலன்களையும் அளிக்கும் என்று ஹிட்லர் கணக்கிட்டார்.

செக்கோஸ்லாவாக்கியாவும் ஆஸ்திரிய-ஹங்கேரியப் பேரரசின் ஓர் அங்கமாக இருந்த பகுதிதான். அங்கு வசிக்கும் 15 மில்லியன் மக்களில் 3 மில்லியன் பேர் ஜெர்மானியர்கள். அவர்கள் வடக்கு, மேற்கு எல்லைப் பகுதிகளில் உள்ள சூடடன்லாண்ட் என்னும் பகுதியில் வசித்து வந்தனர். சூடடன் ஜெர்மானியர்கள் என்று இவர்கள் அழைக்கப்பட்டனர். சிறுபான்மையினராக இருந்தபோதும் செக் அரசு இவர்களை நல்லவிதமாகவே நடத்தி வந்தது. இருந்தும் இவர்களில் பலர் ஜெர்மனியையே தமது தந்தையர் நாடாகக் கருதி வந்தனர். சூடடன் ஜெர்மானியர்கள் போக, ஹங்கேரியர்கள், போலந்து மக்கள் உள்ளிட்ட பலரும்கூட அந்நாட்டில் சிறுபான்மையினராகவே இருந்தனர். இவர்கள் ஒவ்வொருவருக்கும் விதவிதமான வருத்தங்கள் இருந்தன. இந்தக் குழப்பமான சூழலை ஹிட்லர் பயன்படுத்திக்கொண்டார். சூடடன் ஜெர்மானியர்களுக்குப் போர்க்குணம் ஊட்டவும் செக் அரசுக்கு எதிராகக் குரல் கொடுக்கவும் ஏற்பாடு செய்தார். நாஜி ஆதரவாளர்களைக் கொண்டு செக் அரசுக்கு எதிரான பிரசாரப் போரையும் தொடங்கினார்.

ஆஸ்திரியாவை இணைத்துக்கொள்வதற்கு முன்பே இதெல்லாம் தொடங்கிவிட்டது. ஆஸ்திரியா வந்துசேர்ந்தபிறகு துணிச்சல் கூடிப்போனது. செக்கோஸ்லாவாக்கியாவில் 'ஒடுக்கப்படும்' சூடடன் ஜெர்மானியர்களை விடுவிப்பேன் என்றும் தேவைப்பட்டால் செக் அரசோடு மோதவும் தயாராக இருப்பேன் என்றும் ஹிட்லர் முழங்கினார். எதிர்பார்த்தபடியே சூடடன் ஜெர்மானியர்களிடம் மட்டுமல்ல, மற்ற சிறுபான்மையினரிடமும் இது சலசலப்பை ஏற்படுத்தியது. ஆங்காங்கே அரசுக்கு எதிரான குரல்கள் ஒலிக்கத் தொடங்கியதைக் கண்ட செக் அரசு தன் ராணுவத்தைத் தயார்ப்படுத்தி

பிரச்னைக்குரிய பிரதேசங்களுக்கு அனுப்பிவைத்தது. மே 1938 வாக்கில் பிரான்ஸ், ரஷ்யா, ருமானியா ஆகிய மூன்று நேச நாடுகளையும் உதவிக்கு அழைத்தது.

செக் நிலவரம், பிரிட்டனை வருத்தத்துக்கு உள்ளாக்கியது. ஹிட்லரை அமைதிப்படுத்தினால் மட்டுமே செக்கோஸ்லாவாக்கியும் ஐரோப்பாவும் அமைதியாக இருக்கும் என்பதை பிரிட்டிஷ் பிரதமர் நெவில் சாம்பர்லைன் புரிந்துகொண்டார். அரசுப் பிரதிநிதி ஒருவரை ஜெர்மனிக்கு அனுப்பி பேச்சுவார்த்தை நடத்தவும் முன்வந்தார். ஹிட்லர் தன் நிலையிலிருந்து இறங்கிவர மறுத்துவிட்ட நிலையில் சாம்பர்லைன் தானே ஜெர்மனிக்கு வந்து ஹிட்லருடன் பேசினார். அப்போதும் ஹிட்லர் நம்பிக்கையளிக்க மறுத்துவிட்ட நிலையில் முசோலினியைத் தொடர்பு கொண்டு அவர்மூலமாக ஹிட்லருடன் ஒரு சந்திப்புக்கு ஏற்பாடு செய்தார். 29 செப்டெம்பர் 1938-ல் நடைபெற்ற அந்தப் புகழ்பெற்ற மியூனிக் சந்திப்பில் ஹிட்லர், முசோலினி, சாம்பர்லைன் ஆகியோருடன் பிரான்ஸின் எட்வர்ட் டலாடியர் நான்காவது நபராகக் கலந்துகொண்டார்.

சூடடன்லாண்ட் ஜெர்மனியுடன் இணைக்கப்படவேண்டும் என்னும் ஹிட்லரின் விருப்பம் ஏற்கப்பட்டது. ஜெர்மனி பிரிட்டனைத் தாக்காது என்னும் உறுதிமொழியை ஹிட்லர் அளித்தார். புதிய எல்லைகளை ஏற்பதாகவும் மதிப்பதாகவும் நான்கு தலைவர்களும் வாக்களித்தனர்.

செக்கோஸ்லாவாக்கியாவை அழைக்காமல் நான்கு நாடுகள் கூடிப்பேசி அதன் பிரதேசத்தைத் துண்டாடியது பல நாடுகளில் கசப்புணர்வை ஏற்படுத்தியது. நாளை நாமும் இதுபோல் பாதிக்கப்படலாம் என்று சிறு சிறு நாடுகள் கவலை கொண்டன. ரஷ்யாவை இந்தச் சந்திப்புக்கு அழைக்காததன்மூலம் அந்நாட்டையும் இந்த நால்வரும் தனிமைப் படுத்தினர். இவ்வளவு துயரங்களை ஏற்படுத்திய அந்த ஒப்பந்தத்தை ஒரு காகிதமாக மட்டுமே கருதி ஹிட்லர் உதாசீனப்படுத்தினார். மொத்தத்தில் இந்த ஒப்பந்தம் பலனற்றுப் போனது மட்டுமின்றி நிச்சயமற்றத் தன்மையையும் தேவையற்ற பதற்றத்தையும் ஐரோப்பாவில் ஏற்படுத்தியது. ஆனால் எது குறித்தும் கவலைப் படாமல் செக்கோஸ்லாவாக்கியாவுக்குத் தனது ராணுவத்தை அனுப்பி வைத்தார் ஹிட்லர். மார்ச் 1939-ல் பொஹிமியா, மொராவியா இரண்டும் ஜெர்மனியால் எதிர்ப்புகள் ஏதுமின்றி ஆக்கிரமிக்கப்பட்டன. சில தினங்களில் ஸ்லோவாக்கியாவும் ஹிட்லரின் கட்டுப்பாட்டில் வந்து சேர்ந்தது. செக்கோஸ்லாவாக்கியா மொத்தமாகச் சிதறடிக்கப்பட்ட பிறகு வியன்னாவில் நுழைந்ததைப் போலவே ஆரவாரத்துடன் பிராக் நகருக்குள் வெற்றி முழக்கங்களுடன் நுழைந்தார் ஹிட்லர். மார்ச் 1939

முடிவதற்குள் லித்துவேனியாவில் உள்ள மெமெல் என்னும் துறைமுகத்தையும் ஹிட்லர் கைப்பற்றிக்கொண்டார்.

ஹிட்லரின் தொடர் வெற்றிகளைக் கண்டு ஆச்சரியமடைந்த முசோலினிக்கு மீண்டும் ஆக்கிரமிப்பு ஆசை முளைக்க, உற்சாகத்துடன் அல்பேனியாமீது படையெடுத்து அந்நாட்டை இத்தாலியுடன் இணைத்துக்கொண்டார். அதே தீவிரத்துடன் பிரான்ஸ்மீது பிரசார யுத்தத்தையும் கட்டவிழ்த்துவிட்டார். பிரான்ஸ் வசமுள்ள நீஸ், சவோய், கோர்ஸிகா, டூனிஸ் போன்ற பகுதிகள் ஒரு காலத்தில் இத்தாலிக்குச் சொந்தமானவை என்றும் பலவீனமான ஒரு சந்தர்ப்பத்தில் பிரான்ஸ் அவற்றை வலுக்கட்டாயமாக இணைத்துக்கொண்டுவிட்டது என்றும் குற்றம்சாட்டி, பிரான்ஸ் அவற்றை இப்போது திருப்பி அளித்தாக வேண்டும் என்று முசோலினி எச்சரித்தார்.

கருமேகங்கள்

1938, 1939 இரு ஆண்டுகளும் ஆக்கிரமிப்பாளர்களுக்குச் சாதகமாகவும் ஒடுக்கப்படுவோருக்கு விரோதமாகவும் திகழ்ந்ததை வரலாறு சுட்டிக் காட்டுகிறது. பிரிட்டன், பிரான்ஸ் போன்ற பலம் பொருந்திய நாடுகள் கூட ஹிட்லரிடம் பேசி, அவரைச் சமாதானம் செய்யமுடியும் என்று தான் நினைத்தன. அவருடைய அதிகாரப் பசிக்குச் சிறிதளவு தீனி போட்டுவிட்டு அடக்கிவிடலாம் என்றுதான் எண்ணின. ஹிட்லரைத் திருப்திப்படுத்த எடுத்துக்கொண்ட இந்த முயற்சிகள் நேர் எதிரான விளைவுகளையே ஏற்படுத்தின. ஹிட்லர் தனது அதிகார பலம் கூடிவிட்டதை உணர்ந்துகொண்டார். அத்துமீறித் தான் மேற்கொள்ளும் நடவடிக்கைகளை பலம்பொருந்திய நாடுகள் பொருட்படுத்தப் போவதில்லை என்னும் நம்பிக்கையும் அவருக்கு ஏற்பட்டது. மேலும் தீவிரமாக, மேலும் அலட்சியமாக ஹிட்லர் நடந்துகொள்ள இத்தகைய முயற்சிகள் அவரைத் தூண்டிவிட்டன என்று சொல்வது தவறாகாது.

இன்னொன்றையும் இங்கே சுட்டிக்காட்டவேண்டியுள்ளது. பிரிட்டனும் பிரான்ஸூம் இன்னொரு போரைச் சந்திக்கும் நிலையில் அப்போது இல்லை. இந்நாடுகளின் பெரும்பாலான மக்கள் போருக்கு எதிரான மனநிலையில் இருந்தனர். எனவே ஹிட்லருடன் சமரசத்துடன் போய்விடமுடியும் என்றுதான் அந்த நாடுகள் நினைத்தன என்கிறார் சி.எஃப். ஸ்ட்ராங் என்னும் வரலாற்றாசிரியர். ஆனால் ஜெர்மனியோ முழுமூச்சோடு போரை வரவேற்றது. ஹிட்லரின் அனைத்து நடவடிக் கைகளும் போரை மையப்படுத்தியே இருந்தன. இதை அந்நாட்டின் பெரும்பாலான மக்கள் அறிந்துவைத்திருந்தனர்.

அப்போதைய காலகட்டத்தை ஆராயும் பிரிட்டன், பிரான்ஸ் நாட்டு வரலாற்றாசிரியர்கள், இந்த இரு நாடுகளின் தலைவர்களையும்

விமர்சிக்கின்றனர். ஹிட்லரை நம்பியிருக்கக்கூடாது என்றும் ஹிட்லரின் ஆக்கிரமிப்புகளுக்குத் தொடக்கத்திலேயே கடிவாளம் போட்டிருக்கவேண்டும் என்றும் அவர்கள் சுட்டிக்காட்டுகின்றனர். இந்த இரு நாடுகளும் பலவீனமான நிலையில் இருந்ததால்தான் போர் தவிர்க்க இயலாததாகிவிட்டது என்று சிலர் சொல்கிறார்கள். ஒருவேளை ஹிட்லரைப் போல் சாம்பர்லைன், டலாடியர் இருவரும் போருக்குத் தயார்நிலையில் இருந்திருந்தால், அதே தீவிரத்துடன் இருந்திருந்தால் மோதல்கள் தவிர்க்கப்பட்டிருக்குமா அல்லது கூடியிருக்குமா? உத்தரவாதமாகச் சொல்ல முடியாது.

ஆஸ்திரியா, செக்கோஸ்லோவாக்கியா ஆகியவற்றைத் தொடர்ந்து, ஹிட்லரின் கவனம் போலந்தை நோக்கித் திரும்பியது. 1934-ல் போலந்துடன் செய்துகொண்ட உடன்படிக்கையைமீறி இரண்டு கோரிக்கைகளை அவர் முன்வைத்தார். முதலாவதாக, டான்ஸிக் நகர் ஜெர்மனியுடன் இணைக்கப்படுவதை போலந்து ஏற்கவேண்டும். பெரும்பாலும் ஜெர்மானியர்களின் வசிப்பிடமாக உள்ள டான்ஸிக் அப்போது சர்வதேசக் கட்டுப்பாட்டில் இருந்தது. ஹிட்லர் அதனை ஜெர்மனியின் முழுக் கட்டுப்பாட்டுக்குக் கொண்டுவர விரும்பினார். இரண்டாவதாக, ஜெர்மனியின் உள்நாட்டுப் போக்குவரத்துத் தொடர்புகளை மேற்கொள்ள வசதியாக, போலந்து தன் நிலப்பகுதி சிலவற்றை ஜெர்மனிக்கு விட்டுக்கொடுக்கவேண்டும். போலந்து ஒப்புக்கொள்ளத் தயக்கம் காட்டியதைத் தொடர்ந்து வழக்கம்போல் ஹிட்லர் தனது பிரசார யுத்தத்தைத் தொடங்கினார். இந்தமுறை கெப்பல்ஸ் இதற்கு முழுப்பொறுப்பு ஏற்றுக்கொண்டார். போலந்து எப்படியெல்லாம் அடக்குமுறையை ஏவிவிடுகிறது என்றும் அங்குள்ள ஜெர்மானியர்கள் எத்தகைய துயரங்களைச் சகித்துக்கொள்ளவேண்டியிருக்கிறது என்றும் பிரசார யுத்தம் தொடங்கியது.

இந்தமுறை பிரிட்டன் விழித்துக்கொண்டது. ஹிட்லர் இன்னொரு ஆக்கிரமிப்புக்குத் தயாராகிவிட்டார் என்பதை உணர்ந்துகொண்ட சாம்பர்லைன் போலந்தை ஆதரிக்க முன்வந்தார். ஜெர்மனியால் போலந்து தாக்கப்பட்டால் பிரிட்டன் தலையிடும் என்று அறிவித்தார். பிரான்ஸும் பிரிட்டனுடன் இணைந்து போலந்தைப் பாதுகாக்க முன்வந்தது. சிறு நாடுகளான கிரீஸ், ருமேனியா ஆகியவற்றையும் ஆக்கிரமிப்பிலிருந்து காப்பாற்றுவதாக பிரிட்டனும் பிரான்ஸும் ஒப்புக்கொண்டன. துருக்கியும் பட்டியலில் சேர்ந்துகொண்டது. நீண்ட காலகட்டத்துக்குப்பிறகு முதல் முறையாக பிரிட்டிஷ் நாடாளுமன்றம் கட்டாய ராணுவச் சேவைச் சட்டத்தைக் கொண்டுவந்தது.

ஹிட்லர் போலந்துடனான உடன்படிக்கையை ரத்து செய்தார். பிரிட்டனுடன் கையெழுத்திட்ட கப்பற்படை ஒப்பந்தத்தையும்

திரும்பப்பெற்றார். பிரிட்டன், பிரான்ஸ் என்று நாடுகள் அணிசேர்வதைக் கண்ட ஹிட்லர் உடனடியாக முசோலியுடன் ஓர் ஒப்பந்தம் செய்துகொண்டார். பத்தாண்டு காலத்துக்குச் செல்லுபடியாகக்கூடிய இந்த ஒப்பந்தம், ஒரு நாட்டுக்கு ஆபத்து நேர்ந்தால் இன்னொரு நாடு உதவிக்கு வரவேண்டும் என்னும் உறுதிமொழியைக் கொண்டிருந்தது.

புதிய ஒப்பந்தங்கள் உருவாகிக்கொண்டிருந்த இந்தச் சூழலில் சோவியத் யூனியன் யாருடன் சேரும் என்னும் விவாதம் எழுந்தது. சோவியத் நேச நாடுகளை ரஷ்யா ஆதரித்தால் அது தன்னைப் பாதிக்கும் என்று கணக்கிட்டார் ஹிட்லர். போல்ஷ்விக் அபாயம், சிவப்பு பீதி என்றெல்லாம் சோவியத் யூனியனை ஹிட்லர் பல காலமாகத் தாக்கிப் பேசிவந்தாலும் போர் மூளும்பட்சத்தில் ஒரே சமயத்தில் சோவியத் யூனியனையும் நேச நாடுகளையும் பகைத்துக்கொண்டு போரிடுவது வெற்றி வாய்ப்புகளைக் குறைக்கும் என்பதை அவர் அறிந்திருந்தார். கிழக்கு முனை, மேற்கு முனை இரண்டையும் ஒரே சமயத்தில் எதிர் கொள்ளும் ஆபத்தை முதல் உலகப் போர் தெளிவாகவே உணர்த்தியிருந்தது.

இந்த விஷயங்கள் விவாதத்தில் இருக்கும்போது, ஹிட்லருடன் ஸ்டாலின் ஒப்பந்தம் போட்டுக்கொண்டுள்ளார் என்னும் செய்தி வெளிவந்தது. ஹிட்லர்மீதிருந்த அச்சம் இப்போது இரட்டிப்பானது. ஏற்கெனவே ஆக்கிரமிப்பாளராகவும் ஐரோப்பாவின் அச்சுறுத்தலாகவும் மாறியிருந்த ஹிட்லரின் பலம் சோவியத்துடன் கூட்டுச் சேர்ந்ததன்மூலம் பலமடங்கு பெரிதாகிவிட்டது என்று ஐரோப்பா அஞ்சியது. நாஜிகளைப் போலவே போல்ஷ்விக்குகளையும் மேற்கு நாடுகள் வெறுத்தும் எதிர்த்தும் வந்திருந்த நிலையில் இந்த இரு பெரும் எதிரிகள் கைகுலுக்கிக்கொண்டதைப் பெரும் அச்சுறுத்தலாக அவர்கள் கண்டனர்.

அடுத்து ஓரடி எடுத்துவைத்தாலும் அது போரில்தான் சென்றுமுடியும் என்று தெரிந்திருந்தும் ஹிட்லர் போலந்தைத் துணிச்சலாகக் குறிவைத்தார். 1 செப்டெம்பர் 1939 அன்று போலந்துக்குக் கெடு விதித்தார் ஹிட்லர். போலந்து அதற்குப் பதிலளிக்கும்வரைகூட காத்திராமல் ஜெர்மன் படைகள் போலந்தை முற்றுகையிட்டன. இரண்டு நாள்களில் பிரிட்டனும் பிரான்ஸும் ஜெர்மனிமீது போர் தொடுத்தன. ஒரு வாரத்தில் பிரிட்டனின் காலனிகள் தனித்தனியே ஜெர்மனிமீதான போர் அறிவிப்பை வெளியிட்டன. இரண்டாம் உலகப் போர் தொடங்கியது.

15
இரண்டாம் உலகப் போர்

நீண்ட, குழப்பமாக யுத்தம் என்று இரண்டாம் உலகப் போரை அழைப்பது ஒரு வகையில் பொருத்தமாக இருக்கும். பல்வேறு கட்டங்களில் பல முனைகளில் போர் நடைபெற்றது. முதல் இரண்டு ஆண்டுகளில் நிலத்திலும் நீரிலும் வானிலும் நடைபெற்ற மோதல்கள் ஐரோப்பா, வட ஆப்பிரிக்கா ஆகிய பகுதிகளை மட்டுமே பாதித்தன. ஜப்பானும் அமெரிக்காவும் நுழைந்தபிறகு ஆசியாவின் பெரும் பகுதிக்குப் போர் பரவியது.

முந்தைய போர்களிலிருந்து முதல் உலகப் போர் பல வழிகளிலும் வேறுபட்டதைப்போல் இரண்டாம் உலகப் போரும் முதல் உலகப் போரிலிருந்து பெருமளவில் மாறுபட்டிருந்தது. 1914-1918 போரைவிட 1939-ல் தொடங்கிய போரையே அதன் மெய்யான பொருளில் உலகப் போர் என்று அழைக்க முடியும். இரண்டாம் உலகப் போர் ஐரோப்பாவில் தொடங்கினாலும் ரஷ்யாவின் விளைச்சல் நிலம், ஆப்பிரிக்காவின் பாலைவனங்கள், ஆசியாவின் பல பகுதிகள், மலேயா, பர்மாக் காடுகள், தூரக் கிழக்கு நாடுகளின் கடல்பரப்பு என்று முதல் உலகப் போரைக்காட்டிலும் அதிக உலகப் பரப்பில் பரவி, அதிகச் சேதங்களை ஏற்படுத்தியது. வான் தாக்குதலில் முதல்முறையாக பெருமளவிலான சிவிலியன் பொதுமக்கள் பாதிப்படைந்தனர். நீர்மூழ்கிக்கப்பல்களின் பங்கேற்பு இதுவரை அறிந்திராத புதிய சேதங்களை ஏற்படுத்தியது. உளவியல்ரீதியிலான பாதிப்பும் மிகுந்திருந்தது. குறிப்பாக நாஜிகளின் விதவிதமான சித்திரவதைகளும் குரூரமான போர்முறைகளும் நவீன வரலாறு இதுவரை அறிந்திராதவை.

போலந்து ஆக்கிரமிப்பு

பிரிட்டனும் பிரான்ஸும் தயார்நிலையில் இல்லை என்பதை நன்கு தெரிந்துவைத்துக்கொண்டே ஹிட்லர் போலந்துக்குத் தன் ராணுவத்தை செப்டெம்பர் 1939-ல் அனுப்பிவைத்தார். போலந்தை ஆக்கிரமிக்க ஹிட்லர் இரு முக்கிய உத்திகளைக் கையாண்டார். பிளிட்ஸ்க்ரீக், ஐந்தாவது வரிசை (ஃபிப்த் காலம்). Blitzkrieg என்னும் ஜெர்மானிய வார்த்தையின் பொருள், மின்னல் யுத்தம். எதிரிகள் சுதாரித்துத் திருப்பித் தாக்குவதற்குக்கூட அவகாசம் அளிக்காதபடி ஒருபக்கம் கனரக ஆயுதங்களைக் கொண்டும் இன்னொரு பக்கம் வான்வெளித் தாக்குதல்கள்மூலமாகவும் ஒரே சமயத்தில் இடைவிடாமல் மேற் கொள்ளப்படும் யுத்தமுறை இது.

இரண்டாவது, நாஜிகள் தங்களுடைய ஆக்கிரமிப்புப் பகுதிகளில் தாமாகவே ஆதிக்கம் செலுத்தினர் என்று சொல்ல முடியாது. குறிப்பிட்ட பகுதியைச் சேர்ந்த ஒரு பொம்மைத் தலைவரை அல்லது அரசை நியமித்து ஆக்கிரமிக்கப்பட்ட பிரதேசத்தை அவர்மூலம் ஆட்சி செய்தனர். புதிய பகுதியைக் கைப்பற்றியபின், அங்குள்ள நாஜி ஆதரவுக் குழுவினரை வளர்த்தெடுத்து அவர்களைக் கொண்டே பிற மக்களை நாஜிகள் அடக்கி ஒடுக்கினர். நாஜிகளின் போர்முறையாலும் சித்திரவதை உத்திகளாலும் ஈர்க்கப்பட்ட பல ஆதரவாளர்கள் அதே போர்முறையை, சித்திரவதையைத் தமது மக்கள்மீதும் ஏவிவிடத் தயாராக இருந்தனர். ஒத்துழைக்க மறுக்கும் அரசைப் பணியவைக்கவும், உள்நாட்டில் குழப்பங்களையும் கலகங்களையும் ஏற்படுத்தவும்கூட இத்தகைய ஆதரவாளர்களை நாஜிகள் பயன்படுத்திக்கொண்டனர். இந்த ஐந்தாவது வரிசையினரைத் திறமையாகப் பயன்படுத்திப் பல சாதகமான காரியங்களை ஜெர்மனி சாதித்துக்கொண்டது.

போலந்தில் மேற்கூறிய இந்த இரண்டு உத்திகளையும் ஜெர்மனி பயன் படுத்தியது. கேந்திர முக்கியத்துவம் வாய்ந்த கோட்டைகள், ரயில் நிலையங்கள், தொழிற்சாலைகள் ஆகியவற்றைத் தாக்கி அழிக்கத் தொடங்கியது ஜெர்மனின் லுஃப்ட்வாஃபே (Luftwaffe) விமானப் படை. தொடர்ந்து காலாட்படை டாங்கிகளுடன் உள்நுழைந்தன. நல்ல வானிலையும் உலர்ந்த சாலைகளும் ஜெர்மனிக்குச் சாதகமாக அமைந்தன. ஜெர்மானியப் படை நுழைந்ததுமே போலந்தில் உள்ள ஜெர்மானிய ஆதரவுக் குழுவினர் உடன் சேர்ந்து சிவிலியன்களைத் தாக்கவும் கொல்லவும் தொடங்கினர். இரு வாரங்களில் மேற்கு போலந்து பணிந்துபோனது. போலிஷ் அரசாங்கம் அருகில் உள்ள ருமேனியாவில் தஞ்சம் புகுந்தது. செப்டெம்பர் 17-ம் தேதி சோவியத் படைகள் தம் பங்குக்கு கிழக்கு போலந்துக்குள் புகுந்தன. செப்டெம்பர்

30-ம் தேதி தலைநகர் வார்சாவும் கைப்பற்றப்பட, போலந்து முழுமையாக வீழ்ந்தது. ஜெர்மனி பாதிக்கும் குறைவான போலந்தின் மேற்குப் பிரதேசங்களைத் தனதாக்கிக்கொண்டது. அவை மக்கள் தொகை அதிகம் கொண்ட, தொழில்மயமான நகரங்களைக் கொண்ட பகுதிகள். ஹிட்லர் தான் ஆக்கிரமித்த போலந்தை இரண்டாகப் பிளந்தார். வார்சாவுடன் இருந்த பகுதி ஜெர்மனிக்கு. கிராகோவுடன் கூடிய மற்றொரு பகுதி ஜெர்மனியின் ஆதரவு பெற்ற பகுதி (புரொடக்டரேட்) என்று அறிவிக்கப்பட்டது.

ஜெர்மனியில் யூதர்கள் அனுபவித்த அதே சித்திரவதைகளை போலந்து யூதர்களும் அனுபவித்தனர். ஜெர்மன் ரகசிய போலீஸ் கெஸ்டாபோ, தனது பிரசித்தி பெற்ற ஃபயரிங் ஸ்குவாட், கேஸ் சாம்பர், வதை முகாம்கள் போன்ற சித்திரவதை முறைகளை போலந்து யூதர்கள்மீது ஏவிவிட்டது. ஹென்ரிச் ஹிம்லர் இதற்குத் தலைமை ஏற்றுக் கொண்டார். (கெஸ்டாபோ பற்றிய விவாதங்கள் வேறிடத்தில் இடம்பெற்றுள்ளன).

போலந்தின் கிழக்குப் பிரதேசங்கள் ரஷ்யாவின் கட்டுப்பாட்டின்கீழ் வந்து சேர்ந்தன. லித்துவேனியா, லாத்வியா, எஸ்டோனியா ஆகிய பால்டிக் பிரதேசங்களை இணைத்துக்கொண்டதன்மூலம் தன் எல்லை களைப் பலப்படுத்திக்கொண்டது ரஷ்யா. மார்ச் 1940-ல் பின்லாந் தையும் ரஷ்யா இவ்வாறே இணைத்துக்கொண்டது.

பிரிட்டனும் பிரான்ஸும் ஜெர்மனிக்கு எதிராகப் போர்ப் பிரகடனம் செய்திருந்தபோதும் போரில் குதிக்காமல் அமைதி காத்தன. போரில் இறங்கவேண்டுமானால் அதற்கு முதலில் தம்மைப் பலப்படுத்திக் கொள்ளவேண்டும் என்றும் ராணுவக் கட்டுமானத்தைச் சீரமைக்க வேண்டும் என்றும் அவை காரணம் சொல்லின. போலந்தை ஆக்கிர மித்தபிறகும் பிரிட்டனும் பிரான்ஸும் அமைதி காப்பதைக் கண்டு ஹிட்லரின் நம்பிக்கை இரட்டிப்பானது. ஜெர்மனியின் பலத்தைக் கண்டு திகைத்து நிற்கும் இந்த இரு நாடுகளும் தாமாகவே முன்வந்து தனது மேலாதிக்கத்தை ஏற்றுக்கொள்ளும் என்றுகூட ஹிட்லர் நினைத்தார். போரைத் தவிர்க்க இந்த இரு நாடுகளும் இறங்கிவரும் என்றும் எதிர்பார்த்தார்.

பிரான்ஸ் தீவிரமாகத் தற்காப்புப் பணிகளில் இறங்கியது. தனது கிழக்கு எல்லையில் மாஜினாட் லைன் என்னும் பாதுகாப்பு அரணைக் கட்டமைக்கத் தொடங்கியது. ஜெர்மனி தனது மேற்கு எல்லையில் இதே போன்ற ஒரு பாதுகாப்பு அரணை (வெஸ்ட் வால்) அமைத் திருந்தது. இருவரும் தங்களுடைய பாதுகாப்பான தடுப்புகளுக்குப் பின்னால் ஒளிந்துகொண்டு காத்துக்கொண்டிருந்தனர். ஆனால்

இருவருக்கும் இடையில் ஓர் அடிப்படை வித்தியாசம் இருந்தது. தாம் பாதுகாப்பான நிலையில் இருப்பதாகவும் ஜெர்மனி தாக்கினால் திருப்பித் தாக்குவதற்குத் தயாராக இருப்பதாகவும் நம்பிக் கொண்டிருந்தது பிரான்ஸ். ஜெர்மனி இந்தத் திரைக்குப்பின்னால் இருந்தபடி தனது படைகளை மேலும் மேலும் வலுப்படுத்திக் கொண்டிருந்தது. மற்றபடி இரு தரப்பிலிருந்தும் ஓர் அசைவும் இல்லை. என்னதான் ஆகிவிட்டது இந்த ஹிட்லருக்கு, ஏன் திடீரென்று இப்படிச் சோம்பலடைந்துவிட்டார் என்று ஐரோப்பாவில் புரளிப் பேசத் தொடங்கும் அளவுக்கு இட்டுச்சென்றது நிலைமை. தொலைவிலிருந்து அனைத்தையும் கவனித்துக்கொண்டிருந்த அமெரிக்கா, தற்போது நடைபெறுவது பாசாங்கான போர் (ஃபோனி வார்) என்று எழுதியது.

ஆனால் கடல் பரப்பில் இவ்வளவு அமைதி நீடிக்கவில்லை. செப்டெம்பர், அக்டோபர் மாதங்களில் ஜெர்மானிய யு போட் நீர்மூழ்கிக் கப்பல்கள் பிரிட்டிஷ் லைனர் ஏதேனியா, விமானந்தாங்கிக் கப்பல் கரேஜியஸ், போர்க்கப்பல் ராயல் ஓக் ஆகிய மூன்றையும் அடுத்தடுத்து வீழ்த்தின. பிரிட்டனும் பிரான்ஸூம் ஜெர்மனியை எதிர்கொள்ளத் தயாராயின. ஹிட்லரும் தயாரானபோது மோதல்கள் கடலிலிருந்து நிலத்துக்குப் பரவின.

நார்வே முதல் பிரான்ஸ்வரை

மேற்கு நாடுகள்மீதான போரை டென்மார்க், நார்வேயிடமிருந்து தொடங்குவதே ஹிட்லரின் திட்டம். இதில் நார்வே, ஜெர்மனிக்கு மட்டுமல்ல நேச நாடுகளுக்கும்கூடக் கேந்திர முக்கியத்துவம் வாய்ந்த ஓரிடம். ஒருவேளை நார்வேயைத் தம் கட்டுப்பாட்டுக்குள் கொண்டு வரமுடிந்துவிட்டால், ஜெர்மனியிடமிருந்து நார்வே மக்களைக் காப்பதோடு ஃபின்லாந்தையும் பலப்படுத்தலாம் என்பது பிரிட்டன் மற்றும் பிரான்ஸின் பார்வை. ஜெர்மனிக்கு நார்வே என்பது அதன் துறைமுகங்களுக்காக முக்கியத்துவம் வாய்ந்த பகுதியாக இருந்தது. நார்வேயின் கடல் பரப்பை ஆக்கிரமித்துவிட்டால் போர்க்கப்பல்களை நிறுத்தி மேற்கு நாடுகளை அங்கிருந்தபடியே எதிர்க்கலாம். மேலும் ஜெர்மனி தனக்குத் தேவையான இரும்புத் தாதுப் பொருள்களை ஸ்வீடனிடமிருந்து தருவித்துக்கொண்டிருந்தது. இது நார்வே வழியாகவே ஜெர்மனிக்கு வந்து சேரும். எனவே, நார்வே நேச நாடுகள் வசம் செல்லாமல் பார்த்துக்கொள்ளவேண்டியது ஹிட்லருக்கு முக்கியமாக இருந்தது.

8 ஏப்ரல் 1940 அன்று ஹிட்லர் உத்தரவு பிறப்பித்தார். மறுநாள் எந்தவித அறிவிப்புமின்றி ஜெர்மனி டென்மார்க் மற்றும் நார்வே மீதான தன்

தாக்குதலைத் தொடங்கியது. டென்மார்க் மன்னர் சம்பிரதாயமாக ஜெர்மனியை எதிர்த்து அறிக்கை விட்டாரே ஒழியத் தன் நாட்டை அவரால் காக்கமுடியவில்லை. டென்மார்க் சரணடைந்தது. நார்வே முதலில் ஜெர்மனியை எதிர்த்தது என்றாலும் ஒரே சமயத்தில் கடலிலும் வானிலும் ஜெர்மனியை எதிர்க்கும் அளவுக்கு அதனிடம் வலிமை இல்லாததால் முயற்சிகளைக் கைவிட்டது. முன்னர் செய்ததுபோலவே, நார்வேயில் ஐந்தாவது வரிசை நண்பர்களின் உதவியும் ஜெர்மனிக்குக் கிடைத்தது. நார்வேயை ஆண்டு வந்த அரச பரம்பரையினர் தங்கள் நாட்டைக் கைவிட்டுவிட்டு பிரிட்டனில் தஞ்சம் புகுந்தனர். ஜெர்மனியின் ஆசியுடன் நார்வேயில் ஒரு பொம்மை அரசு நிறுவப்பட்டது.

நார்வே கண்முன்னால் பறிபோனதை பிரிட்டனால் ஏற்கமுடிய வில்லை. பிரிட்டனின் பாரம்பரியத்துக்கும் வலிமைக்கும் விடப்பட்ட ஒரு சவாலாக இச்சம்பவம் கருதப்பட்ட நிலையில், நெவில் சாம்பர்லைன் பதவி விலகி அவரிடத்தில் வலிமையான, போர்க்குணம் கொண்ட தலைவராகக் கருதப்பட்ட வின்ஸ்டன் சர்ச்சில் மே 10-ம் தேதி வந்தமர்ந்தார்.

நார்வே ஆக்கிரமிக்கப்பட்ட ஒரு மாதத்தில் நெதர்லாந்து, பெல்ஜியம், லக்சம்பர்க் என்று மூன்று நாடுகளுக்கும் ஒரே சமயத்தில் படைகளை அனுப்பிவைத்தார் ஹிட்லர். இந்த மூன்று சிறிய நாடுகளுடனும் ஹிட்லர் நட்புரீதியிலான உடன்படிக்கைகள் செய்துகொண்டிருந்தார் என்பது குறிப்பிடத்தக்கது. ஆனால் ஹிட்லரின் உண்மையான நோக்கம் இந்த நாடுகளைக் கைப்பற்றுவதல்ல. பிரான்ஸைத் தாக்கிக் கைப்பற்று வதுதான். அந்த ராணுவ நோக்கத்தில் பகடைகளாக ஆகியவையே இந்த நாடுகள். கடந்த ஆண்டு போலந்தின்மீது பொழிந்த மின்னல் தாக்குதலைக் காட்டிலும் தீவிரமான தாக்குதல்களை இந்நாடுகள் சந்தித்தன. ரோட்டர்டாம் விமான நிலையம் கைப்பற்றட்ட அன்றைய தினமே அந்நகரம் முழுவதும் குண்டுகள் வீசப்பட்டதில் கட்டடங்கள் சரிந்து எங்கும் தூசியும் புகையும் மட்டுமே தென்பட்டன. நெதர்லாந்து மகாராணி தனது குடும்பத்தினருடன் பிரிட்டன் தப்பிச்சென்றார். அந்நாட்டில் ஒரு நாஜி கவர்னர் நியமிக்கப்பட்டார்.

நெதர்லாந்துக்கு அடுத்து பெல்ஜியம். மே 14-ம் தேதி நேச நாடுகளின் படைகளை முறியடித்து மாஜினாட் கோடு முடிவடையும் செடான் என்னும் பகுதியை வந்தடைந்தது ஜெர்மனி. மே 20 வாக்கில் பெல்ஜியம் துண்டாக்கப்பட்டுவிட்டது. 28-ம் தேதி பெல்ஜியத்தின் அரசர் மூன்றாம் லியோபோல்ட் தனது ராணுவத்துடன் சரணடைந்தார். சரண் அடைவதை ஏற்காத அவருடைய அமைச்சரவை, லண்டனுக்குத் தப்பிச்சென்றது.

பிரிட்டனும் பிரான்ஸும் இப்போது எதிர்கொண்ட முக்கியப் பிரச்னை, பிரான்ஸின் வடக்குப் பகுதியில் குவிந்திருந்த தங்கள் நாட்டுத் துருப்புகளை ஜெர்மனியின் பிடியிலிருந்து மீட்டெடுப்பதுதான். ஜெர்மன் படைகள் இப்பகுதியில் விரைவாக நுழைந்திருந்தால் இங்கே இருக்கும் சுமார் 3.3 லட்சம் துருப்புகள் முழுவதுமாக அழிக்கப் பட்டிருக்கும் அல்லது அவர்கள் சரணடைய வேண்டிவந்திருக்கும். ஆனால் ஆச்சரியமூட்டும் வகையில், ஹிட்லர் தன் படைகளை முன்னே செல்லாமல் இருக்கச் சொல்லிவிட்டு, அப்பகுதிமீது தன் போர் விமானங்களைக் கொண்டு தாக்கச் சொன்னார். இந்தத் தாக்குதல்களை பிரிட்டிஷ் விமானங்கள் தடுத்து நிறுத்தின. கூடவே, டன்கிர்க் துறைமுகத்தின் வழியாக இந்தத் துருப்புகள் தப்பி, கடலைக் கடந்து ஜூன் 3-ம் தேதி இங்கிலாந்து வந்து சேர்ந்தனர். தங்களுடைய ஆயுதங்களையும் பொருள்களையும் அவர்கள் கைவிடவேண்டி யிருந்தது. இவ்வளவு பெரிய குழு தப்பிப் பிழைத்த இந்தச் சம்பவம் வரலாற்றில் நிலைத்துப்போனது.

இப்போது பிரான்ஸ்மீதான தன் தாக்குதலைக் கடுமையாக்கியது ஜெர்மனி. ஜூன் 13 அன்று ஜெர்மன் படைகள் பாரிஸில் நுழைந்தன. தலைநகர் பாரிஸிலிருந்து பிரெஞ்சு அரசு தப்பி, போர்தூ என்ற பகுதிக்குச் சென்றனர். ஜூன் 21 அன்று இத்தாலியின் ராணுவம் பிரான்ஸின்மீது தாக்குதல் நிகழ்த்தி, பிரான்ஸின் தென் கிழக்குப் பகுதிகளை ஆக்கிரமிக்கத் தொடங்கியது. ஜூன் 22-ம் தேதி பிரான்ஸ் ஜெர்மனியுடன் சமரச ஒப்பந்தத்தில் கையெழுத்திட்டது. இரு தினங்கள் கழித்து இத்தாலியுடன் சமரச ஒப்பந்தத்தில் கையெழுத்திட்டது. கிட்டத்தட்ட பிரான்ஸ் முழுவதையும் ஜெர்மனி கைப்பற்றிக் கொண்டது. மார்ஷல் பெடான் விச்சி, ஆக்கிரமிக்கப்படாத பகுதியில் ஆட்சியை நடத்தத் தொடங்கினார். இந்தத் தோல்வியை ஏற்காத ஜெனரல் டி கால், தப்பித்து வெளி நாடுகளுக்குச் சென்று, சுதந்தர பிரான்ஸ் அரசின் தலைவராகத் தன்னை அறிவித்துக்கொண்டார். பிரிட்டனும் அவரை அங்கீகரித்தது.

பிரிட்டன் போர்

பிரான்ஸ் உடைந்த நிலையில், பிரிட்டன் தனியாக ஜெர்மனியை எதிர்கொள்ளவேண்டிய நிலையில் இருந்தது. வடக்கே நார்வே தொடங்கி ஸ்பெயின் எல்லைகள் வரை ஜெர்மனி சூழ்ந்திருக்க, சின்னஞ்சிறு தீவாக பிரிட்டன் உதவியற்று நின்றது. தொடர் வெற்றிகள்தவிர வெறொன்றையும் அறியாத ஹிட்லரின் ஜெர்மனி வெறும் இருபத்தொரு மைல் தொலைவில் இன்னொரு வெற்றிக்காகக் காத்திருந்தது. ஹிட்லர் நிதானமாகத் தனக்குத் தேவைப்பட்ட

படைகளையும் ஆயுதங்களையும் தேர்வுசெய்துகொண்டார். ஒப்பீட்டளவில் சிறிய ஆனால் சக்திவாய்ந்த ராயல் விமானப் படை (ஆர்.ஏ.எஃப்) ஜெர்மனியை எதிர்கொண்டு போரிடத் தயாராக இருந்தது. அனுபவம் வாய்ந்த, பயிற்சி பெற்ற விமானிகள் நியமிக்கப் பட்டிருந்தனர்.

ஆகஸ்ட் 8-ம் தேதி ஜெர்மனி விமானத் தாக்குதலைத் தொடங்கி வைத்தது. ஆகஸ்ட் முதல் அக்டோபர் வரை ஒவ்வொரு தினமும் பிரிட்டன்மீது ஜெர்மானிய விமானங்கள் தாக்குதல் தொடர்ந்தபடியே இருந்தன. அழிவும் நாசமும் அதிகரிப்பதைப் பொருட்படுத்தாமல் ராயல் விமானப் படை தொடர்ந்து ஜெர்மானியத் தாக்குதலை எதிர்கொண்டதோடு குறிப்பிடத்தக்க சேதத்தையும் ஜெர்மனிக்கு ஏற்படுத்தியது. ஜெர்மனி பின்வாங்கி, இரவு நேரங்களில் லண்டன் உள்ளிட்ட நகரங்களைத் தாக்க ஆரம்பித்தது. 1941 வரை தொடர்ந்த மோதல்களில் 40,000 பொதுமக்கள் பிரிட்டனில் கொல்லப்பட்டனர். இருந்தும் ஜெர்மனியால் முன்னேற முடியாததை பிரிட்டன் தனது வெற்றியாகவே எடுத்துக்கொண்டது. மிகச் சிறிய ராயல் விமானப் படை நிகழ்த்திய மிகப் பெரிய சாதனை இது என்று பாராட்டினார் சர்ச்சில்.

ஆப்பிரிக்காவும் பால்கன் பிரதேசங்களும்

1940 வாக்கில் போர் வட மேற்கு ஐரோப்பாவிலிருந்து பால்கன் பிரதேசம், எகிப்து, கிழக்கு மத்திய தரைக்கடல் ஆகிய பகுதிகளுக்குப் பரவியது. எகிப்தைப் பாதுகாக்கத் தம் வசம் இருந்த படைப்பிரிவுகளில் கணிசமானதொரு பகுதியை அனுப்பிவைத்தது பிரிட்டன். ஆஸ்திரேலியா, நியூசிலாந்து, இந்தியா ஆகிய நாடுகளும்கூடத் தம் படைகளை எகிப்துக்கு அனுப்பிவைத்தன.

1940-ம் ஆண்டு இத்தாலி இரு தாக்குதல்களை மேற்கொண்டது. ஆப்பிரிக்காவில் உள்ள தன் காலனி நாடுகளை இதற்குப் பயன்படுத்திக் கொண்டது இத்தாலி. லிபியாவில் இருந்தபடி செப்டெம்பர் மாதம் இத்தாலி எகிப்தைத் தாக்கியது. அக்டோபர் மாதம் அல்பேனியாவி லிருந்து கிரீஸ்மீது தாக்குதல் தொடுத்தது. ஏழைமையில் தவித்துக் கொண்டிருந்தபோதும், போதுமான ராணுவ பலம் இல்லாதபோதும் கிரீஸ் இத்தாலியை எதிர்த்து நின்றதோடு நில்லாமல் பின்வாங்கவும் வைத்தது ஆச்சரியம். உடன் இருந்த பிரிட்டன் பெரும் இழப்பைச் சந்தித்து இத்தாலியை விரட்டியடித்தது.

முசோலினி பின்வாங்கியதைக் கண்டு ஹிட்லர் உதவிக்கு வந்தார். ஜெர்மானியர்கள் உள்ளே நுழைந்ததுமே நிலைமையில் மாற்றங்கள்

ஏற்படத் தொடங்கிவிட்டன. முன்னதாக ஹங்கேரி, ருமேனியா, பல்கேரியா, யுகோஸ்லாவியா என்று பல நாடுகளில் ஜெர்மன் படைகள் உள்நுழைந்துவிட்டன. இங்கெல்லாம் நாஜி ஆதரவுக் குழுக்களை ஊக்குவித்தபடி, அரசுக்கு எதிராக அவர்களைத் திருப்பிவிடும் பணியைத் தொடர்ந்துகொண்டிருந்தது ஜெர்மனி. 1940 வியன்னா ஒப்பந்தம்மூலமாக ருமேனியாவிடமிருந்து ஹங்கேரியைப் பிரித்தெடுத் திருந்ததால் ஹங்கேரி நன்றிக்கடனாக ஜெர்மனி தலைமையிலான அச்சு நாடுகளின் அணியுடன் சேர்ந்திருந்தது. ருமேனியா கிட்டத்தட்ட முழுமையாக ஜெர்மனியை ஏற்றுக்கொண்டுவிட்டது. 1941-ல் பல்கேரியா அதுவரை வகித்து வந்த நடுநிலைமையை உதறித் தள்ளி விட்டு ஜெர்மனி, இத்தாலி அணியுடன் இணைந்துகொண்டது. யுகோஸ்லாவியாவும் ஜெர்மனி பக்கம் சாயத்தொடங்கியதைக் கண்ட அந்நாட்டு மக்கள் தங்கள் மன்னரின் பதவியைப் பறித்தார்கள். ஜெர்மனி மின்னல் வேகத் தாக்குதலால் யுகோஸ்லாவியாவை அழித்து ஆக்கிரமிக்கத் தொடங்கியது. அடுத்து பிரிட்டிஷ் படைகளை முறியடித்து கிரீஸ் கைப்பற்றப்பட்டது. கிரீட் தீவும் ஜெர்மனியிட மிருந்து தப்பவில்லை. இங்கும் பிரிட்டிஷ் படைகள் தப்பியோடி வரவேண்டியிருந்தது.

சிசிலியைத் தனது தளமாகப் பயன்படுத்தி, ஆப்பிரிக்காவில் பிரிட்டிஷ் படைகள்மீதான தாக்குதல்களைத் தொடர்ந்தது ஜெர்மனி. எர்வின் ரோமெல் என்ற ஜெனரலின் தலைமையும் ஜெர்மனிக்கு உதவிகரமாக இருந்தது. ஏப்ரல் முடிவடையும்போது பிரிட்டனின் பலம் வெகுவாகக் குறைந்திருந்தது. பிரிட்டனின் கப்பல் படை தொடர்ந்து தாக்குதலுக்கு உள்ளானது. நிலைமையை மோசமாக்கும் வகையில், சிரியாவின் உதவியுடன் இராக்கில் கலகங்கள் வெடித்தன. மத்தியக் கிழக்கு நாடுகளின் எண்ணெய் வளம் பறிபோய்விட்டால் பொருளாதாரம் ஆட்டம் கண்டுவிடும் என்று அஞ்சிய பிரிட்டன், தன் கவனத்தை இராக்மீது திருப்பியது. சுதந்தர பிரெஞ்சுப் படையின் உதவியுடன் சிரியாவை முறியடிக்கும் பணிகளில் இறங்கியது.

இந்தத் தருணத்தில்தான் ஹிட்லர் ரஷ்யாமீது படையெடுக்க முடிவு செய்தார். இரண்டாம் உலகப் போரின் போக்கைப் பெருமளவில் மாற்றியமைத்த இந்த முடிவு மூன்றாம் ரீச்சின் வீழ்ச்சியைத் துரிதப்படுத்தப் பெரிதும் உதவியது.

16

ஜெர்மனியும் சோவியத் யூனியனும்

சோவியத் யூனியனைத் தன்னுடைய அணியில் இணைத்துக்கொள்ள வேண்டும் என்று சில முயற்சிகளை 1940-ல் ஹிட்லர் மும்முரமாக எடுத்தார். ஜெர்மனி, இத்தாலி, ஜப்பான் ஆகிய நாடுகளுடன் ரஷ்யாவும் சேர்ந்துகொண்டால் அந்தக் கூட்டணியின் பலத்தை மேற்கு நாடுகளால் எதிர்கொள்ள முடியாது என்று அவர் கணக்கிட்டார். அது சாத்திய மில்லை என்பது தெரிந்ததுமே ரஷ்யாவை மீண்டும் ஒரு எதிரி நாடாகப் பார்க்கத் தொடங்கிவிட்டார். 1941-ல் ஹிட்லர் கிட்டத்தட்ட ஐரோப்பா முழுவதையும் தன் கட்டுப்பாட்டுக்குக் கொண்டுவந்திருந்தார். இது அவருக்கு அசைக்க முடியாத நம்பிக்கையையும் ஒருவித மயக்கத் தையும் ஏற்படுத்தியிருந்தது. தொடர் வெற்றிகளின் உற்சாகம் வடிவதற்குள் ரஷ்யாவையும் வீழ்த்தி ஆக்கிரமித்துவிட முடியும் என்று நம்பினார்.

ஐரோப்பிய நாடுகளை ஆக்கிரமிப்பதும் ரஷ்யாவை ஆக்கிரமிப்பதும் ஒன்றல்ல என்பது அவருக்குத் தெரியும். இந்தப் போர் கணிசமான இழப்புகளைக் கொண்டுவரும் என்பதையும் அவர் அறிந்திருந்தார். ஆனால் இந்த இழப்புகளைக் காட்டிலும் ரஷ்யாவை அடைவதன்மூலம் கிடைக்கும் லாபம் பன்மடங்கு அதிகம் என்பதால் வாய்ப்பை நழுவவிட ஹிட்லர் விரும்பவில்லை. ஒருவேளை ரஷ்யா கைகூடி விட்டால் இதுவரை எந்த ஐரோப்பிய நாடும் கற்பனைகூடச் செய்திராத பெரும் சக்தியாக ஜெர்மனி மாறிவிடும். ரஷ்யா கிடைத்துவிட்டால் நிலப்பரப்பு, கனிம வளங்கள், தொழில் வளங்கள், எண்ணெய் என்று அதன் எண்ணிலடங்கா வளங்கள் கைகூடும். ஏற்கெனவே ஜப்பான்

தன் அணியில் இருப்பதால் ரஷ்யாவை ஆக்கிரமிப்பதன்மூலம் ஆசியாவையும் தன் கட்டுப்பாட்டில் கொண்டுவந்துவிடலாம் என்பது ஹிட்லரின் அகலமான கனவு.

சோவியத் யூனியன்மீதான நம்பிக்கையின் அடிப்படையில்மட்டுமே பிரிட்டன் போரைத் தொடங்குகிறது என்பது ஹிட்லரின் அசைக்க முடியாத நம்பிக்கை.சத்தமின்றி அமைதியாக இருந்த பிரிட்டன் திடீரென்று உறுதியுடன் போரைத் தொடர முடிவுசெய்ததற்கு சோவியத் யூனியன்தான் அவரைப் பொருத்தவரை ஒரே காரணம். ஜூலை 1940 இறுதியில் முதல்முறையாக ஹிட்லர் தனது ரஷ்யத் திட்டத்தை அறிவித்தார். 'பிரிட்டன் ரஷ்யாவையும் அமெரிக்காவையும் நம்புகிறது. ரஷ்யாமீதான பிரிட்டனின் நம்பிக்கையைச் சிதைக்கவேண்டும்... ரஷ்யாவை நீக்கிவிட்டால், தூரக் கிழக்கு நாடுகளில் ஜப்பானின் அதிகாரம் அதிகரித்துவிடும்.' எவ்வளவு சீக்கிரம் முடியுமோ அவ்வளவு சீக்கிரம் ரஷ்யாவைச் சிதைப்பது நமக்கு நன்மை அளிக்கும் என்று 1941-ல் ஹிட்லர் மீண்டும் தன் கருத்தை ஆணித்தரமாக எடுத்து வைத்தார்.

கிழக்கு முனை

இரண்டாம் உலகப் போரின் தொடக்கத்தில் சோவியத் யூனியன் போரில் பங்கேற்கவில்லை. நடப்பது ஏகாதிபத்திய நாடுகளுக்கு இடையிலான யுத்தம் என்றே சோவியத், போரை மதிப்பிட்டது. அதே சமயம் பாசிஸத்துக்கு எதிரான போருக்கு ஆதரவு அளிக்கவேண்டிய கடமை தமக்கு இருப்பதாகவும் சோவியத் கருதியது. போலந்து, யுகோஸ்லாவியா, பெல்ஜியம், டென்மார்க், நார்வே, நெதர்லாந்து, சீனா, இந்தோனேஷியா, பர்மா உள்ளிட்ட நாடுகளில் போர் என்பது ஏகாதிபத்தியத்துக்கு எதிரான, பாசிஸத்துக்கு எதிரான யுத்தமாகத் தொடக்கத்திலிருந்தே திகழ்ந்ததை சோவியத் அங்கீகரித்தது. தன்னுடைய பங்கேற்பு பாசிஸத்துக்கு எதிரான கூட்டணியைப் பலப்படுத்தும் என்றும் விடுதலைப் போராட்டத்தை ஒடுக்கப்பட்ட நாடுகளிடையே வலுப்படுத்தும் என்றும் கருதியது.

ஜெர்மனி போலந்தைத் தாக்கியதைத் தொடர்ந்து பிரிட்டனும் பிரான்ஸும் ஜெர்மனிக்கு எதிராகப் போர் அறிவிப்பை மேற் கொண்டாலும் செப்டெம்பர் 1939 தொடங்கி மே 1940 வரை அவர்கள் அமைதி காத்தனர். சோவியத்தைப் பொருத்தவரை நேச நாடுகள் அமைதி காத்ததற்குக் காரணம் நாஜிகளின் ஒடுக்குமுறை சோவியத்தை நோக்கிப் பாயும் என்று அவர்கள் எதிர்பார்த்திருந்ததுதான். போலந்துக்குத் தன் படைகளை அனுப்பியது தன் எல்லைகளைப் பலப்படுத்திக் கொள்வதற்காகத்தான் என்றது சோவியத். கிழக்கு போலந்தில் உள்ள

உக்ரேனிய, பெலோரஷ்ய மக்களைக் காப்பதற்காக செம்படையை அங்கே அனுப்பிவைப்பதாக அது சொன்னது. 1920-ல் ரஷ்யாவிடமிருந்து மேற்கு உக்ரேனும் மேற்கு பெலோரஷ்யாவும் பறிக்கப்பட்டிருந்தன. நவம்பர் 1939-ல் இந்த இரண்டையும் ரஷ்யா மீண்டும் கைப்பற்றிக்கொண்டது.

எஸ்தோனியா, லாத்வியா, லித்துவேனியா ஆகிய பால்டிக் பிரதேசங்களை ஜெர்மனி கைப்பற்றி, அவற்றைப் பயன்படுத்தி தம்மீது தாக்குதல் தொடுக்கக்கூடும் என்று சோவியத் யூனியன் நம்பியது. 1939 செப்டெம்பர், அக்டோபர் மாதங்களில் இந்நாடுகளுடன் சோவியத் ஒப்பந்தம் போட்டுக்கொண்டது. நார்வே, டென்மார்க் ஆகிய நாடுகளை ஜெர்மனி கைப்பற்றத் தொடங்கியதும், முன்னெச்சரிக்கை நடவடிக்கையாக சோவியத் யூனியன் எஸ்தோனியா, லாத்வியா, லித்துவேனியா ஆகியவற்றைக் கைப்பற்றிக்கொண்டது. ஏப்ரல் 1938-ல் பின்லாந்திடம் சோவியத் பேச்சுவார்த்தை நடத்தி, பரஸ்பரப் பாதுகாப்பு ஒப்பந்தம் ஒன்றை சோவியத் முன்மொழிந்தது. ஆனால் பின்லாந்து அதை ஏற்க மறுத்தது. 1940-ல் சோவியத், பின்லாந்தைக் கைப்பற்றியது.

27 செப்டெம்பர் 1940 அன்று ஜெர்மனி, இத்தாலி, ஜப்பான் ஆகிய மூன்று நாடுகளும் மும்முனை ஒப்பந்தத்தில் கையெழுத்திட்டபோது, சோவியத் யூனியன் அதனை ஒரு ஏகாதிபத்தியக் கூட்டணியாகக் கண்டது. ஜெர்மனியும் இத்தாலியும் ஐரோப்பாவையும் ஜப்பான் கிழக்கு ஆசியாவையும் முழுமையாக ஆக்கிரமித்துக்கொள்ள விரும்பின என்று சோவியத் நினைத்தது.

ஜெர்மனி ஐரோப்பாவில் வெற்றிகளைக் குவித்துக்கொண்டிருந்த அதே நேரம், ஆசியாவில் ஜப்பான் தூரக் கிழக்கு நாடுகளைக் குறிவைத்துத் தன் போரைத் தொடங்கியது. 23 செப்டெம்பர் 1940 அன்று இந்தோசீனாவின் வடக்குப் பகுதியை ஜப்பான் கைப்பற்றியது. இந்தோனேஷியா, பிலிப்பைன்ஸ் ஆகிய நாடுகளும் அதன் பட்டியலில் இருந்தன. ஜப்பான் மற்றொரு அபாயகரமான சக்தியாக உருவெடுத்து வருவதை சோவியத் யூனியன் கண்டுகொண்டது. அந்நாட்டுடன் ஒப்பந்தம் போட்டுக்கொள்ளும் முயற்சியிலும் சோவியத் ஈடுபட்டது.

மாபெரும் தேசபக்திப் போர்

22 ஜூன் 1941 அன்று காலை ஜெர்மனி எந்தவித முன்னறிவிப்புமின்றி சோவியத் யூனியன்மீது போர் தொடுத்தது. கிட்டத்தட்ட 50 லட்சம் வீரர்களை சோவியத்துக்கு எதிராக ஜெர்மனி இறக்கியிருந்தது. ஹங்கேரி, ருமேனியா, பின்லாந்து, இத்தாலி, ஸ்பெயின் என்று பல நாடுகளிலிருந்து ஜெர்மனிக்கு உதவிகள் கிடைத்தன. பால்டிக்

தொடங்கி கருங்கடல் வரையிலான ஆயிரம் மைல் பிரதேசத்தை வளைக்கும் நோக்குடன் இந்தப் பெரும் படை பாய்ந்து வந்தது. ஐரோப்பிய யுத்தங்களில் பலமுறை வெற்றியைத் தேடித்தந்த மின்னல் வேகத் தாக்குதல்முறை ரஷ்யாவிலும் வேலை செய்தது. நாஜி அபாயம் குறித்துத் தெரிந்திருந்தபோதும் இவ்வளவு சீக்கிரம் பெரும்படை ஒன்று தாக்கும் என்று சோவியத் நினைக்கவில்லை. தாக்குதலை எதிர்கொள்ள முடியாமல் ரஷ்யர்கள் தள்ளாடினார்கள். நாள்கள் செல்லச்செல்ல, பலமடங்கு தீவிரமாக ரஷ்யா போரிடத் தொடங்கியது. கொத்துக் கொத்தாக மடிந்துவிழும் வீரர்களுக்கு மாற்றாகப் புதிய வீரர்கள் குவிந்தவண்ணம் இருந்தனர்.

முதல் மூன்று வாரங்களில், 300 முதல் 600 கி.மீ வரை சோவியத்தின் உள்புறத்தில் ஜெர்மனி முன்னேறிச்சென்றது. லாத்வியா, லித்துவேனியா, பெலோரஷ்யா, உக்ரேனின் கணிசமான பகுதி, மோல்டாவியா ஆகியவை ஜெர்மனின் கரங்களுக்குச் சென்றன. லெனின்கிராட், கீவ், ஸ்மோலென்ஸ்க், ஒடெசா ஆகிய பகுதிகளை நோக்கி முன்னேற ஜெர்மனி தயாராக இருந்தது. ஜெர்மனியின் இந்த வெற்றிக்குக் காரணம் அதன் துருப்புகளுடைய பலம், மின்னல்வேகத் தாக்குதல்முறை, நவீன ஆயுதங்கள், மற்றும் போர்த்திறன். இதற்குமுன் சந்தித்த போர்க்களங்களிலிருந்து கிடைத்த அனுபவமும் அவர்களுக்கு உதவியாக இருந்தன. 1941 இறுதிக்குள் கிட்டத்தட்ட ஐந்து லட்சம் சதுர அடிகளை சோவியத் யூனியனிடமிருந்து ஜெர்மனி கைப்பற்றியிருந்தது. இந்த வெற்றி ஜெர்மனியை உச்சகட்ட உற்சாகத்துக்குக் கொண்டு சென்றதில் வியப்பில்லை. சோவியத்தை வீழ்த்துவது என்பது ஐரோப்பாவின் பிற நாடுகளை வீழ்த்துவதைப் போலானதல்ல ஹிட்லருக்கு. போல்ஷ்வியம் தழைக்கும் ஒரு எதிரி நாட்டைத் தாக்கி அழிக்கும் உன்னதச் செயலாகும்.

ஆனால் ரஷ்யாவின் பரந்து விரிந்த பிரம்மாண்டமான நிலப்பரப்பு ஜெர் மனிக்கு விரைவில் ஒரு பெரும் சவாலாக மாறிப்போனது. தேவைப்படும் தருணங்களில் சோவியத் துருப்புகளால் பின்வாங்கிச் செல்லவும், தம்மைப் பலப்படுத்திக்கொண்டு மீண்டும் வந்து தாக்கவும் முடிந்தது. ஸ்டாலின் எந்த அளவுக்கு சோவியத் யூனியனைப் பலப்படுத் தியிருந்தார் என்பதை ஜெர்மனி போகப்போகத் தெரிந்துகொண்டது. போர் தொடங்கிய முதல் சில தினங்களுக்குள் சோவியத் கம்யூனிஸ்ட் கட்சி, மாநிலப் பாதுகாப்பு கமிட்டியை ஏற்படுத்தி ராணுவத் திட்டங் களை வகுக்கத் தொடங்கிவிட்டது. தொழிற்சாலைகள் தேசம் தழுவிய அளவில் போர்த்தளவாட உற்பத்தியில் மும்முரமாக இறங்கின. உக்ரேன் சோவியத் யூனியனுக்கு மிக முக்கியமான ஒரு பகுதி. விவசாய நிலப்பகுதிகளைக் கொண்ட உக்ரேனை இழந்ததன்மூலம் சோவியத்

பெரும் உணவு நெருக்கடியை எதிர்கொள்ளவேண்டியிருந்தது. அதே போல், பல தொழில் நகரங்களையும் சோவியத் பறிகொடுத்திருந்தது. ஆனால் இவற்றையெல்லாம்மீறி, மேற்கிலிருந்து போர் நடைபெறும் கிழக்குப் பகுதிகளுக்கு ஆள்கள், தளவாடங்கள், உணவுப்பொருள்கள் அனைத்தும் அனுப்பிவைக்கப்பட்டன.

3 ஜூலை 1941 அன்று ஸ்டாலின் ரஷ்ய மக்களிடையே உரையாற்றினார். 'தோழர்களே! குடிமக்களே! சகோதர சகோதரிகளே! ராணுவ, கப்பற் படை வீரர்களே! நண்பர்களே, நான் இன்று உங்களிடம் வந்திருக் கிறேன். எதிரிகள் நம்மை நெருங்கிக்கொண்டிருக்கிறார்கள். சோவியத் கடுமையான இழப்புகளைச் சந்தித்துள்ளது. செம்படை உயிரைக் கொடுத்துப் போராடிக்கொண்டிருக்கிறது என்றாலும் நம் நாடு கடுமையான ஆபத்தில் சிக்கியுள்ளது.' ஸ்டாலின் அவர்களுக்கு நம்பிக்கை அளித்தார். நெப்போலியனும் கெய்சர் வில்லியமும் ரஷ்யாவை ஆக்கிரமிக்க நினைத்துத் தோற்றுப்போனதை அவர் சுட்டிக்காட்டினார். ஜெர்மனியுடன் சோவியத் யூனியன் கொண்டிருந்த உடன்படிக்கையை ஸ்டாலின் தனது உரையில் நியாயப்படுத்தினார். இந்த ஒப்பந்தத்தின்மூலம் சோவியத் யூனியன் அவகாசம் பெற்றுக் கொண்டதையும் அந்த அவகாசத்தைப் பயன்படுத்தி போர்த்த யாரிப்புகள் மேற்கொண்டதையும் அவர் சுட்டிக்காட்டினார். 'மக்களின் பலங்கள் அனைத்தும் எதிரிகளை அழிக்க பயன்படுத்தப்படவேண்டும். வாருங்கள், வெற்றியை நோக்கி முன்னேறுவோம்!'

ஜெர்மனிக்கு எதிரான கூட்டணியை உருவாக்கும் முயற்சியையும் சோவியத் யூனியன் தொடங்கியது. இதற்குப் பலன் கிடைத்தது. நாஜிகளின் எழுச்சியைக் கண்டு ஏற்கெனவே உறைந்துபோயிருந்த பிரிட்டன் சோவியத் யூனியனின் முயற்சிகளையும் நோக்கங்களையும் ஆதரிக்க முன்வந்தது. நாஜிகள் ஒருவேளை சோவியத் யூனியனையும் ஆக்கிரமித்துவிட்டால் சிறு தீவான பிரிட்டனால் தாக்குப்பிடிக்க முடியாது என்பதை வின்ஸ்டன் சர்ச்சில் உணர்ந்துகொண்டார். 22 ஜூன் 1941 அன்று சர்ச்சில் சோவியத்துடன் கைகுலுக்கிக்கொண்டார். ஜெர்மனிக்கு எதிரான போரில் சோவியத்தை ஆதரிப்பதாகவும் வாக்களித்தார். அமெரிக்காவின் ஃபிராங்ளின் ரூஸ்வெல்ட்டும் இதே முடிவுக்கு வந்துசேர்ந்திருந்தார். மறுநாளே அமெரிக்காவும் சோவியத்துடன் இணைந்துகொண்டது. ஜூலை, ஆகஸ்ட் மாதங்களில் பிரிட்டனும் அமெரிக்காவும் சோவியத் யூனியனுடன் தனித்தனியே ஒப்பந்தங் களைப் போட்டுக்கொண்டன.

சோவியத் யூனியன் போரில் நுழைந்தால் பல திருப்புமுனைகள் ஏற்பட்டன. முதலில், பிரிட்டனுக்கு இது பெரும் ஆறுதலாக அமைந்தது. சோவியத்தின் எதிர்ப்பு நிச்சயம் ஹிட்லரைப் பாதிக்கும்

என்று பிரிட்டிஷ் மக்கள் உற்சாகத்துடன் எதிர்பார்த்தனர். இனி நாம் தனியாக இல்லை, நம்முடன் இணைந்து போராட இன்னொரு பெரும் சக்தி கிடைத்துவிட்டது என்று அவர்கள் மகிழ்ந்தனர். ஜெர்மனியின் பார்வை கிழக்கு நோக்கி நகர்ந்திருப்பதால் தாற்காலிகமாகப் போர் இழப்புகளிலிருந்து விடுபடலாம் என்றும் பிரிட்டிஷ் மக்கள் நினைத்தனர். அமெரிக்கா, பிரிட்டன் இரண்டும் சோவியத்துக்கு ஆயுத உதவிகள் செய்ய முன்வந்தன.

இதை எதிர்பார்க்காத ஜெர்மனி இப்போது பின்வாங்கத் தொடங்கியது. அவர்களுடைய இழப்புகளும் இப்போது அதிகரிக்கத் தொடங்கியிருந்தன. ரஷ்யா அதன் சொந்த நாட்டில் இருந்தபடி போரிட்டுக் கொண்டிருந்தது. ஜெர்மனியோ தன்னுடைய இடத்திலிருந்து ரஷ்யாவில் போரிடும் வீரர்களுக்கு உணவு, தளவாடங்கள் அனைத்தையும் இடைவிடாமல் அனுப்பிக்கொண்டே இருக்கவேண்டிய கட்டாயத்தில் இருந்தது. நெப்போலியன் செய்த அதே தவறை ஹிட்லரும் இழைத்திருந்தார். ரஷ்யாவின் கடும் குளிரை எதிர்கொள்வதற்குத் தோதான ஆடைகளை ஜெர்மானியர்கள் கொண்டுவந்திருக்கவில்லை. பல்லாயிரக்கணக்கான ஜெர்மானிய வீரர்கள் பனிப்பொழிவால் மாண்டனர்.

1942-ல் ஜெர்மானிய வீரர்கள் மீண்டும் தம்மைப் புதுப்பித்துக்கொண்டு முன்பைவிடத் தீவிரமாக தெற்கு நோக்கி நகர்ந்தனர். கிரைமியா கைப்பற்றப்பட்டது. கிழக்கு நோக்கித் தொடர்ந்து முன்னேறிய ஜெர்மனி ஸ்டாலின்கிராட் பகுதியில் உள்ள வோல்கா ஆற்றை அடைந்தனர். சிறிய இடமாக இருந்த அந்தப் பகுதியில் இப்போது ஐந்து லட்சம் ரஷ்யர்கள் இருந்தனர். இந்த இடத்தில், ரஷ்யர்களின் தேசபக்தி உணர்வைத் தட்டியெழுப்பும் போராட்டமாகப் போர் மாறியது. ஜெர்மன் மெல்லமெல்ல பின்வாங்கியது.

ஹிட்லரும் ஸ்டாலினும்

இருபதாம் நூற்றாண்டில் ஆதிக்கம் செலுத்திய, அந்த நூற்றாண்டை வடிவமைத்த மூன்று பெரும் சக்திகள் பாசிஸம், நாஜிசம், கம்யூனிசம். இதில் பாசிஸமும் நாஜிசமும் ஒன்றுக்கொன்று தொடர்புடையவை. இந்த இரண்டுக்கும் இடையிலான பொதுப் பண்புகள் அதிகம். இரண்டையும் ஒப்பிடும் ஆய்வாளர்கள் பாசிஸத்தைக் காட்டிலும் நாஜிசமே அதிகப் பேரழிவை உண்டாக்கியுள்ளது என்று சொல்கிறார்கள். முசோலினி வடிவமைத்த பாசிஸம் பெருமளவில் சிந்தனை அளவில் நின்றுவிட்டது. ஹிட்லரின் நாஜிசம் கற்பனைக்கெட்டாத அழிவை மனித குலத்துக்கு ஏற்படுத்தியது. கம்யூனிசம் இந்த இரண்டோடும்

முரண்பட்டதோடு மட்டுமின்றி, இந்த இரண்டையும் எதிர்த்துப் போரிடவும் செய்தது. ஏற்கெனவே விரிவாகப் பார்த்தபடி ஹிட்லர் யூதர்களுக்கு அடுத்தபடியாக கம்யூனிஸ்டுகளையே தீவிரமாக வெறுத்தார். தேடித்தேடி வேட்டையாடவும் செய்தார். இருந்தும் ஜெர்மனிக்கும் சோவியத் யூனியனுக்கும் இடையில், ஹிட்லருக்கும் ஸ்டாலினுக்கும் இடையில் ஒப்பந்த உறவு நிலவியது ஏன்?

இதற்கு சோவியத் யூனியன் அளிக்கும் காரணங்களைப் பார்ப்பதற்கு முன்னால் யூத அமெரிக்க எழுத்தாளரான லூயி ஃபிஷர் முன்வைக்கும் வாதங்களைப் பார்ப்போம். 'ஜப்பானும் ரஷ்யாவும் 1904-ல் போரிட்டுக் கொண்டன. 1914-ல் அவை ஒரே அணியில் இருந்தன. இத்தாலியும் ஜெர்மனியும் 1914-ல் ஒரே அணியில் இருந்தன. அடுத்த ஆண்டு ஒன்றோடொன்று மோதிக்கொண்டன.' இதைக் குறிப்பிட்டு எழுதும் லூயி ஃபிஷர், சர்வதேச அரசியலில் மாற்றமில்லாதது என்று எதுவுமே இல்லை என்று குறிப்பிடுகிறார். இரு நாடுகளுக்கு இடையிலான உறவு என்பது அந்நாடுகளின் பொருளாதாரத் தேவைகள், ராஜதந்திரத் தேவைகள், அவற்றின் பலம், உள்ளூர் அரசியல், பிற நாடுகளுடனான உறவு ஆகிய அனைத்தோடும் தொடர்பு கொண்டுள்ளது என்கிறார் ஃபிஷர். எனவே உறவும் பகையும் நிரந்தரமில்லை. சித்திரத்தை வெட்டி ஒட்டும் விளையாட்டோடு இதனை ஒப்பிடும் ஃபிஷர் ஒரு துண்டு கீழே விழுந்தாலும் மற்ற துண்டுகள் ஒன்றை நோக்கி மற்றொன்று நகரத் தொடங்கிவிடும் என்கிறார்.

ஜெர்மனியும் சோவியத்தும் ஏன் கைகுலுக்கிக்கொண்டன என்பதற்கு லூயி ஃபிஷர் அளிக்கும் விளக்கம் இது. ஸ்பெயின், ஆஸ்திரியா, செக்கோஸ்லாவாக்கியா ஆகியவற்றை ஆக்கிரமிக்கும்போது பிரிட்டனும் பிரான்ஸும் அமைதியாக இருக்கும்வரை ஹிட்லருக்கு அந்நாடுகளிடம் பிரச்னை எதுவுமில்லை. சிவப்பு அபாயத்தைக் காட்டி அவர்களுடைய கவனத்தை அவர் சோவியத் பக்கம் திருப்பி வைத்திருந்தார். சோவியத் யூனியனுடன் பிரிட்டனும் பிரான்ஸும் இணையக்கூடாது என்பது மட்டுமே அவருடைய விருப்பமாக இருந்தது. ஒரு கட்டத்தில் இந்தக் கூட்டணியை அவரால் தவிர்க்க வியலாத போது அவர் பிரிட்டனையும் பிரான்ஸையும் விட்டுவிட்டு ரஷ்யாவிடம் திரும்பினார். சிவப்பு அபாயம், கம்யூனிச பீதி என்றெல்லாம் சொல்லிவந்த ஹிட்லர் ஸ்டாலினுடன் ஒப்பந்தம் போட்டுக்கொள்ள தயாரானார்.

அதே போல் நாஜிகளுக்கு எதிராக பிரிட்டனையும் பிரான்ஸையும் ஈர்க்கும் முயற்சியில் போர் தொடங்குவதற்கு சில காலம் முன்பே சோவியத் யூனியன் இறங்கியிருந்தது. ஒருவேளை பிரிட்டனும்

பிரான்ஸும் ஜெர்மனியுடன் சேர்ந்துவிட்டால் அந்தப் பலம் வாய்ந்த கூட்டணியை எதிர்கொள்வது கடினமாகிவிடும் என்பது சோவியத்தின் அச்சம். முதலாளித்துவத்துக்கு எதிரான சோஷலிசக் கட்டுமானத்தை விரும்பாத பிரிட்டனும் பிரான்ஸும் கம்யூனிசத்தைத் தீவிரமாக வெறுக்கும் ஜெர்மனியுடன் கூட்டு சேர்ந்தால் நிச்சயம் அவர்கள் மூவரும் சோவியத் யூனியனுக்கு எதிராகவே திரும்புவார்கள் என்று ஸ்டாலின் அறிந்திருந்தார். ஆனால் இந்தக் கூட்டு சாத்தியமில்லை என்பது 1939 மத்தியிலேயே தெரிந்துவிட்டது. ஜெர்மனி மீதிருந்த அச்சமும் விலகியது. 'அச்சம் விலகிய இடத்தில் நட்பு நிறைந்து விட்டது' என்கிறார் ஃபிஷர்.

இன்னொன்றையும் ஃபிஷர் சுட்டிக்காட்டுகிறார். முதல் உலகப் போரின் தோல்விக்குக் காரணம் ஒரே சமயத்தில் கிழக்கு முனை, மேற்கு முனை இரண்டையும் ஜெர்மனி எதிர்க்கவேண்டியிருந்ததுதான் என்பதை ஹிட்லர் அறிந்திருந்தார். மேலும், அப்போது கெய்ஸரின் ஜெர்மனி தங்கம், உணவு, உடை என்று போதுமான வளங்களைச் சேகரித்து வைத்திருந்தது. எனவே சில ஆண்டுகள் தொடர்ந்து போரை முன்னின்று நடத்த முடிந்தது. முக்கியக் கூட்டணிகளையும் கெய்ஸர் ஏற்படுத்தியிருந்தார். அனைத்தையும்மீறி ஜெர்மனி முறியடிக்கப் பட்டது. 1939-ல் ஹிட்லரிடம் இத்தனை சாதகமான அம்சங்கள் இல்லை. பிரிட்டன், பிரான்ஸ், சோவியத் யூனியன் அனைத்தையும் ஒரே சமயத்தில் எதிர்கொண்டு வீழ்த்தமுடியும் என்று நம்ப அவர் தயாராக இல்லை. எனவே சோவியத்துடன் அவர் ஒப்பந்தம் போட்டுக் கொண்டார். இந்த ஒப்பந்தம் ஒரு முனையில் மட்டுமே கவனத்தைக் குவிக்க உதவியது.

சோவியத் யூனியனை வெறுத்த ஜெர்மானியர்களும் ஜெர்மன் ராணுவத் தினரும் இதனை எப்படி எடுத்துக்கொண்டனர்? கம்யூனிசத்தைத் தெருவுக்குத் தெரு தாக்கிப்பேசித்தான் நாஜிகள் ஆட்சியைக் கைப் பற்றினார்கள் என்பது அவர்களுக்குத் தெரியும். இருந்தும் அவர்கள் ஹிட்லரின் முடிவை ஆதரித்ததற்குக் காரணம் ஹிட்லர்மீதான நம்பிக்கை. சோவியத் யூனியனுடன் ஒப்பந்தம் போட்டுக்கொண்டால் அவர்கள்மூலம் ஆபத்து வராது என்பதால் போரில் ஜெர்மனிக்கு வெற்றி வாய்ப்புகள் அதிகரிக்கும். சோவியத்தை எதிர்க்காமல் இருந்தால் போர்ச்செலவுகள் குறையும்; சேதங்கள் குறையும்; போர்க்காலப் பொருளாதார நெருக்கடிகள் குறையும். எனவே அவர்கள் ஹிட்லரை ஆதரித்தனர்.

ஆனால் ஜெர்மனி எதிர்பார்த்ததைப்போல் சோவியத்திடமிருந்து வேறு எந்த ஆதரவையும் பெற முடியவில்லை. எரிபொருள், செம்பு,

167

கொழுப்பு என்று பல பொருள்களுக்கு ஜெர்மனியில் தட்டுப்பாடு நிலவி வந்த சமயம் அது. 1938-ம் ஆண்டு மட்டும் ஜெர்மனி 4,396,434 டன் எண்ணெய் (பல வகைகள்) இறக்குமதி செய்தது. இவற்றில் பெருமளவு வட மற்றும் தென் அமெரிக்காவிலிருந்து தருவிக்கப் பட்டது. நேச நாடுகள் விதித்த தடை காரணமாக இறக்குமதி பெருமளவில் பாதிக்கப்பட்டது. சோவியத் யூனியன் உலகின் இரண்டாவது பெரிய எண்ணெய் உற்பத்திக் கேந்திரமாக இருந்த போதிலும் அதன் உள்நாட்டுத் தேவை அதிகரித்துவிட்டதால் ஓரளவுக்கு மேல் வெளி நாடுகளுக்கு ஏற்றுமதி செய்யமுடியவில்லை. குறிப்பாக, ஜெர்மனிக்கு அனுப்பி வைக்கமுடியவில்லை. மற்றொரு சிக்கல், போக்குவரத்து. பிரிட்டன், பிரான்ஸ் படைகளைமீறி கடல் மார்க்கமாக சரக்குகள் அனுப்பிவைக்கமுடியாது. கடினமான பனியால் ரயில் பாதை பல இடங்களில் சீர்கெட்டிருந்தது. இருந்தும் இத்தனை தடை களையும்மீறி சில பொருள்களை ஜெர்மனிக்கு சோவியத் அனுப்பிவைக் கத்தான் செய்தது.

ஒப்பந்தம்

சோவியத் அயல்துறை அமைச்சர் மோலடோவ், ஜெர்மனியின் அயல்துறை அமைச்சர் ரிப்பண்ட்ராப் ஆகிய இருவரின் பெயரால் அழைக்கப்பட்ட ஒப்பந்தம் மாஸ்கோவில் 23 ஆகஸ்ட் 1939 அன்று கையெழுத்தானது. நாஜி-போல்ஷ்விக்ஒப்பந்தம் என்றும் அழைக்கப் பட்ட அந்த ஒப்பந்தம் பரஸ்பரம் ஒருவரை ஒருவர் தாக்கிக்கொள்ள மாட்டோம் என்னும் விதியை அடிநாதமாகக் கொண்டிருந்தது.

இந்த ஒப்பந்தத்தைத் தனக்கே உரிய முறையில் ஹிட்லர் பயன்படுத்திக் கொண்டார். முன்பு, கம்யூனிச சோவியத்திடமிருந்து அனைவரையும் காப்பாற்றவே என்னைப் பலப்படுத்திக்கொள்கிறேன் என்று ஹிட்லர் சொல்லி வந்தார். இப்போது, என்னுடன் உடன்பட மறுத்தால் ஜெர்மனியும் போல்ஷ்விக் சக்தியாக மாறிவிடும் என்று எச்சரிக்கத் தொடங்கினார். 'போல்ஷ்விக் ஜெர்மனி' என்னும் பிரசார ஆயுதத்தை நாஜிக்கள் பயன்படுத்தத் தொடங்கினார்கள்.

ஹிட்லருடன் சோவியத் உடன்படிக்கை செய்துகொண்டது சரியான ராஜதந்திர முடிவு என்கிறார்கள் சில வரலாற்றாசிரியர்கள். 1939வரை பிரிட்டன், பிரான்ஸ் இரண்டோடும் ஸ்டாலின் தொடர்ந்து பேச்சு வார்த்தை நடத்தி வந்தபோதும் அவர்களிடமிருந்து எந்தவித ஆதரவும் கிடைக்காத நிலையில்தான் ஜெர்மனியுடன் ஒப்பந்தம் போட்டுக் கொள்ள அவர் முன்வந்தார். அப்படி அவர் செய்யாது போயிருந்தால் இந்த இரு நாடுகளும் ஹிட்லருடன் இணைந்திருக்கக்கூடும்.

சோவியத்துக்கும் ஜெர்மனிக்கும் இடையில் மோதல் ஏற்படும், அதன்மூலம் இரு எதிரிகளும் பலம் இழப்பார்கள் என்று அவர்கள் கணக்குப் போட்டுக்கொண்டிருந்தனர். தவிரவும், போலந்து, பால்டிக் பிரதேசங்கள் ஆகியவற்றில் தமது செல்வாக்கை நிலைநாட்ட ஹிட்லர் விரும்பினார். அதைத் தடுப்பது சோவியத்துக்கு அவசியமாக இருந்தது. ஒருவேளை சோவியத் யூனியனை எதிர்த்துப் போரிட ஜெர்மனி முன்வந்தால் போலந்து ஹிட்லருடன் இணைந்து நிற்கும் என்றும் ஸ்டாலின் நம்பினார். சோவியத்தின் எல்லை காக்கப்படவேண்டுமானால் அதன் அருகில் உள்ள போலந்து காக்கப்படவேண்டும்.

செப்டெம்பர் 1939-ல் சோவியத் படைகள் போலந்துக்குள் நுழைந்தன. ஹிட்லருடனான ஒப்பந்தம் சோவியத்துக்குக் கொஞ்சம் அவகாசத்தை அளித்தது. இந்த அவகாசத்தைப் பயன்படுத்திக்கொண்டு சோவியத் தன் படை வலிமையைப் பெருக்கிக்கொள்ளத் தொடங்கியது. 1921-ம் ஆண்டு போலந்து ரஷ்யாவிடமிருந்து கைப்பற்றிக்கொண்ட மேற்கு பெலாரஸ், மேற்கு உக்ரேன் ஆகிய பகுதிகளை சோவியத் இந்தமுறை கைப்பற்றிக்கொண்டது.

ஜெர்மனி, சோவியத் யூனியன் இரண்டுமே இந்த ஒப்பந்தத்தைத் தங்களுக்குச் சாதகமான முறையில் பயன்படுத்திக்கொண்டன. இரண்டுமே பரஸ்பர நம்பிக்கையின்மையுடன் இந்த ஒப்பந்தம் வாயிலாக இணைந்தன. இரண்டுமே இதை ஒரு ராஜதந்திர உபாயமாகவே கண்டன. இந்த ஒப்பந்தம் எப்போது வேண்டுமானாலும் முறியும் என்றும் எப்போது வேண்டுமானாலும் எதிரெதிர் திரும்புவோம் என்றும் இரு நாடுகளும் அறிந்தே இருந்தன. ஜெர்மனி 22 ஜூன் 1941 அன்று சோவியத் யூனியன்மீது போர் தொடுத்தபோது இந்த ஒப்பந்தம் இயல்பாகவே முறிந்துபோனது.

17
ஹிட்லரும் முசோலினியும்

ஹிட்லர் முழுக்கமுழுக்க அந்தரங்கமான ஒரு மனிதர். அவருக்கு நண்பர்கள் என்று யாருமில்லை. விசுவாசிகளும் எதிரிகளும் தீவிர விசுவாசிகளும் தீவிர எதிரிகளும் மட்டுமே இருந்தனர். அவர் சிந்தித்ததும் செயல்பட்டதும் பெருமளவில் இவர்களைச் சார்ந்தே இருந்தன. அவர் யாரிடமும் தன்னைப் பிரத்தியேகமாக வெளிப்படுத்திக்கொண்டதில்லை. யாரிடமும் தன்னை அவர் பகிர்ந்து கொண்டதில்லை. தான் நேசித்த ஈவா பிரவுன் என்ற பெண்ணைக்கூடத் திருமணம் செய்துகொள்ளவேண்டும் என்று வாழ்நாளின் இறுதி தருவாய்வரையில் அவர் நினைத்ததில்லை. ஆனால் யாருடனாவது ஹிட்லரை நெருக்கமாக ஒப்பிட்டுப் பேச முடியும் என்றால் அவர் முசோலினி மட்டும்தான். இரண்டாம் உலகப் போரில் ஹிட்லரின் கூட்டாளியாக இறுதிவரை திகழ்ந்த முக்கிய நாடு இத்தாலி மட்டும் தான். முசோலினியுடன் ஹிட்லர் அரசியல்ரீதியாகவும் ராணுவரீதியாகவும் உறவும் நட்பும் கொண்டிருந்தார். ஆனால் முசோலினியுடன் கூட ஹிட்லர் ஆத்மார்த்தமாகவும் மெய்யான நட்புடனும் பழகினார் என்று நெருடலின்றிச் சொல்லிவிட முடியாது. அவர்களுடைய உறவு ஏற்றமும் இறக்கமும் கொண்டதாக இருந்தது. சில சமயம் உணர்ச்சி பூர்வமானதாகவும் சில சமயம் மேம்போக்கானதாகவும் திகழ்ந்தது. இறுதிவரை ஒருவித சமமற்ற உறவே இவர்களுக்கிடையில் நிலவியது.

முசோலினியின் இத்தாலி

முதல் உலகப் போருக்குப் பிறகு பாசிஸ சர்வாதிகார அரசு முதலில் அமைந்தது இத்தாலியில்தான். முதல் உலகப் போரின்போதும்

போருக்குப் பிறகும் இத்தாலியின் அரசியல், சமூக, பொருளாதார அடித்தளமும் கட்டுமானமும் பெரும் மாற்றங்களைச் சந்தித்தன. ஆனால் இந்த மாற்றங்களையும் சவால்களையும் அப்போதைய அரசியல் அமைப்பால் புரிந்துகொள்ள முடியவில்லை. காலத்தின் தேவைகளை நிறைவேற்றாத அத்தகைய அமைப்பே தேவையில்லை என்னும் குரல் ஓங்கி ஒலித்தது. நாடாளுமன்ற ஜனநாயகத்தின் தோல்வி களையும் போதாமைகளையும் சுட்டிக்காட்டிய சில குழுக்கள் அரசியல் களத்தில் அதிரடியாக நுழைந்தன. இவர்கள் இத்தாலிய தேசியப் பெருமித உணர்வைத் தட்டியெழுப்பி ஒரு மாற்று அரசியலை முன்வைத்தனர்.

1918-19 ஆண்டுகளில் இத்தாலிய அரசின் செலவு, அதன் வருமானத்தை விட மூன்று மடங்கு அதிகமாக இருந்தது. அடுத்த இரு ஆண்டுகளில் தொழிலாளர் போராட்டங்கள் தொடர்ச்சியாக வெடித்தபடி இருந்தன. 1920 செப்டெம்பர் மாதம் போராட்டம் தீவிரமடைந்தது. வடக்குப் பகுதியைச் சேர்ந்த கிட்டத்தட்ட 5 லட்சம் தொழிலாளர்கள் சுயச் சார்புடைய சோவியத்துகளை உருவாக்கினார்கள். கிராமப்புறங்களில் விவசாயிகளின் போராட்டம் பெருகியது. ஆட்சியில் இருந்த லிபரல் கட்சியினரால் இவற்றைச் சமாளிக்கவோ பிரச்னைகளைத் தீர்க்கவோ முடியவில்லை. கிறிஸ்டியன் டெமாக்ரட்ஸ், சோஷலிஸ்டுகள், பாசிஸ்டுகள் என்று பல கட்சிகள் இருந்தும் அவர்களால் எந்த அடிப்படை மாற்றத்தையும் வெற்றிகரமாக முன்வைக்க முடியவில்லை. மக்களின் ஆதரவையும் பெருமளவில் ஈட்ட முடியவில்லை. இந்த வெற்றிடத்தைத்தான் பாசிஸம் பிடித்துக்கொண்டது.

ஆரம்பநிலைப் பள்ளி ஆசிரியராகத் தேர்ச்சி பெற்றிருந்த பெனிட்டோ முசோலினியைத் தொடக்கத்தில் ஓர் அறிவுஜீவி என்றே பலர் மதிப்பீடு செய்திருந்தனர். இத்தாலிய சோஷலிஸ்ட் கட்சியில் (பிஎஸ்ஐ) உறுப்பினராக இருந்த முசோலினியை முதல் உலகப் போர் அடியோடு உருமாற்றியது. ஆகஸ்ட் 1914-ல் போர் தொடங்கியபோது இத்தாலியில் பெரும் தேசபக்தி அலை ஒன்று எழுந்தது. சோஷலிஸ்ட் கட்சிகளும் கூடத் தொடக்கத்தில் இந்த அலையால் உந்தப்பட்டுப் போரை ஆதரிக்கவே செய்தன. இத்தாலி மட்டுமல்ல, ஜெர்மனி, பிரிட்டன், பிரான்ஸ், ரஷ்யா என்று பல ஐரோப்பிய நாடுகளில் இத்தகைய தேசபக்தி அலை வீசியது. அங்குள்ள பெரும்பாலான கட்சிகளும்கூடப் போரில் தனது நாட்டின் பங்கேற்பை ஆதரிக்கவே செய்தன. முசோலினியின் கட்சியான பிஎஸ்ஐ, போரை நடுநிலைமையுடன் அணுகுவதாக அறிவித்திருந்தது. இத்தாலியின் பங்கேற்புக்கு ஆதரவோ எதிர்ப்போ இல்லை என்பதுதான் அவர்களுடைய நிலைப்பாடு. கட்சியைப் பணிவுடன் பின்பற்றிவந்த முசோலினியின் எண்ணமும் தொடக்கத்தில் இதுவாகத்தான் இருந்தது.

ஆனால் நாளடைவில், பிரான்ஸ்,பிரிட்டன் சார்பாக அவர் சாய்ந்தது போலத் தெரிந்தது. விரைவில், தன் நிலைப்பாட்டை முற்றிலும் மாற்றிக்கொண்டு போரில் இத்தாலியின் பங்கேற்பை வெளிப்படையாக ஆதரிக்கத் தொடங்கிவிட்டார். முதல் உலகப் போர் இத்தாலிக்கும் தனக்கும் ஒரு நல்ல எதிர்காலத்தை அமைக்கும் என்று அவர் கணக்கிட்டார். ஆஸ்திரிய-ஹங்கேரிப் பேரரசின்கீழ் உள்ள இத்தாலியர்கள் இந்த வாய்ப்பைப் பயன்படுத்தி ஹாப்ஸ்பர்க் முடியாட்சியிலிருந்த விடுபட வேண்டும் என்றும் ஜெர்மனி அவ்வாறே தனது முடியாட்சியை உதறித்தள்ளவேண்டும் என்றும் அவர் விரும்பினார். கட்சிக்கு எதிரான நிலைப்பாட்டை எடுத்ததால் முசோலினியை சோஷலிஸ்ட் கட்சி வெளியேற்றியது. இத்துடன் சோஷலிசத்தின்மீது அவர் கொண்டிருந்த சிறிதளவு பிடிமானமும் விலகிக்கொண்டது. முதல் உலகப் போரில் ஒரு போர் வீரராகப் பங்கேற்ற முசோலினி, தனது அரசியல் பாதையைச் செப்பனிடத் தொடங்கினார். 1919-20-ல் அதிகாரத்தின்மீது அவருக்கு ஆசை பிறந்தது. தேசியவாத, வலதுசாரி, கலகக்கார எண்ணங்கள் அவரை ஆக்கிரமித்துக்கொண்டன. இந்தக் கலவையிலிருந்து பாசிஸத்தை ஒரு புதிய வடிவில் அவர் வளர்த்தெடுத்தார்.

ஒரே சமயத்தில் தேசியவாதியாகவும் பழமைவாதியாகவும் கலகக்கார ராகவும் முசோலினியால் இருக்க முடிந்தது. அவர் தலைமையில் பாசிஸ இயக்கம் ஒரு புதிய பாய்ச்சலுடன் வளரத் தொடங்கியது. முன்னாள் ராணுவ வீரர்களைக் கொண்டு கருஞ்சட்டைப் படை ஒன்றைத் தனது இயக்கத்துக்காகக் கட்டியெழுப்பிய முசோலினி, கம்யூனிஸ்டுகள், சோஷலிஸ்டுகள், அராஜகவாதிகள் என்று இத்தாலியில் அதுவரை செல்வாக்கு செலுத்திவந்த அனைவருடனும் வெளிப் படையாக மோதத் தொடங்கினார். தனது தீவிர தேசியவாத பாசிஸத்தைக் கொண்டு மக்களின் ஆதரவை வெல்லமுடியும் என்னும் நம்பிக்கை பிறந்தவுடன் முசோலினி தனது அரசியல் நடவடிக்கைகளை மேலும் விரிவுபடுத்தினார். மார்க்சிய சோஷலிசம் இத்தாலிக்கு ஏற்றதல்ல என்றும் கம்யூனிஸ்டுகள் இத்தாலியில் புரட்சியை ஏற்படுத்தத் திட்டமிட்டு வருகின்றனர் என்றும் அப்படி ஒன்று நிகழ்ந்துவிட்டால் இத்தாலியை யாராலும் காப்பாற்றமுடியாமல் போய்விடும் என்றும் பீதியூட்டிப் பிரசாரங்களை மேற்கொண்டார். இரண்டே ஆண்டுகளில் ரோமில் தேசிய பாசிஸக் கட்சி உருவானது. 27-28 அக்டோபர் 1922 அன்று தனது பாசிஸப் பெரும் குழுவினருடன் தலைநகரம் ரோம் நோக்கி முசோலினி மேற்கொண்ட மாபெரும் நடைப்பயணம் தேசத்தின் கவனத்தை ஈர்த்தது. இத்தாலிய வரலாற்றி லேயே இளம் பிரதம மந்திரியாக முசோலினி 31 அக்டோபர் 1922 அன்று பதவியேற்றார்.

இரு சர்வாதிகாரிகள்

1933-ல் ஹிட்லர் ஜெர்மனியில் பதவியைப் பிடித்தபோது ஐரோப்பா ஒரு மாற்றத்தை எதிர்கொள்ளத் தயாரானது. இத்தாலியைப் பொருத்த வரை முசோலினி ஏற்கெனவே நாஜிஸத்தை நிராகரித்திருந்தார். அதே சமயம், தன்னை மிகவும் மதித்துவந்த ஒருவர் மிகக் குறைந்த காலத்தில் சான்சலர் ஆனது அவருக்கு வியப்பை ஏற்படுத்தியது. ஹிட்லர் ஆஸ்திரியாவுக்கு ஓர் அபாயமாக மாறியபோது, முசோலினி இத்தாலியின் பாதுகாப்பு குறித்து யோசிக்கத் தொடங்கினார். இத்தாலியின் வட கிழக்கு எல்லைகளில் அமைந்துள்ள ஆஸ்திரியாவின் பாதுகாப்பு ஹிட்லரால் அச்சுறுத்தப்படுகிறது என்றால் இத்தாலியும் அச்சுறுத்தலுக்கு உள்ளாகியுள்ளது என்றுதான் அர்த்தம். அதனால்தான் ஆஸ்திரியாவில் உள்ள பாசிஸ சக்திகளுக்கு ஆதரவளித்து வந்திருந்தார் முசோலினி. ஆஸ்திரிய சான்சலர் டோல்ஃபஸ் எதேச்சாதிகார முறையில் ஆண்டுவந்தபோதும் முசோலினி அவரை ஆதரித்தே வந்தார். ஆனால் ஹிட்லரின் தலையீட்டால் ஆஸ்திரியாவில் உள்ள நாஜிகள் ஜூலை 1934-ல் டோல்ஃபஸைப் படுகொலை செய்தபோது முசோலினியின் படைகள் ஆஸ்திரிய எல்லைக்கு விரைந்தன. ஆனால் மேற்கொண்டு நடவடிக்கை எதையும் எடுக்கவில்லை. இதைக் கண்டு ஹிட்லர் நெகிழ்ந்துபோனார். 'இனி எந்தச் சூழலிலும் முசோலினியை விட்டு அகலமாட்டேன்; அவரை மறக்கவும் மாட்டேன்' என்றார்.

கிட்டத்தட்ட ஹிட்லரின் நோக்கங்கள்தான் முசோலினிக்கும். ஐரோப்பாவின் புதிய சக்தியாக மாறும் கனவுடன் இருந்த இத்தாலியை 1933-34-ல் பிரிட்டன், பிரான்ஸ் இரண்டும் அடக்கிவைத்திருந்தன. எனவே தன் பார்வையை ஆப்பிரிக்காவின் பக்கம் திருப்பினார் முசோலினி. எத்தியோப்பியாவில் அத்துமீறினால் பிரிட்டனுக்கும் பிரான்ஸுக்கும் எந்த ஆட்சேபணையும் இருக்காது என்று சரியாகவே அவர் யூகித்தார். நடந்ததும் அதுவேதான். முசோலினி தலைமையில் இத்தாலி எத்தியோப்பியாவை வெற்றிகரமாக ஆக்கிரமித்தபோது தனது நாட்டின் தேசியவாதக் கனவை நிறைவேற்றத் தொடங்கிவிட்டதாகவே நினைத்து பூரிப்படைந்தார் முசோலினி. தனிப்பட்ட முறையில் தனது செல்வாக்கை உயர்த்திக்கொள்வதற்கும் தனது பலத்தை நிரூபிப்பதற்கும் முசோலினி எத்தியோப்பிய ஆக்கிரமிப்பைப் பயன்படுத்திக் கொண்டார்.

1936-ல் ஸ்பானிஷ் குடியரசை எதிர்த்து பிரான்சிஸ் பிராங்கோ தலைமையிலான ராணுவக் குழு உள்நாட்டுப் போரில் ஈடுபட்டபோது முசோலினி அவர்கள் பக்கம் நின்றார். இத்தாலியின் செல்வாக்கை ஸ்பெயினில் உறுதிசெய்யும் நோக்கில் மிக அதிக அளவிலான

இத்தாலியப் படைகளை பிராங்கோவுக்கு ஆதரவாக அனுப்பிவைத்தார். 1939 வரை நீடித்த சிவில் யுத்தத்தில் இத்தாலியின் 70,000 வீரர்கள் ஒரு கட்டத்தில் பங்கேற்றனர். அதிக அளவிலான ஆயுதங்கள், தளவாடங்கள் ஆகியவையும் அளிக்கப்பட்டன. பிராங்கோ இறுதியில் வெற்றிபெற்றார் என்றாலும் இந்த வெற்றியின்மூலம் இத்தாலிக்குக் கிடைத்த நன்மைகள் குறைவுதான். ஆனால் ஐரோப்பிய அரசியல் களத்தை இந்த வெற்றி மாற்றியமைத்தது. பிரிட்டனும் பிரான்ஸும் இத்தாலியுடனான உறவை மொத்தமாகக் கத்தரித்துக்கொண்டன. இன்னொரு பக்கம், ஹிட்லரின் ஆதரவு முசோலினிக்குக் கிடைத்தது. பிராங்கோவுக்கு உதவ முசோலினியைப் போலவே ஹிட்லரும் தனது படைகளை அனுப்பி யிருந்தார். ஹிட்லருக்கும் முசோலினிக்குமான உறவு பலப்படுவதற்கு ஸ்பெயின் யுத்தம் ஒரு தூண்டுகோலாக அமைந்தது.

1936-ல் ஹிட்லர் ரைன்லாந்தை ஜெர்மனியுடன் இணைத்தபோது முசோலினி அதனை ஆதரித்தார். தனது எதிர்காலம் இனி ஹிட்லருடனும் ஜெர்மனியுடனும் பிணைக்கப்பட்டிருக்கும் என்னும் நம்பிக்கை முசோலினிக்குப் பிறந்தது. 'ஆக்ஸிஸ் ஆஃப் அக்டோபர் 1936' (அக்டோபர் 1936-ன் அச்சு) என்று முசோலினி அழைத்த இந்தப் பிணைப்பு வருங்காலங்களில் இறுக்கமடைந்தது. 1938-ல் ஹிட்லர் ஆஸ்திரியாவை ஆக்கிரமித்தபோது முசோலினி நடுநிலை வகித்தாலும், அதை ஹிட்லருக்கு அவர் அளித்த மறைமுக ஆதரவு என்றே அர்த்தப் படுத்திக்கொள்ளவேண்டும்.

23 செப்டெம்பர் 1937 அன்று முசோலினி பெர்லினுக்கு வருகை தந்தபோது ஹிட்லர் குறித்துத் தான் கொண்டிருந்த எண்ணங்கள் பலவற்றை மாற்றியமைத்துக்கொண்டார். மேஃபீல்ட் பகுதியில் பிரம்மாண்டமான திறந்தவெளி மைதானத்தில் ஆர்ப்பாட்டமான வரவேற்பை முசோலினிக்கு அளித்தார் ஹிட்லர். கிட்டத்தட்ட பத்து லட்சம் பேர் இவர்களைக் காணவும் இவர்களுடைய உரைகளைக் கேட்கவும் திரண்டுவந்திருந்தனர். முசோலினியை வாயாறப் புகழ்ந்தார் ஹிட்லர். 'முசோலினியைப் போன்ற ஒரு அறிவாளியை இதுவரை நான் கண்டதில்லை. வரலாறு இவரை உருவாக்கவில்லை. வரலாற்றை உருவாக்கவே இவர் பிறந்துள்ளார்.' முசோலினிக்கு இது மறக்கமுடியாத அனுபவமாகிவிட்டது. 'இரு நாடுகளின் புரட்சியும் வெவ்வேறானவை என்றாலும் பொதுவான நோக்கம் கொண்டவை. இரு நாடுகளுக்கும் இடையேயான நல்லுறவை மேம்படுத்தவே இங்கு வந்துள்ளேன். யார் நினைத்தாலும் இனி ஜெர்மனியையும் இத்தாலியையும் பிரிக்க முடியாது. இறுதிவரை ஜெர்மனிக்கு இத்தாலி தோள் கொடுக்கும். நான் பெர்லின் வர வேண்டிய காரணம் என்ன என்று கேட்டால் அதற்கான ஒரே பதில் அமைதி' என்றார் முசோலினி.

ஜெர்மனியை ஹிட்லர் அடியோடு மாற்றியமைத்ததையும் ஜெர்மனியின் பலம், தான் நினைத்திருந்ததைக் காட்டிலும் பல மடங்கு அதிகரித்திருப்பதையும் அவர் கண்டார். ஜெர்மனியுடனான உறவு மட்டுமே இனி இத்தாலியை அடுத்த கட்டத்துக்குக் கொண்டுசெல்லும் என்னும் நம்பிக்கை இப்போது பலமாக அவருக்கு ஏற்பட்டிருந்தது. ஹிட்லரோடு தன்னையும் ஜெர்மனியோடு இத்தாலியையும் ஒப்பிட்டுப் பார்த்துக்கொண்ட அவர், நிச்சயம் இந்த இரு நாடுகளும் சமமான நிலையில் இல்லை என்பதை உணர்ந்துகொண்டார். இந்தச் சிந்தனை அடுத்தடுத்த ஆண்டுகளில் மேலும் வலுப்பட்டது. அக்டோபர் 1938-ல் மியூனிக் மாநாட்டில் கலந்துகொண்ட போது ஹிட்லரின் ஆளுமை தன்னை வென்றெடுத்துவிட்டதை முசோலினி உணர்ந்தார். தன்னைப் பற்றி அவர் கொண்டிருந்த சுயமதிப்பீடும்கூடச் சற்றே தாழ்ந்துபோனது. மியூனிக் மாநாட்டின் வெற்றி ஹிட்லரின் வெற்றியே என்பது தெரிந்தது. 1939 தொடக்கத்தில் செக்கோஸ்லாவாக்கியாவை ஜெர்மனி அடித்து நொறுக்கியபோது ஹிட்லர்மீது முசோலினிக்குப் பொறாமையே ஏற்பட்டது. அதை முசோலினி அப்படியே முயன்று பார்க்க விரும்பியதன் விளைவுதான் ஏப்ரல் 1939-ன் அல்பேனிய ஆக்கிரமிப்பு.

1939 மே மாதம் ஜெர்மனியுடன் பரஸ்பர ராணுவப் பாதுகாப்பு ஒப்பந்தம் ஒன்றில் இத்தாலி கையெழுத்திட்டது. அதன்மூலம், ஜெர்மனியின் எதிர்பார்ப்புகளையும் விருப்பங்களையும் இத்தாலி மறுபேச்சின்றி அப்படியே ஏற்றுக்கொண்டது. மே 1938-ல் ஜெர்மனி முதல்முதலில் இத்தாலியை அணுகி இப்படியொரு ஒப்பந்தம் குறித்து கேட்டுக்கொண்ட போது முசோலினி மறுத்துவிட்டார். இத்தாலிய மக்களின் ஆதரவு தனக்குக் கிடைக்காது என்று காரணமும் சொன்னார். 1942 வரை இத்தாலியால் போரில் பங்கேற்க முடியாது என்றும் சொன்னார். இப்போதும்கூட இத்தாலியின் ராணுவ பலம் ஜெர்மனியோடு ஒப்பிடும்போது பலவீனமாகவே இருந்தது. கிழக்கு ஆப்பிரிக்காவிலும் ஸ்பெயினிலும் கணிசமான துருப்புகளையும் தளவாடங்களையும் இத்தாலி இழந்திருந்ததும் இந்நிலைக்கு ஒரு காரணம். 1943 வாக்கில் நிலைமையில் முன்னேற்றம் கண்டுவிடலாம் என்று முசோலினி எதிர்பார்த்தார்.

இந்தக் காரணங்களால் செப்டெம்பர் 1939-ல் போர் தொடங்கியபோது இத்தாலி நடுநிலை வகித்தது. ஆனால் 1940-ல் ஹிட்லர் ஒரு புயலாக மாறி வடக்கு, மேற்கு என்று ஐரோப்பாவைத் தாக்கித் தனதாக்கிக் கொண்டபோது முசோலினி வெட்கத்தில் குறுகிப்போனார். இனியும் போரில் இறங்காவிட்டால் இத்தாலி மக்களே தன்னை இழிவாகப் பார்ப்பார்கள் என்று அஞ்சிய முசோலினி போரில் குதித்தார். ஆனால், தொடக்கம் முதலே இத்தாலி தடுமாற்றத்தை மட்டுமே சந்தித்தது. ஜூன்

1940-ல் பிரான்ஸின் தென் கிழக்குப் பகுதிகளுக்குள் இத்தாலி ஊடுருவிச் சென்றது. அக்டோபர் மாதம் கிரீஸ்மீது போர் தொடுத்தது. ஆனால் கிரீஸில் ஜெர்மனி மட்டும் வந்து காப்பாற்றியிருக்காவிட்டால் இத்தாலியப் படைகள் அழிவைச் சந்தித்திருக்கும். வடக்கு ஆப்பிரிக் காவில் இத்தாலி பெற்ற வெற்றிகளுக்கும் ஜெர்மனி ஒரு முக்கியக் காரணமாக இருந்தது.1941 மத்தியில் இத்தாலி சமீபத்தில் ஆக்கிர மித்திருந்த கிழக்கு ஆப்பிரிக்காவை பிரிட்டன் வெற்றிகரமாகக் கைப்பற்றிக்கொண்டது.

ஜெர்மனி சோவியத் யூனியன்மீது போர் தொடுத்தபோது, இத்தாலி தனது படைகளை ஜெர்மனிக்காக அனுப்பிவைத்ததை வெறும் சம்பிரதாயமான நிகழ்வாக மட்டுமே கொள்ள முடியும். தன்னையே காத்துக்கொள்ள இயலாத இத்தாலியால் ஜெர்மனியையும் காப்பாற்ற முடியாமல் போனது. டிசம்பர் 1941-ல் அமெரிக்காமீது போர்ப் பிரகடனம் செய்ததன்மூலம், தற்கொலைக்குச் சமமான ஒரு செயலை முசோலினி செய்தார். முசோலினியின் கனவுகள் அதற்குப் பிறகு ஒவ்வொன்றாகச் சிதறத்தொடங்கின. இதுவரை அவர் ஈட்டிய வெற்றிகள் கலைந்தன. இத்தாலியின் ஆக்கிரமிப்புகள் அனைத்தும் விடுவிக்கப்பட்டன. ரோமானிய ஜீனியஸ் என்று சர்ச்சில் பாராட்டிய முசோலினி, இத்தாலியைக் காப்பதற்காக இறைவனால் அனுப் பப்பட்டவர் என்று பதினோறாம் போப் பயஸ் பாராட்டிய முசோலினி, அதற்குப் பிறகு வீழ்ச்சியை மட்டுமே சந்திக்கலானார்.

இத்தாலியப் பொருளாதாரம் தள்ளாடத் தொடங்கியபோது பாசிஸ அமைப்பின் குறைபாடுகள் தெரியத் தொடங்கின. உணவு உள்ளிட்ட அத்தியாவசியப் பொருள்களுக்கான பற்றாக்குறை அதிகரித்தது. 1943 மார்ச் மாதம் பெரும் வேலைநிறுத்தப் போராட்டம் ஒன்று இத்தாலியை உலுக்கியது. இனியும் இத்தாலி தொடர்ந்து போரில் பங்கேற்றால் இழப்புகள் மேலும் அதிகரிக்கும் என்னும் நிலையில் முசோலினிக்கு நெருக்கடி அதிகரித்தது. ஜூலை 19-ம் தேதி ஹிட்லர் இத்தாலி வந்திருந்தபோது முசோலினி அவரிடம் உரையாடினார். இத்தாலியின் உண்மையான நிலையைச் சொல்லி போரிலிருந்து விலகிவிட முசோலினி விரும்பினாலும் அதைச் சொல்வதற்கு அவருக்குத் தயக்க மாக இருந்தது. வாய்ப்பு கிடைக்கும்போதே ஹிட்லரிடம் சொல்லி விடுங்கள் என்று இத்தாலியின் அரசியல், ராணுவ ஆலோசகர்கள் பலரும் முசோலினிக்குத் தெளிவாக அறிவுரை கூறியிருந்தனர். வழக்கம் போல் ஹிட்லரின் ஆளுமைக்குமுன் அடங்கிப்போனார் முசோலினி.

ஹிட்லருடன் முசோலினி நெருக்கமாக இருப்பதும் ஜெர்மனியுடன் இணைந்து இத்தாலியைப் போரில் இழுத்தடிப்பதும் உள்நாட்டில் எதிர்ப்புகளை அதிகரித்தது. ஜெர்மனியோடு சேர்ந்ததால்தான்

இத்தாலிக்கு இத்தனை இழப்புகள் என்று இத்தாலிய மக்கள் நினைத்தனர். முசோலினியை அகற்றினால்தான் ஜெர்மனியுடனான உறவு முறியும் என்பதால் அதற்கும் அவர்கள் தயாரானார்கள். இத்தாலிய அரசரின் துணையுடன் முசோலினியைப் பதவி நீக்கும் முயற்சி வெற்றிபெற்றது. ஜூலை 25-ம் தேதி முசோலினி நீக்கப் பட்டார். அதே நாள் அவர் கைதும் செய்யப்பட்டார். 8 செப்டெம்பர் 1943 அன்று இத்தாலி நேச நாடுகளிடம் சரணடைந்தது. நேச நாடுகள் இத்தாலியின் தெற்குப் பகுதியை ஆக்கிரமித்துக்கொண்டனர். செப்டெம்பர் தொடக்கத்தில் ஜெர்மனி இத்தாலிமீது படையெடுத்து வடக்கு, மத்தியப் பகுதிகளைக் கைப்பற்றியது. இப்போது இத்தாலி இரு யுத்தங்களை எதிர்கொள்ள வேண்டியிருந்தது. நேச நாடுகளுக்கும் இத்தாலியில் உள்ள ஜெர்மனிக்கும் இடையிலான போர் ஒரு பக்கம். இன்னொரு பக்கம், இத்தாலிய பாசிஸ்டுகளுக்கும் எதிர்ப்பு அணியினருக்கும் இடையிலான போர். பாசிஸ்ட் கட்சியும் உடைந்து நொறுங்கத் தொடங்கியது. முசோலினி பதவி நீக்கம் செய்யப் பட்டதற்கும் கைது செய்யப்பட்டதற்கும் எந்தவித எதிர்ப்பும் மக்களிடையே இல்லை என்பதிலிருந்தே அவருடைய ஆட்சி முறைமீதும், குறிப்பாக போர் முடிவுகள்மீதும் மக்கள் எந்த அளவுக்கு வெறுப்புற்றிருந்தனர் என்பது புலனாகிறது.

இத்தாலி முசோலினியைக் கைவிட்டுவிட்டாலும் ஹிட்லர் அவ்வாறு செய்யவில்லை. முசோலினியைக் கொண்டு இத்தாலிய மக்களைத் தம் பக்கம் ஈர்க்கலாம் என்று அவர் நம்பினார். 12 செப்டெம்பர் 1943 அன்று கிரான் சாஸோ என்னும் மலைப் பகுதியில் சிறை வைக்கப்பட்டிருந்த முசோலினி ஜெர்மானிய அதிரடிப் படைகளால் மீட்கப்பட்டார். புதிய பாசிஸ ஆட்சியின் தலைவராக அவர் மீண்டும் பதவியில் அமர்த்தப் பட்டார். வடக்கு இத்தாலியைத் தலைமையகமாகக் கொண்டு முசோலினியின் இத்தாலிய சோஷியல் ரிபப்ளிக் இயங்கத் தொடங்கியது.

முசோலினி ஆதர்சமாகக் கொண்டிருந்த ஹிட்லரின் ஜெர்மனியும் இப்போது கடும் நெருக்கடிகளைச் சந்தித்துக்கொண்டிருந்தது. ஆகஸ்ட் 1944-ல் நேச நாட்டுப் படைகள் இத்தாலியின் வடக்கே முன்னேறத் தொடங்கினார்கள். 1945 தொடக்கத்தில் வடக்கு இத்தாலி முழுவது மாகக் கைப்பற்றப்பட்டது. இந்த முறை ஜெர்மனியால் தன் நண்பனுக்கு உதவ முடியவில்லை. தப்பி ஓட முயன்ற முசோலினி கைது செய்யப்பட்டார். 28 ஏப்ரல் 1945 அன்று அவரும் அவருடைய மனைவியும் சுட்டுக் கொல்லப்பட்டனர். அவர்களுடைய உடல் மிலான் நகருக்குக் கொண்டுசெல்லப்பட்டது. பாசிஸத்தின் பிறப்பிடமான அங்கே, முசோலினி மக்களுக்குக் கடைசிமுறையாகக் காட்சியளித்தார்.

ஆனால் இந்தமுறை அவருடைய உடல் தலைகீழாகத் தொங்கவிடப் பட்டிருந்தது.

ஒற்றுமைகள், வேறுபாடுகள்

இள வயது முதல் முசோலினியைத் தனது ஆதர்சமாக ஹிட்லர் கொண்டிருந்தார். முசோலினி தொடக்கத்தில் ஹிட்லரையும் நாஜிசத்தையும் நிராகரித்தார். ஹிட்லரைச் சந்தித்தபிறகு அவருடைய எண்ணங்கள் தலைகீழாக மாறின. அவருடைய தொடர் வெற்றிகளைக் கண்டு திகைத்த முசோலினி ஹிட்லரைவிடத் தான் தாழ்ந்தவன் என்று நம்பத் தொடங்கினார். முசோலினியின் தொடக்ககால வெற்றிகள் அனைத்தும், அவர் ஈட்டிய புகழ் அனைத்தும் இத்தாலி போரில் இறங்கியதுமே குறையத் தொடங்கிவிட்டது. ஒருவேளை ஹிட்லரின் தாக்கத்துக்குள் சிக்காமல் போயிருந்தால் அல்லது விடுபட்டிருந்தால் முசோலினி தீவிரமாகப் போரில் இறங்கியிருக்க மாட்டார் என்றும் சொல்லப்படுகிறது. அந்த வகையில் முசோலினியின் வீழ்ச்சிக்கு ஹிட்லர்தான் முக்கியக் காரணம். இருவருக்கும் இடையிலான உறவு சமநிலை கொண்டதாக இல்லை. இத்தாலி போரில் தோற்கும் கட்டங்களில் எல்லாம் ஜெர்மானியர்கள் பாய்ந்து வந்து அவர்களுக்கு உதவினர். ஹிட்லரின் உதவிக்கரமே முசோலினியைச் சிறையிலிருந்து மீட்டது.

ஒரு பத்திரிகையாளராக முசோலினி பிரகாசித்துக்கொண்டிருந்தபோது ஹிட்லர் நாஜிக் கட்சியில் இணைந்து பணியாற்றிக்கொண்டிருந்தார். இருவருமே சோஷலிசத்தைத் தவறான முறையில் அர்த்தப்படுத் தினார்கள் என்றபோதும் முசோலினி அளவுக்கு ஹிட்லர் ஒரு சிந்தனையாளர் அல்லர். முசோலினியை ஆட்சியில் அமர்த்திய ரோம் நோக்கிய நெடும்பயணத்தால் உந்தப்பட்ட ஹிட்லர் தானும் மியூனிக் நோக்கிய நெடும் பயணம் ஒன்றை மேற்கொண்டார். இத்தாலிய கருஞ் சட்டை வீரர்களைப்போல் ஜெர்மானிய வீரர்கள் பழுப்புச் சீருடை அணிந்தனர். ஹிட்லரின் ஆக்கிரமிப்புப் போர்களை முசோலினியும், முசோலினியின் ஆக்கிரமிப்புப் போர்களை ஹிட்லரும் முன்வந்து ஆதரித்தனர். பிரிட்டன், பிரான்ஸ் போன்ற நாடுகள் இந்த இருவருக்குமே விரோத நாடுகளாகத் திகழ்ந்தன.

ஹிட்லரின் 'மெயின் காம்ஃப்' புத்தகம் அலுப்பூட்டக்கூடியது என்று முசோலினி சொல்லியிருக்கிறார். அவரைப் பொருத்தவரை ஹிட்லரின் கருத்துகள் கரடுமுரடானவை. தான் பதவியை அடைந்த விதத்தை விடவும் ஹிட்லர் அடைந்த விதம் சற்றே தாழ்வானது என்று முசோலினி நினைத்திருக்கிறார். ஆனால் வெளிப்படையாக

உரையாடும்போது ஹிட்லர் ஆட்சியைப் பிடித்தது தனது சித்தாந் தத்துக்குக் கிடைத்த வெற்றி என்று ஒருமுறை குறிப்பிட்டுள்ளார்.

ஆஸ்திரியப் பிரச்சினை பரபரப்பாக இருந்த சூழலில் ஹிட்லரைச் சந்திக்க முசோலினி விரும்பினார். 1934 ஜூன் 14-ம் தேதி வெனிஸ் நகரில் இருவரும் சந்திக்க ஏற்பாடானது. தனது ஆத்மார்த்த குருவான முசோலினியைச் சந்தித்த போது ஹிட்லர் சந்தோஷத்தில் ஆனந்தக் கண்ணீர் வடித்தார் என்றும் 'ஆயிரம் ஆண்டுகளுக்கு ஒரு முறை பிறக்கும் அபூர்வ மனிதர் முசோலினி' என்று ஹிட்லர் தன்னிடம் கூறியதாகவும் குறிப்பிடுகிறார் ஹிட்லருடன் இருந்த ஜெர்மன் வெளிவிவகார அமைச்சர் கான்ஸ்டாண்டின் ஃப்ரெட்ரிக். மொழி பெயர்ப்பாளர் உதவியின்றி முசோலினி ஜெர்மன் மொழியில் ஹிட்லருடன் பேசியதாகவும் அவர் தெரிவித்துள்ளார். ஆனால் முசோலினியைச் சந்தித்ததில் ஹிட்லர்தான் மகிழ்ச்சி அடைந்தாரே தவிர முசோலினி பெரிதாக ஆர்வம் காட்டவில்லை. ஹிட்லர் யூதர்களை கொல்லும் காட்டுமிராண்டி என்றும் யுத்த வெறி பிடித்தவர் என்றும் தன்னிடம் தெரிவித்தகாக இத்தாலி வெளிவிவகார அமைச்சர் ஃபுல்வியோ சுவிச் பதிவு செய்துள்ளார்.

பாசிஸம், நாஜிசம் இரண்டுமே அரசு ஒடுக்குமுறையை நியாயப் படுத்தின. மனித சுதந்தரத்தை மறுதலித்து, சொல்லாணாத் துயரங்களை ஏற்படுத்தின. ஒப்பீட்டளவில் பாசிஸம் இத்தாலியில் சிறிய அளவில்தான் இயங்கியது. ஹிட்லரின் நாஜிசம் புயல்போல் அடித்து லட்சக்கணக்கான மக்களைக் கொன்று குவித்தது. ஹிட்லரிடம் இருந்த யூத விரோதம் முசோலினியிடம் இல்லை. வெள்ளை ஐரோப் பியர்களே உயர்ந்தவர்கள் என்பதுதான் முசோலினியின் கருத்தும் என்றபோதும் ஹிட்லரைப்போல் மற்றவர்களை அழிக்கும் திட்டங் களை அவர் வகுக்கவோ ஆதரிக்கவோ இல்லை. இத்தாலியப் பாரம் பரியப் பெருமைகளை முசோலினி உயர்த்திப் பிடித்தபோதும் ஹிட்லரின் ஆரிய மேல்நிலைக் கோட்பாட்டை அவரால் ஆதரிக்க முடியவில்லை. நாஜிகளின் இனவாதக் கருத்துகள் பரிதாபத்துக் குரியவை என்று ஒருமுறை அவர் சொல்லியிருக்கிறார். நாஜிசம் என்பதேகூட முசோலினியைப் பொருத்தவரை பண்பாடற்ற ஒரு சிந்தனைமுறைதான்.

இந்த முரண்பாடுகளைக் கடந்துதான் முசோலினியும் ஹிட்லரும் ராணுவக் கூட்டாளிகளாகத் திகழ்ந்தனர். இறுதியில் இருவருக்கும் ஒரேவிதமான முடிவுதான் வந்து சேர்ந்தது. அதிலும்கூட ஒரு சிறிய வேறுபாடு. முசோலினிக்கான இறுதி முடிவு அவரால் எடுக்கப்பட வில்லை. விதிமீது நம்பிக்கை கொண்டிருந்த ஹிட்லர் தன்னுடைய விதியைத் தானே தீர்மானித்துக்கொண்டார்.

ஆறு
அழிவுச் சக்தி
~

18

இன அழிப்பு : ஒன்று

கிழக்கு முனையில் ரஷ்யாவுக்கு எதிரான 'ஆபரேஷன் பார்பரோஸா' திட்டத்தை ஹிட்லர் தொடங்கியபோது, யூதர்கள்மீதான படுகொலையும் தொடங்கிவிட்டது. அரசே தலைமை தாங்கி, திட்டமிட்டு இப்படி யொரு இன ஒழிப்பை, இவ்வளவு பெரிய அளவில் இதுவரை நவீன வரலாற்றில் நடத்தியதில்லை. நூறு, ஆயிரம், லட்சம் என்று ஒவ்வொரு தினமும் கொல்லப்பட்டவர்களின் எண்ணிக்கை உயர்ந்துகொண்டே சென்றது. நாஜிகள் காலடி எடுத்த வைத்த பிரதேசம் ஒவ்வொன்றிலும் ரத்தமும் சதையும் எலும்பும் சிதறத் தொடங்கின. கொல்லப்பட்டவர் களின் எண்ணிக்கை குறித்துக் கருத்து பேதம் இருந்தாலும் நிச்சயம் அறுபது லட்சம் யூதர்கள் கொல்லப்பட்டார்கள் என்பதிலும் அதில் இரண்டு லட்சம் குழந்தைகளும் அடங்கும் என்பதிலும் மாற்றுக் கருத்து இருக்க முடியாது. ஹிட்லரின் இனவொழிப்பு உலகம் முழுவதும் பீதியை ஏற்படுத்தியதற்குக் காரணம் கொல்லப்பட்டவர்களின் எண்ணிக்கை மட்டுமல்ல. யூதர்கள் தேடித்தேடி வேட்டையாடப்பட்ட விதம்; வகை வகையான சித்திரவதை முறைகள்; குரூரமான தண்டனைகள்; உலுக்கியெடுக்கும் மிருகத்தனம் ஆகியவைதாம்.

ஹிட்லரின் படுகொலை இயந்திரத்துக்குப் பலியானவர்கள் ஜிப்ஸிகள் (ரோமா), உடல் ஊனமுற்றோர், மனநிலை பாதிக்கப்பட்டோர், ஓரினச் சேர்க்கையாளர்கள், பேசிஃபிஸ்டுகள் எனப்படும் ஜெஹோவா சாட்சியக் கிறிஸ்தவர்கள், அரசியல் எதிரிகள் மற்றும் கம்யூனிஸ்டுகள். இவை போக, பல லட்சக்கணக்கான சோவியத் சிறைக் கைதிகள் படுகொலை செய்யப்பட்டனர். ஜெர்மனியில் மட்டுமின்றி ஆஸ்திரியா,

போலந்து தொடங்கி ஜெர்மனி ஆக்கிரமித்த அனைத்துப் பிரதேசங்களுக்கும் இந்தப் படுகொலைத் திட்டம் விரிவுபடுத்தப்பட்டது.

ஆனால் தேடித்தேடி, விரட்டி விரட்டிக் கொல்லப்பட்டவர்கள் யூதர்கள்தாம். போர் உச்சத்தை அடைந்து அனைத்து முனைகளிலிருந்தும் நேச நாடுகளின் படைகள் ஜெர்மனிக்கு எதிராகப் போரிட்டுக் கொண்டிருந்தபோதுகூட ஹிட்லர் அரசு யூதர்களை விடாமல் வேட்டையாடிக்கொண்டுதான் இருந்தது. ஆள்கள், கருவிகள், நேரம் அனைத்தையும் இதற்காகச் செலவிட்டது. ஐரோப்பாவில் உள்ள யூதர்களை முழுக்க அழித்துவிடும் வெறியுடன் இருந்ததால் மட்டுமே இது சாத்தியப்பட்டது. நாஜி அரசின் இனவொழிப்புக்குப் பலியான கிட்டத்தட்ட அறுபது லட்சம் யூதர்கள், ஐரோப்பாவின் மொத்த யூத மக்கள் தொகையில் மூன்றில் இரண்டு பங்கினர் ஆவர். உலக அளவில் யூதர்களின் மக்கள் தொகையில் இது மூன்றில் ஒரு பங்கு. இதை எப்படி விளக்குவது? எப்படிப் புரிந்துகொள்வது?

ஒரு வாக்குமூலம்

நாஜிகளின் வதை முகாம்கள் எப்படி இயங்கின என்பதைத் தெரிந்துகொள்ள பெயரற்ற இந்தப் பெண்ணின் வாக்குமூலம் உதவும். போலந்தில் உள்ள டார்னோபோல் கெட்டோவில் கொல்லப்படுவதற்கு முன்னால் இவள் எழுதி வைத்த கடிதங்கள் மே 1943-ல் அவளுடைய பிற உடைமைகளோடு சேர்த்துக் கண்டெடுக்கப்பட்டன. அவளோடு சேர்த்து ஐந்து லட்சம் கலிஷியன் யூதர்கள் கொல்லப்பட்டனர். கலிஷியன் யூதர்கள் என்பவர்கள் மேற்கு உக்ரேனில் உள்ள கலிஷியா தொடங்கி தென் கிழக்கு முனையில் உள்ள போலந்து வரையிலான புவிப்பரப்பைச் சேர்ந்தவர்கள்.

கடிதத்திலிருந்து சில பகுதிகள் :

> 7 ஏப்ரல் 1943. நான் இந்த உலகைவிட்டுச் செல்வதற்கு முன்னால் என் நேசத்துக்குரிய உங்கள் அனைவருடனும் சில வார்த்தைகளைப் பகிர்ந்து கொள்ள விரும்புகிறேன். இந்தக் கடிதம் உங்களுக்குக் கிடைக்கும்போது நான் உயிருடன் இருக்கமாட்டேன். நான் மட்டுமல்ல, நாங்கள் யாருமே. எங்களுடைய முடிவு நெருங்கிக்கொண்டிருக்கிறது. அதை ஒருவரால் தெளிவாக உணரமுடியும். எங்களால் உணரமுடிகிறது.
>
> ஒரு பாவமும் அறியாத அப்பாவி யூதர்கள் இங்கே கொல்லப் படுகிறார்கள். நாங்களும் அவ்வாறே கொல்லப்படுவோம். இன்னும் சில தினங்களில் எங்களுடைய முறை வந்துவிடும். இந்தக் குரூரமான, கொடுமையான படுகொலையிலிருந்து தப்பிக்க இடமில்லை.

தொடக்கத்தில் (ஜூன் 1941) ஐந்தாயிரம் ஆண்கள் கொல்லப்பட்டனர். அவர்களில் என் கணவரும் ஒருவர். குவிந்திருந்த சடலங்களுக்கு மத்தியில் என்னுடைய கணவரை ஆறு வாரம் கழித்து நான் கண்டடைந்தேன்...

அப்போதே என் வாழ்க்கை முடிவுக்கு வந்துவிட்டது. என்னுடைய கனவுகளில்கூட நான் அப்படிப்பட்ட ஒருவரைத் துணையாகக் கொண்டிருக்க முடியாது. அந்த அளவுக்கு அவர் சிறந்தவராக, நேர்மையானவராக இருந்தார். அவருடன் இரண்டு ஆண்டுகளும் இரண்டு மாதங்களும் மட்டுமே என்னால் வாழ முடிந்தது. என் மகிழ்ச்சி முடிவடைந்துவிட்டது. இப்போது? ஒவ்வொரு சடலமாகப் புரட்டிப் புரட்டிப் பார்த்துக் கடைசியில் என் கணவரைக் கண்டடைந்திருக்கிறேன். இப்பொழுதாவது கண்டுபிடிக்க முடிந்ததே என்று நான் மகிழ்ச்சி அடையவேண்டுமோ? இதையெல்லாம் வார்த்தைகளில் சொல்லமுடியும் என்றா நினைக்கிறீர்கள்?

26 ஏப்ரல் 1943. நான் இன்னும் உயிருடன் இருக்கிறேன். ஏழாம் தேதி தொடங்கி இதுவரை என்ன நடந்தது என்பதை உங்களுக்குச் சொல்ல விரும்புகிறேன். அடுத்து உங்கள் முறை வரும் என்று எங்களுக்குச் சொல்லப்பட்டுவிட்டது. மே 1-ம் தேதி கெட்டோ அகற்றப்படும் என்று சொல்கிறார்கள். அதற்குள் கலிஷியாவில் உள்ள யூதர்கள் எல்லாம் அழிக்கப்பட்டுவிடுவார்கள்.

கடந்த சில தினங்களாக ஆயிரக்கணக்கானவர்கள் சுட்டுக்கொல்லப் பட்டுள்ளனர்... பெட்ரிகோவ் என்னும் பகுதியில் என்ன நடந்தது என்று சொல்கிறேன். குழிகளுக்கு எதிரில் ஒருவரை நிற்க வைத்து உடைகளைக் களைந்துவிடுவார்கள். பிறகு அவர் மண்டியிட்டு அமரவேண்டும். பின்னாலிருந்து சுடப்படும்வரை அவர் அவ்வாறே காத்திருக்க வேண்டும். தனி வரிசையில் தங்கள் முறை வரும்வரை மற்றவர்கள் காத்திருக்கவேண்டும். அதற்குமுன் குழியில் பிரேதங்கள் நிறைந்து விட்டால் அவற்றை அப்புறப்படுத்தவேண்டும். அப்போதுதான் அடுத்து செத்து விழுபவர்களுக்கு இடம் இருக்கும். எல்லாவற்றிலும் ஒரு ஒழுங்குமுறை இருந்தது.

இதற்கெல்லாம் நேரம் அதிகம் பிடிக்காது. களையப்பட்ட உடைகள் அனைத்தும் அரை மணி நேரத்துக்குள் முகாமுக்குச் சென்றுசேர்ந்து விடும். எல்லாம் முடிந்தவுடன் யூத கவுன்சிலுக்கு ரசீது அனுப்பப்படும். யூதர்களைக் கொல்வதற்காகப் பயன்படுத்தப்பட்ட துப்பாக்கி குண்டுகளுக் கான கட்டணத்தை அவர்கள்தாம் செலுத்தவேண்டும்.

எங்களால் ஏன் அழ முடியவில்லை? எங்களால் ஏன் எங்களைக் காப்பாற்றிக்கொள்ள முடியவில்லை? இவ்வளவு அப்பாவிகளின் ரத்தம்

பொங்கி வழிவதைப் பார்க்கும்போதும் ஏன் எதுவும் பேச முடிவதில்லை? ஏன் எதுவும் செய்ய முடிவதில்லை? அதேபோல் சாகும்வரை எப்படி அமைதியாகக் காத்திருக்க முடிகிறது? அமைதியாக இருக்கும்படி இரக்கமற்றமுறையில் நாங்கள் கட்டாயப்படுத்தப்பட்டிருக்கிறோம்.

இப்படிப்பட்ட முடிவை நாங்கள் விரும்புகிறோம் என்றா நினைக்கிறீர்கள்? இல்லை, இல்லை! இவ்வளவையும் பார்த்த பிறகும் எப்படியாவது எங்களைக் காப்பாற்றிக்கொள்ளவே துடிக்கிறோம். முன்பைவிடவும் இந்த உந்துதல் இப்போது அதிகரித்திருக்கிறது. மரணம் அருகில் நெருங்க நெருங்க, வாழவேண்டும் என்னும் உறுதியும் அதிகரிக்கிறது. இது புரிதலுக்கு அப்பாற்பட்டது.'

இனவொழிப்பு பற்றி மேற்கொண்டு பார்ப்பதற்கு முன்னால் நாம் தெரிந்துகொள்ளவேண்டிய முதன்மையான விஷயத்தை இந்தக் கடிதம் உணர்த்துகிறது. 'இது புரிதலுக்கு அப்பாற்பட்டது.

விவாதங்கள்

கொல்வதற்கான உத்தரவுகள் கொடுப்பதும் முடிவெடுப்பதும் அவ்வளவு சுலபமான வேலையல்ல என்கிறார் ஹிம்லர். தனது பணியில் ஏற்படும் சவால்கள் பற்றி ஒருமுறை அவர் பேசினார். 'சில கிராமங்களில் விரைந்து முடிவெடுக்கும் நிர்பந்தம் ஏற்படுவதுண்டு. கைவினைக் கலைஞர்கள், யூத கமிசார்கள் ஆகியோரில் யாரை முதலில் கொல்வதற்கு எடுத்துக்கொள்ளவேண்டும் என்பதில் குழப்பங்கள் ஏற்படுவதுண்டு. முதலில் பெண்களையும் குழந்தைகளையும் கொன்று விடுங்கள் என்று நான் அவர்களிடம் தெளிவாகச் சொல்லிவிடுவேன். நம்புங்கள், இப்படியெல்லாம் யோசித்து, உத்தரவுகள் அளிப்பது நீங்கள் நினைப்பதுபோல் சுலபமல்ல. நாம் மிகப் பெரிய பணி ஒன்றில் ஈடுபட்டுள்ளோம். இனப் போட்டி ஒன்று நடந்துகொண்டிருக்கிறது. அதில் நாம் ஓடிக்கொண்டிருக்கிறோம்.'

யூத இனவொழிப்புக்குக் குறிப்பாக இரண்டு காரணங்கள் சொல்லப்படுகின்றன.

1) வெறுப்பு: ஆரம்பகாலம் தொட்டு ஹிட்லருக்கு இருந்துவந்த யூத வெறுப்பு படிப்படியாக முன்னேறி அதிகாரத்தைக் கைப்பற்றியதும் தீவிரமடைந்து திட்டமிடப்பட்ட படுகொலைகளுக்கு இட்டுச் சென்றது.

2) தேவை: ஜெர்மானியர்கள் எதிர்கொண்ட இடப் பிரச்னைக்குத் தீர்வு யூதர்களை ஒழித்துக்கட்டுவதுதான் என்று கருதப்பட்டதால் படுகொலைகள் அரங்கேறின.

முதல் காரணம் ஹிட்லரை மட்டுமே மையப்படுத்துகிறது. இரண்டாவது, சற்றே விரிவான அம்சங்களைக் கணக்கில் கொள்கிறது. இந்த இரண்டுக்கும் ஆதரவாகவும் எதிராகவும் வாதங்கள் முன்வைக்கப் படுகின்றன. யூத ஒழிப்புக்கு ஏதேனும் சித்தாந்தம் காரணமாக இருக்குமா என்றும் ஆராயப்பட்டது. அப்படி எந்தவொரு சித்தாந்தமும் இதில் இல்லை என்கின்றனர் சிலர். காரியவாதம், அதிகார ஆசை ஆகியவையே வெளிப்படையான காரணங்கள் என்பது இவர்கள் குற்றச்சாட்டு. இந்தப் படுகொலைகளுக்கு ஹிட்லரை மட்டுமே பொறுப்பாக்குவதையும் சிலர் ஏற்க மறுக்கின்றனர். அதேபோல் நாஜிகள் என்பதை ஒரே அமைப்பாகவும் பார்க்க முடியாது என்றும் பல குழுக்கள் உள்ளுக்குள் இயங்கின என்றும் சிலர் வாதிடுகின்றனர். ஆனால் இப்படி ஹிட்லரை மையத்திலிருந்து விலக்கி வைத்துவிட்டு வெவ்வேறு காரணங்களையும் அம்சங்களையும் குறிப்பிடுவதும்கூட உள்நோக்கம் கொண்ட ஒரு முயற்சிதான் என்பதை மறுக்க முடியாது.

இனவொழிப்புக்கு இப்படியெல்லாம் காரணம் சொல்வதும் விளக்குவதுமேகூட ஒரு வகையில் ஆபத்தானதுதான் என்றும் சில ஆய்வாளர்கள் எச்சரிக்கின்றனர். இதனால்தான் யூதர்கள்மீது ஹிட்லருக்கு வெறுப்பு வந்தது, அதனால்தான் யூதர்கள் குறிவைக்கப் பட்டனர் என்றெல்லாம் காரணங்கள் கண்டுபிடிக்கத் தொடங்கினால் ஹிட்லரை நிரபராதி என்றே மதிப்பிடவேண்டியிருக்கும். மேலும் இனவொழிப்பை நியாயப்படுத்தும் முயற்சியாகவும் அது ஆகிவிடும் என்பதே அவர்கள் கவலை. காரண காரியங்களை ஆராயத் தொடங் கினால் நடந்த தவறுகளுக்குச் சம்பந்தப்பட்டவர்களைப் பொறுப் பாக்குவதும்கூட இயலாமல் போய்விடும்.

தொடக்கம் முதலே நாஜிகள் இரண்டு விஷயத்தில் தெளிவாக இருந்தனர்.

- ஜெர்மானிய சமூகத்தில் யூதர்களுக்கு இடமில்லை. ஒரு யூதரை ஜெர்மானியக் குடிமகனாக ஏற்க முடியாது.
- வாழ்வதற்கு லாயக்கற்ற உயிர்கள் நீடிப்பதில் பலனில்லை.

இந்த இரண்டும் இணைந்து யூத இனவொழிப்பில் முடிவடைந்தது. போரும் இணைந்துகொண்டதால் அரசு இயந்திரத்தை முழுமூச்சாக இதற்குப் பயன்படுத்த முடிந்தது. முதல் உலகப் போர், அந்தப் போரில் ஜெர்மனிக்குக் கிடைத்த தோல்வி, ரஷ்யப் புரட்சி மூன்றுக்கும் யூதர்களே காரணம் என்று நாஜிகள் நீண்டகாலமாகவே பிரசாரம் மேற்கொண்டுவந்தனர். ஏற்கெனவே யூத வெறுப்புடன் இருந்த ஜெர்மானியர்கள் இதனை வெகு சுலபமாகப் பற்றிக்கொண்டனர். 30 ஜனவரி 1939 பிராக் நகரைக் கைப்பற்றுவதற்கு முன்பு ஹிட்லர்

ரீச்ஸ்டாகில் ஆற்றிய உரையின் ஒரு பகுதி இது. 'இன்று நான் மீண்டும் ஒருமுறை எதிர்காலத்தைக் கணித்துக் கூறுகிறேன். ஐரோப்பாவுக்கு உள்ளும் வெளியிலும் உள்ள சர்வதேச யூத நிதியமைப்புகள் மீண்டும் இன்னொரு உலகப் போரை உண்டாக்கினால், அவர்களுக்கு வெற்றி நிச்சயம் கிடைக்காது. உலகை போல்ஷ்விக்மயமாக்குவதற்கு யூதர்கள் மேற்கொள்ளும் முயற்சி பலிக்காது. மாறாக, ஐரோப்பாவில் உள்ள யூத இனம் ஒழிக்கப்படும்.'

யூதர்களை எங்காவது நாடு கடத்திவிடலாம் என்றுகூட நாஜிகள் யோசித்திருக்கிறார்கள். அதற்குத் தகுந்த இடம் எது என்றும் ஆராய்ந் திருக்கிறார்கள். மடகாஸ்கருக்கு அனுப்பிவிடலாமா என்று விவாதிக்கப் பட்டது. சிலர் பாலஸ்தீனைக் குறிப்பிட்டிருக்கிறார்கள். ஆனால் அங்கு சென்று யூதர்கள் பலம் பெற்று அதன்மூலம் உலகம் முழுவதையும் அவர்கள் கைப்பற்றிவிடலாம் என்று அஞ்சி அதுவும் நிராகரிக்கப்பட்டது. ஆபத்தில்லாத எங்காவது ஒரு தீவில் யூதர்களை கடத்திவிடலாம் என்னும் திட்டம் பலருக்குப் பிடித்திருந்தாலும் அந்த இடம் எது என்பதில் குழப்பங்கள் நீடித்தபடியே இருந்தன. இறுதியில் இத்திட்டம் கைவிடப்பட்டு கொலையே ஒரே தீர்வு என்று முடிவுசெய்யப்பட்டது. ஆனால் இந்தத் திட்டங்களெல்லாம் எப்போது, யாரால் தீட்டப்பட்டன என்பதுபற்றிய விவரங்கள் எதுவும் இல்லை. ஹிட்லர் தன் ஆட்சிக்காலத்தின் அனைத்து ஆவணங்களையும் அழித்து விட்டதால் அப்போதைய பதிவுகள், சாட்சியங்கள் எதுவும் கிடைக்க வில்லை.

போலந்துமீதான தாக்குதல் தொடங்குவதற்கு முன்பே யூதர்கள் ஜெர்மனியின் அதிகாரபூர்வ எதிரிகளாக அறிவிக்கப்பட்டுவிட்டனர். ஜெர்மனியில் வசித்துவந்த 3,50,000 யூதர்களுக்குப் போர் பல புதிய கட்டுப்பாடுகளையும் அச்சுறுத்தலையும் உண்டாக்கியது. போருக்கு முன்னால் யூதர்கள் கொல்லப்பட்டதற்குக் காரணம் ஜெர்மானியர் களால் அவர்களுடன் ஒன்றிணைந்து இருக்க முடியாது என்பது. போருக்குப் பிறகு ஜெர்மனியின் பாதுகாப்புக்காக என்று சொல்லி யூதர்கள் கொல்லப்பட்டனர். போரில் வெல்லவேண்டுமானால் உள்நாட்டு எதிரிகள் முதலில் அழிக்கப்படவேண்டும் என்று காரணம் சொல்லப்பட்டது. இரவு நேரங்களில் யூதர்கள் வெளியில் செல்லத் தடையுத்தரவு பிறப்பிக்கப்பட்டது. போர்ப் பணிகளுக்குத் தேவை என்று சொல்லி யூதர்களின் ரேடியோக்கள் பறிமுதல் செய்யப்பட்டன. 1941-ல் சோவியத் யூனியன்மீதான போர் தொடங்கியபோது யூத அழிப்பின் வேகம் அதிகரிக்கப்பட்டது.

1 செப்டெம்பர் 1941 அன்று வெளிவந்த ஆணையின்படி ஆறு வயதுக்கு மேற்பட்ட யூதர்கள் அனைவரும் மஞ்சள் நட்சத்திரச் சின்னத்தை

அணிந்துகொள்ளவேண்டும். (யூத மதத்தின் அடையாளமான ஸ்டார் ஆஃப் டேவிட் என்னும் இந்த நட்சத்திரம் ஆறு முனைகளைக் கொண்டிருக்கும்). முன்னதாக 1939-ல் போலந்தில் இதே உத்தரவு பிறப்பிக்கப்பட்டிருந்தது. 23 அக்டோபர் 1941அன்று யூதர்களின் இருப்பிடங்கள் கைப்பற்றப்பட்டு அங்கு வசிக்கும் அனைவரும் முகாம்களுக்கு அனுப்பப்படத் தொடங்கினர். யூதப் பிரச்னைக்கு ஹிட்லரின் ஜெர்மனி ஓர் இறுதித் தீர்வைக் கண்டுபிடித்திருந்தது.

கெட்டோ

போலந்து வெற்றிகரமாகக் கைப்பற்றப்பட்டதைத் தொடர்ந்து ஒரு புதிய சவால் எழுந்தது. போலந்தின் இருபது லட்சம் யூதர்களை அழிப்பது என்பது சாதாரண செயலா? நாஜிகளின் வெறுப்புப் பட்டியலில் போலந்தின் யூதர்களும் சோவியத் யூதர்களும் கடைசி இடத்தைப் பிடித்திருந்தனர். சோவியத் யூதர்கள் போல்ஷ்விக் யூதர்கள். போலந்து யூதர்கள் ஏழைகள். எனவே வாழ லாயக்கற்றவர்களும்கூட. 1939 முடிவடைவதற்குள் ஏழாயிரம் யூதர்களின் வாழ்வு முடிவடைந்து விட்டது. எஸ்எஸ் பாதுகாப்புப் படையின் தலைவர் ரீன்ஹார்ட் ஹேட்ரிச் போலந்து நகரங்களிலும் கிராமங்களிலும் உள்ள யூதர்களை ஒன்று திரட்டி வதை முகாம்ககளுக்கு அனுப்ப வசதியாக ரயில் பாதைகள் உருவாக்கப்படவேண்டும் என்று ஆணையிட்டார். ஆயிரக் கணக்கில் யூதர்களைச் சிறைப்பிடித்து முகாம்களுக்கு அனுப்பிவைக்க ரயில்தான் சிறந்த வாகனம் என்று அவர் நினைத்தார். ஒவ்வொரு பகுதியிலிருந்தும் யூதர்களைக் கண்டறிந்து, சிறைப்பிடித்து, முகாம் களுக்கு அனுப்பிக் கொன்றொழிப்பது வரையிலான நடவடிக்கைகள் ஒவ்வொன்றுக்கும் ஆள்கள் நியமிக்கப்பட்டிருந்தனர். அனைத்தையும் ஒருங்கிணைக்க ஒவ்வொரு கெட்டோவிலும் கவுன்சில்கள் நியமிக்கப்பட்டன.

ஒவ்வொரு போலந்து நகரிலும் ஒரு கெட்டோ உருவாக்கப்பட்டது. இருப்பதிலேயே பெரியது தலைநகர் வார்சாவில் உருவாக்கப்பட்டது. ஒவ்வொரு கெட்டோ அதிகாரியும் தன்னுடைய பிரதேசத்தில் உள்ள யூதர்களை ஒழித்துக்கட்டவேண்டும். யார் விரைவாகச் செயல்படுகிறார்கள், யார் அதிக எண்ணிக்கையில் கொலைக் கணக்கு காட்டுகிறார்கள் என்பதில் அதிகாரிகளுக்கு இடையே போட்டியும் பொறாமையும் நிலவியது. கெட்டோவின் வாழ்நிலை கற்பனைக்கு எட்டாதது. நவம்பர் 1940 வாக்கில் வார்சா கெட்டோவில் தடுப்புச் சுவர்கள் எழுப்பப்பட்டன. கெட்டோவுக்கு உள்ளே இருப்பவர்கள் வெளியுலகத்துடன் தொடர்பு வைத்துக்கொள்ளமுடியாது. சில கெட்டோக்களில் முள்கம்பி வேலிகள் அமைக்கப்பட்டிருக்கும். கட்டுப்பாடுகளைமீறி வெளியில்

வரும் யூதர்கள் கண்ட மாத்திரத்தில் சுட்டுக்கொல்லப்படுவார்கள். பல யூதர்கள் தொழிற்சாலைகளில் கட்டாயப் பணியில் ஈடுபடுத்தப் பட்டனர். எப்படியும் கொல்லப்படவேண்டியவர்கள்தாம் என்பதால் முடிந்தவரை அவர்களுடைய உழைப்பையும் உறிஞ்சிக்கொண்டு, அதன்பிறகு கொன்றுவிடலாம் என்று வகுத்துக்கொண்டனர்.

வார்சா கெட்டோக்களில் மட்டும் நான்கு லட்சம் யூதர்கள் இருந்தனர். இவர்களில் 1.6 லட்சம் யூதர்கள் லோட்ஸ் என்னும் கெட்டோவில் ஆடு, மாடுகளைப் போல் அடைக்கப்பட்டனர். நீர் வசதி, கழிப்பறை வசதி இல்லை. போதுமான ஆகாரம் இல்லை. இதன் காரணமாகத் தொற்றுநோய்கள் எங்கும் பரவின. பசியும் தாகமும் நோயும் யூதர்களை அரித்துக் கொல்ல ஆரம்பித்தது. பல்லாயிரம்பேர் கடும் பணிச்சூழலால் கொல்லப்பட்டனர். இந்த இரண்டிலிருந்தும் எஞ்சியவர்களை நாஜிகள் சுட்டுக்கொன்றனர். கிழக்கு ஐரோப்பாவில் மட்டும் மொத்தம் எட்டு லட்சம் யூதர்கள் இவ்வாறு கொல்லப்பட்டனர். ஆச்சரியமூட்டும் வகையில், பள்ளிகள், மருத்துவமனைகள், கலாசார அமைப்புகள் ஆகியவையும் கெட்டோக்களில் இறுதிவரை இயங்கிவந்தன.

சோவியத் யூனியனைச் சேர்ந்த யூதர்கள் கொல்லப்படுவது 1941-ம் ஆண்டு தொடங்கியது. மேற்கு ஐரோப்பிய யூதர்கள் வேறு பிரதேசங் களுக்கு வெளியேறிச் செல்வதற்குச் சற்று அவகாசம் அளிக்கப்பட்டது. யூதர்களை நாடு கடத்துவதற்கும் வதை முகாம்களுக்கு அனுப்புவதற்கு மான பொறுப்பு ரீன்ஹார்ட் ஹேட்ரிச் வசம் இருந்தது. ஆனால் யூதர்களைக் கொன்றொழிப்பதற்கான அதிகாரபூர்வமான உத்தரவு எப்போது, யாரால் பிறப்பிக்கப்பட்டது என்பதைக் கண்டுபிடிக்க முடியவில்லை. நாஜிகள் அனைத்து ஆவணங்களையும் அழித்து விட்டனர். கிறிஸ்டியன் கெர்லாக் என்னும் ஜெர்மானிய ஆய்வாளர் 1997-ம் ஆண்டு சோவியத் ஆவணங்களிலிருந்து ஓர் ஆதாரத்தைக் கண்டுபிடித்தார். அதன்படி 12 டிசம்பர் 1941 அன்று ஹிட்லர் பெர்லினில் தனது கட்சியினரிடம் யூதக் கொலைத் திட்டத்தை அதிகார பூர்வமாக அறிவித்திருக்கிறார். அமெரிக்காமீது ஜெர்மனி போர்ப் பிரகடனம் செய்த மறுதினம் இது. ஆனால் 1941 அக்டோபர் மாதமே விஷவாயுமூலம் யூதர்களைக் கொல்வதற்கான ஆணையை ஹிட்லர் அளித்துவிட்டார் என்று சிலர் சுட்டிக்காட்டுகின்றனர்.

கொலைப்படை (Einsatzgruppen)

மார்ச் 1941-ல் சோவியத் எதிர்ப்பு ஆபரேஷன் பார்பரோஸா ஆரம்ப மானபோது எஸ்எஸ் சிறப்புப் படைகளுக்கு அனைத்து உதவிகளையும்

செய்துதருமாறு அரசு உத்தரவு வெளியானது. தொடர்ந்து, சிவிலியன் மக்கள்மீது இவர்கள் மேற்கொள்ளவிருக்கும் நடவடிக்கைகளுக்கு ராணுவ வீரர்களின் உதவி கிடைப்பது உறுதி செய்யப்பட்டது. அரசு எதிரிகளைத் துரத்தி வேட்டையாடிக் கொல்வதுதான் இவர்களுக்கு இடப்பட்ட பணி. 750 ஆள்களைக் கொண்ட நான்கு எஸ்எஸ் குழுக்கள் இதற்கென அமைக்கப்பட்டன. முதல் பிரிவு பால்டிக் பகுதியில் இயங்கும். இரண்டாவது ரஷ்யாவிலும் (இன்றைய பெலாரஸ்), மூன்றாவது உக்ரேனிலும், நான்காவது கிரைமியாவிலும் இயங்கும். ஜூன் 1941 தொடங்கி ஏப்ரல் 1942 வரை இவர்கள் 5,60,000 சிவிலியன்களைக் கொன்றொழித்தனர். இவர்கள் வந்து சேர்வதற்கு முன்பே 15 லட்சம் சோவியத் யூதர்கள் இந்தப் பகுதிகளிலிருந்து வெளியேறிவிட்டனர்.

எஸ்எஸ் படை கடைப்பிடிக்கும் முறை எளிமையானது. ஆண்கள், பெண்கள், குழந்தைகள் என்று அனைவரையும் காட்டுப் பகுதிகளில் ஓடவிடுவார்கள். அவர்கள் ஓடும்போதே பின்னாலிருந்து படபட வென்று சுட்டுத் தள்ளுவார்கள். அங்கேயே மொத்தமாகக் குழிகளில் தள்ளி புதைத்துவிடுவார்கள். கீவ் பகுதிக்கு அருகில் 1941-ம் ஆண்டு செப்டெம்பர் 29, 30 ஆகிய இரு தினங்களில் மட்டும் 33,771 யூதர்கள் இவ்வாறு கொல்லப்பட்டனர். க்ரூப் சி என்று அழைக்கப்பட்ட ஒரு சிறப்புப் பிரிவின் சாதனை இது. முதலில் யூதர்களுக்கு ஓர் அறிவிப்பு கொடுக்கப்பட்டது. பிற இடங்களுக்குத் தப்பிச்செல்ல விரும்புபவர்கள் தங்கள் உடைமைகள், ஆவணங்கள், பணம், உடைகள் அனைத்தையும் எடுத்துக்கொண்டு குறிப்பிட்ட ஒரு பகுதிக்கு வரவும் என்று அழைப்பு விடுத்தார்கள். ஆயிரக்கணக்கான யூதர்கள் தங்கள் இருப்பிடத்தைக் காலி செய்துகொண்டு திரண்டு வந்தனர். ஓடைக்கு அருகிலுள்ள ஒரு சிறிய ஒற்றையடிப் பாதையில் அவர்களை நடக்கச் சொன்னது எஸ்எஸ் படை. தயாராக இருந்த வீரர்கள் ஒவ்வொரு யூதரின் கழுத்திலும் குறிபார்த்துச் சுடத் தொடங்கினார்கள்.

3 நவம்பர் 1943 அன்று போலந்தில் உள்ள டப்ளின் என்னுமிடத்தில் அறுவடைத் திருவிழா என்று தலைப்பிட்டுக் கொண்டாடிய எஸ்எஸ் படைகள் 18,000 யூதர்களைச் சுட்டுக்கொன்றனர். இவர்களும் திறந்த வெளியில் சுட்டுக்கொல்லப்பட்டவர்கள்தாம். பதினைந்து லட்சம் யூதர்கள் இவ்வாறு நாஜி படைகளால் சுட்டுக்கொல்லப்பட்டனர்.

கெஸ்டாபோ

1933 தொடங்கி எதேச்சாதிகாரத்தின் அடையாளமாகவும் முகவரி யாகவும் கெஸ்டாபோ திகழ்கிறது. அரசுத் துணையுடன் ரகசியமாக இயங்கிவந்த காவல் படையான கெஸ்டாபோ இருபதாம் நூற்றாண்டின்

மோசமான படுகொலைகளை நிகழ்த்தியுள்ளது. உலகின் மிகவும் அஞ்சத்தக்க ஓர் அமைப்பாகவும், மிகப் பிரம்மாண்டமாகக் கட்டமைக் கப்பட்ட அடியாள் படையாகவும் கெஸ்டாபோவைப் பலர் மதிப்பீடு செய்கின்றனர். கெஸ்டாபோ ஒரு ரகசிய அமைப்பு என்பதிலோ அது தன் எதிரிகளைக் குரூரமாக வேட்டையாடியது என்பதிலோ மாற்றுக் கருத்துகள் இல்லை. ஆனால் கெஸ்டாபோவின் அமைப்பு பற்றியும் செயல்பாடுகள் பற்றியும் சொல்லப்படும் பல செய்திகளில் முரண் பாடுகளும் குழப்பங்களும் உள்ளன.

கெஸ்டாபோவில் பணியாற்றியவர்கள் எழுதிய நினைவுக்குறிப்பு களையும் அமைப்பின் வரலாற்று ஆவணங்களையும் வாசிக்கும்போது, கெஸ்டாபோவைச் சுற்றி வேண்டுமென்றே ஒரு ரகசிய வலை பின்னப் பட்டுள்ளதை ஒருவர் தெரிந்துகொள்ளலாம். கெஸ்டாபோவின் பலம் பற்றியும் அதன் சாத்தியங்கள் பற்றியும் அதீதமான ஒழுங்குமுறை பற்றியும் ஒருவித மாய பிம்பத்தை நாஜிகள் உருவாக்கியிருக்கிறார்கள். இந்தப் பிம்பத்தை நாஜிகள் தங்களுடைய சட்ட விரோத நடவடிக்கை களை மேற்கொள்ளப் பயன்படுத்திக்கொண்டிருக்கின்றனர். மக்கள் மீதான கண்காணிப்புக்கும்கூட ஒருவித நியாயம் கற்பிக்கப்பட்டது. அதை ஒரு பெரும் சாகசமாகவும் பெருமிதம் கொள்ளத்தக்கச் செயலாகவும் நாஜிகள் சித்திரித்தனர்.

உதாரணத்துக்கு,ஒவ்வொரு தொழிற்சாலையிலும் பதினைந்து தொழிலாளர்களில் ஒருவர், நாஜி தன்னார்வலராகவும் உளவாளி யாகவும் இருப்பார் என்று சொல்வதை நாஜிகள் பெருமையாகவே எடுத்துக்கொண்டனர். கெஸ்டாபோ இயங்கத் தொடங்கியபிறகு இத்தகைய தன்னார்வலர்களின் உதவியும்கூடத் தேவைப்படவில்லை. சமூகத்தின் அனைத்துத் தளங்களிலும் உளவாளிகள் இடம்பெற்றனர். இது கெஸ்டாபோவின் முக்கியச் சாதனை. ஒரு கட்டத்தில் ஒவ்வொரு தெரு முனையிலும் ஓர் உளவாளி உலாவிக்கொண்டிருக்கிறான் என்று பேசிக்கொள்ளும் அளவுக்கு கெஸ்டாபோ பீதி பரவியது. அல்லது பரப்பப்பட்டது. எங்கும் நிறைந்த ஒரு சக்தியாக கெஸ்டாபோவைப் பலர் உருவகம் செய்தனர். இதுவரை வரலாற்றில் இப்படியொரு கட்டுக்கோப்பான, திறமையான, ஆபத்தான உளவு அமைப்பு இயங்கிய தில்லை என்று பலரும் ஆச்சரியப்பட்டனர்.

கெஸ்டாபோவின் செயல்பாடுகளை ஆராய்ந்த க்ளாஸ்மைக்கேல் மால்மன், கெர்ஹார்ட் பால் இருவரும் இந்த மாயத் தோற்றத்தை ஏற்க மறுக்கின்றனர். கெஸ்டாபோ பற்றி உலவிக்கொண்டிருக்கும் பெரும் பாலான கதைகள் வெறும் கதைகளே என்கின்றனர் இவர்கள். கெஸ்டாபோ அப்படி ஒன்றும் அனைத்துத் தளங்களிலும் ஊடுருவிச்

சென்ற மாபெரும் ரகசிய இயந்திரமோ வியக்கத்தக்க ஓர் அமைப்போ அல்ல என்பது இவர்கள் வாதம். இன்னும் சொல்லப்போனால், கெஸ்டாபோ எப்படி இயங்கியது, அதன் செயல்முறை என்ன, அவர்கள் பயன்படுத்திய உத்திகள் என்னென்ன, அவர்கள் சமூகத்தில் எத்தகைய தாக்கத்தை ஏற்படுத்தினர், எப்படி அந்த அமைப்பு கட்டமைக்கப்பட்டது போன்ற எதுவும் இன்னும் தெரியவில்லை; இவை எதுவும் விரிவாக ஆய்வு செய்யப்படவில்லை என்று இவர்கள் சுட்டிக்காட்டுகிறார்கள்.

இவர்களுடைய பார்வையில், கெஸ்டாபோவைச் சுற்றி பின்னப்பட்ட பல சாகசக் கதைகளை உருவாக்கியவர்கள் கெஸ்டாபோ அதிகாரிகளே. அப்படியொரு மர்ம பிம்பம் கெஸ்டாபோவுக்குத் தேவைப்பட்டது. அவர்களுடைய உளவறியும் திறன், சித்திரவதை முறைகள், கொடூர மான தண்டனைகள் ஆகியவை பற்றியெல்லாம் ஜெர்மானியர் களிடையே திட்டமிட்டுப் பல கட்டுக்கதைகள் பரப்பப்பட்டன. இவற்றைத் தொடர்ந்து உள்வாங்கி வந்த மக்கள், நம் பக்கத்து வீட்டிலேயேகூட கெஸ்டாபோ உளவாளி ஒளிந்திருக்கலாம் என்று அஞ்சி அமைதியாக இருந்தனர். ஹிட்லருக்கு எதிரான எதிர்ப்பலை களைக் கட்டுப்படுத்தவும் அரசோடு முரண்படுபவர்களை அச்சுறுத்தி அடக்கிவைக்கவும் இந்த உத்தி பயன்படுத்தப்பட்டிருக்கிறது என்கின்றனர் மேற்படி கட்டுரையாளர்கள்.

சில ஆதாரங்களையும் அவர்கள் முன்வைக்கிறார்கள். கெஸ்டாபோ சொல்வதைப் போல் இத்தனை லட்சக்கணக்கான உளவாளிகளை நியமித்து அவர்களுக்கு ஊதியமும் கொடுத்து நிர்வாகம் செய்திருப்பது நடைமுறைச் சாத்தியமற்ற செயல். திறமையான உளவு வலைப் பின்னலை உருவாக்குவதற்குச் சில அடிப்படை வசதிகள், கருவிகள், செயல்முறைகள் தேவை. பல மாவட்ட கெஸ்டாபோ அலுவலகங்களில் அப்போது அப்படிப்பட்ட வசதிகள் இருக்கவில்லை என்பதற்கு ஆதாரங்கள் உள்ளன. மிக முக்கியமாக, கெஸ்டாபோ ஒவ்வொரு நாளும், ஒவ்வொரு மணி நேரமும் வந்து குவியும் லட்சக்கணக்கான உளவுக் குறிப்புகளை எப்படி வாசிக்கிறது? தன் நண்பர்கள், உறவினர்கள், அண்டை வீட்டார்கள் மீதெல்லாம் குற்றச்சாட்டுகளை அள்ளிவீசிச் செய்தி அனுப்பிக்கொண்டிருப்பவர்களை அது எப்படிப் புரிந்துகொள்கிறது? அந்தக் குறிப்புகளில் எது உண்மை, எது பொய் என்பதை எப்படிக் கண்டறிகிறது? அல்லது, தனக்கு வந்து சேரும் அனைத்துத் தகவல்களையும் அது தன்னிடமுள்ள இன்னொரு உளவு அமைப்பை வைத்துச் சரி பார்க்கிறதா? பிறகுதான் நடவடிக்கை மேற்கொள்கிறதா? எதற்கும் ஆதாரபூர்மான பதில்கள் இல்லை.

இந்தக் கேள்விகளை முன்வைத்து க்ளாஸ்மைக்கேல் மால்மன், ஜெர்ஹார்ட் பால் வந்தடையும் முடிவு அதிர்ச்சியூட்டுகிறது. கெஸ்டாபோவை நாஜிகள் பயன்படுத்திக்கொண்டதைப் போலவே சாமானிய ஜெர்மானியர்களும் பயன்படுத்திக்கொண்டனர். தங்களுக்குப் பிடிக்காதவர்களை, தங்களுடைய நலன்களுக்குக் குறுக்கே நிற்பவர்களை, போட்டியாளர்களை மக்கள் தாமாகவே முன்வந்து கெஸ்டாபோ விடம் காட்டிக்கொடுத்தனர். யூதர்களைக் காட்டிக்கொடுக்கும் வேலைகளைச் சர்வ சாதாரணமாக இவர்கள் செய்தனர். இப்படிச் சாமானிய மனிதர்களைத் தந்திரமாகப் பயன்படுத்தி தனது நோக்கத்தை கெஸ்டாபோ நிறைவேற்றிக்கொண்டது. கெஸ்டாபோ உண்மையிலேயே அச்சமூட்டக்கூடிய ஓர் அமைப்பாகத் திகழ்ந்ததற்குக் காரணம் இதுதான். பிற சாகசக் கட்டுக்கதைகள் அல்ல.

19
இன அழிப்பு : இரண்டு

பெண்கள், குழந்தைகள், பரிசோதனைகள்

நாஜிகள் பிற நாட்டுப் பெண்களை, குறிப்பாக யூதர்களையும் ரஷ்யர்களையும் கடுமையான உளவியல் தாக்குதலுக்கும் ஒடுக்கு முறைக்கும் உள்ளாக்கினர். 1941-ம் ஆண்டுக்குப் பிறகு இது இன்னமும் தீவிரம் அடைந்தது. கட்டாயப் பணியில் ஈடுபடுத்தப்பட்ட ரஷ்ய, யூதப் பெண்களுக்குக் கட்டாயக் கருத்தடை செய்யப்பட்டது. குழந்தைப் பிறப்பு அவர்களுடைய பணியை பாதித்துவிடக்கூடாது என்பதற்காக இந்த நடைமுறை வகுக்கப்பட்டது. கர்ப்பமடைந்த பெண்களுக்கு வேண்டுமென்றே கடினமான பணிகளை ஒதுக்கி அவர்களுடைய குழந்தைப் பிறப்பைத் தடுக்கும் செயல்களும் மேற்கொள்ளப்பட்டன. மீறிப் பிறந்த குழந்தைகளை அவர்களுடைய தாயாரிடமிருந்து வலுக்கட்டாயமாகப் பிரித்தெடுத்துச் சென்றனர். சிறைப்பிடிக்கப்பட்ட பெண்களை எப்படிக் கையாளவேண்டும், அவர்களுடைய குழந்தை களை என்ன செய்யவேண்டும் என்பது பற்றியெல்லாம் நாஜிகள் குறிப்புகள் வைத்திருந்தனர்.

ஹிம்லரின் தலைமையில் ஒரு குழு வதைமுகாம்களில் பெண்கள்மீதும் குழந்தைகள்மீதும் சில பரிசோதனைகளைச் செய்தன. ஆஷ்விட்ஸ், ராவென்ஸ்ப்ரக் வதைமுகாம்களில் இவை அதிகம் நடைபெற்றன. யூதப் பெண்கள்மீது எக்ஸ்-ரே கதிர்கள் பாய்ச்சப்பட்டு அதன் விளைவுகள் குறிப்பெடுக்கப்பட்டன. ரசாயனங்களும் தாராளமாகப் பயன்படுத்தப் பட்டன. ஆண்களும்கூட இத்தகைய பரிசோதனைகளுக்கு ஆளாயினர் என்றபோதும் பெண்களே அவர்களுடைய விருப்பத்துக்குரிய ஆய்வுப் பொருள்களாக இருந்தனர்.

கிளாபெர்க் என்ற ஜெர்மன் மருத்துவர் 1934 தொடங்கி இத்தகைய ஆய்வுகளில் ஈடுபட்டவர். ரத்தமின்றி, கத்தியின்றி, உயிர்ச் சேதமின்றி பெண்களுக்குக் கருத்தடை செய்யும் ஒரு முறையை இவர் பலகட்டச் சோதனைகளுக்குப் பிறகு கண்டறிந்ததாகச் சொல்லப்படுகிறது. இவருடைய வழிமுறை, பெண்களின் கருப்பைமீது ஊசிகள் போடுவது. இந்த நடைமுறை அதிக வெற்றியைப் பெற்றுத்தருவதாக இவர் பெருமிதம் கொண்டார். 1943 வாக்கில் இவருடைய பரிசோதனைகள் முழுமையடைந்தன. பத்து பேர் கொண்ட ஒரு குழு இருந்தால் போதும், பெரும் புரட்சியைக் கொண்டுவந்துவிடலாம் என்றார் இவர். ஒரு நாளைக்கு ஆயிரம் பெண்களுக்குக் கருத்தடை செய்யும் திறமையை இவர் பெற்றார். இவரிடம் சிக்கியவர்களில் பெரும்பாலானவர்கள் யூதர்கள் அல்லது 'அரை' யூதர்கள். மற்றபடி, 'பரிசோதனை மேற்கொள்ளும்போது ஒரு மருத்துவராக யாருக் கெல்லாம் கருக்கலைப்பு தேவைப்படும் என்று நினைக்கிறேனோ அவர்கள் அனைவருக்கும் செய்துமுடித்தேன்' என்று இவர் ஒருமுறை குறிப்பிட்டார். வதை முகாம்களில் உள்ள யூதர்கள் மற்றும் ஜிப்ஸிப் பெண்கள்மீது முதலில் இத்தகைய பரிசோதனைகள் மேற்கொள்ளப் பட்டு அவை வெற்றியடைந்ததும் பிற 'இழிவான' பெண்களுக்கு இவை விரிவுபடுத்தப்பட்டன.

பெண்கள்மீதும் குழந்தைகள்மீதும் நிகழ்த்தப்பட்ட சில சித்திரவதை களைக் கண்டு ஹிம்லரே ஒரு கட்டத்தில் பாதிப்படைந்து, இந்த நடைமுறைகளை நிறுத்திவிட்டு வேறு ஏதாவது கண்டுபிடியுங்கள் என்று கேட்டுக்கொண்டார். அவருடைய கோரிக்கையை ஏற்று வேறு வலி குறைந்த கொலை முறைகள் கண்டுபிடிக்கப்பட்டன.

டி4 ஆக்ஷன்

தேவையற்ற ஓர் உயிரைக் கொல்வதைக் காட்டிலும் அது தோன்றா வண்ணம் தடுப்பதே சிறந்தது என்கிறது ஒரு நாஜி திட்டக் குறிப்பு. கருணைக்கொலை அல்லது ஆக்ஷன் டி4 என்று இது அழைக்கப் பட்டது. அவர்கள் அநாவசியம் என்று கருதும் மனிதர்களை முடிந்த வரை விரைவாகக் கொன்றுவிடுவதை நாஜிகள் ஒரு வழக்கமாகவே கொண்டிருந்தனர். 1939 தொடங்கி 1945 வரை இப்படிக் கொல்லப் பட்டவர்களின் தோராய எண்ணிக்கை இரண்டு லட்சம் பேர். யூதர்கள், ஜிப்ஸிகள், ஓரினச் சேர்க்கையாளர்கள், கம்யூனிஸ்டுகள், வயதான வர்கள், மனநிலை பாதிக்கப்பட்டவர்கள், உடல் ஊனமுற்றோர் ஆகியோர் இதில் அடங்குவர். தீர்க்கமுடியாத நோய் கொண்டவர்கள் அல்லது பணியாற்ற இயலாதவர்கள் என்பது இவர்கள் கொல்லப் பட்டதற்குச் சொல்லப்பட்ட அதிகாரபூர்வமான காரணம். யூதர்களுக்கு

இத்தகைய காரணம் தேவையில்லை; ஒருவர் யூதர் என்பதே அவர் கொல்லப்படவேண்டியவர் என்பதற்கான காரணமாகவும் மாறிவிடுகிறது. யூதர்களைக் கொல்லும் படலத்துக்கு டி4 தொடக்கப் புள்ளியாக அமைந்தது. முதல்முறையாக விஷ வாயுவைப் பயன்படுத்தி யூதர்கள் கொல்லப்பட்டது டி4 ஆக்ஷனில்தான்.

வயதானவர்களையும் உடல் ஊனமுற்றோரையும் கொன்றுவிடலாம் என்னும் ஆலோசனையை மருத்துவர்கள் பலரும் முன்பே முன்வைத்தனர் என்றும் நாஜிகளின் படுகொலைகளில் இவர்களுக்கும் ஒரு முக்கியப் பங்குண்டு என்றும் சுட்டிக்காட்டுகிறார் டேவிட் க்ரூ. மருத்துவ ஆய்வு களுக்காக யூதர்களைப் பயன்படுத்திக்கொண்டதிலும் இவர்களுக்குப் பங்கு உண்டு. நாஜி மருத்துவர்கள் பலர் நாஜிகளின் சிந்தனை யோட்டத்தைப் பெற்றிருந்தனர் அல்லது வளர்த்துக்கொண்டனர். நாஜிகளின் ஆதர்ச பிம்பத்துடன் மருத்துவர்களால் சுலபமாக ஒன்றிப் போக முடிந்தது. நாஜிகளின் 'ஜெர்மானிய ரத்தம்' என்னும் சித்தாந்தத்தை மருத்துவ அறிவு பெற்றிருந்தாலும் இவர்களால் ஏற்க முடிந்தது. ஜெர்மானிய இனத்தைச் சுத்தம் செய்து கசடுகளை அழிக்கும் பணியில் விருப்பத்துடன் ஈடுபட்ட மருத்துவர்கள் பலர். இவர்களில் சிலர் தங்களுடைய பரிசோதனை முயற்சிகளுக்காகவும் யூதர்களைப் பயன்படுத்திக்கொண்டனர்.

கேஸ் சாம்பர் (விஷ வாயு அறை) பயன்பாட்டுக்கு வருவதற்கு முன்புவரை யூதர்களைக் கும்பலமாக நிற்கவைத்து சுட்டுக்கொல்லும் முறையையே பயன்படுத்தியிருக்கின்றனர். 1941 இறுதியில் டி4 விஷ வாயு அறைமூலம் குறைந்த செலவில் பல மடங்கு அதிக உயிர்களைப் பறிக்கமுடியும் என்பது நிரூபிக்கப்பட்டது. ஆக்கிரமிக்கப்பட்ட கிழக்குப் பகுதிகளில் உள்ள யூதர்களைக் கொல்வதற்காக ஜெர்மனியி லிருந்து விஷ வாயு அறைகளையும் அவற்றை இயக்கக்கூடிய பணியாளர்களையும் அனுப்பி வைத்தது நாஜி அரசு. யூதர்கள், ஜிப்ஸிகள் என்று பல்லாயிரக்கணக்கானவர்கள் புதிய தொழில்நுட்பத்தின் உதவியால் கொன்றொழிக்கப்பட்டனர்.

விஷ வாயு பயன்பாட்டுக்கு வருவதற்கு முன்பு கடைப்பிடிக்கப்படும் பல சித்திரவதைகளைக் கண்டு நாஜிகள் சிலரேகூட அருவருப்பும் அதிருப்தியும் அடைந்துள்ளனர். குழந்தைகளையும் பெண்களையும் கொல்லப் பணிக்கப்பட்ட எஸ்எஸ் வீரர்கள் பல்வேறு உளவியல் தொந்தரவுகளுக்கு ஆளானதற்கு ஆதாரங்கள் உள்ளன. இவ்வாறு பாதிக்கப்பட்ட சிலருக்கு விஷ வாயு அறை ஓரளவுக்கு நிம்மதி அளித்துள்ளது. அதிக எண்ணிக்கையில் கொன்றொழிப்பதற்காக மட்டு மின்றி பிற வகைச் சித்திரவதை முறைகளையெல்லாம்விட ஒரு நல்ல

மாற்றாகவும் இருந்ததால் விஷ வாயு அறைக்கு நாஜிகள் மத்தியில் நல்ல வரவேற்பு இருந்துள்ளது. 'மனிதத்தன்மை மிக்க ஒரு நல்ல கருவி' என்றுகூட விஷ வாயு அறை அழைக்கப்பட்டுள்ளது.

இதைத் தொடர்ந்து எங்கும் எப்போதும் கொல்லும் வசதிக்காக மொபைல் விஷ வாயு வாகனம் உருவாக்கப்பட்டது. இதற்கு முதலில் பலியானவர்கள் குழந்தைகளே. யூதர்களில் ஆரம்ப கட்டத்தில் ஆண்களைவிடப் பெண்களே அதிகம் கொல்லப்பட்டனர். பிறகு இதில் ஒருவித சமத்துவம் நிலவத் தொடங்கி ஆண், பெண், குழந்தைகள் என்று பாரபட்சமின்றிக் கொல்லத் தொடங்கினார்கள். விஷ வாயு அறை வந்தபோதும் முதலில் அதிகம் கொல்லப்பட்டவர்கள் பெண்களும் குழந்தைகளும்தாம். ஒரு யூதக் குழந்தையை அது ஒரு யூதக் குழந்தை என்பதற்காகவும் வளரவிட்டால் ஒரு யூதராக மாறும் என்பதற்காகவும் கொன்றனர். யூதக் குழந்தைகள் முகாம்களுக்கு வரும்போதே உடனடியாகக் கொல்லப்பட்டுவிட்டன. ஒரு திடகாத்திரமான யூத ஆண், பணி முகாமுக்கு அனுப்பப்படலாம். ஒரு பெண்ணையும் அவ்வாறே அனுப்பலாம் என்றாலும் ஒரு யூதக் குழந்தையைப் பெற்றெடுப்பவர் என்னும் ஒரு காரணம் போதும் அவளைக் கொல்ல! வதை முகாம்களில் கொல்லப்பட்டவர்களில் மூன்றில் ஒரு பங்கு பெண்கள். இவர்களில் 56 சதவிகிதம் பேர் ஜிப்ஸிகள். ஆஷ்விட்ஸ் விஷ வாயு அறைகளில் இவர்கள் கொல்லப்பட்டனர்.

மொபைல் விஷ வாயு வாகனத்தை நேரில் கண்ட ஒருவரின் சாட்சியம் இது. டிசம்பர் 1941-ல் அறுபது பேர் ஒரே சமயத்தில் கொல்லப் பட்டதை உல்ஃப்காங் பென்ஸ் கண்டிருக்கிறார். 'அவர்கள் சிறை வளாகத்துக்குள் நுழைந்தனர். சிறையில் இருந்த ஆண்கள், பெண்கள், குழந்தைகள் என்று யூதர்கள் அனைவரும் வாகனத்தில் அவர்களாகவே ஏறிக்கொண்டனர். இந்த வாகனம் எப்படி இருக்கும் என்பது எனக்குத் தெரியும். வெளிப்புறம் இரும்பால் ஆனது. கூரை மரத்தால் ஆனது. வாகனத்தின் உள்புறத்திலிருந்து கிளம்பும் புகை போக்கி வெளியில் தலையை நீட்டியிருக்கும். இப்போதும்கூட யூதர்கள் படபடவென்று வாகனத்தைத் தட்டுவதையும் அலறுவதையும் என்னால் கேட்க முடிகிறது. அன்புள்ள ஜெர்மானியர்களே, எங்களை விட்டுவிடுங்கள்! என்று அவர்கள் இறைஞ்சினார்கள்.'

ஆஷ்விட்ஸ்

போலந்தில் கிராகோவ் என்னும் பகுதியில் அமைந்துள்ளது ஆஷ்விட்ஸ். 19-ம் நூற்றாண்டில் ஆஸ்திரிய- ஹங்கேரியப் பேரரசால்

ஆக்கிரமிக்கப்பட்ட ஆஷ்விட்ஸ் பின்னர் ஜெர்மனியின் அதிகாரத்தின் கீழ் வந்துசேர்ந்தது. 1940-ல் மிலிட்டரி பாராக்ஸ் பகுதியைச் சுற்றிலும் வதை முகாம்கள் அமைக்கப்பட்டன. தொடக்கத்தில் மேற்கிலிருந்து கிழக்கு நோக்கி ஆள்களைக் கொண்டுசெல்வதற்கான ஒரு தாற்காலிக முகாமாகத்தான் ஆஷ்விட்ஸ் அமைக்கப்பட்டது. ஆனால் நாளடைவில் ஜெர்மனியின் மிகப் பெரிய வதை முகாமாக உருமாறியது.

ஆஷ்விட்ஸில் மொத்தம் மூன்று வகையான முகாம்கள் இருந்தன. பேஸ் கேம்ப் என்று அழைக்கப்படும் முதல் முகாம், போலந்தின் கைதிகளுக்கான வதை முகாமாக இருந்தது. அரசியல் தலைவர்கள், பாதிரியார்கள், அறிவுஜீவிகள், நாஜி எதிர்ப்பாளர்கள் ஆகியோர் இங்கே அடைக்கப்பட்டனர். மொத்தமுள்ள கைதிகளில் இவர்களே பெரும்பாலானோர். இங்குதான் முதலில் விஷ வாயு அறை பொருத்தப்பட்டு பரிசோதனைகள் மேற்கொள்ளப்பட்டன. முப்பத்தைந்து முகாம்களைக் கொண்டுள்ள மற்றொரு பகுதியில் (ஆஷ்விட்ஸ்-மோனோவிட்ஸ்) கைதிகள் கட்டாயப் பணிகளில் ஈடுபடுத்தப்பட்டனர். ஐஜி ஃபார்பென் போன்ற ஜெர்மானியத் தொழிற்சாலைகள் பல இங்கே இயங்கின. இறக்கும்வரை அல்லது கொல்லப்படும்வரை இங்குள்ள கைதிகள் இந்தத் தொழிற்சாலைகளில் பணியாற்றவேண்டும்.

வடமேற்கே இரண்டு மைல் தொலைவில் கொலை முகாம் (ஆஷ்விட்ஸ்-பிர்கெனா) அமைந்துள்ளது. நவம்பர் 1941-ல் உருவாக்கப்பட்ட இந்த முகாமில் ரயில் பாதை வசதிகள் போடப்பட்டதால் கைதிகளைக் கொண்டுசெல்வது வசதியாக இருந்தது. இங்குள்ள கைதிகள் அடிமைகளைப்போல் நடத்தப்பட்டனர். பிர்கெனா பகுதியில் கிட்டத்தட்ட ஒரு லட்சம் பேரை அடைத்துவைக்க முடியும். ஒரு சிறிய ஊர் போன்றது இது. ஜனவரி 1942-ல் இங்கே ஒரு விஷ வாயு அறை உருவாக்கப்பட்டது. தேவை பெருகியதால் ஜூன் மாதம் மற்றொரு விஷ வாயு அறை உருவாக்கப்பட்டது. டிசம்பர் 1942-ல் முதல் விஷ வாயு அறை நீக்கப்பட்டு அந்த இடத்தில் நவீன மின் மயானம் அமைக்கப்பட்டது. கொல்வது, பிணங்களைச் சேகரிப்பது, பிறகு அப்புறப்படுத்துவது ஆகியவற்றுக்கு நேரம் அதிகம் செலவானதால் இந்த நவீனப் பிண எரிப்பு மையம் ஒரு நல்ல மாற்றாகத் திகழ்ந்தது. 1944 வாக்கில் நான்கு மின் மயானங்கள் உருவாக்கப்பட்டன.

இவற்றுக்குள் கைதிகளைக் கொண்டுவருவதற்கு ஓர் உபாயம் வைத்திருந்தனர். நோய்த் தடுப்பு மருந்து தெளிக்கப்போகிறோம் என்று சொல்லி கைதிகள் அனைவரையும் ஆடைகளைக் களையச் சொல்வார்கள். முன்கூட்டியே அவர்களுடைய உடைமைகள் தனியே சேகரிக்கப்பட்டுவிடும். தலைமுடி, காலணிகள் ஆகியவற்றையும்கூட அகற்றிவிடுவார்கள்.

பிறகு விஷ வாயு அறைக்குள் மொத்தமாக அனுப்பிவைத்து இறுக்கமாக மூடி, ஒரே ஒரு சிறிய துவாரம் வழியாக சில ரசாயனப் படிகங்களை உள்ளே போடுவார்கள். இந்தப் படிகங்கள் விஷ வாயுவாக மாறி, மனிதர்களைத் தாக்கும். சில நிமிடங்களில் மனிதர்கள் இருந்த இடம் பிணங்களால் நிறைந்து நிற்கும்.

ஐரோப்பா முழுவதிலுமிருந்து பல்லாயிரக்கணக்கானவர்கள் இங்கு அழைத்து வரப்பட்டனர். ஆண்களும் பெண்களும் தனித்தனி வரிசையில் நிற்க வைக்கப்பட்டனர். எஸ்எஸ் அதிகாரி ஒவ்வொரு வரையும் பற்றிக் குறிப்புகள் எடுத்துக்கொள்வார். வயது, தொழில், உடல் நிலை ஆகியவை குறிக்கப்படும். பணியாற்றுவதற்கு வலு உள்ளவர்கள் ஆஷ்விட்ஸ் பணிமுகாம்களுக்கும் மற்றவர்கள் விஷ வாயு அறைக்கும் அனுப்பப்பட்டுவிடுவார்கள். உள்ளே வருபவர்களில் கிட்டத்தட்ட 90 சதவிகிதம் பேர் கொல்லப்பட்டுவிடுவார்கள்.

பிர்கெனாவில் ஒரு பகுதி ஜிப்ஸிகளுக்கானது. ஆகஸ்ட் 1943-ல் கலைக்கப்படும்வரை ஐந்து லட்சம் ஜிப்ஸிகள் கொல்லப்பட்டனர். ஆஷ்விட்ஸில் மட்டுமே ஒரு லட்சம் பேர் கொல்லப்பட்டனர். அதிக அளவில் இங்கே கொல்லப்பட்டவர்கள் ஹங்கேரிய யூதர்கள். மொத்த மாக ஆஷ்விட்ஸில் கொல்லப்பட்டவர்களின் சரியான எண்ணிக் கையை நிர்ணயம் செய்ய முடியவில்லை. 25 லட்சம் முதல் 40 லட்சம் வரையில் இருக்கலாம் என்று சொல்லப்படுகிறது. போலந்தில் உள்ள மற்றொரு வதை முகாம், லுப்லின். இங்கு சுமார் இரண்டு லட்சம் பேர் கொல்லப்பட்டனர். நாஜிகள் கொன்றதுபோகப் பல லட்சம் யூதர்கள் தொற்று நோய்களாலும் பசியாலும் மாண்டுபோயினர். ஆனால் இவ்வளவு நடந்தும் ஐரோப்பாவில் உள்ள யூதர்கள் அனை வரையும் நாஜிகளால் அழிக்க முடியவில்லை.

ஜெர்மானியர்கள் எவ்வளவு அறிந்திருந்தார்கள்?

இத்தனை லட்சம் படுகொலைகள் நடைபெற்றும் அப்போதைய ஜெர்மனி இதனை முழுதும் அறிந்திருக்கவில்லை என்பது வியப் பூட்டும் உண்மை. மக்கள் குடியிருப்புகளுக்கு வெகு தொலைவில் வதை முகாம்கள் அமைந்திருந்தன. நூறு, ஆயிரம் என்று யூதர்கள் சுற்றி வளைக்கப்பட்டுக் கொண்டுசெல்லப்படும்போதுகூட அவர்கள் கைது செய்யப்படுகிறார்கள் என்றுதான் பலரும் நினைத்துக்கொண்டனர். முழுமூச்சாக ஒரு கொலை இயந்திரம் சுழன்றுகொண்டிருப்பது அவர் களுக்குத் தெரியாது. நாஜிகள் யூத இன ஒழிப்பை ரகசியமாக வைத்துக் கொண்டதற்குக் காரணம் மக்களுக்கு இது தெரியக்கூடாது என்பதல்ல. அரசே தன் மக்களைக் கொன்றுகொண்டிருக்கிறது என்று மக்கள்

அச்சமோ வெறுப்போ கொண்டுவிடக்கூடாது என்பதல்ல. யூதர்கள் இந்த உண்மையை அறிந்து, பீதி அடைந்து சிதறிவிடக்கூடாது என்பதுதான்.

நேரடியாக இன ஒழிப்பில் ஈடுபட்டவர்களும்கூட இது பற்றி வெளியில் சொல்லக்கூடாது என்று அறிவுறுத்தப்பட்டிருந்தனர். இருந்தாலும் தங்கள் குடும்பத்தினருக்கு மட்டும் என்று சொல்லி அவர்களில் சிலர் பகிர்ந்துகொண்ட விஷயங்கள் வெளியில் கசிந்துவந்தன. இப்படியும் வேறு வழிகளிலும் யூதர்கள் கொல்லப்படுவதைத் தெரிந்திருந்த ஜெர்மானியர்களும் இருந்தனர். அதேபோல் சோவியத் எல்லையில் நாஜிகள் நிகழ்த்திய படு கொலைகளையும்கூட நாஜிகளால் மறைத்துவைக்க முடியவில்லை. வதை முகாம்களுக்கு உள்ளே என்ன நடக்கிறது என்பதை முழுதும் தெரிந்துகொள்ள முடியாவிட்டாலும் முகாம்கள் இயங்கிவந்ததையும் மக்கள் அறிந்திருந்தனர். கெப்பல்ஸால்கூட இதனை மறைக்க முடியவில்லை. நாஜிகளின் பத்திரிகையில் அவர் ஒருமுறை எழுதினார். '1939ல் ஹிட்லர் கொடுத்த வாக்குறுதியை இப்போது நிறைவேற்றி விட்டார்.'

நாஜித் தலைவர்கள் போர் நடைபெறும்போது ஆற்றிய உரைகளி லெல்லாம் யூதவொழிப்பு பற்றி மறைமுகமாகப் பல குறிப்புகளைக் கொடுத்தார்கள். உதாரணத்துக்கு, யூதர்களின் அழிவில்தான் ஜெர்மனியின் எதிர்காலம் அடங்கியிருக்கிறது என்று அவர்கள் சொல்லும்போது அழிவு என்பது இலக்கிய நயத்துடன் குறிப்பிடப்பட வில்லை, அது பச்சைப் படுகொலையே என்பதை நிச்சயம் பல ஜெர்மானியர்கள் புரிந்துகொண்டிருப்பார்கள். அழிப்பு எப்படி நடந்தது, எந்த அளவுக்குத் தீவிரமாக நடந்தது, எவ்வளவு எண்ணிக்கையில் கொலைகள் நடைபெற்றன போன்றவற்றைத் துல்லியமாக ஒருவேளை ஜெர்மானியர்கள் அறிந்துகொள்ளாமல் இருந்திருக்கலாம். ஆனால், நடந்தது எதுவுமே தெரியாது என்று சொல்பவர்கள் நிச்சயம் பொய் சொல்பவர்கள். அல்லது தங்களுடைய குற்றவுணர்வை மறைப்பதற்காக அவ்வாறு சொல்லி தங்களைச் சமாதானப்படுத்திக்கொள்பவர்கள்.

ஏழு

முடிவு

~

20
வீழ்ச்சியும் மரணமும்

ஹிட்லரின் வீழ்ச்சியையும் ஜெர்மனியின் வீழ்ச்சியையும் ஒருசேரக் கொண்டுவந்தது இரண்டாம் உலகப் போர். தொடங்கிய போரை முடித்துவைக்கும் நிலை ஹிட்லருக்கு ஏற்படவே இல்லை. ஹிட்லரின் உத்தரவுகளுக்காகப் போர் காத்திருக்கவில்லை. பெரும் நெருப்பாகப் பற்றி எழுந்து ஹிட்லரைக் கடந்து அது முன்னேறிச் சென்றது. இறுதிக் கட்டத்தில் ஹிட்லரையும் அது தனக்குள் இழுத்துக்கொண்டது. போரின்மூலம் கிடைத்த அனைத்தையும் ஜெர்மனி போரின் முடிவில் இழந்தது. முதல் உலகப் போரின் தொடக்கத்தில் இருந்ததைக் காட்டிலும் மோசமான ஒரு நிலைமைக்கு ஹிட்லர் ஜெர்மனியை இழுத்துச் சென்றார். ஜெர்மனி மட்டுமல்ல, அதற்குப் பிறகு ஐரோப்பா வால்கூடப் பழைய நிலைக்குத் திரும்பவே முடியவில்லை.

முடிவுக்கு வந்த போர்

ஐரோப்பாவைக் கடந்து ஆசியாவையும் அணைத்துக்கொண்டபோது போர் உலகப் போராக அதன் மெய்யான பொருளில் உருமாறியது. ஜெர்மனியைப் போலவே மற்றொரு பெரிய ஆக்கிரமிப்பாளராக ஜப்பான் உருவாகிக்கொண்டிருந்த சமயம் அது. 1937 வாக்கில் சீனாவின் பெரும்பகுதியைக் கைப்பற்றியதோடு அதன் அனைத்து முக்கிய நகரங்களையும் துறைமுகங்களையும் ஆக்கிரமித்திருந்தது ஜப்பான். இது அமெரிக்காவை ஜப்பானுக்கு எதிராகத் திருப்பியது. ஜப்பானுக்கும் பிரிட்டனுக்கும் இடையிலும்கூட நல்லுறவு நீடித்ததில்லை என்னும் நிலையில் இந்த இரு நாடுகளும் ஜப்பானைக் கட்டுக்குள் கொண்டுவர

விரும்பின. உலகுடனான சீனாவின் வழித்தடத்தை ஜப்பான் அடைத்து விட்டால் அது பிரிட்டனைப் பாதிக்கும் என்பதால் ஜப்பானை அடக்குவது பிரிட்டனுக்கு அவசியமாகிவிட்டது. மற்றொரு பக்கம், தனது பிரதேச விரிவாக்கக் கனவுக்கு சோவியத் யூனியன் தடையாக இருக்கும் என்று கருதிய ஜப்பான் அந்நாட்டுடன் ஒப்பந்தம் போட்டுக் கொண்டது. ஜூலை 1941-ல் ஜப்பான் இந்தோசீனாமீது படையெடுத்த போது அமெரிக்கா, நெதர்லாந்து, பிரிட்டன் ஆகிய நாடுகள் ஜப்பானுடனான உறவைத் துண்டித்துக்கொண்டன.

அனைத்துப் பெரிய நாடுகளும் போரில் குதித்துவிட்ட நிலையில் தனக்கு ஒரே அச்சுறுத்தலாக அமெரிக்கா மட்டுமே இருக்கும் என்று கருதிய ஜப்பான் டிசம்பர் 1941-ல் அமெரிக்காவின் ராணுவத் தளம் அமைந்திருந்த ஹவாயில் உள்ள பேர்ல் ஹார்பரைத் தாக்கியது. அதுவரை நடுநிலை வகித்துவந்த காரணத்தால் யார் வேண்டுமானாலும் பணம் கொடுத்து ஆயுதங்கள் வாங்கிக்கொள்ளலாம் என்றே தொடக் கத்தில் சொன்னது அமெரிக்கா. ஆனால் இந்த நிலைப்பாடு பிரிட்டனுக்கும் பிரான்ஸுக்கும் மட்டுமே ஆதரவாகஇருந்தது. பின்னர் கொண்டுவந்த லெண்ட் லீஸ் சட்டத்தின்படி நேச நாடுகளுக்கு வெளிப் படையாக உதவி செய்ய ஆரம்பித்தது அமெரிக்கா. பேர்ல் ஹார்பர் தாக்குதல் காரணமாக அமெரிக்கா அதிகாரபூர்வமாகப் போரில் குதித்தது. அமெரிக்காவின் வரவு நேச நாடுகளின் அணிக்குப் பலமூட்டு வதாக இருந்தது.

இதற்கிடையில் கிழக்கு முனையில் ஸ்டாலின்கிராட் யுத்தம் ஒரு புதிய திருப்பத்தை ஏற்படுத்தியது. பிப்ரவரி 1943-ல் செம்படைகள் ஜெர் மனிக்குப் பெரும் சேதத்தை ஏற்படுத்தின. பிற ஐரோப்பிய நாடுகளைப் போல் சோவியத்தையும் ஆக்கிரமித்துவிடலாம் என்று எளிமையாகக் கணக்குப்போட்டிருந்த ஜெர்மனி, ஸ்டாலின்கிராடைக் கைவிட்டு விட்டு வெளியேறவேண்டியிருந்தது. நவம்பர் மாதம் கீவ் நகரை ஜெர்மனி இழந்தது. 1944 மத்தியில் சோவியத் யூனியன் ஜெர்மனியிடம் பறிகொடுத்த அனைத்துப் பகுதிகளையும் மீட்டெடுத்துவிட்டது. பலரும் பின்னர் சுட்டிக்காட்டியதைப்போல் சோவியத் யூனியன் படையெடுப்பு ஜெர்மனிக்குத் தொடர் தோல்விகளையும் சேதங் களையும் மட்டுமே கொண்டுவந்து சேர்த்தது. யூத ஒழிப்பில் தொடர்ந்து மும்முரம் காட்டிவந்த ஹிட்லர் போல்ஷ்விய ஒழிப்பிலும் அதேபோல் தாம் வெற்றிபெற்றுவிடுவோம் என்றுதான் நினைத்திருந்தார். தன் கவனம், செல்வம், பலம் அனைத்தையும் சோவியத்தின் பக்கம் திருப்பி விட்டதில் பிற முனைகளிலும் ஜெர்மன் படைகள் தோல்வி அடையத் தொடங்கின. ஜெர்மானியர்கள் இதற்கு விலை கொடுத்தனர். பொருளா தாரம் ஆட்டம் கண்டது.

ஹிட்லர் ஆட்சிக்கு வந்தபிறகு பொருளாதாரம் பெரிய அளவில் ஆட்டம் கண்டது இதுவே முதல் முறை. போரால் பலம் பெற்று, போரால் மட்டுமே துடிப்பாக இயங்கிவந்த பொருளாதார அமைப்பு அது. ஜெர்மனியில் வேலையில்லாதவர்களின் எண்ணிக்கை 1935-ம் ஆண்டு இருபது லட்சம். இரண்டாண்டுகளில் இது 10 லட்சமாகக் குறைந்தது. தொழில்மயமாக்கப்பட்ட நாடுகளில் ஜெர்மனி மட்டுமே 1930-களில் வேலையில்லாத் திண்டாட்டப் பிரச்னையைத் 'தீர்த்து வைத்தது' என்கிறார் பொருளாதார வரலாற்றாளர் கிறிஸ்டீன் ரைடர். 1929-ல் இருந்ததைவிட 1939-ல் தேசிய உற்பத்தி 26 சதவிகிதம் உயர்ந்தது. இவை சாத்தியமானதற்கான காரணங்களை ரைடர் முன்வைக்கிறார். 1) பொதுக் கட்டுமானப் பணிகளை அதிகரித்தது. 2) குறிப்பிட்ட தொழில்துறையினருக்கு வழங்கப்பட்ட ஊக்கம். உதாரணத்துக்கு, ரசாயனம், உலோகம், ஆடைகள், உணவு ஆகிய துறைகளுக்கு அரசு உதவி கிடைத்தது. 3) ஆயுத உற்பத்தித் துறையை வளர்த்தெடுத்தது.

பெரும் தொழில்நிறுவனங்களின் ஆதரவு இல்லாவிட்டால் ஆயுத உற்பத்தித் துறை வளர்ந்திருக்க வாய்ப்பில்லை. மொத்தத்தில், பொருளாதார முன்னேற்றம், தொழில்துறை வளர்ச்சி இரண்டும் ஹிட்லரின் ஆட்சிக்காலத்தில் சாத்தியப்பட்டதற்குக் காரணம் போருக்கான முன்தயாரிப்புகளே என்று சொல்ல முடியும். சோவியத் போர் இந்த நிலைமையை மாற்றியது. ஜெர்மனியின் வளம் குறையத் தொடங்கியது.

அமெரிக்காவும் பிரிட்டனும் ஜப்பானின் ஆதிக்கத்தை ஒடுக்கிக் கொண்டிருந்தன. சோவியத் ரஷ்யா, ஜெர்மனியை எதிர்கொண்டு சேதங்களை ஏற்படுத்திக்கொண்டிருந்தது. ஜெர்மனியை ஒரேயடியாக வீழ்த்திப்போடுவதற்கு இவர்கள் மூவரும் ஒன்றிணைந்தனர். நவம்பர் 1943-ல் ரூஸ்வெல்ட், சர்ச்சில் இருவரும் பெர்ஷியாவில் டெஹ்ரானில் ஸ்டாலினைச் சந்தித்து அதற்கான வியூகம் ஒன்றை அமைத்தனர். 6 ஜூன் 1944 அன்று பிரெஞ்சு நார்மண்டிக் கரையில் அமெரிக்க, பிரிட்டிஷ் படைகள் வந்திறங்கின. பாரிஸ் ஜெர்மனியின் பிடியிலிருந்து விடுவிக்கப்பட்டது. செப்டெம்பர் இறுதிக்குள் பெல்ஜியம், நெதர்லாந்து ஆகியவையும் விடுவிக்கப்பட்டன.

ஹிட்லர் கடும் நெருக்கடிக்குத் தள்ளப்பட்டார். மிக நிதானமாக, மிக எளிதாக அவர் கைப்பற்றிய பிரதேசங்கள் கையைவிட்டு நழுவிக் கொண்டிருந்தன. ஹிட்லர் அஞ்சியதுதான் நடந்தது. எந்தக் கூட்டணி உருவாகக்கூடாது என்று அவர் நினைத்தாரோ அது உருவாகியிருந்தது. பிரிட்டனும் அமெரிக்காவும் இணையக்கூடாது என்று நினைத்தார்.

அவர்கள் இணைந்தனர். இந்த இரு நாடுகளும் ரஷ்யாவுடன் இணையவே கூடாது என்று அவர் விரும்பினார். அந்த இணைப்பும் சாத்தியப்பட்டது. அதே ஆண்டு ஜூலை மாதம் ஹிட்லரைக் கொல்வதற்கு சில ஜெர்மானிய ராணுவ அதிகாரிகள் முயற்சி செய்து தோற்றனர். சதிகாரர்களை அகற்றிய ஹிட்லர் ஜெர்மனியை முடுக்கி விட்டார். இப்போது அவரிடம் பதற்றம் தொற்றிக்கொண்டுவிட்டது. தோல்விக்கான சாத்தியங்களும் தென்படத் தொடங்கியிருந்தன. ஒரு சிலர் ஜெர்மனியின் வீழ்ச்சியை அப்போதே இனம் கண்டுவிட்டனர். ஆனால் இவை அனைத்தையும்மீறி ஹிட்லர் ஜெர்மனியை இயக்கிக் கொண்டுதான் இருந்தார். ஜெர்மன் ராணுவம் தொடர்ந்து தமது எதிரிகளுக்குச் சேதங்களை ஏற்படுத்திக்கொண்டுதான் இருந்தது. ஆனால் இது நீண்டகாலம் நீடிக்கவில்லை. மார்ச் 1945 இறுதியில் நேச நாடுகள் அணி ரைன்லாந்தைக் கடந்து முன்னேறிவிட்டன. முப்பது லட்சம் செம்படை வீரர்கள் கிழக்கிலிருந்து ஜெர்மனியை நோக்கி முன்னேறினர். ஏப்ரல் இறுதிக்குள் வியன்னாவை சோவியத் விடுவித்து விட்டது.

இப்போது ஜெர்மனி சுற்றி வளைக்கப்பட்டிருந்தது. ஒரு பொறிக்குள் மாட்டிக்கொண்டுவிட்ட நிலையில் தத்தளிக்கத் தொடங்கியது. 16 ஜனவரி 1945 அன்று ஹிட்லர் பெர்லினில் உள்ள ஃப்யூரர்பங்கர் பகுதிக்குக் குடிபெயர்ந்தார். விமானத் தாக்குதலிலிருந்து பாதுகாப் பதற்காக உருவாக்கப்பட்ட இந்தத் தரையடிச் சுரங்கம், ரீச் சான்சலர் அலுவலகத்துக்கு அருகில் அமைந்திருந்தது. இங்கிருந்தபடியே ஹிட்லர் ஜெர்மனியை வழிநடத்தினார். இங்கிருந்தபடியே ஜெர்மனியின் வீழ்ச்சியைச் சந்தித்தார்.

கெப்பல்ஸ், அவர் மனைவி மகதா, அவர்களுடைய குழந்தைகள், ஈவா பிரவுன் என்று பலரும் ஹிட்லருடன் இணைந்து பங்கருக்கு வந்திருந்தனர். உதவியாளர்கள், பாதுகாப்பு வீரர்கள், மருத்துவர்கள், சமையல்காரர்கள், பராமரிப்பு ஊழியர்கள், தொலைத்தொடர்புப் பணியாளர்கள் என்று பலரும் கூட இருந்தனர். இந்தப் பெரும் குழுவால் மிகவும் இறுக்கமாக இருந்தது அந்த பங்கர். ஒருவருக்கும் போதுமான இடமில்லை. இங்கே சில மாதங்களை அவர்கள் கழிக்கவேண்டி யிருந்தது. ஹிட்லர் கீழ் அடுக்கில் தங்கிக்கொண்டார். அங்கேதான் நிம்மதியாக உறங்க முடியும். இரவு நேரங்களில்தான் சந்திப்புகளும் நிகழும். போர்முனைகளிலிருந்து வரும் செய்திகள் விவாதிக்கப்படும். போரின் போக்கை மாற்றும் அளவுக்கு ஹிட்லரிடம் இப்போது பலமில்லை. அது அவருக்கும் தெரிந்திருந்தது. வருவதை எதிர்கொள்வது மட்டுமே இப்போது அவருடைய பணி. அதற்கு அவர் தயாராகத்தான் இருந்தார்.

கடைசித் தருணங்கள்

ஹிட்லரின் கடைசி தினங்களை இயான் கெர்ஷா மிக விரிவாகப் பதிவு செய்திருக்கிறார். ஒரு கொண்டாட்டமாகத் தொடங்கியிருக்கவேண்டிய 20 ஏப்ரல் 1945, இறுதிச் சடங்கைப்போல் தொடங்கியது. அன்று ஹிட்லரின் ஐம்பத்து ஆறாவது பிறந்த தினம். அமைதியாக இந்த தினத்தைக் கடந்துவிடவேண்டும் என்று ஹிட்லர் நினைத்திருந்தார். கொண்டாடும் மனநிலையில் நிச்சயம் அவரோ அவரைச் சுற்றியிருந்தவர்களோ இல்லை. தோல்வியின் வாசம் இப்போது ஹிட்லரின் நாசிக்கு மிக அருகில் மிதந்து வந்துவிட்டது. ஆனால் அவர் ஹிட்லர் என்பதால் முகத்தை வேறு பக்கம் திருப்பிக்கொண்டுவிட்டார். பிடிக்காத நபர்களைப் பார்ப்பதைத் தவிர்ப்பதுபோல் தோல்வியைப் பார்க்க அவர் மறுத்துவிட்டார்.

விருந்தினர்கள், இனிப்பு, பாராட்டு எதுவும் வேண்டாம் என்று ஹிட்லர் கேட்டுக்கொண்டபோதும் அவரைச் சந்திக்க நள்ளிரவில் அலுவலர்கள் திரண்டுவிட்டனர். ஹிட்லருக்கு இது ஓர் அவமானகரமான தருணம் என்று தெரிந்திருந்தும், ஹிட்லர் பாராட்டுகளை எதிர்பார்க்கமாட்டார் என்று தெரிந்திருந்தும் அவர்கள் திரண்டுவந்திருந்தனர். ஹிம்லர், எஸ்எஸ் பிரிவைச் சேர்ந்த ஹெர்மன் ஃபெகலின் (இவர் ஈவா பிரவுனின் தங்கையான கிரெட்டல் என்பவரை மணந்திருந்தார்), 1920-கள் தொடங்கி ஹிட்லர் வீட்டில் பணிபுரிந்துவந்த ஜூலியஸ் ஷாப் என்று ஒரு சிறு குழு கனத்த அமைதியுடன் காத்திருந்தது.

மனமே இல்லாமல்தான் ஹிட்லர் அந்த அறைக்குள் பிரவேசித் திருக்கிறார். மாறாத முகபாவத்துடன் உணர்வற்றுக் கைகுலுக்கினார். பிறகு தனியறையில் ஈவா பிரவுனுடன் தேநீர் அருந்தினார். காலை ஒன்பது மணி நெருங்கும் வேளையில்தான் உறங்கச் சென்றார். சிறிது நேரத்திலேயே அவரது உறக்கத்தைக் கலைத்துவிட்டார்கள். பெர்லினுக்குத் தென் கிழக்கே சுமார் அறுபது மைல் தூரத்துக்கு சோவியத் முன்னேறிவிட்டிருந்தது. இரவு உடையுடன் படுக்கையறைக் கதவுக்கு அருகில் நின்றபடி இந்தச் செய்தியை அவர் எதிர்கொண்டார். மீண்டும் அறைக்குத் திரும்பிய ஹிட்லர் வழக்கத்தைவிட ஒரு மணி நேரம் அதிகமாக, மதியம் இரண்டு மணி வரை உறங்கினார்.

காலை உணவு முடித்துவிட்டு, அல்சேஷன் நாய்க்குட்டியுடன் சிறிது நேரம் விளையாடிவிட்டு, கண் மருந்து எடுத்துக்கொண்டபிறகு, விவாத மேஜையை நெருங்கினார். எஸ்எஸ் தலைவர்கள், குறிப்பிடத்தக்க வகையில் போரிட்டிருந்த ஹிட்லர் இளைஞர் பிரிவு சாதனையாளர்கள் இருபது பேர் என்று ஹிட்லருக்காக ஒரு சிறிய குழு காத்திருந்தது. அதிகாரிகளிடம் ஒருசில வார்த்தைகள் உரையாடினார்.

ஒருசில இளைஞர்களின் கன்னத்தில் தட்டிக்கொடுத்துவிட்டுக் கிளம்பினார். ஹிம்லர், கெப்பல்ஸ் உள்ளிட்டோர் வாசலில் காத்திருந்தனர். ஹிட்லர் களைத்திருந்தார். வழக்கத்துக்கு மாறாகத் தலையைக் குனிந்து நடந்துவந்தார். அந்த இறுக்கமான சூழலை ஹிட்லர் ஆற்றிய சிறிய உரை எந்தவகையிலும் மாற்றவில்லை. அவசர மாக முடித்துக்கொண்டு மாடியேறினார். மதியம் மீண்டும் சில செய்தி களைப் பெற்றுக்கொண்டார். அதற்குப் பிறகு அவர் பங்கரைவிட்டு உயிருடன் வெளியில் வரவேயில்லை.

படை வீரர்கள் தொடங்கி ராணுவ ஜெனரல்கள்வரை பலர் ஹிட்லரை விட்டு விலக ஆரம்பித்திருந்தனர். செம்படை நெருங்கிவருவதைக் காட்டிலும் இது ஹிட்லரை அதிகம் வேதனைக்கு உள்ளாக்கியிருக்க வேண்டும். ஜெர்மனி என்மீதே நம்பிக்கை இழந்துவிட்டதா என்று அவர் உள்ளுக்குள் கதறியிருக்கவேண்டும். சற்றே ஆறுதல் அளிக்கும் வகையில் கெரிங், ரிப்பண்ட்ராப், ஸ்பியர், ஹிம்லர், கால்டன்ப்ரூனர் போன்ற விசுவாசிகள் ஹிட்லருடன் இறுதிவரை ஒட்டிக்கொண்டி ருந்தனர். பெர்லினும் ஹிட்லரின் செல்வாக்கும் எப்போது வேண்டு மானாலும் சிதறி வெடிக்கலாம் என்பதை மட்டும் வெளிப்படையாகச் சொல்லாமல் அனைத்துப் போர்முனைகளிலிருந்தும் வந்து சேர்ந்த செய்திகளை அவர்கள் ஹிட்லரிடம் பகிர்ந்துகொண்டனர். ஒரே ஒரு கோரிக்கையைச் சற்றே அழுத்தமான முறையில் ஹிட்லரிடம் முன்வைத்தனர். தயவு செய்து இங்கிருந்து வெளியேறிவிடுங்கள். பெர்க்டஸ்கேடனுக்குச் சென்றுவிடுங்கள். ஆனால் ஹிட்லர் உறுதியாக மறுத்துவிட்டார். ‘களத்தில் எஞ்சியிருக்கும் வீரர்களுக்கு ஒரே நம்பிக்கை நான்தான், என்னால் வரமுடியாது.’

ஹிட்லருடைய நெருங்கிய விசுவாசிகள் சில முன்னெச்சரிக்கை நடவடிக்கைகளை எடுத்திருந்தனர். கெரிங் தன் மனைவி, மகள் இருவரையும் பவேரியன் மலைப்பகுதிகளுக்கு இரண்டு மாதங்கள் முன்பே அனுப்பிவைத்துவிட்டார். தனது உயிலையும் எழுதிவிட்டார். வங்கிகளில் பணம் நிரப்பப்பட்டுவிட்டது. பிறந்தநாள் வாழ்த்து சொல்லிவிட்டு, சில கடைசிக்கட்ட நடவடிக்கைகள் பற்றி விவாதித்து விட்டு, சில திட்டங்களை விவரித்துவிட்டு கைகுலுக்கிவிட்டு அனைவரும் விடைபெற்றுச் சென்றபிறகு தனிமையில் ஹிட்லர் என்ன சிந்தித்திருப்பார்? அதிகாரம் கண்முன் நழுவிக்கொண்டிருப்பதை அவர் நிச்சயம் உணர்ந்திருந்தார். ஆனால் முற்றிலுமாக நம்பிக்கை இழக்க வில்லை. தொய்வு ஏற்படும்போதெல்லாம் மீண்டும் மீண்டும் பிரயத் தனப்பட்டு நம்பிக்கையை வளர்த்துக்கொண்டார். எப்படியாவது ரீச் காப்பாற்றப்படும் என்றும் உயிரைக்கொடுத்தாவது ஜெர்மன் ராணுவம் செம்படையை முறியடித்துவிடும் என்றும் அவர் நம்பினார்.

ஆனால் தான் உருவாக்கிய ரீச்சின் பெருமிதம் சிறிது சிறிதாக உடைபடுவதை அவர் பார்க்கத்தான் வேண்டியிருந்தது. அவர் நம்பிய பலர் அவரைவிட்டுச் சத்தம்போடாமல் வெளியேறினர். ஈவா பிரவுனின் தங்கையை மணம் செய்துகொண்டிருந்த ஹெர்மன் ஃபெகலின், ஹிம்லரின் உதவியுடன் எஸ்எஸ் பிரிவில் உயர் பதவியை வகித்து வந்தார். அவர் தன் சீருடைகளைக் கழற்றிவைத்துவிட்டு சிவிலியன் உடையில் புகுந்துகொண்டார். வெளியேறுவதற்கு வசதியாகப் பெட்டிகளில் பணத்தையும் போட்டு வைத்திருந்தார். தப்பியோடத் திட்டம் தீட்டிக்கொண்டிருந்த சமயத்தில் அவர் பிடிபட்டார். ஹிட்லர் முகம் சுளித்தார். தன் குடும்பத்துக்குள்ளிருந்தே இப்படிப்பட்ட அவமானங்கள் நேரும் என்று அவர் எதிர்பார்க்க வில்லை. போர் கடைசிக் கட்டத்தில் இருந்த சமயம் அது என்பதால் ராணுவப் பணியிலிருந்து தப்பிப்பவர்களுக்குக் கடும் தண்டனைகள் விதிக்கப்பட்டிருந்தன. கடமையைச் செய்யத் தவறியவர்கள் கண்ட இடத்தில் சுடப்பட்டனர். அனுபவம் இல்லாத இளைஞர்கள் பலருக்கும் சீருடையை மாட்டிவிட்டு துப்பாக்கியைக் கையில் திணித்து ஆபத்தான பகுதிகளுக்கு அனுப்பிவைத்தனர் நாஜிகள். செத்து விழும் வீரர்களை அப்புறப்படுத்தவும் நேரமில்லை. கடமை என்று வந்துவிட்டபிறகு ஹிட்லர் பேதங்கள் பார்க்கவில்லை. ஃபெகலினைக் கைது செய்து விசாரணை என்று ஒப்புக்கு ஏதோவொரு சடங்கு நடத்தி விட்டு அழைத்துச் செல்லும் வழியிலேயே பின்பக்கத்திலிருந்து சுட்டுக் கொன்றுவிட்டனர்.

துரோகம் என்பதைவிடக் கோழைத்தனத்துக்குக் கிடைத்த தண்டனை என்றே அதனை ஹிட்லர் கருதினார். கோழைகள் வாழ்வது வீண். பயந்து தப்பியோடி வாழும் வாழ்க்கை இழிவானது அல்லவா? அப்படியொரு வாழ்க்கை தேவைதானா? அத்தகைய எண்ணங்கள் கொண்டிருப்போரை நீக்குவது கிருமிகளை நீக்குவதற்கு ஒப்பானது என்பதைத் தாண்டி இதில் வேறு உணர்ச்சிகள் உள்ளனவா என்ன? பெர்லினிலிருந்து தப்பி ஓட மாட்டேன் என்று ஹிட்லர் உறுதியாக மறுத்துவிட்டதில் வியப்பில்லை. அதை அவரே உடன் இருந்தவர் களிடம் விளக்கவும் செய்தார். நானே கோழைத்தனமாகத் தப்பி யோடினால் பிறகு யாரை நான் இயக்க முடியும்? உத்தரவுகளை எப்படிப் பிறப்பிக்க முடியும்? எப்படி என் வார்த்தைகளை வீரர்கள் ஏற்பார்கள்? அப்படியொரு இழிநிலை எனக்குத் தேவையா?

ஆனால் பிறர் பாதை தவறுவதை ஹிட்லரால் கட்டுப்படுத்த முடிய வில்லை. ஹிட்லர் மிகவும் நம்பிய எஸ்எஸ் வீரர்கள் சிலர் அவருக்குத் துரோகம் இழைத்தனர். முன் வரிசையிலிருந்து விலகி ஓடினர். ஜெர்மனியைவிட்டுத் தப்பிச்செல்லும் முயற்சியில் இறங்கினர்.

அனைத்துக்கும் உச்சகட்டமாக, ஹிட்லரைக் கொதிப்படைய வைக்கும் வகையில் எஸ்எஸ் அமைப்பைத் தலைமை தாங்கி நடத்தி வந்த ஹென்ரிச் ஹிம்லர் துரோகம் இழைத்தார். மனித குலத்தின் மிக மோசமான துரோகம் என்று ஹிட்லர் இதனை அழைத்தார். ஹிம்லர் நேச நாடுகளுடன் ரகசியமாக உரையாடவும் சரணடையவும் முன்வந்தார். ஹிட்லர் அநேகமாக இந்நேரம் இறந்திருக்கவேண்டும், அல்லது எப்போது வேண்டுமானாலும் தற்கொலை செய்துகொள்ளலாம் என்று கடிதம் எழுதியனுப்பினார். செம்படைகளிடம் சரணடையத் தயாராக இல்லை என்பதால் ஹிம்லர் அமெரிக்க அதிபர் ஐசனோவருக்குக் கடிதம் எழுதினார். ஜெர்மனி நேச நாடுகளால் வீழ்த்தப்பட்டதைத் தாம் ஏற்பதாகவும் அவர் அறிவித்தார். உச்சகட்டமாக, ஹிட்லருக்குப் பிறகு அமைய இருக்கும் அரசு தன்னுடையதாக இருக்கும் என்றும் சொன்னார். ஹிட்லர் கடைசிக்கடைசியாகத் தன் கோபத்தை வெளிப்படுத்தியது இதற்காகத்தான் இருக்கும். ஹிம்லரின் அனைத்துப் பதவிகளையும் பறித்துவிட்டு அவரைக் கைது செய்ய உத்தரவிட்டார் ஹிட்லர்.

செல்வாக்குமிக்க நாஜித் தலைவராக விளங்கிய ஹிம்லர் இனவொழிப்பில் முன்னின்று பங்கேற்றவர். நேச நாடுகளுக்கு உதவுவதன்மூலம் தன் தவறுகள் பெரிதுபடுத்தப்படாது என்று அவர் நம்பினார். வதைமுகாம்களில் இருந்த யூதர்களையும் பிறரையும் நேச நாடுகளிடம் ஒப்படைத்துவிடலாம், வதைமுகாம்கள் தொடர வேண்டுமா என்பதை அவர்களே முடிவு செய்துகொள்ளட்டும் என்றும் அவர் யோசித்து வைத்திருந்தார். ஹிட்லரிடமிருந்து முடிந்த அளவுக்கு ஒதுங்கி நிற்பதன்முலம் நேச நாடுகளின் நம்பிக்கையை வென்றெடுக்கலாம் என்றும் அவர் கணக்கிட்டார். ஆனால் இறுதிவரை அவருக்கு ஹிட்லர்மீதான பயம் அகலவேயில்லை. ஹிட்லர் பங்கரில் அடைபட்டுக்கிடந்த தினங்களில்கூட அவர் ஹிட்லருக்கு பயப்படவே செய்தார். இறுதியில் ஹிம்லரின் கோரிக்கைகள் நேச நாடுகளால் நிராகரிக்கப்பட்டதைத் தொடர்ந்து அவர் தலைமறைவாகச் செல்ல முயற்சி செய்தார். ஆனால் அவரை அடையாளம் கண்டுகொண்ட பிரிட்டிஷ் படைகள் அவரைக் கைது செய்தன. காவலில் இருக்கும்போது 23 மே 1945 அன்று ஹிம்லர் தற்கொலை செய்துகொண்டார்.

ஹிட்லரின் நம்பிக்கையைப் பெற்றிருந்த மற்றொரு பலம் மிக்க தலைவரான கெரிங்கும் ஹிட்லருக்குத் துரோகம் இழைத்தார். 1942 தொடங்கி ஹிட்லருடனான அவருடைய உறவு மந்தமடையத் தொடங்கிவிட்டது. விமானப்படையான லுஃப்ட்வாஃபே ஹிட்லரின் எதிர்பார்ப்புகளை நிறைவேற்றத் தவறியது. அதன் தலைவராக இருந்த கெரிங் மெல்ல மெல்லப் பின்வாங்கித் தன்னுடைய சொந்த நலன்களை

மட்டும் கவனிக்கத் தொடங்கினார். யூதர்களிடமிருந்து சொத்து களையும் குறிப்பாக அவர்களுடைய ஓவியங்களையும் கைப்பற்றி சேர்த்துவைக்கத் தொடங்கினார். பின்னர் ஹிட்லர் தற்கொலை செய்துகொள்ளப்போகிறார் என்னும் செய்தி கசிந்தபோது, தான் ரீச் தலைமைப் பொறுப்பை ஏற்கட்டுமா என்று கேட்டு ஹிட்லருக்கு அவர் தந்தி அனுப்பினார். ஹிட்லருடனான அவர் உறவு முற்றிலுமாக விடுபடுவதற்கு இது போதுமானதாக இருந்தது. ஹிம்லரைப் போலவே அரசுக்கு எதிரான நடவடிக்கையில் இறங்கியதற்காகவும் ஆட்சியைக் கைப்பற்ற முயற்சி செய்ததற்காகவும் ஹிட்லர் அவர்மீது பாய்ந்து வந்தார். அனைத்துப் பதவிகளையும் பறித்துவிட்டு அவரைக் கைது செய்ய உத்தரவிட்டார். கெரிங் நேச நாடுகளின் படைகளிடம் சரணடைந்தார். நியூரம்பர்க் விசாரணைகள் தொடங்கியபோது கெரிங்கின் போர்க்குற்றங்கள் உறுதிசெய்யப்பட்டு அவருக்கு மரண தண்டனை விதிக்கப்பட்டது. தண்டனை நிறைவேற்றப்படுவதற்கு முந்தைய தினம் அவர் சயனைட் உட்கொண்டு தற்கொலை செய்து கொண்டார்.

ஹிட்லரின் ஒரே ஆறுதல், ஜோசப் கெப்பல்ஸ். பங்கரையும் ஹிட்லரையும்விட்டு ஒருநொடிகூடப் பிரியாமல் இறுதிவரை ஹிட்லருடன் ஒட்டிக்கொண்டிருந்தார் கெப்பல்ஸ். சுற்றியிருந்தவர்கள் ஒவ்வொருவராகத் துரோகம் இழைத்துக்கொண்டிருந்ததைக் கண்டு மெய்யான அக்கறையுடன் கெப்பல்ஸ் வருந்தினார். ஃப்யூரர் மிக மோசமான ஒரு நிலைமையில் மிகவும் பரிதாபகரமாகச் சிக்கிக் கொண்டிருப்பதை அவர் கண்டார். ஹிட்லர் தனது உயிலில் தனக்கு அடுத்து ஜெர்மனியின் சான்சலராகத் தன்னை நியமித்திருந்ததைக் கண்டு அவர் நெகிழ்ந்துபோனார். பங்கரைவிட்டு வெளியேற வேண்டும் என்னும் ஹிட்லரின் உத்தரவை கெப்பல்ஸ் மரியாதையுடன் மீறினார். ஹிட்லரையும் ஜெர்மனியையும்விட்டு அகலமாட்டேன் என்று உறுதி பூண்டார். ஜெர்மன் மக்களை இந்தப் போர் அலைக்கழித்துக் கொண்டிருப்பதையும் தொடர் துயரங்களையும் இழப்புகளையும் மட்டுமே கொண்டுவருவதையும் கெப்பல்ஸ் நன்றாகவே உணர்ந் திருந்தார். ஆனால் அவற்றை ஜெர்மனி சந்தித்துத்தான் தீரவேண்டும் என்றும் அதுவே விதி என்றும் அவர் நம்பினார்.

போர் குறித்தும் நெருங்கிவரும் முடிவு குறித்தும் கெப்பல்ஸ் மட்டுமே யதார்த்தமாகச் சிந்தித்திருந்தார் என்று சொல்லலாம். ஹிட்லர் வெளியேறி பவேரியா சென்றுவிட வேண்டும் என்று பல நாஜி தலைவர்கள் அழுத்தம் கொடுத்தபோது கெப்பல்ஸ் ஹிட்லரைப் போலவே இந்த யோசனையை நிராகரித்துவிட்டு உறுதியாக இருந்தார். பெர்லின் ஒட்டுமொத்தமாகத் திரண்டு போரிடவேண்டும்,

செம்படையை முறியடிக்கவேண்டும் என்று மக்களுக்கு நம்பிக்கை யூட்டினார். இறுதிவரை ஹிட்லரின் நிழலாக நின்று அவருக்கும் நம்பிக்கையூட்டினார். 29 ஏப்ரல் 1945 அன்று ஹிட்லர் தன் உயிலை எழுதியபோது அதில் சாட்சிக் கையெழுத்திட்டவர்களில் கெப்பல்ஸும் ஒருவர். ஹிட்லர் தற்கொலை செய்துகொண்ட செய்தியைக் கேள்விப் பட்டவுடன் மனம் உடைந்துபோனார் கெப்பல்ஸ். ஃப்யூரரின் மரணத்துடன் எல்லாமே அவருக்கு முடிவுக்கு வந்துவிட்டது.

மே 1ம் தேதி கெப்பல்ஸ் சான்சலராகத் தனது ஒரே கடமையைச் செய்து முடித்தார். ரஷ்ய ஜெனரல் வாசிலி சுய்கோவ் என்பவருக்கு ஒரு கடிதம் எழுதி வெள்ளைக் கொடியுடன் அனுப்பிவைத்தார். ஹிட்லரின் மரணத்தைத் தெரியப்படுத்தியிருந்த அந்தக் கடிதம் போர் நிறுத்தக் கோரிக்கையையும் முன்வைத்திருந்தது. இந்தக் கடிதம் நிராகரிக்கப் பட்டது. மேற்கொண்டு செய்வதற்கு எதுவும் இல்லை என்னும் நிலையில் தன் குடும்பத்தினரிடம் திரும்பினார். இரவு எட்டு மணிக்கு எஸ்எஸ் மருத்துவரை வரவழைத்து தனது ஆறு குழந்தைகளுக்கும் விஷம் கொடுக்குமாறு உத்தரவிட்டார். முதலில் அவர்களுக்கு மார்ஃபின் கொடுக்கப்பட்டது. மயக்கமடைந்ததும் சயனைட் திணிக் கப்பட்டது. அவர்கள் இறந்துவிட்டதை உறுதிசெய்துகொண்டபிறகு கெப்பல்ஸ் தன் மனைவி மகதாவுடன் தற்கொலை செய்துகொண்டார். இருவருடைய சடலங்களும் எரிக்கப்பட்டன. ஆனால் போதுமான பெட்ரோல் இல்லாததால் அதுவும்கூட முழுமையடையவில்லை.

தற்கொலை

29 ஏப்ரல் அன்று ஹிட்லர் முசோலினியின் மரணம் குறித்துக் கேள்விப் பட்டார். அவருடைய உடலுக்கும் அவருடைய மனைவியின் உடலுக்கும் ஏற்பட்ட கதியையும் அறிந்துகொண்டார். ஆனால் அதற்கு முன்பே ஹிட்லர் முடிவு செய்திருந்தார். 'என்னுடைய உடலை என் எதிரிகள் கைப்பற்றிக்கொள்ளவும் ஒரு வெற்றிப் பதக்கமாக அதைக் கொண்டாடவும் அனுமதிக்கமாட்டேன்.' ஹிட்லர் சயனைடைத் தேர்ந்தெடுத்திருந்தார். பங்கர் வந்தது முதலே தற்கொலை அவர் எண்ணங்களில் ஒரு மூலையில் நெளிந்துகொண்டிருந்தது. நம்பிக் கைக்கும் அவநம்பிக்கைக்கும் இடையில் அவர் ஊசலாடிக்கொண்டிருந்த போது மரணமும் அவர் முன் தோன்றித் தோன்றி மறைந்து கொண்டிருந்தது.

ஈவா பிரவுனை அவர் பங்கருக்கு அழைத்திருக்கவில்லை. வரவேண்டாம் என்றுதான் சொல்லியிருந்தார். ஆனால் கெப்பல்ஸைப் போல் ஈவாவும் ஹிட்லரின் நிழலாக, விசுவாசத்துடன் அவருடன்

வந்திருந்தார். ஈவாவுக்குப் பதினேழு வயதாகும்போது முதல்முதலில் அவர் ஹிட்லரைச் சந்தித்தார். ஹிட்லரின் பிரத்தியேகப் புகைப்படக் கலைஞரின் உதவியாளராகப் பணியாற்றிவந்த ஈவா அதற்குப் பிறகு ஹிட்லரை அடிக்கடிச் சந்திக்கத் தொடங்கினார். முசோலினியைப் போலன்றி ஹிட்லரின் வாழ்வில் ஈவாவைத் தவிர இன்னொரு பெண் இருக்கவில்லை. நெருக்கமாகப் பழகியபோதும் வாழ்நாள் துணையாக ஏற்றுக்கொண்டபோதும் ஈவாவைத் திருமணம் செய்துகொள்ள வேண்டும் என்று ஹிட்லர் ஒருபோதும் நினைத்ததில்லை. சில குறிப்புகளின்படி ஈவாவை ஹிட்லர் தன்னுடைய நேசத்துக்குரிய உடைமையாகக் கருதியிருக்கிறார். அதிகம் அவரை வெளியில் வரவிடாமல் பார்த்துக்கொண்டிருந்திருக்கிறார்.

பங்கருக்கு வந்தபிறகு ஈவா பிரவுன் திருமணம் குறித்து ஒருமுறை கோடிட்டுக் காட்டியிருக்கிறார். அந்தக் கடைசித் தருணத்தில் இந்த வேண்டுகோளை ஹிட்லர் ஏற்றுக்கொண்டார். ஏப்ரல் 29-ம் தேதி, பங்கருக்கு அருகில் உள்ள பிரதேசங்கள் நடுங்கிக்கொண்டிருந்த சமயத்தில் நள்ளிரவு கடந்தபிறகு ஹிட்லர் ஈவாவைத் திருமணம் செய்து கொண்டார். கெப்பல்ஸும் சில நாஜி அலுவலர்களும் மட்டுமே அந்தத் திருமணத்தில் கலந்துகொண்டனர். திருமணத்தை நடத்திவைக்க நகர கவுன்சிலர் ஒருவர் பாதுகாப்பாக வரவழைக்கப்பட்டிருந்தார். குழுமி யிருந்தவர்கள், வலுக்கட்டாயமாக வரவழைத்துக்கொண்ட புன்னகை யால் அந்தத் திருமணத்தை வரவேற்றிருக்கிறார்கள்.

உயில் எழுதப்பட்டாகிவிட்டது. ஹிட்லர் நம்பிக்கை வைத்திருந்த படைகள் பின்வாங்கியிருந்தன அல்லது சரணடைந்திருந்தன அல்லது அழிக்கப்பட்டிருந்தன. சோவியத் படைகள் எவ்வளவு தூரம் முன்னேறியுள்ளன, இன்னும் எவ்வளவு நாள்கள் தாக்குப்பிடிக்க முடியும் என்பதை அவர் விசாரித்துத் தெரிந்துகொண்டார். அதிகபட்சம் ஒன்று அல்லது இரண்டு நாள்கள் என்று பதில் வந்தது. அதற்குமேல் தாமதிக்கக்கூடாது என்று ஹிட்லர் முடிவு செய்தார். அப்போதுதான் அவருக்கு நினைவு வந்தது. தன்னிடமுள்ள சயனைட் மாத்திரைகள் ஹிம்லரின் எஸ்எஸ் மூலமாகவந்து சேர்ந்தவை. ஹிம்லரைப் போல் சயனைட்டும் துரோகம் இழைத்துவிட்டால்? தன்னுடைய வளர்ப்பு நாய் ஒன்றுக்கு சயனைட் கொடுத்துப் பார்க்கச் சொன்னார். அந்த நாய் ஏமாற்றாமல் இறந்துபோனது.

30 ஏப்ரல் 1945. ஹிட்லரும் ஈவாவும் கணவன் மனைவியாக நாற்பது மணி நேரங்கள் வாழ்ந்து முடித்திருந்தனர். மதியம் இரண்டு மணிக்கு பங்கரில் இருந்த உதவியாளர்கள், படை வீரர்கள் என்று இருபது, இருபத்தைந்து பேரிடமிருந்தும் விடைபெற்றுக்கொண்டார். இறுதி

| 215 |

ஏற்பாடுகளுக்கான உத்தரவுகளைப் பிறப்பித்தார். போதுமான பெட்ரோல் இருக்கிறதா என்பது உறுதிசெய்யப்பட்டது. மதியம் ஒரு மணிக்கு ஹிட்லர் தன் மதிய உணவை எடுத்துக்கொண்டார். உதவியாளர்கள் மட்டுமே உடன் இருந்தனர். ஈவா பிரவுன் அருகில் இல்லை.

சிறிது நேரம் கழித்து வழக்கமான தனது சீருடையுடன் ஹிட்லர் இறங்கி வந்தார். நீல நிற உடையணிந்த ஈவா பிரவுனும் உடனிருந்தார். ஜோசப் கெப்பல்ஸ், மகதா உள்ளிட்ட சிலருடன் கைகுலுக்கினார். சட்டென்று திரும்பித் தன் அறைக்குச் சென்றார். கலங்கிய கண்களுடன் மகதா ஈவாவை அழைத்துச் சென்றார். மூன்று தினங்களுக்கு முன்புதான் மகதாவுக்குத் தங்கப் பதக்கம் அளித்து கௌரவித்திருந்தார் ஹிட்லர். இனி ஹிட்லரையும் ஈவாவையும் பார்க்க முடியாது என்று மகதாவுக்குத் தெரியும். விரைவில் தானும் இறக்கவேண்டும் என்றும் பங்கருக்கு வெளியில் உள்ள தோட்டத்தில் விளையாடிக்கொண்டிருக்கும் தன் குழந்தைகள் அனைவரும் கொல்லப்படவேண்டும் என்பதையும்கூட அவர் அறிந்திருந்தார்.

திடீரென்று மகதா கேட்டிருக்கிறார். உடனடியாக ஹிட்லரை ஒருமுறை பார்க்கவேண்டும், அனுமதியுங்கள். குழப்பத்துடன் அனுமதி அளிக்கப் பட்டுள்ளது. இறுதியாக மகதா ஹிட்லரிடம் அழுதபடிக் கேட்டிருக் கிறார். நீங்கள் பெர்லினைவிட்டு ஏன் தப்பிச்செல்லக்கூடாது? பலமுறை கேட்கப்பட்ட இந்தக் கேள்விக்கு பலமுறை அளிக்கப்பட்ட பதில்தான் மீண்டும் கிடைத்திருக்கிறது. மகதாவை அனுப்பிவைத்து விட்டு மீண்டும் தன் அறைக்குச் சென்றார் ஹிட்லர்.

கெப்பல்ஸ் உள்பட அனைவரும் அறைக்கு வெளியில் காத்திருந்தனர். பங்கருக்கு மேல்பகுதியில் கெப்பல்ஸின் குழந்தைகள் உணவருந்திய படியே ஏதோ பேசிக்கொண்டிருந்தனர். பத்து நிமிடங்கள் ஆகிவிட்ட பிறகும் சத்தம் எதுவும் கேட்காததால் கதவைத் திறந்து உள்ளே நுழைந் திருக்கிறார்கள். ஹிட்லரும் ஈவா பிரவுனும் ஒரு சிறிய சோஃபாவில் அருகருகே அமர்ந்திருந்தனர். ஈவா ஹிட்லர்மீது சாய்ந்திருந்தார். ரசாயனங்களின் வாசம் காற்றில் மிதந்து வந்தன. ஹிட்லரை நெருங்கியிருக்கிறார்கள். உயிரற்ற அவர் தலை முன்பக்கம் சாய்ந்தது. வலது நெற்றியில் குண்டு பாய்ந்த இடத்திலிருந்து ரத்தம் கொட்டிக் கொண்டிருந்தது. அவருடைய காலுக்கு அருகில் 7.65 எம்எம் வால்தர் பிஸ்டல் கிடந்தது.

21

ஹிட்லரின் போர்

மே 2-ம் தேதி பெர்லின் சோவியத்தின் கட்டுப்பாட்டுக்கு வந்து சேர்ந்தது. மே 8-ம் தேதி ஐரோப்பா வெற்றி விழா கொண்டாடியது. ஆனால் ஜப்பான் மட்டும் சரணடைய மறுத்துவந்த நிலையில் ஆகஸ்ட் 6-ம் தேதி ஹிரோஷிமா மீதும், ஆகஸ்ட் 9-ம் தேதி நாகசாகி மீதும் அமெரிக்கா அணுகுண்டுத் தாக்குதல் நடத்தியது. லட்சக்கணக்கானவர் களைப் பலிகொண்ட இந்தத் தாக்குதல் உலகின் ஆன்மாவை அதிர வைத்தது. ஜெர்மனி, இத்தாலி, ஜப்பான் மூன்றும் தவிடுபொடியாகச் சிதறிவிட்ட நிலையில் இரண்டாம் உலகப் போர் முடிவுக்கு வந்தது.

வரலாற்றிலேயே மிக அதிக உயிரிழப்புகளைக் கொண்டுவந்த இரண்டாம் உலகப் போர் தனியொரு போரல்ல; முதல் உலகப் போரின் தொடர்ச்சியே. 1914-ல் தொடங்கிய உலகப் போர் இடையில் ஒரு சிறு இடைவெளிக்குப் பிறகு மீண்டும் விட்ட இடத்திலிருந்து தொடர்ந்தது என்று சொல்லலாம். 1914 தொடங்கிவைத்த பொருளாதாரச் சீரழிவு, காட்டுமிராண்டித்தனம், கற்பனைக்குள் அடங்காத உயிர், உடைமை இழப்புகள் அனைத்தும் 1939-ம் ஆண்டிலும் தொடர்ந்தது.

இரண்டாம் உலகப் போர் முடிவுக்கு வந்ததும் ஹிட்லர் பற்றிய விவாதங்கள் கூர்மையடைந்தன. இந்தப் போரில் அவர் வகித்த பாத்திரம் ஆராயப்பட்டது. ஏன் குறிப்பாக ஜெர்மனி பிரச்னையின் மையப்புள்ளியாகத் திகழ்கிறது? ஏன் ஜெர்மனியில் ஹிட்லர் போன்ற ஒருவர் தோன்றவேண்டும்? வரலாற்றுப் பேராசிரியரும் இரண்டாம் உலகப் போரில் பங்கேற்ற பிரிட்டிஷ் வீரருமான வில்லியம் உட்ரஃப் தனது நூல் ஒன்றில் குறிப்பிடுவதைப்போல் முதல் உலகப் போர்

'ஜெர்மனி பிரச்னையை' முடிவுக்குக் கொண்டுவரவில்லை. அவ்வாறு நம்பியவர்கள் அனைவரும் ஏமாந்துபோயினர். முதல் உலகப் போருக்குப் பிறகு ஏற்பட்ட அமைதி உட்ரஃப் குறிப்பிடுவதைப்போல் போலியானது. இந்த அமைதி ஜெர்மனியைத் தொடர்ந்து அவமானப் படுத்தி வந்தது. இதிலிருந்து மீளவேண்டுமானால் ஜெர்மனி மேற்குலக நாடுகளுடன் மீண்டும் மோதலைத் தொடரவேண்டியது கட்டாயம். ஹிட்லரின் அத்தனைக் குறைகளையும் தாண்டி, அவருடைய இனவாதக் கொள்கைகளைத் தாண்டி, அவற்றின் அச்சுறுத்தல்களைத் தாண்டி ஜெர்மனி அவர் பின்னால் திரண்டு நின்றதற்கு ஒரு காரணம் தான் இருக்கமுடியும். ஜெர்மனியின் பெருமிதம் எவ்வாறு வெர்சைல்ஸ் ஒப்பந்தத்தால் காயப்படுத்தப்பட்டது என்பதை அவர் அளவுக்கு வேறு யாரும் மக்களிடம் பகிர்ந்துகொள்ளவில்லை.

அக்டோபர் 1929-ல் அமெரிக்காவில் வால் ஸ்ட்ரீட் சரிந்து பொருளா தாரம் தடுமாறியபோது ஐரோப்பாவின் பலமிக்க இரு பெரும் நாடுகளான பிரிட்டனிலும் ஜெர்மனியிலும் சோஷியல் டெமாக்ரடிக் கட்சிகளே பதவியில் இருந்தன. பிரிட்டனில் லேபர் கட்சியின் ராம்சே மெக்டானல்ட் ஆட்சியில் இருந்தார்; ஜெர்மனியில் முல்லர். ஐரோப்பாவில் பரவிக்கொண்டிருந்த பொருளாதார மந்தநிலையை எப்படிச் சமாளிப்பது என்று இந்த இரு நாடுகளுக்கும் தெரியவில்லை.

உலக வரலாற்றைச் சாமானியப் பொதுமக்களின் பார்வையில் எழுதிச் செல்லும் கிரிஸ் ஹார்மென் இந்தக் கொந்தளிப்பான காலகட்டத்தைக் குறித்து முன்வைக்கும் சித்திரம் முக்கியமானது. வேலையில்லாத் திண்டாட்டம் பெருகுவதால் ஒரு பக்கம் மக்கள் நலத் திட்டங் களுக்கான செலவினங்கள் அதிகரிக்கத் தொடங்குகின்றன. தொழில் உற்பத்தி குறைவதால் அரசுக்கு வந்துசேரவேண்டிய வரிகள் குறைகின்றன. விளைவாக, அரசாங்கத்தின் நிதிப் பற்றாக்குறை அதிகரிக்கிறது. பிரிட்டன் வெகுவாகத் தள்ளாடத் தொடங்கியது என்றாலும் அதன் பிடியில் இன்னமும் பல காலனிகள் இருந்ததால் முற்றிலும் வீழ்ந்துவிடாமல் தப்பியது. ஆனால் ஜெர்மனி அப்படிப் பட்ட நிலையில் இல்லை. அமெரிக்க நிதிநிறுவனங்கள் 1920-களில் தாங்கள் கொடுத்த கடனைத் திருப்பித் தருமாறு ஜெர்மனியை நச்சரிக்கத் தொடங்கின. மூழ்கும் பொருளாதாரக் கப்பலை மீட்கத் தெரியாத ஜெர்மன் அரசு 1930 வாக்கில் நிலைகுலைந்து சரிந்துபோனது. வேலையில்லாத் திண்டாட்டமும் விலைவாசி ஏற்றமும் மக்களின் கழுத்தை நெரிக்கத் தொடங்கியது.

மொத்தத்தில் காலுக்குக் கீழே நிலம் தடுமாறிக்கொண்டிருந்ததால் ஜெர்மனியால் நிதானமாகச் சிந்திக்க முடியவில்லை. அடுத்து என்ன

என்னும் அச்சமும் நிச்சயமற்ற தன்மையும் ஹிட்லரை ஆதரிப்பதில் கொண்டுபோய் நிறுத்தியது. யூதர்களையும் மார்க்சிஸ்டுகளையும் ஒழித்தால் நிலைமை சீராகும் என்று ஹிட்லர் முழங்கியபோது ஒரு பெரும் பிரிவினர் யோசிக்காமல் அதனை அப்படியே நம்பினர். 1927-28 வாக்கில் மெலிதாக இருந்த ஆதரவு, பொருளாதார நெருக்கடி ஏற்பட்டபோது பல்லாயிரம் மடங்கு பெருகியதைப் பார்க்கும்போதே ஜெர்மன் மக்களின் நிராதரவான நிலை புலப்படுகிறது. அரசியல் உணர்வற்றுக் கிடந்தவர்கள், வெவ்வேறு அரசியல் கட்சிகளில் இருந்தவர்கள், நடுத்தர வர்க்கத்தினர், யூத எதிர்ப்பாளர்கள் அனைவரும் ஹிட்லரின் பின்னால் அணிவகுத்தனர்.

இத்தாலிய பாசிஸ்டுகளைப்போலவே நாஜிகளும் மத்திய தர வர்க்கத்தின் கட்சியாகத் திகழ்ந்தனர் என்கிறார் கிரிஸ் ஹார்மென். ஹிட்லரின் வருகைக்கு முன்னால் நாஜிக் கட்சியில் உறுப்பினர்களாக இருந்தவர்களில் 17.3 சதவிகிதம் பேர் சுயதொழிலில் ஈடுபட்டு வந்தவர்கள்; வெள்ளை காலர் பணியாளர்கள் 20.6 சதவிகிதம் பேர்; சிவில் பணியாளர்கள் 6.5 சதவிகிதம் பேர். தொழிலாளர்களும் கட்சியில் இணைந்தனர் என்றாலும் அவர்களுடைய எண்ணிக்கை மற்றவர்களைக் காட்டிலும் ஐம்பது சதவிகிதம் குறைவாகவே இருந்தது.

மேற்படி நடுத்தர வர்க்கத்தினரும் தொழிலாளர்களும் இடதுசாரிகளை நாடாமல் நாஜிகளை நாடியது ஏன் என்பதற்கு கிரிஸ் ஹார்மென் அளிக்கும் பதில் இது. சோஷலிசத்துக்கு எதிராகவும் மார்க்சிஸ்டு களுக்கு எதிராகவும் பல ஆண்டுகளாகத் தொடர்ச்சியாகவும் வலுவாகவும் ஹிட்லரும் மற்றவர்களும் மேற்கொண்ட பிரசாரம் ஒரு காரணம். இதுபோக, நடுத்தர வர்க்கத்தினரை ஹிட்லர் தொழிலாளர் களிடமிருந்து பிரித்து அவர்களை மேலானவர்கள் என்று நம்ப வைத்தார். ஹிட்லரால் கிடைக்கவிருக்கும் பலன்களை மனத்தில் வைத்து அவர்கள் ஹிட்லரை ஆதரித்தனர்.

மற்றொரு முக்கியக் காரணம் இடதுசாரிகளின் தவறான அணுகுமுறை. இத்தாலிய பாசிஸ ஆட்சியைக் கண்டபிறகும் ஜெர்மன் சோஷியல் டெமாக்ரட் கட்சியினர் அந்த அனுபவத்திலிருந்து எதையும் கற்கவில்லை. ஜெர்மனி இத்தாலிபோல் ஆகாது என்றே சொல்லிவந்தனர். மேலும் ஆட்சியில் இருந்தபோது பொருளாதார நெருக்கடியை அவர்களால் சமாளிக்க முடியவில்லை. மக்கள் நலன் சார்ந்த திட்டங்களைத் தளர்த்தினால் செலவை மிச்சப்படுத்தலாம் என்று எண்ணி, தொழிலாளர் களின் கூலியைக்கூட பத்து சதவிகிதம் குறைக்க உத்தரவிட்டனர். அப்படியும் சரிவைத் தடுக்கமுடியவில்லை என்பது தெரிந்ததும்

எங்களால் உங்களுக்குப் பசியையும் கடின உழைப்பையும் தவிர வேறு எதையும் தர இயலவில்லை என்று அறிவித்தனர். இறுதியில், பொறுப்பைத் தவறவிட்டுவிட்டு பதவியைத் துறந்தனர். அதன்மூலம் வளமான ஒரு களத்தை நாஜிகளுக்கு ஏற்படுத்திக் கொடுத்தனர். தன் சக்திக்குமீறி ஹிட்லருக்கு சோஷியல் டெமாக்ரடிக் கட்சியினர் உதவி செய்தனர் என்கிறார் கிரிஸ் ஹார்மென்.

தேர்தல்களில் நாஜிகள் வெற்றிபெற்றபோதும் இந்த வெற்றியிலிருந்து மட்டுமே ஹிட்லர் தன் பலத்தைத் திரட்டிக்கொண்டார் என்று எடுத்துக் கொள்ள முடியாது. ஜெர்மனியில் சுதந்தரமாக நடத்தப்பட்ட தேர்தல்களை மட்டும் எடுத்துவைத்துப் பார்த்தால் நாஜிகளுக்குக் கிடைத்த அதிகபட்ச வாக்குகள், 37.1 சதவிகிதம் மட்டுமே. ஹிட்லர் ஜெர்மனியின் சான்சலராகப் பதவி ஏற்றபிறகும், எதிர்க்கட்சிகளை மிரட்டி ஒடுக்கிவைத்த பிறகும்கூட நாஜிகளால் 43.9 சதவிகித வாக்குகளையே பெற முடிந்தது. போதுமான வாக்குகளை நாம் பெறமுடியாமல் போனது கட்சியில் இருப்பவர்களைப் பாதிக்கவே செய்யும் என்று கெப்பல்ஸ் 1932-ல் தன் டைரியில் வருத்தப்பட்டு எழுதி வைத்தார்.

எனில், ஹிட்லரின் பலம் எங்கிருந்து வந்தது? ஜெர்மானிய ஆளும் வர்க்கத்தின் பிரதிநிதிகளே ஹிட்லருக்குப் பலத்தையும் அதிகாரத்தையும் கொண்டுவந்து குவித்தனர் என்கிறார் ஹார்மென். பெரும் வர்த்தக அமைப்புகள் முன்பிருந்தே நாஜிக் கட்சிக்கு தாராளமாக நிதியுதவி செய்துவந்துள்ளன. இடதுசாரிகள், யூனியன்கள் ஆகியோரின் பலத்தைக் கட்டுப்பாட்டில் வைக்க ஒரு மாற்றுச் சக்தி தேவை என்னும் வகையில் அவர்கள் நாஜிகளை ஆதரித்துவந்தனர். இந்த ஆதரவு ஹிட்லரை வசதியாக வைத்துக்கொண்டது.

உயர் வர்க்கத்தினரின் ஆதரவும் கிடைத்தது. வெர்சைல்ஸ் ஒப்பந்தம் ஜெர்மனியை நிரந்தரக் கடனாளியாக வைத்திருக்கும் என்று அஞ்சிய இவர்கள் ஹிட்லரை ஆதரிப்பதன்மூலம் பலன் பெற நினைத்தனர். 1931-ம் ஆண்டு பெரும் வியாபார நிறுவனங்களின் தலைவர்கள் ஒன்றுகூடித் தயாரித்த ஓர் அறிக்கையில், ஜெர்மனியின் அவமானத்தை நீக்க ஒரு தேசியச் சர்வாதிகாரி தேவை என்று தங்கள் விருப்பத்தைப் பதிவு செய்தனர். ஹிட்லரின் ஸ்டார்ம்ட்ரூப்பர்ஸ் படை, தொழிலாளர்கள் ஒருங்கிணைப்பையும் அவர்களுடைய பலத்தையும் உடைத்தெறியும் என்று அவர்கள் நம்பினர். நாஜி அரசாங்கத்தால் மட்டுமே தம் நலன்களை முழுமையாகப் பிரதிநிதித்துவப்படுத்த முடியும் என்று 1932-ம் ஆண்டு வாக்கில் அவர்கள் திடமான முடிவுக்கு வந்துசேர்ந்தனர். அவர்களில் ஒருசிலர் மட்டும், ஹிட்லர் நமக்கு ஏவல் நாயாக இருப்பார்

என்பது உண்மை, ஆனால் அந்த ஏவல் நாயையும்கூட நாம் கண்காணிப்பில்தான் வைத்திருக்கவேண்டும் என்று எச்சரித்தனர்.

அடுத்து கம்யூனிஸ்டுகள். அவர்களும் சோஷியல் டெமாக்ரடிக் கட்சியினரைப் போலவே இருந்துவிட்டனர். பெர்லினில் கம்யூனிஸ்டுகள் ஹிட்லருக்கு எதிராக வீதிப் போராட்டங்களையும் ஆர்ப்பாட்டங் களையும் நடத்தியது உண்மை. ஆனால் அவை பலனளிக்கவில்லை என்பதோடு மக்களின் ஆதரவையும் பெற முடியாமல் போயினர். சோஷியல் டெமாக்ரடிக் கட்சியினர், கம்யூனிஸ்டுகள் இருவருமே ஹிட்லரைக் குறைவாக மதிப்பிட்டனர். உலகின் பிற பூர்ஷ்வா அரசுகளைப் போன்றதோர் அரசுதான் ஹிட்லர் தலைமையிலும் இங்கே உருவாகும் என்று கணித்தனர். நாஜி சர்வாதிகாரம் நாளடைவில் உதிர்ந்துவிடும் என்றும் நம்பிக்கை வைத்தனர். தொழிற்சங்கங்களை நொறுக்கி, மாற்றுக் கருத்தாளர்களைச் சிறையில் தள்ளும் ஹிட்லரை எதிர்கொள்ள கம்யூனிஸ்டுகள் போதுமான தீவிரத்தை வெளிப்படுத்தத் தவறிவிட்டனர்.

ரீச்ஸ்டாக் எரிப்பைப் பயன்படுத்தி ஹிட்லர் கம்யூனிஸ்ட் கட்சியைத் தடை செய்து, அவர்களுடைய பத்திரிகைக்குத் தடை விதித்து, பத்தாயிரம் கட்சி உறுப்பினர்களை வதை முகாமுக்கு அனுப்பியபோது சோஷியல் டெமாக்ரடிக் கட்சியினர் எதுவுமே செய்யவில்லை. பாதிக்கப்பட்டவர்கள் இன்னொரு கட்சியினர்தானே என்று அமைதி காத்தனர். கம்யூனிஸ்டுகளுக்கு நேர்ந்த கதி தமக்கும் மக்களுக்கும் நேரலாம் என்று அவர்கள் நினைக்கவில்லை. ஹிட்லருக்கு எதிராகத் திரைமறைவாக ஏதேனும் கலகம் செய்யலாமா என்று சில ஆர்வலர்கள் ஆலோசனை வழங்கியபோது அவர்களைக் கட்சியிலிருந்து சோஷியல் டெமாக்ரடிக்குகள் நீக்கினார்கள்.

ஹிட்லர் பதவிக்கு வந்ததுமுதல் போர் தொடங்கும்வரை 2,25,000 பேர் அரசியல் காரணங்களுக்காகக் கைது செய்யப்பட்டனர். கம்யூனிஸ்டு களையும் சோஷியல் டெமாக்ரடிக் கட்சியினரையும் தொழிற்சங்கங் களையும் மட்டுமல்ல, சுதந்தரமாக இயங்கும் அனைத்துக் கட்சியின ரையும் அமைப்பினரையும் ஹிட்லர் ஒடுக்கினார். நாஜிகளின் ஒரு கட்சி ஆட்சிமுறையை ஏற்கும்படி நிர்பந்தித்தார். மத்திய வர்க்கத்தினர், அறிவுஜீவிகள், வழக்கறிஞர்கள் குழு என்று தொடங்கி சிறுவர் சாரணர் அமைப்பைக்கூட ஹிட்லர் விட்டுவைக்கவில்லை. இவர்களில் பலர் வதை முகாம்களுக்கு அனுப்பப்பட்டனர்.

போர் ஐரோப்பாவை எந்த அளவுக்கு உருமாற்றியிருந்தது என்பதைத் தெரிந்துகொள்ள அப்போது வெளிவந்த ஆவணப்படங்களைக் காண வேண்டும் என்கிறார் டோனி ஜட். உடைந்த நகரங்களும் உடைந்த

வீடுகளும் உடைந்த மனித உள்ளங்களும் ஐரோப்பாவில் நிரம்பியிருந்தன. அநாதைகளாகக் குழந்தைகள் வீதிகளில் வலம் வந்தனர். குப்பைகூளங்களிலிருந்து பெண்கள் தங்களுக்குத் தேவையான பொருள்களைச் சேகரித்துக்கொண்டிருந்தனர். நாடுகடத் தப்பட்டவர்கள் மழிக்கப்பட்ட தலையுடன் காணப்பட்டனர். வதை முகாம்களிலிருந்து மீட்கப்பட்டவர்கள் அந்தப் புகழ்பெற்ற கோடு போட்ட பைஜாமா அணிந்தபடி சலனமற்று கேமராவை நோக்கினர். இடையிடையே மின்சாரம் கிடைத்தபோது மட்டும் டிராம் வண்டிகள் உயிர் பெற்று சில நிமிடங்கள் முன்நோக்கி நகர்ந்தன. நேச நாடுகளின் படை வீரர்கள் தவிர மற்றவர்கள் அனைவரும் பசியுடன், நீண்ட காலப் பட்டினியுடன் நடந்து சென்றுகொண்டிருந்தனர்.

1939 தொடங்கி 1945-ல் முடிவடைந்த போர் பொதுமக்களையும் சேர்த்தே பாதித்தது. குறிப்பாக, நாஜி ஜெர்மனி ஆக்கிரமித்த நாடுகளில் சிவிலியன்கள் நிலைகுலைந்து போயிருந்தனர். பிரான்ஸ்முதல் உக்ரேன் வரை; நார்வேமுதல் கிரீஸ்வரை. ஜெர்மனி, பிரிட்டன் ஆகிய நாடுகளுக்குக் கிட்டத்தட்ட ஆறாண்டுகால நரகம் கிடைத்தது என்றால் ஹிட்லர் 1938-ம் ஆண்டே ஆக்கிரமித்த செக்கோஸ்லாவாக்கியா, சூடடன்லாண்ட் ஆகிய நாடுகளுக்குக் கூடுதலாக ஓராண்டு தண்டனை கிடைத்தது.

ஐரோப்பாவுக்குப் போர் புதிதல்ல. 17-ம் நூற்றாண்டு ஜெர்மனி முப்பதாண்டுகாலப் போரைச் சந்தித்துள்ளது. ஆனால் ஹிட்லர் நடத்திய போர் அவர்கள் இதுவரை அறிந்திராதது. ஹிட்லரின் ஆட்சிக்கு உட்பட்ட ஜெர்மானியப் பொதுமக்கள் யாருமே அவரிடமிருந்து தப்பவில்லை. ஒன்று அவர்கள் ஹிட்லருக்காகப் பணிபுரிந்தனர் அல்லது ஹிட்லரின் கரங்களால் அழிக்கப்பட்டனர். ஆக்கிரமிக்கப்பட்ட நாடுகளின் செல்வத்தைப் பயன்படுத்தி மேலும் அழிவைக் கொண்டு வந்தது ஜெர்மனி. நார்வே, நெதர்லாந்து, பெல்ஜியம், பொஹிமியா, மொராவியா, பிரான்ஸ் என அனைத்தும் ஜெர்மனியின் கரங்களை வலுப்படுத்த உழைத்தன. செப்டெம்பர் 1944 வாக்கில் ஜெர்மனியில் பணிபுரிந்த அயல்நாட்டவர்களின் எண்ணிக்கை, சுமார் 75 லட்சம். டோனி ஜட் குறிப்பிடுவதைப் போல், முதல்முறையாக ஐரோப்பாவின் முழு வலிமையும் பிற ஐரோப்பியர்களை அழிப்பதற்குப் பயன்படுத்தப் பட்டது. இந்தப் பெரும் அழிவின் தடங்களை இன்றைய ஐரோப்பாவில் இன்னமும்கூட ஒருவர் காணவும் உணரவும் முடியும்.

22

பார்வைகள், மதிப்பீடுகள்

ஹிட்லரை ஒரு தீய சக்தி என்பதைத் தாண்டி வேறு கோணங்களில் ஆராயமுடியும் என்று ஆரம்பகால வரலாற்றாசிரியர்கள் கருதவில்லை. அதற்கான அவசியமும்கூட அப்போது எழவில்லை என்று சொல்லலாம். 1945-ம் ஆண்டுக்குப் பிறகு வெளிவந்த பல நூல்கள் ஹிட்லரைக் குற்றவாளியாகவும் யூதர்களைப் பாதிக்கப்பட்டவர்களாகவும் காண்பித்ததோடு நிறுத்திக்கொண்டன. முதல் உலகப் போரில் நடைபெற்றதைப் போலவே, இரண்டாம் உலகப் போருக்கும் ஜெர்மனியை மட்டும் ஒரே பொறுப்பாளி ஆக்கிவிட்டு இவை விவாதத்தை முடித்துக்கொண்டன. ஆனால் 1980-களுக்குப் பிறகு எழுதப்பட்டு வெளிவந்த பல நூல்கள் ஹிட்லரையும் நாஜிசத்தையும் பல்வேறு கோணங்களில் ஆராய முனைந்தன. சரி, தவறு; நல்லது, கெட்டது என்னும் கருப்பு வெள்ளைச் சித்திரத்தைத் தாண்டிப் பல பார்வைகளை இவை வெளிப்படுத்தின. கொல்லப்பட்ட யூதர்களின் எண்ணிக்கை மிகவும் மிகைப்படுத்தப்பட்டது என்பது தொடங்கி ஹிட்லர் தவறே இழைக்கவில்லை; யூதப் படுகொலை என்று ஒன்று நடைபெறவே இல்லை என்பதுவரை பல வாதங்கள் முன்வைக்கப் பட்டன. இவை ஒவ்வொன்றின் பின்னாலும் அரசியல் நோக்கங்கள் உள்ளன என்பது தெளிவு.

இந்தப் பன்முக ஆய்வுப் பிரதிகள் நமக்கு உணர்த்தும் ஒரே அழுத்த மான உண்மை, ஹிட்லர் போன்ற ஓர் ஆளுமையைப் பல்வேறு கோணங்களிலிருந்து பார்க்க முடியும், புரிந்துகொள்ள முடியும் என்பதுதான். இவற்றிலிருந்து கிடைக்கும் சிறு சிறு வெளிச்சங்களைக்

கொண்டு ஓர் ஒட்டுமொத்த மதிப்பீட்டை ஒருவர் உருவாக்கிக் கொள்ளமுடியும்.

வாதங்கள்

நாஜிகளின் செயல்பாடுகளை ஆராய்ந்த ஆரம்பகட்ட வரலாற்றாசிரியர்கள் நாஜிசத்தை ஒரு விநோதமான மன வியாதி என்றே மதிப்பிட்டனர். லட்சணக்கணக்கான மக்களைப் பலவாறாகச் சித்திரவதை செய்யவேண்டும் என்றும் குரூரமாகத் துன்புறுத்திக் கொல்லவேண்டும் என்றும் சாமானியர்களுக்கு நிச்சயம் தோன்றாது. ஹிட்லருக்கு அப்படித் தோன்றியிருக்கிறது என்றால் அவர் நிச்சயம் இயற்கைக்கு விரோதமான குணங்களைக் கொண்டவராகவும் உளவியல்ரீதியாகப் பாதிக்கப்பட்டவராகவும்தான் இருக்கவேண்டும் என்று இவர்கள் கணித்தனர். ஹிட்லரை ஒரு மிருகமாகவும் பேயாகவும் வர்ணித்து எழுதினர். யூதப்படுகொலைகள் பற்றிய செய்திகளால் பாதிக்கப்பட்ட நிலையில் மனமுடைந்து, உணர்ச்சிமேலீட்டால் இப்படிப்பட்ட முடிவுகளுக்கு அவர்கள் வந்துசேர்ந்ததன் நியாயத்தைப் புரிந்துகொள்ள முடிகிறது. ஆனால் ஹிட்லரை அற உணர்வுகளைக் கொண்டு மட்டும் மதிப்பிடுவது உண்மையைப் புரிந்துகொள்ள உதவாது. நாஜிசத்தை, அது அறவியலுக்கு எதிரானது என்பதால் மட்டுமே எதிர்ப்பது போதாது. எப்படி நாஜிசத்தால், மக்களின் செல்வாக்கு பெற்று வளர முடிந்தது? எப்படி ஹிட்லர் மக்களின் நம்பிக்கையைப் பெற்றார்? எப்படி ஜெர்மனி அவரை ஒரு காலத்தில் ஏற்றுக்கொண்டது?

இந்தக் கேள்விகளை முன்வைத்து ஹிட்லரின் ஜெர்மனியை ஆராயும் ரோடரிக் ஸ்டாக்கில்பெர்க் நாஜிசத்தை அதன் பல்வேறு பரிமாணங்களோடும் புரிந்துகொள்ள முயற்சி செய்கிறார். 1933 தொடங்கி 1945 வரை ஜெர்மானியர்களில் பெரும்பகுதியினர் நாஜிசம் ஒரு சிறந்த தத்துவம் என்று நம்பினர். சாமானியர்கள் மட்டுமல்ல, கற்றறிந்த பலரும்கூட நாஜிசம் ஓர் ஆரோக்கியமான, வளமூட்டும் சிந்தனைமுறை என்றே நினைத்தனர். அதே நாஜிசம் வெறுக்கத்தக்க சிந்தாந்தமாக மாறியபோது, தமக்குப் பிடிக்காதவற்றை நாஜிசத்தோடும் பாசிஸத்தோடும் தொடர்புபடுத்திப் பேச ஆரம்பித்தனர். 1960-களில் வெளிவந்த செய்தித்தாள்களிலிருந்து சில உதாரணங்களை அளிக்கிறார் ஸ்டாக்கில்பெர்க். தங்கள் உரிமைகளை நசுக்கும், பேச்சுரிமையை மறுக்கும் பல்கலைக்கழகத் தலைவர்களை, கலகக்கார மாணவர்கள் நாஜிகள் என்றும் பாசிஸ்டுகள் என்று அழைத்தனர். தங்களுடைய கட்டுப்பாட்டைமீறி நடந்துகொள்ளும் இந்த மாணவர்கள் பதிலுக்குக் கல்லூரிகளால் நாஜிகள் என்றும் பாசிஸ்டுகள் என்றும் அழைக்கப்பட்டனர்.

சமூகத் தளங்களைக் காட்டிலும் அரசியல் தளங்களில் இந்தப் பிரயோகங்கள் அதிக முக்கியத்துவம் பெற்றன. கம்யூனிஸ்டுகள் சிலர் முதலாளித்துவத்தை பாசிஸத்துடன் இணைத்துப்பேசினர். பனிப்போர் காலகட்டத்தில் மேற்கு நாடுகள் சோவியத் யூனியனையும் நாஜி ஜெர்மனியையும் ஒப்பிட்டு இரண்டுமே எதேச்சாதிகார அரசுகள் என்று குற்றம் கூறின. ஜெர்மனில் தேசியவாதிகள் போருக்குப் பிறகு தங்கள் பழமைவாதத்தைக் காப்பற்றிக்கொள்ள நாஜிசத்தை ஜனநாயகத்தோடு ஒப்பிட்டுக் குற்றம்சாட்டினர்.

உண்மையில் நாஜிசம் என்பது வலதுசாரிகள், பிற்போக்குவாதிகளின் அரசியல் தத்துவம். நாஜிசம் என்பது பாசிஸத்திலிருந்து பிரித்தெடுக்கப் பட்ட ஒரு கலகக்கார தத்துவம் என்கிறார் ஸ்டாக்கில்பெர்க். 1920-களிலும் 1930-களிலும் பரவிவந்த கம்யூனிச அரசியல் அலையைத் தடுத்து நிறுத்துவதற்காகப் பயன்படுத்தப்பட்ட ஒரு கருவி என்றும் நாஜிசத்தை அழைக்க முடியும் என்கிறார் இவர். கம்யூனிச எதிர்ப்பாளர்கள் பல நாடுகளில் கம்யூனிஸ்டுகளையும் இடதுசாரிகளையும் வேட்டையாடுவதற்காக நாஜிசத்தைப் பயன்படுத்திக்கொண்டனர். இதே காலகட்டத்தில் லிபரல் ஜனநாயகத்துக்கு எதிராகவும் நாஜிசம் பயன்படுத்தப்பட்டது என்கிறார் ஸ்டாக்கில்பெர்க். பாசிஸத்தைச் சிலர் வலதுசாரித் தத்துவம் என்றும் சிலர் வலதும் அல்லாத இடதும் அல்லாத தத்துவம் என்றும் வகைப்படுத்தினர். ஹிட்லர், முசோலினி இருவருமே சோஷலிசம் என்னும் பெயரைக் கையில் எடுத்துக்கொண்டு விளை யாடியதால், பாசிஸமும் நாஜிசமும் இடதுசாரித் தத்துவங்களே என்றும் கூட ஒரு சிலர் வாதிடுவது உண்டு. ஆனால் அது மிகவும் எளிமைப்படுத் தப்பட்ட தவறான ஒரு வாதம்.

வலதுசாரி இயக்கம்

சமூகத்தில் ஏற்றத்தாழ்வு நிலவுவது தவிர்க்க இயலாதது என்றும் அது ஒருவகையில் சரியானதுதான் என்றும் வாதிடுபவர்கள் வலதுசாரிகள். ஏற்றத்தாழ்வு இயல்பானதல்ல என்றும் அந்நிலையை மாற்ற முடியும் என்றும் நம்புபவர்கள் இடதுசாரிகள். வலதுசாரிகளின் சமூகத்தில் வலிமையானவர்களுக்கே பலன்கள் சென்று சேரும். பலம் குறைந்தவர்களால் வாழ முடியாது. இடதுசாரிகளின் சமூகத்தில் இந்த இருவருக்கும் இடம் உண்டு. தனி மனிதச் சுதந்தரத்தை உயர்த்திப் பிடிக்கும் லிபர்டேரியன்களையும் வலதுசாரிகள் என்றே வகைப்படுத்த முடியும் என்கிறார் ஸ்டாக்கில்பெர்க். இவர்கள் ஏற்றத்தாழ்வை ஏற்பதோடு மென்மையாக அதனை அணைத்துக்கொள்ளவும் செய்கின்றனர் என்கிறார் இவர். இருபதாம் நூற்றாண்டின் வரலாற்றில் கம்யூனிசமும் நாஜிசமும் (பாசிஸமும் சேர்த்து) குறிப்பிடத்தக்க

தாக்கத்தை ஏற்படுத்தின. சமூகம், அரசியல், கலை, பொருளாதாரம் என்று பல துறைகளில் இந்த இரண்டும் ஒன்றோடு ஒன்று மோதிக் கொண்டன. அந்த வகையில் இந்த இரண்டும் அடிப்படையிலேயே ஒன்றுக்கொன்று முரணானது, ஒன்றை இன்னொன்று எதிர்க்கும் தன்மை கொண்டது.

கம்யூனிஸ்டுகள் உலக அளவில் சமத்துவத்தைக் கொண்டுவர விரும்பினர். நாஜிகள், இயல்பிலேயே வலதுசாரிகள் என்பதால் அவர்கள் சமத்துவத்தை எதிர்த்தனர்; இனரீதியில் ஆரியர்கள் என்றும் யூதர்கள் என்றும் பிரித்து ஒன்று இன்னொன்றைவிட உயர்ந்தது என்று வாதிட்டனர். ஆரியர்களின் ரத்தமே உயர்ந்தது என்றும் அது மட்டுமே பலம் வாய்ந்தது என்றும் அவர்கள் நிரூபிக்க முயன்றனர். பலமிக்கவர் களுடன் பலம் குறைந்தவர்கள் ஒன்றிணைந்து வாழக்கூடாது என்று அவர்கள் நினைத்தனர். சுத்தமான ரத்தம் அசுத்தத்துடன் ஒன்று கலக்கக் கூடாது என்று நினைத்தனர். உயர்வான ஆரிய ரத்தத்தைக் காக்க ஆரியர் அல்லாதாருடன் ஜெர்மானியர்கள் திருமண உறவு, பாலியல் உறவு கொள்ளக்கூடாது என்று சட்டப்படி தடையுத்தரவு கொண்டுவந்தார் ஹிட்லர். பலம் குறைந்த யூதர்கள் ஒழிக்கப்படவேண்டும் என்னும் தவிர்க்கவியலாத ஓர் ஆபத்தான முடிவுக்கு ஹிட்லர் நாளடைவில் வந்துசேர்ந்தார்.

சமூகத்தில் உள்ள பொதுவான பண்புகளை கம்யூனிசம் முன்னிறுத்தி ஒற்றுமையைத் தேடியது. நாஜிகள் யூதர்களை, கம்யூனிஸ்டுகளை, ஒருபால் நாட்டம் கொண்டவர்களை, ஜிப்ஸிகளை மற்றவர்களிட மிருந்து வேறுபடுத்திக் காட்டினர். அவர்கள் இயல்பானவர்கள் அல்லர் என்றும் சமூகத்துக்கு அவர்கள் ஓர் அச்சுறுத்தல் என்றும் திரும்பத் திரும்பப் பிரசாரம் மேற்கொண்டனர். சமூகத்திலிருந்து ஈட்டக்கூடிய நன்மைகளை எடுத்துச்சொல்லி கம்யூனிஸ்டுகள் தொழிலாளர்களைத் திரட்டினர். நீங்கள் அனைத்தையும் யூதர்களிடம் இழக்கப்போகிறீர்கள் என்று சொல்லி எச்சரித்து ஜெர்மானியர்களை ஹிட்லர் தன் பக்கம் ஈர்த்தார். தங்களைச் சார்ந்துள்ளவர்களுக்கு கம்யூனிஸ்டுகள் நம்பிக்கை யையும் நாஜிகள் அச்சத்தையும் அளித்தனர். செல்வந்தர்கள், முதலாளிகள், நிலப்பிரபுக்கள் ஆகியோருக்கு எதிரான போரை கம்யூனிஸ்டுகள் தொடுத்தனர். நிலமற்றவர்கள், ஏழைகள், தொழிலாளர்கள், விவசாயிகள் ஆகியோருக்கு எதிரானதாக நாஜிகளின் ஆட்சி திகழ்ந்தது.

வன்முறையை நாஜிகள் கையாண்ட விதத்துக்கும் இடதுசாரிகள் கையாண்ட விதத்துக்குமான மிகப் பெரிய வேறுபாட்டை ஸ்டாக்கில் பெர்க் சுட்டிக்காட்டுகிறார். சோஷலிசத்தைக் கொண்டுவருவதற்காக இடதுசாரிகள் வன்முறையை ஒரு போர்த்தந்திரமாகக் கையாண்டனர்.

நாஜிகள் சோஷலிசம் ஏற்படுவதைத் தவிர்ப்பதற்காக வன்முறையைப் பயன்படுத்தினர். தனியுடைமையை ஒழிப்பதற்காக ஒரு சாராரும் தனியுடைமையை வலுப்படுத்துவதற்காக இன்னொரு குழுவினரும் வன்முறையைப் பயன்படுத்தினர்.

ஹிட்லர் தன்னை ஒரு புரட்சியாளர் என்றே அழைத்துக்கொண்டார். ஆட்சிக்கு வந்த புதிதில் அதிகாரத்தைத் தன்னிடம் குவித்துக்கொள்வதற்காகக் கொண்டுவந்த சட்ட மாற்றங்களை அவர் முதல் புரட்சி என்றுதான் அழைத்தார். ஆனால் அவரை எதிர்ப்புரட்சியாளர் என்று அழைப்பதுதான் சரியானது என்கிறார் ஸ்டாக்கில்பெர்க். அதே சமயம் ஹிட்லரிடம் பழைமைவாதத்துக்கு எதிரான சில கூறுகளும் காணப்படுகின்றன என்கிறார் அவர். அடியோடு தான் வெறுத்த இடதுசாரிகளிடமிருந்து பல விஷயங்களை ஹிட்லர் கற்றுக்கொண்டார். பிரசாரம், பேரணி, மக்களின் பங்கேற்புடன் கூடிய மாற்றங்கள், அனல் பறக்கும் பிரசுரங்கள் என்று இடதுசாரிகளிடமிருந்து கற்றுக்கொண்ட பலவற்றை அவர் இடதுசாரிகளுக்கு எதிராகப் பயன்படுத்தினார்.

ஜெர்மனியும் நாஜிசமும்

சிலர் நாஜிசம் தோன்றியதன் காரணத்தை ஜெர்மனியின் சமூக, அரசியல் வரலாற்றோடு தொடர்புபடுத்துகிறார்கள். கலாசாரம், கலை, தத்துவம், உயர் தொழில்நுட்பம் என்று பல துறைகளில் அசாத்தியத் திறமையுடன் மிளிர்ந்த ஜெர்மனியில் நாஜிசம் போன்ற ஓர் ஆபத்தான, பிற்போக்கான சித்தாந்தம் தோன்றவேண்டிய காரணம் என்ன? 19-ம் நூற்றாண்டு வரலாற்றிலிருந்து இதற்கான விடையைத் தேடத் தொடங்கும் சிலர் ஒரு முக்கிய அம்சத்தைச் சுட்டிக்காட்டுகின்றனர். 1871 ஜெர்மன் ஒருங்கிணைப்பு, பிஸ்மார்க்கின் சாம்ராஜ்ஜியம், ஜெர்மானியச் சித்தாந்தம், முதல் உலகப் போர் என்று வரலாறு நெடுகிலும் ஜனநாயகத்துக்கு விரோதமான ஒரு போக்கு ஜெர்மனியில் வலுவாக நிலவிவந்திருக்கிறது. மேற்கு ஐரோப்பிய நாடுகளிடமிருந்து அதே காலகட்டத்தில் ஜெர்மனி பெருமளவில் வேறுபடுகிறது.

முதல் உலகப் போரின்போது இந்த வேறுபாடு ஜெர்மனியில் வெளிப்பட்டதையும் அதன் காரணமாக, தீவிர வலதுசாரிப் பாதையை ஜெர்மனி தேர்ந்தெடுத்துக்கொண்டதையும் இவர்கள் காண்பிக்கின்றனர்.

ஆனால் இந்தப் பார்வையை அனைவரும் ஏற்பதில்லை. உதாரணத்துக்கு, ஜெர்மானிய தேசியவாதிகள் ஜெர்மனின் முந்தைய வரலாற்றில் நாஜிகளின் நிழலைத் தேடும் போக்கைக் கண்டிக்கின்றனர். ஜெர்மனின் வரலாற்றில் நாஜிகள் ஒரு விதிவிலக்கு மட்டுமே என்று இவர்கள் வாதிடுகின்றனர். ஹிட்லரின் தவறுகளுக்கு அவருக்கு முந்தைய

காலகட்டத்தைப் பொறுப்பாக்குவது தவறு என்று இவர்கள் சொல்கின்றனர். சில இடதுசாரிகளும்கூட மற்றொரு கோணத்திலிருந்து அணுகி இந்த வாதத்தை ஏற்கின்றனர். நாஜிசம் என்பது ஜெர்மனிக்கே உரித்தான ஒரு தனிப் பண்பு என்று மதிப்பிடுவது சரியல்ல; இத்தகைய பாசிஸப் போக்கு, லிபரல் முதலாளித்துவச் சமூகத்திலும்கூட வெளிப்படுவதை நாம் பார்க்கலாம் என்கின்றனர் இவர்கள்.

நாஜிசத்தின் தோற்றமும், எழுச்சியும், வீழ்ச்சியும் ஜெர்மனியோடு மட்டுமே தொடர்புடையவை அல்ல என்னும் பார்வையையே ஸ்டாக்கில்பெர்க் முன்வைக்கிறார். 19-ம் நூற்றாண்டு ஜெர்மனியை நாஜிகளுக்கு முந்தைய காலகட்டம் என்று வகைப்படுத்துவது சரியல்ல என்கிறார் இவர். அதே சமயம் ஜெர்மனியின் சமூக, அரசியல் வரலாற்றின் துணையுடன் நாஜிகளைப் புரிந்துகொள்ள முயற்சி செய்வது நம் பார்வையை விசாலப்படுத்தும் என்கிறார் இவர்.

நாஜிசமும் பெண்களும்

வரலாற்றில் பெண்கள் குறித்த ஆய்வுகள் மிகவும் சமீபத்தியவை என்பதால் நாஜிகள் ஆட்சியில் பெண்களின் நிலை எப்படியிருந்தது என்பது பற்றிய விவாதங்களும்கூடச் சமீபத்தில்தான் எழுப்பப்பட்டன. ஓர் அடிப்படை உண்மையை ஆய்வாளர்கள் அனைவரும் ஒப்புக்கொள்கிறார்கள். பெண்களுக்கு விடுதலை என்னும் கோஷங்கள் எழுந்த சமயத்தில் 'பெண்களுக்கு விடுதலை என்னும் கோஷத்திலிருந்து விடுதலை' என்று சொல்லி ஆட்சியைப் பிடித்தது நாஜிக் கட்சி. பெண்களை அனைத்துத் தளங்களிலிருந்தும் விடுவிக்கிறோம் என்று சொன்ன ஹிட்லர் அவர்களை அவர்களுக்கான பாரம்பரிய இடத்துக்கு அனுப்பிவைத்தார். வீடுகள்!

பெண்கள் பற்றிய நாஜிகளின் பார்வை என்பது ஆணாதிக்கப் பார்வை என்ற வரையறையையும் கடந்தது என்கிறார் ஈவ் ரோஸன்ஹாஃப்ட். 'பெண்களை வீட்டில் இருத்திவைக்கும் வழக்கமான ஒரு பழமைவாதச் சித்தாந்தம் என்று நாஜிசத்தை எளிதாகச் சொல்லிவிட முடியாது. ஆண்களுக்கு அதிகாரத்தை அளிப்பதற்காகத் திட்டமிட்டுப் பெண்களை ஒடுக்கிவைத்ததோடு மட்டுமின்றி, வீட்டிலும் குடும்பத்திலும் பெண்கள் வகிக்கவேண்டிய பாத்திரம் என்ன என்பதையும் நாஜிகள் வரையறுத்தனர். இதில் நாஜிகளின் தனித்தன்மை எங்கே வருகிறது என்றால், பெண்கள் வீட்டு வேலைகளை மட்டுமே ஏன் செய்ய வேண்டும் என்பதை நியாயப்படுத்தி அதற்கொரு விளக்கத்தையும் அவர்கள் அளித்தனர்.'

மாநில நிர்வாகத் துறைகளில் முக்கியப் பொறுப்புகள் வகித்துவந்த பெண்கள் அனைவரும் 1933-ம் ஆண்டுக்குப் பிறகு நீக்கப்பட்டனர்.

அரசுத் துறைகளில் பெண்கள் பணியாற்றுவது படிப்படியாகத் தடை செய்யப்பட்டது.சில விதிவிலக்குகளும் இருந்தன. தபால்துறையில் பெண்கள் கணிசமாகப் பணியாற்றிவந்தனர். அவர்களை நாஜிகள் கலைக்கவில்லை. நாஜிக் கட்சியிலேயே கிட்டத்தட்ட 250 பெண்கள் இருந்தனர். கட்டாயப் பணியில் ஈடுபடுத்தப்பட்டிருந்த பெண்களை கண்காணிக்கவும் நிர்வகிக்கவும் இவர்கள் பயன்படுத்தப்பட்டனர். கனமான பொருள்களை, தளவாடங்களைச் சுமந்துசெல்லும் பணிகளில் பல பெண்கள் ஈடுபடுத்தப்பட்டனர். சிலர் கெஸ்டாபோவுக்காகத் தொலைப்பேசி உரையாடல்களை வேவு பார்த்தனர். வதை முகாம்களில் பல பெண்கள், பெண்களுக்கு எதிராகக் கொடுமைகளை நிகழ்த்தியுள்ளனர் என்பதையும் இத்துடன் சேர்த்துப் பார்க்கவேண்டும் என்கிறார் டேவிட் க்ரூ. மொத்தத்தில், நாஜி அரசு பெண்களைத் தனது தேவைகளுக்காகப் பயன்படுத்திக்கொண்டது என்று சொல்லலாம்.

ஆனால் தனியார் துறைகளில் பெண்களை இந்த அளவுக்குக் கட்டுப் படுத்தமுடியவில்லை. திருமணச் செலவுகளுக்காகப் பெண்கள் தனியார் நிறுவனங்களில் வேலைக்குச் செல்வதைத் தடுக்க, 'திருமணக் கடன்' என்னும் திட்டத்தை நாஜி அரசு அறிவித்தது. ஆனால் தனியார் நிறுவனங்களின் தேவை,பெண்களின் பொருளாதாரத் தேவை ஆகிய காரணங்களால் கணிசமான பெண்கள் தனியார் பணிகளைக் கைவிடவில்லை.

நாஜிகளைப் பொருத்தவரை பெண்களின் உருவ, மன அமைப்பு அவர்களைக் குறிப்பிட்ட பணிகளுக்கு மட்டுமே பயன்படுத்திக் கொள்ளவேண்டும் என்று கட்டுப்படுத்துகிறது. திரும்பத்திரும்பச் செய்யும் பணிகள், ஒரே மாதிரியான அலுப்பூட்டும் வேலைகள் ஆகிய வற்றைப் பெண்களால் திறமையாகச் செய்ய முடியும் என்பது நாஜிகளின் நம்பிக்கை. நாஜிகளின் பார்வையைப் பல தொழிற்சாலை அலுவலர்களும் பகிர்ந்துகொண்டனர். அசெம்ப்ளி லைனில் பெண் களை நிறுத்திவைப்பது நன்மை அளிக்கும் என்று அவர்கள் கருதினர்.

ஜெர்மானியப் பெண்களுக்கு இன்னொரு முக்கியப் பணியையும் நாஜிகள் வழங்கியிருந்தனர். பெண்கள் நல்ல ஆரிய ஆண்களைப் பெற்றெடுக்கவேண்டும். உடல்ரீதியாகப் பெண்கள் இதற்குத் தங்களைத் தயார்படுத்திக்கொள்ளவேண்டும் என்று அவர்கள் எதிர் பார்த்தனர். தொழிற்சாலையில் பணியாற்றும் பெண்கள், நல்ல தயாரிப்புகளையும் நல்ல குழந்தைகளையும் அளிக்கவேண்டும் என்று எதிர்பார்க்கப்பட்டனர். இந்த இரண்டும் இல்லாமல் போவது ஜெர்மனிக்கு ஆபத்தானது என்பதற்காககே அவர்களுக்குப் பிரசவகால

மருத்துவப் பாதுகாப்பும் வழங்கப்பட்டது. இந்த அக்கறை ஜெர்மானியப் பெண்களுக்கு மாத்திரமே. ஆரியரல்லலாத பெண்களின் உடல்நலம் முக்கியமானதல்ல என்பதால் அவர்கள் போர்க்காலத்தின் போது ஆபத்தான பணிகளிலும் நியமிக்கப்பட்டனர்.

பெரும்பாலான பெண்களுக்கு நாஜிகளின் ஆட்சி, பிற்போக்குத்தனம், ஆணாதிக்கம், பாசிஸக் குணாம்சங்கள் ஆகியவற்றைக் கொண்டதாகத் திகழ்ந்தது. பெண்களின் உடல்மீது அவர்களுக்கு இருப்பதைக் காட்டிலும் அதிக உரிமையும் அதிகாரமும் அரசுக்கு உள்ளது என்று நாஜிகள் கருதினர். எனவே கருக்கலைப்பு செய்துகொள்ளும் உரிமையை நாஜிகள் பெண்களுக்குச் சட்டப்படி மறுத்தனர். அதே சமயம், 'இன ரீதியாக' ஆரோக்கியமற்ற குழந்தைகள் பிறப்பதைத் தடுப்பதற்காக ஆயிரக்கணக்கான பெண்களுக்கு அவர்களுடைய விருப்பத்தையும்மீறிக் கருக்கலைப்பு செய்யப்பட்டது.

பெண்கள் பல குழந்தைகளைப் பெற்றெடுக்கவேண்டும், ஜெர்மானியர்களின் எண்ணிக்கையை அதிகப்படுத்தவேண்டும் என்பதல்ல நாஜிகளின் நோக்கம். கெப்பல்ஸ் தெளிவாகத் தனது பிரசாரக் கையேட்டில் சுட்டிக்காட்டுவதைப் போல், நாஜிகளுக்குத் தேவை 'உடலளவிலும் மனத்தளவிலும் இனரீதியாகவும் தூய்மையான ஜெர்மானியக் குழந்தைகள்' மட்டுமே. ஒரு பெண் கர்ப்பமடைவதோ, குழந்தையை வயிற்றில் சுமப்பதோ, பெற்றெடுப்பதோ உயர்த்த விஷயங்கள் என்று சொல்ல முடியாது. பிறக்கப்போகும் குழந்தை உயர்ந்த இனத்தைச் சார்ந்ததா என்பதைப் பொருத்தே அந்தத் தாயின் பிரசவம் மதிப்பிடப்படும். 'பலவீனமான' இனத்தைச் சேர்ந்த குழந்தைகளும் அந்தக் குழந்தைகளைப் பெற்றெடுக்கும் தாய்மார்களும் மதிப்பற்றவர்களாகக் கருதப்பட்டனர்.

பெண்கள் நான்கு விதமாகப் பிரிக்கப்பட்டனர் என்கிறார் ஓர் ஆய்வாளர். முதல் பிரிவினர் திருமணம் செய்துகொள்ளும்படியும் குழந்தைகள் பெற்றுக்கொள்ளும்படியும் ஊக்குவிக்கப்படுவார்கள். இரண்டாவது பிரிவினர் குழந்தைகள் பெற்றெடுக்கும்படி ஊக்குவிக்கப் பட மாட்டார்கள்; ஆனால் பெற்றெடுத்தால் அதனால் பெரிய பிரச்னை எதுவுமில்லை. மூன்றாவது பிரிவினர் திருமணம் செய்துகொள்ள அனுமதிக்கப்படலாம்; ஆனால் குழந்தை பிறப்பைத் தடுக்கவேண்டும். நான்காவது பிரிவினரின் திருமணம் தடுக்கப்படவேண்டும்; குழந்தை பிறப்பு தடுக்கப்பட்டே தீரவேண்டும். யூதர்களால் மட்டுமே தூய்மையற்ற குழந்தைகளைப் பெற்றெடுக்க முடியும் என்று நாஜிகள் நினைக்கவில்லை. சில ஜெர்மானியப் பெண்களுக்கும்கூட இத்தகைய விபத்துகள் நிகழலாம். எனவேதான் உடல் ஆரோக்கியத்துடன் சேர்ந்து

இன ஆரோக்கியமும் முக்கியம் என்று கருதப்பட்டது. வரலாற்றில் இதுவரை எந்தவோர் அரசும் குழந்தை பிறப்புக்கு இப்படித் திட்டமிட்டு, அந்தத் திட்டத்துக்கு ஒரு சித்தாந்த விளக்கமும் அளித்து பெண்களைக் கட்டுப்படுத்தியதில்லை.

ராணுவ வீரர்கள்

தொடக்கத்தில், தொழிலாளர்களை இணைத்துக்கொள்ள ஜெர்மன் ராணுவம் முன்வரவில்லை. தொழிலாளி வர்க்கத்தினரின் கரங்களுக்கு ஆயுதம் போய்ச் சேர்ந்து அவர்கள் ஓர் அமைப்பாகத் திரண்டுவிட்டால், புரட்சி ஏதேனும் ஏற்பட்டுவிடுமோ என்னும் அச்சமே அதற்குக் காரணம். ஆனால் 1941 வாக்கில் செம்படை ஏற்படுத்திய பெரும் இழப்பால் பாதிப்படைந்த ஜெர்மன் ராணுவத்துக்கு ஆள்கள் கிடைப்பது அரிதாகிவிட்ட நிலையில், தொழிலாளர்களை சேர்த்துக் கொள்ளவேண்டிய அவசியம் ஏற்பட்டது. கட்டாயப் பணியில் ஈடுபடுத்தப்பட்டிருந்த லட்சக்கணக்கான தொழிலாளர்கள் இவ்வாறு ராணுவப் பணிக்கு மாற்றப்பட்டனர். இந்தத் தொழிலாளர்கள் எந்தெந்தப் பிரிவில் எத்தகைய படிநிலைகளில் அமர்த்தப்பட்டனர் என்பது பற்றிய விவரங்கள் அதிகம் தெரியவில்லை. இருந்தாலும் நாஜிகளின் ஆட்சியில் ராணுவ வீரர்கள் ஆற்றிய பங்கை மதிப்பிடும்போது இதையும் கணக்கில் கொள்ளவேண்டும் என்கிறார் டேவிட் க்ரூ.

நாஜி ராணுவ வீரர்களைப் பற்றிய ஆய்வுகளுக்கு இன்னமும் இடம் இருக்கிறது. உதாரணமாக, ஜெர்மானிய ராணுவ வீரர்களில் எத்தனை சதவிகிதம் பேர் 'நாஜிகளாக' இருந்தனர்? எவ்வளவுபேர் மோசமான, அநீதியான உத்தரவுகளை எதிர்த்தனர்? அவர்களில் எத்தனை சதவிகிதம் பேர் தொழிலாளர்களாக இருந்து ராணுவ வீரர்களாக மாறியவர்கள்? ஒரு குறிப்பின்படி, கடைநிலை வீரர்களைக் காட்டிலும் அவர்களைவிட மேல் மட்டத்தில் இருந்தவர்களே அதிகாரத்துக்கு எதிராகக் கேள்வி கேட்டதாகச் சொல்லப்படுகிறது. எவ்வளவு மோசமான உத்தரவுகளாக இருந்தாலும் கீழ்மட்டத்தில் இருப்பவர்கள் அவற்றைக் கண்ணை மூடிக்கொண்டு பின்பற்றுபவர்களாகவே இருந்தனர் என்றும் சொல்லப்படுகிறது. இதற்குக் காரணம் அவர்களுக்கு அதைத்தவிர வேறு வழியில்லை என்பதாலா அல்லது அந்த உத்தரவுகளுக்குக் கீழ்ப்படிவதை அவர்கள் உண்மையிலேயே விரும்பினார்கள் என்பதாலா? இதையே இன்னும் விரிவாக்கி வேறு வார்த்தைகளில் சொல்வதானால், ஜெர்மானிய ராணுவ வீரர்கள் நாஜிகளின் உத்தரவுகளை சுயவிருப்பத்துடன் நிறைவேற்றினார்களா அல்லது கடமையாகக் கருதி செய்து முடித்தார்களா?

கீழ்மட்டத்தில் இருந்த ராணுவ வீரர்கள் போரின் மிகக் கடைசிக் கட்டம் நீங்கலாக ஹிட்லருக்கு ஆதரவாகத் திகழ்ந்ததைப் பலர் பதிவு செய்துள்ளனர். பல சமயம் உற்சாகமும் கீழ்ப்படிதல் உணர்வும் இவர்களிடமிருந்தே மேல் மட்டத்துக்குப் பாய்ந்து சென்றது என்றும் சொல்கிறார்கள். மற்றவர்களைக் காட்டிலும் இவர்களே ஹிட்லரை அதிகம் நம்பியிருக்கின்றனர். கிழக்கு முனையில் இருந்த நாஜி வீரர்கள் அளித்த வாய்மொழி வாக்குமூலங்களிலிருந்து கிடைக்கும் சில தகவல்கள் இதனை உறுதிசெய்கின்றன. ஜெர்மனி போரில் தோற்று வருவதற்குக் காரணம் ஹிட்லர் அல்ல என்றும் ராணுவத்தில் நடைபெறும் சதியே இதற்குக் காரணம் என்றும் பலர் நம்பியிருக் கின்றனர். தங்களுக்கு உணவு, தளவாடங்கள் ஆகியவை வந்து சேராததற்கும் ஹிட்லருக்கும் எந்தவிதத் தொடர்பும் இருந்திருக்க முடியாது என்றும் அவர்கள் நம்பினர். அமெரிக்கா கைது செய்த ஜெர்மானியப் போர் வீரர்கள் மத்தியில் ஹிட்லர் நல்ல செல்வாக்கு மிக்கவராக இருந்திருக்கிறார் என்பது தெரியவந்துள்ளது. ஆகஸ்ட் 1944-ல் 69 சதவிகிதம் பேர் ஹிட்லரை ஆதரித்தனர். அக்டோபர் மத்தியில் 42 சதவிகிதமாக இந்த எண்ணிக்கை குறைந்து நவம்பர் இறுதியில் 64 சதவிகிதமாக மீண்டும் உயர்ந்தது. 15 டிசம்பர் 1944 தேதியிட்ட அமெரிக்க ராணுவ ஆவணத்தின்படி, ஜெர்மானியப் போர் வீரர்கள் மத்தியில் தோற்கடிக்கப்பட்டுவிட்டோம் என்னும் உணர்வே இருக்கவில்லை. ஜெர்மானிய ராணுவமும் மக்களும் ஒன்றிணைந்து நிச்சயம் பெரும் வெற்றி ஈட்டிவிடலாம் என்ற நம்பிக்கையில் இருந்திருக்கிறார்கள்.

ராணுவ ஜெனரல்களின் பிரத்தியேகக் குறிப்புகள் ராணுவ வீரர்களுக்கு ஹிட்லர்மீது இருந்த நம்பிக்கையை உறுதி செய்கின்றன என்றபோதும் அந்தக் குறிப்புகளை உண்மை என்று ஏற்க இயலாது. இவர்களில் பலர் பிரசாரப் பணியில் ஈடுபட்டவர்கள் என்பதால் தங்களுடைய குறிப்புகளிலும்கூட அதே வாடை இருக்குமாறு பார்த்துக்கொண்டனர். போரின் இறுதிக்கட்டத்தில் வீரர்கள் மட்டுமின்றி ஜெனரல்கள் உள்ளிட்ட உயர் மட்டத்தினரும்கூட ஹிட்லரைவிட்டு விலகியே நின்றனர். என்றாலும் அதை ஒரு விதிவிலக்கு என்றே சீருடை அணிந்த பலரும் நினைக்கின்றனர். ஹிட்லர் ஆட்சியில் இருந்தவரை, அவருக்கு எதிராக எந்தவொரு பெரும் கலகமும் ஏற்பட்டதில்லை; யாரும் அவரை எதிர்த்ததில்லை என்கின்றனர் இவர்கள்.

இன்னும் சிலர் இதனை பிரசாரத்தின் வெற்றி என்று அழைக்கின்றனர். வீரர்கள் நாஜிகளின் பிரசாரத்துக்குப் பலியாகியிருந்தனர். தாங்கள் கேட்டதை, பார்த்ததை, தங்களுக்குச் சொல்லப்பட்டதை அவர்கள் உண்மை என்றே நம்பி ஏற்றனர். ஹிட்லரை அவர்கள் அசாதாரணமான

பலம் கொண்டவராகக் கண்டனர். ஜெர்மனிக்கு ஹிட்லரைவிட்டால் வேறு மாற்று இல்லை என்று நம்பினர். தங்கள் வீடுகளுக்கு ராணுவ வீரர்கள் அனுப்பிய கடிதங்களை ஆய்வு செய்த சிலரும்கூடப் பிரசாரத்தின் சிறப்பான பங்கை ஒப்புக்கொள்கின்றனர். யூதர்களையும் ரஷ்யர்களையும்பற்றிக் குறிப்பிடும்போது இந்த வீரர்கள் நாஜி பிரசாரகர்கள் பயன்படுத்தும் அதே வார்த்தைகளை, அதே வசைகளைப் பயன்படுத்தியிருக்கின்றனர். பல ஆண்டுகளாகக் கேட்டுக் கேட்டுப் பழகியதால் நாஜிகளின் சிந்தனைகள் இவர்களுடையதாக மாறியிருப் பதை இது காட்டுகிறது. ஹிட்லரால் ஜெர்மனி முன்னேறும் என்று தாம் நம்புவதாகவும், உயர்வான ஜெர்மானிய நாகரிகத்தைக் கட்டமைக்கவே தாம் போராடி வருவதாகவும், இந்தப் போராட்டம் வெற்றி பெறும் நாள் தொலைவில் இல்லை என்றும் இவர்கள் தங்கள் வீடுகளுக்கு எழுதி அனுப்பியிருந்தனர்.

ஹிட்லர் என்றொரு மாயை

ஹிட்லர் மரியாதைக்குரிய ஒரு நபராகவும், போற்றுதலுக்குரிய ஒரு தலைவராகவும் ஒரு பகுதியினருக்குத் திகழ்ந்தார். அதற்கு அவர்கள் மத்தியில் நிலவிய சில பொதுவான நம்பிக்கைகளே காரணம். அவற்றுள் சில:

- ஜெர்மன் தேசத்தின் பிரதிநிதியாகவும் அதன் உள்ளடக்கமாகவும் ஆன்மாவாகவும் ஹிட்லர் திகழ்ந்தார். அவரிடம் சுயநலன் இல்லை. அவர் தேசத்துக்காகவே சிந்தித்துச் செயல்பட்டார்.
- 1930-களில் ஜெர்மனி சந்தித்த பொருளாதார அதிசயம் ஹிட்லரால் மட்டுமே சாத்தியப்பட்டது. பிற ஐரோப்பிய நாடுகள் அப்போது தடுமாற்றத்தில் இருந்தபோது ஜெர்மனி ஒப்பீட்டளவில் வளமாக இருந்ததற்குக் காரணம் ஹிட்லர்.
- ஜெர்மனியின் எதிரிகளை மூர்க்கமாக அழித்தொழித்ததன்மூலம் தேசத்தின் பாதுகாப்பை உறுதிசெய்தார்.
- மக்களின் உணர்வுகளை மதித்து அவர்களுடைய விருப்பங்களையே ஹிட்லர் நிறைவேற்றினார்.
- ஹிட்லரின் தனிப்பட்ட பண்புகள் போற்றத்தக்கவை. அவர் நேர்மையானவர் என்பதை நாஜிசத்தை வெறுத்த பாதிரிகளேகூட ஒப்புக்கொண்டுள்ளனர். நாஜிகளோடு ஒப்பிடும்போதும்கூட ஹிட்லர் தனித்துத் தெரிகிறார்.
- நாஜிகளின் பல மோசமான செயல்பாடுகள் ஹிட்லருக்குத் தெரியாமல் நடைபெற்றவை.

- ஹிட்லர் யாருடனும் ஒப்பிட முடியாத அளவுக்கு ஒரு மகத்தான ராஜதந்திரி. போரின் இறுதிக் கட்டத்தில் அவர் தன்னால் இயன்ற அனைத்தையும் செய்தார். இருந்தும் ஜெர்மனி தோற்றுவிட்டது.

- யூதர்கள் அழிக்கப்பட்டதற்கு ஹிட்லரின் தனிப்பட்ட விருப்பு, வெறுப்பு காரணமல்ல. ஜெர்மனியின் நலனுக்காகவே அவர் அப்படி யொரு கடினமான முடிவை எடுக்க நேர்ந்தது.

ஹிட்லர் என்னும் நிஜ மனிதருக்கும் ஹிட்லர் என்னும் பிரம்மாண்ட மான பிம்பத்துக்கும் இடையில் நிரப்ப முடியாத பெருத்த இடைவெளி இருந்தது என்கிறார் இயான் கெர்ஷா. வெய்மார் குடியரசின் கடைசிக் காலகட்டத்தில் அரசு பலமற்றதாகத் திகழ்ந்ததால் பலம் வாய்ந்தவ ராகக் கருதப்பட்ட ஹிட்லர்மீது மக்கள் நம்பிக்கை வைத்தனர். குழப்பத்தில் இருந்த தேசத்துக்கு நம்பிக்கை அளித்த காரணத்தால், ஹிட்லரின் அசாதாரணமான ஆளுமை குறித்து உருவாக்கப்பட்ட சித்திரத்தின்மீது நம்பிக்கை வைத்து, மக்கள் ஹிட்லரை ஏற்றனர்.

28 ஏப்ரல் 1939 அன்று ஹிட்லர் உரையாற்றும்போது தனது அரசின் சாதனைகளைப் பட்டியலிட்டார். மக்கள் ஏன் ஹிட்லரைக் கிட்டத்தட்ட கடவுளுக்கு அடுத்த நிலையில் வைத்துப் பார்த்தனர் என்பதற்கான காரணம் இதில் உள்ளது.

'குழப்பத்தில் இருந்த ஜெர்மனியை ஒழுங்குபடுத்தியிருக்கிறேன். தேசியப் பொருளாதாரத்தை உயர்த்தி, அனைத்துத் துறைகளிலும் உற்பத்தியை அதிகரித்திருக்கிறேன். வேலையற்று இருந்த எழுபது லட்சம் ஜெர்மானியர்களைப் பணியில் அமர்த்தியிருக்கிறேன். ஜெர்மானிய விவசாயிகளுக்கு அவர்கள் நிலத்தை மீட்டுக்கொடுத் திருக்கிறேன். வர்த்தகத்தை வளர்த்திருக்கிறேன். போக்குவரத்தில் குறிப்பிடத்தக்க முன்னேற்றம் ஏற்பட்டுள்ளது. அரசியல்ரீதியாக ஜெர்மானிய மக்களை இணைத்திருக்கிறேன். அத்தோடு நில்லாமல் அவர்களை மீண்டும் ராணுவரீதியில் பலப்படுத்தியிருக்கிறேன். 448 உறுப்புகளைக் கொண்டுள்ள வெர்சைல்ஸ் ஒப்பந்தத்தின் ஒவ்வொரு பக்கத்தையும் கிழித்தெறிந்திருக்கிறேன். இதுவரை எந்தவொரு தேசத்தின்மீதும் மக்களின்மீதும் இந்த அளவுக்கு அப்பட்டமான ஒடுக்குமுறை திணிக்கப்பட்டதில்லை. 1919-ல் நம்மிடமிருந்து களவாடப்பட்ட பிரதேசங்களை ஜெர்மனிக்கே திரும்பக் கொண்டுவந் திருக்கிறேன். நம்மிடமிருந்து பிரித்தெடுக்கப்பட்ட பல லட்சம் ஜெர் மானியர்களை மீண்டும் அழைத்துவந்திருக்கிறேன். ஜெர்மானியர்கள் அனுபவித்த ஆயிரமாண்டு வரலாற்று ஒற்றுமையை மீண்டும் உருவாக்கி விட்டேன். அனைத்தையும் ரத்தம் சிந்தாமல் சாதித்திருக்கிறேன். என் மக்கள்மீதும் சரி, மற்றவர்கள்மீதும் சரி, நான் போரைத்

திணிக்கவில்லை. என்னுடைய சொந்த பலத்தைக் கொண்டு அனைத்தையும் செய்திருக்கிறேன்.'

ஜெர்மானியர்கள் ஹிட்லரின் சாதனைகளை மறுபேச்சு கேட்காமல் அப்படியே உள்வாங்கிக்கொண்டனர். மக்களை இணைத்துக்கொள்ளா விட்டால் தோல்வி மட்டுமே மிஞ்சும் என்பதை மற்றவர்களைக் காட்டிலும் அதிகம் நம்பியவர் ஹிட்லர். 'கெஸ்டாபோவின் சட்டங்களை மட்டும் வைத்துக்கொண்டு நாட்டை நிர்வாகம் செய்ய முடியாது, மக்களின் ஆதரவும் தேவை. அதற்கு அவர்களுக்கு ஓர் ஆதர்சம் வேண்டும்.' இது ஹிட்லரின் வார்த்தைகள். மக்களிடையே தான் பிரபலமாக இருக்கும்வரைதான் தனது ஆட்சி நீடிக்கும் என்று அவருக்குத் தெரிந்திருந்தது. பொருளாதாரம் நிலையாக இருப்பதற்கும் நாடு தொடர்ந்து முன்னேற்றப் பாதையில் செல்வதற்கும் தன்னுடைய செல்வாக்குக்கும் நேரடித் தொடர்பு இருப்பதாக அவர் கருதினார்.

மக்கள் மத்தியில் ஹிட்லர் பற்றிய ஒரு பிம்பத்தை உருவாக்கியதைத் தனது பிரசாரத்துக்குக் கிடைத்த மிகப் பெரிய வெற்றியாக கெப்பல்ஸ் கருதினார். அவர் இவ்வாறு பெருமை கொண்டதில் தவறே இல்லை. காரணம், ஜெர்மானியர்கள் பலர் ஹிட்லரை பிரமிப்புடனும் பெருமிதத்துடனும்தான் கிட்டத்தட்ட இறுதிவரை கண்டிருக்கிறார்கள். இந்த பிரமிப்பும் பெருமிதமும் அன்றைக்கு நீடித்ததைக்கூடப் புரிந்து கொள்ள முடிகிறது. ஆனால் இன்றும் பலரிடம் அது நீடிப்பதை என்னவென்று சொல்வது?

23

ஹிட்லர் இன்று

வியன்னாவில் உள்ள இன்ஸ்டிட்யூட் ஆஃப் யூத் கவுன்சில் என்னும் அமைப்பு 16 முதல் 19 வயது கொண்ட 400 மாணவர்களிடம் ஹிட்லர் குறித்து கேள்வி எழுப்பியது. ஹிட்லர் மக்களுக்காகப் பல நல்ல செயல்களைச் செய்தார் என்று 11.2 சதவிகிதத்தினர் நினைவுகூர்ந்தனர். 2006-லும் 2010-லும் ஜெர்மனியின் மேற்குப் பகுதியில் இதே போன்ற கருத்துக் கணிப்பு நடத்தியபோது ஹிட்லரை நியாயப்படுத்துவோர் பரவலாக இருந்தது தெரியவந்தது. ஜெர்மனி உள்பட எட்டு நாடுகளில் நடத்தப்பட்ட மற்றுமொரு கருத்துச் சேகரிப்பிலும் ஹிட்லர் உயர்ந்து நிற்கிறார். தேர்தல், நாடாளுமன்றம் ஆகியவற்றைப் பற்றியெல்லாம் கவலைப்படாத ஒரு வலிமையான தலைவரே தேவை என்று 32.3 சதவிகித ஜெர்மானியர்கள் சொல்லியிருக்கிறார்கள். பிரிட்டனில் 41.8 சதவிகிதம் பேர். பிரான்ஸ் 43.2, நெதர்லாந்து 23.1, இத்தாலி 38.2, போர்ச்சுகல் 60.8, ஹங்கேரி 56.6 சதவிகிதம்.

மேற்கண்ட நாடுகளில் ஹிட்லரின் 'மெயின் காம்ஃப்' புத்தக விற்பனை கணிசமாக உள்ளதையும் இங்கே சேர்த்தே கவனிக்கவேண்டும். இந்தியாவிலும் சரி, பிற நாடுகளிலும் சரி; ஹிட்லரின் நூல் அதிக எண்ணிக்கையில் அதிக ஆர்வத்துடன் வாசிக்கப்படுகிறது. ஐரோப் பாவிலும் வட அமெரிக்காவிலும் ஹிட்லர் படம் போட்ட பொருள் களின் விற்பனை எண்ணிக்கை அதிகரித்துள்ளதை வேறு சிலர் சுட்டிக் காட்டுகிறார்கள். ஹிட்லரின் டைரி என்று பொய்யாகச் சொல்லி ஏலம்விட்ட போது அதை ஒருவர் 2 மில்லியன் டாலர் கொடுத்து வாங்கினார். இணையத்திலும் ஹிட்லர் பெயர் மற்றும் உருவம் தாங்கிய

அல்லது நாஜிகளை நினைவுபடுத்தும் பல பொருள்கள் விற்கப்படுவதை ஒருவர் காணலாம்.

இவற்றையெல்லாம் கண்டு அஞ்சத் தேவையில்லை, ஹிட்லரிடமிருந்து பெறுவதற்கு இவர்கள் யாருக்கும் எதுவும் கிடைக்காது என்று சிலர் அமைதிப்படுத்துகின்றனர். மெயின் காம்ஃப் புத்தகத்திலிருந்து ஆபத்தான எதையும் ஒருவர் கற்க முடியாது. பொதுவான வாசகர்களுக்கு மட்டுமல்ல, தற்கால ஐரோப்பிய நியோ நாஜிகளுக்கும்கூட அது எந்தப் பயனையும் அளிக்கப்போவதில்லை என்கிறார்கள் இவர்கள். அதற்கு அவர்கள் கூறும் காரணம்: இன்று யூத எதிர்ப்பு அல்ல, இஸ்லாமிய எதிர்ப்பே ஆதிக்கம் செலுத்துகிறது. எனவே அவர்களுக்குத் தேவை செமிடிக் எதிர்ப்பு அல்ல; இஸ்லாமோஃபோபியா. அது மெயின் காம்ஃபில் கிடைக்காது.

இதற்கு உதாரணம் நார்வேயைச் சேர்ந்த நியோ நாஜியான ஆன்டெர்ஸ் பிரெவிக். 2011-ல் ஓஸ்லோவில் அரசுக் கட்டடங்கள்மீது குண்டு வீசி எட்டு பேரைக் கொன்றார். பிறகு அங்கிருந்து அருகில் உள்ள ஒரு தீவுக்குச் சென்றார். அந்தத் தீவில் ஓர் அரசியல் கட்சியின் இளைஞர் அணி மாநாடு நடந்துகொண்டிருந்தது. பிரெவிக் அந்தக் கூட்டத்தை நோக்கி மனம்போன போக்கில் தானியங்கித் துப்பாக்கியால் சுட்டுத் தள்ளினார். 69 பேர் கொல்லப்பட்டனர். அனைவரும் இளைஞர்கள். பிரெவிக் வெளியிட்ட கொள்கைப் பிரகடனத்தில் (2023: ஐரோப்பிய சுதந்தரப் பிரகடனம்) ஹிட்லரின் பெயர் இல்லை. ஆனால் இஸ்லாமிய வெறுப்பு காணப்பட்டது.

அமெரிக்க அதிபர் ஜார்ஜ் புஷ் தொடங்கிவைத்த தீவிரவாதத்துக்கு எதிரான போர் இஸ்லாமிய வெறுப்பை ஓர் அரசியல் கருத்தாக்கமாக மாற்றி அமைத்ததைத் தொடர்ந்து இத்தகைய வன்முறைகள் அதிகரித்துள்ளன. மாறிவிட்ட இந்தச் சூழலுக்கு ஹிட்லர் தேவைப்படமாட்டார் என்று மேலே குறிப்பிட்டுள்ள அறிஞர்கள் முடிவு கட்டுகின்றனர்.

ஆனால் அவ்வளவு சுலபமாக ஹிட்லரின் தாக்கத்தை ஒதுக்கிவிட முடியாது. நாஜிசத்தை மீண்டும் கொண்டுவரத் துடிக்கும் நியோ நாஜிகளின் செயல்பாடுகள் தொடர்ந்துகொண்டுதான் இருக்கின்றன. ஹிட்லர் முன்வைத்த ராணுவ தேசியவாதத்தை இவர்கள் தங்களுடைய சித்தாந்தமாக வரித்துக்கொண்டுள்ளனர். ஹிட்லரின் இனவாதம், வெறுப்பு அரசியல், அழித்தொழிப்புச் சித்தாந்தம் அனைத்தையும் வெவ்வேறு வடிவங்களில் இன்றைய காலகட்டத்துக்கு ஏற்ப வளர்த்தெடுப்பதில் நியோ நாஜிகள் ஆர்வம் காட்டிவருகிறார்கள். ஹிட்லரை நீங்கள் வெறுப்பதற்குக் காரணம் யூத இனவொழிப்பு என்றால், அப்படி ஒன்று நடைபெறவேயில்லை என்று இவர்கள் வாதிடுகிறார்கள். நாஜி அடையாளங்களை இவர்கள் புனிதமாகக் கருதுகிறார்கள்.

ஐரோப்பாவில் நியோ நாஜிகள் பரவாமல் தடுக்க அந்நாட்டு அரசுகள் தனிச்சட்டங்களையே உருவாக்கி வைத்துள்ளன. ஒரு நவீன நிறுவனத்தைப்போல் கிளைகளைப் பரப்பித் திறமையாகப் பல நாடுகளில் தங்கள் வலைப்பின்னலை நியோ நாஜிகள் உருவாக்கி வைத்திருக்கிறார்கள். ஆஸ்திரியா, பெல்ஜியம், பிரான்ஸ், ரஷ்யா, செர்பியா, துருக்கி, உக்ரேன், ஹங்கேரி, ஸ்வீடன், சுவிட்சர்லாந்து என்று நியோ நாஜிகள் செல்வாக்கு செலுத்தும் நாடுகளின் எண்ணிக்கை கணிசமானது. ஆசியாவில் மங்கோலியா, மியான்மர் ஆகிய நாடுகளில் இவர்கள் இயங்கிவருகிறார்கள். ஸ்வஸ்திகா சின்னத்தைப் பயன் படுத்திக் கொடிகளையும் இவர்கள் உருவாக்கி வைத்துள்ளனர். மங்கோலியாவில் சீனர்களுக்கும் சீன ஆதரவாளர்களுக்கும் எதிராக நியோ நாஜிகள் மேற்கொண்ட பல தாக்குதல்கள் உலகின் கவனத்தைக் கலைத்தன. 'தயார் மங்கோல்' என்னும் அமைப்பு ஸ்வஸ்திகா சின்னத்தையும் வளர் பிறையையும் இணைத்துப் பயன்படுத்துகிறது. நாஜிச் சீருடைகளையும் இந்த இயக்கத்தினர் அணிகிறார்கள்.

அமெரிக்கா, பிரேசில், கனடா, சிலி, கோஸ்டா ரிகா போன்ற நாடுகளிலும் நியோ நாஜிகளின் வன்முறைச் சம்பவங்கள் பல பதிவாகியுள்ளன. அமெரிக்காவில் செயல்படும் நேஷனல் சோஷலிஸ்ட் மூவ்மெண்ட் என்னும் நியோ நாஜி இயக்கத்தில் 400 உறுப்பினர்கள் உள்ளனர். 1978-ல் உருவாக்கப்பட்ட இன்ஸ்டிட்யூட் ஆஃப் ஹிஸ்டாரிகல் ரிவ்யூ என்னும் அமைப்பு யூத இனவொழிப்பு மறுப்பைத் தொடர்ச்சியாக ஒரு பணியாக மேற்கொண்டுவருகிறது.

நாஜிகளை சர்வாதிகாரத்தோடு மட்டுமே தொடர்புபடுத்திப் பார்க்க வேண்டியதில்லை; ஜனநாயக அமைப்பிலும் ஹிட்லரின் சிந்தனைகள் ஆதிக்கம் செலுத்தவே செய்கின்றன. ஹிட்லரும் முசோலினியும் வன் முறையை மட்டுமே பயன்படுத்தி ஆட்சியைப் பிடித்தவர்கள் அல்லர்; மக்களின் வரவேற்போடு அவர்களுடைய ஆதரவோடு ஜனநாயக ரீதியாக ஆட்சியைப் பிடித்தவர்கள் என்பதை அழுத்தமாகச் சுட்டிக் காட்டுகிறார் நவோமி உல்ஃப். இருவருமே ஜனநாயக அமைப்பைப் பயன்படுத்தி, சட்டத்தின் பிடியிலிருந்து தப்பி, தங்களுக்குச் சாதகமான சூழலை உருவாக்கிக்கொண்டவர்கள். இருவருமே சட்டத்தைப் பயன்படுத்தி அதிகாரத்தைத் தங்களிடம் குவித்துக்கொண்டவர்கள்.

சர்வாதிகாரத்தை நேசிக்கும் போக்கும் தொடக்கத்திலிருந்தே நீடித்து வருவதை நவோமி உல்ஃப் விவரிக்கிறார். 1930-களில் அமெரிக்கா பொருளாதார நெருக்கடியில் சிக்கி அவதிப்பட்டுக்கொண்டிருந்த போது ஹிட்லரும் முசோலினியும் தங்கள் நாடுகளைக் 'கட்டுப்பாட்டில்'

வைத்திருந்ததைக் கண்டு அமெரிக்கர்கள் பலர் வியப்படைந்தனர். ஜெர்மனியிலும் இத்தாலியிலும் அமெரிக்காவில் நடைபெறுவதைப் போன்ற தொழிலாளர் போராட்டங்கள், வேலை நிறுத்தங்கள் நடைபெறாதது குறித்து அவர்கள் வியப்புடன் பேசிக்கொண்டனர். இந்த இரு நாடுகளும் சரியான திசையில் சென்றுகொண்டிருந்ததாக அவர்கள் நினைத்தனர். ஹிட்லரைப் போன்ற ஓர் இரும்புத் தலைவர் கிடைத்தால் அமெரிக்காவின் துயரங்கள் முடிவுக்கு வந்துவிடும் என்றுகூட அவர்கள் நினைத்தனர்.

ஹிட்லரை வெளிப்படையாக ஆதரித்துப் பெரும் ஆதரவு அலைகள் அமெரிக்காவில் வீசின. நாஜிகளையும் முசோலினியின் பழுப்புச் சட்டை வீரர்களையும் நினைவூட்டும்படி பழுப்புச் சட்டை அணிந்த அமெரிக்கர்கள் வீதிகளில் வலம் வந்தனர். யூதர்களுக்கு எதிரான குரல்களும் ஒலிக்கத் தொடங்கின. பாசிஸ இயக்கம் நியூ யார்க்கில் வேர் கொண்டுவிட்டது குறித்த அச்சம் பரவிவருகிறது என்று 1939-ம் ஆண்டு கவலையுடன் எழுதினார் ஜேம்ஸ் வெஷ்லர். ஹிட்லரை முன்மாதிரியாகக் கொண்டு அமெரிக்காவுக்கு ஏற்ற பாசிஸச் செயல்திட்டத்தை வகுக்கும் முயற்சியிலும் சிலர் ஈடுபடத் தொடங்கினர். இத்தகைய அபாயங்கள் எதிர்காலத்தில் தோன்றப்போகின்றன என்று 1935-ம் ஆண்டு சின்க்ளேர் லூயிஸ் எச்சரித்திருந்தது உண்மையாகிப்போனது.

இந்தியாவில் ஹிட்லர்

காந்தி ஹிட்லருடன் கடிதப் பரிவர்த்தனை மேற்கொண்டிருக்கிறார். 1938-ல் காந்தி எழுதினார்: 'மனித குலத்தின் பெயரால், மனிதகுலத்துக்காக ஒரு யுத்தம் நடத்தப்பட்டு அது நியாயப்படுத்தப்படவும் வேண்டுமானால் ஓர் இனத்தையே அழித்து ஒழிக்கும் ஜெர்மனிக்கு எதிராகப் போரிடவேண்டும்.' ஜவாஹர்லால் நேரு 1936-ல் லக்னோவில் நடைபெற்ற கூட்டத்தில் பேசும்போது பாசிஸத்துக்கு எதிரான தனது நிலைப்பாட்டைத் தெளிவாக முன்வைத்தார். 'இன்று உலகம் இரு பெரும் பிரிவுகளாகப் பிரிந்து நிற்கிறது. ஒரு பக்கம் ஏகாதிபத்திய, பாசிஸச் சக்திகள். இன்னொரு பக்கம் தேசியவாத, சோஷலிசச் சக்திகள்... தவிர்க்கவியலாதபடி நாம் பாசிஸத்துக்கும் ஏகாதிபத்தியத்துக்கும் எதிரான அணியில் நிற்கிறோம்.'

சுபாஷ் சந்திர போஸின் இந்திய தேசிய ராணுவம் ஹிட்லரின் ஜெர்மனியுடன் கைகுலுக்கிக்கொண்டது. இரண்டாம் உலகப் போரில் ஜெர்மனியுடனும் ஜப்பானுடனும் போஸின் படை அணிசேர்ந்துகொண்டது. இந்தக் கூட்டணியில் ஒரு முரண்பாடு உள்ளது. காரணம்,

ஹிட்லர் தனது புத்தகத்தில் பிரிட்டனை எதிர்த்துப் போராடிக் கொண்டிருந்த இந்தியர்கள்மீது வெளிப்படையாகவே வெறுப்பை உமிழ்ந்திருந்தார். இருந்தும் போஸ், ஹிட்லரின் உதவியை நாடிப் பெற முயன்றது ஏன்? எதிரிக்கு எதிரி நண்பன் என்னும் வகையில் பிரிட்டனை எதிர்த்த ஜெர்மனியையும் ஜப்பானையும் அவர் தன் நண்பர்கள் ஆக்கிக்கொள்ளத் துடித்தார் என்கிறார்கள் சிலர். ஹிட்லரை போஸ் சந்தித்த தருணத்தைப் பற்றி எழுதும்போது சுகதா போஸ் ஒரு விஷயத்தைக் குறிப்பிடுகிறார். 1942-ல் ஹிட்லரைச் சந்தித்தபோது, இந்தியர்கள்மீதான ஹிட்லரின் வெறுப்பு குறித்துக் கேள்வி எழுப்பினாராம். ஆனால் ஹிட்லர் அந்தக் கேள்வியைத் தவிர்த்து விட்டாராம்.

இந்தியாவில் மெயின் காம்ஃப் இன்றளவும் விற்பனையில் சாதனை படைத்துவருகிறது. பல ஆங்கிலப் பதிப்பாளர்கள் இந்தப் புத்தகத்தின் மறுபதிப்புகளைத் தொடர்ச்சியாகக் கொண்டுவருகின்றனர். 1988-ம் ஆண்டு ஜெய்கோ முதல்முறையாக மெயின் காம்ஃப் புத்தகத்தை வெளியிட்டது. 2010-ல் அதன் 55-வது பதிப்பு வெளிவந்தது. 2010 முடிய ஏழு ஆண்டுகளில் 1 லட்சம் பிரதிகள் விற்றுத் தீர்ந்திருக்கின்றன. தமிழ், இந்தி, குஜராத்தி, மலையாளம், வங்கமொழி உள்பட இந்தியாவின் பல மொழிகளுக்கும் மெயின் காம்ஃப் கொண்டு செல்லப்பட்டுள்ளது. மெயின் காம்ஃப் இலவசப் பிரதி என்று கூகிளில் ஆங்கிலத்தில் தேடினால் ஒரு லட்சம் சுட்டிகள் கிடைக்கின்றன.

மெயின் காம்ஃப் படிப்பவர்கள் எல்லாம் நாஜிகள் என்றோ நியோ நாஜிகள் என்றோ சொல்லிவிட முடியாதுதான். ஹிட்லரை வாசிப்பது என்பது அவரை ஏற்பதல்ல என்பதும் உண்மையல்ல. உண்மையில் மெயின் காம்ஃப் வேறு பாடங்களைக் கற்றுக்கொடுக்கிறது. மாணவர்கள் மெயின் காம்ஃப் புத்தகத்தை வியூகம் அமைப்பதற்கான நிர்வாகவியல் பாடமாக எடுத்துக்கொண்டு வாசிக்கிறார்கள். மும்பையைச் சேர்ந்த எம்பஸி பதிப்பகத்தின் பதிப்பாளர் சோஹன் லக்கானி தி இந்தியன் எக்ஸ்பிரஸுக்கு அளித்த பேட்டியில் இதைத் தெளிவுபடுத்துகிறார். 'எனக்குத் தெரிந்த ஒரு கல்லூரிப் பேராசிரியர் ஒருமுறை வகுப்பெடுக்கும்போது சொன்ன விஷயம் இன்னமும் நினைவில் இருக்கிறது. குள்ளமான, மனம் உடைந்த ஒருவன் உலகையே வசப்படுத்தவேண்டும் என்று கனவு கண்டு அதை நிறைவேற்ற வகுத்த வியூகங்களை அவர் எங்களுக்கு விவரித்தார்.'

டைம்ஸ் ஆஃப் இந்தியா பத்திரிகை 2002-ல் இளம் மாணவர் களிடையே நடத்திய ஒரு கருத்துக்கணிப்பில் உங்களுக்குப் பிடித்த தலைவர் யார் என்று கேட்டபோது 17 சதவிகிதம் பேர் ஹிட்லரை

முன்மொழிந்திருக்கிறார்கள். ஹிட்லருக்கு முந்தைய இடத்தில் இருந்தவர் காந்தி (23%). 20 சதவிகிதம் பேர் அப்போதைய பிரதமர் வாஜ்பாயைத் தேர்ந்தெடுத்திருக்கிறார்கள். காந்திக்கு அடுத்த இடத்தை ஹிட்லர் பிடித்துக்கொண்டதையும் சுபாஷ் சந்திர போஸ், ஆபிரகாம் லிங்கன், நெல்சன் மண்டேலா ஆகியோரைக் காட்டிலும் ஹிட்லரை ஒரு நல்ல தலைவராக மாணவர்கள் கருதியதையும் எப்படி எடுத்துக் கொள்வது? விழுமியங்கள் மாணவர்களிடையே மறைந்து வருவதை இது காட்டுகிறதா என்று இந்தச் செய்தியை வெளியிட்ட அந்தப் பத்திரிகை கேள்வி எழுப்பியிருந்தது.

அப்பட்டமான வெறுப்பை முன்வைக்கும் இந்தப் புத்தகத்தை எதற்குத் தொடர்ந்து பதிப்பிக்கவேண்டும் என்னும் கேள்விக்கு சோஹின் லகானி அளிக்கும் பதில் இது. 'தமக்கு என்ன தேவை என்று கருதுகிறார்களோ அதைப் படிக்கும் சுதந்தரம் வாசகர்களுக்கு உள்ளது.' மெயின் காம்ஃப் புத்தகத்துக்கான பதிப்புரிமை ஜெர்மனியில் உள்ள பவாரியாவில் உள்ளது. இங்கு இந்தப் புத்தகம் 2015 வரை தடை செய்யப்பட்டுள்ளது குறிப்பிடத்தக்கது.

1990-களில் எழுச்சியடைந்த வலதுசாரி இந்துத்துவ அரசியலோடு கிட்டத்தட்ட அதே காலகட்டத்தில் விரிவடைந்த மெயின் காம்ஃபின் புத்தக விற்பனையையும் சுட்டிக்காட்டுகிறார் சுமன் குப்தா. ஆர்எஸ்எஸ் தலைவர் கோல்வல்கர் இப்படி எழுதிவைத்தார். 'ஜெர்மானிய இனப் பெருமை பற்றி இப்போது எல்லோரும் பேசிக்கொண்டிருக்கிறோம். இனம், கலாசாரம் இரண்டையும் தூய்மையாக்க உலகை அதிர்ச்சிக்கு உள்ளாக்கும் வகையில் செமிடிக் பிரிவினரை (யூதர்கள்) ஜெர்மனி அழித்தொழித்தது. இதிலிருந்து இந்துஸ்தான் கற்கவேண்டிய பாடம் ஒன்றுண்டு. வேறுபாடுகளைக் கொண்ட இனமும் கலாசாரமும் எப்போதுமே ஒன்றிணையாது என்பதை நாம் புரிந்துகொள்ள வேண்டும்.' (We, or Our Nationhood Defined, 1939).

இந்தியாவில் இந்துக்களாகிய நம்முடைய பலம் கூடினால், முஸ்லிம் நண்பர்கள் ஜெர்மானிய யூதர்களாக மாறவேண்டியிருக்கும் என்றார் வி.டி. சாவர்க்கர். (இந்து ராஷ்டிர தர்ஷன், 1949). 'மெயின் காம்ஃப் புத்தகத்தை எடுத்துக்கொள்ளுங்கள். யூதர் என்னும் வார்த்தைக்குப் பதிலாக முஸ்லிம் என்று போடுங்கள். அதுதான் நாங்கள் நம்புவது.' சிவ சேனாவின் தலைவர் பால் தாக்கரே 1991 கலவரங்களுக்கு முன்பு எழுதியது இது.

இன்றளவும் இந்தியாவில் ஹிட்லரின் பெயர் மீண்டும் மீண்டும் நினைவுகூரப்படுகிறது என்கிறார் சுமன் குப்தா (எகனாமிக் அண்ட் பொலிடிகல் வீக்லி, 17 நவம்பர் 2012). 2011-ம் ஆண்டு 'டியர்

ஃபிரெண்ட் ஹிட்லர்' என்றொரு இந்திப் படம் வெளிவந்தது. 2002 கலவரங்களைத் தொடர்ந்து குஜராத் முதல்வர் (இப்போது இந்தியப் பிரதமர்) நரேந்திர மோடி ஹிட்லர், கெப்பல்ஸ் ஆகியோரோடு ஒப்பிடப்பட்டார். மகாராஷ்டிரா நவநிர்மான் சேனா தலைவர் ராஜ் தாக்கரே ஹிட்லர்மீதான தனது ஈர்ப்பை 2008 தொடங்கி வெளிப் படையாகவே முன்வைக்கத் தொடங்கினார். அவருடைய பெரியப்பா பால் தாக்கரேவும் ஹிட்லரை வெளிப்படையாக நேசித்தவர்தான். 2003-04-ல் குஜராத்தில் வெளிவந்த பத்தாம் வகுப்புக்கான மாநில அரசு வெளியிட்ட வரலாற்று நூலில் ஹிட்லரின் தலைமை குறித்தும் நாஜிக்களின் ஆட்சிமுறை குறித்தும் நல்லவிதமாக எழுதப்பட்டது. 2006-ல் மும்பையில் 'ஹிட்லர்ஸ் கிராஸ்' என்னும் பெயரில் ஓர் உணவகம் தொடங்கப்பட்டது. 2012-ல் அகமதாபாத்தில் நடைபெற்ற ஒரு ஃபேஷன் நிகழ்ச்சியின் பெயர், 'ஹிட்லர்.' 1925-26ல் வெளிவந்த மெயின் காம்ஃப் புத்தகம் இன்றளவும் இந்தியாவில் பெஸ்ட் செல்லர் பிரிவில் இருந்துவருகிறது.

சின்னச்சின்ன விஷயங்களுக்கும்கூட ஹிட்லரோடு ஒப்பிட்டுப் பேசும் போக்கை அனைவரும் ஏற்பதில்லை. உதாரணத்துக்கு 1975 அவசர நிலைப் பிரகடனத்துக்காக இந்திரா காந்தியை ஹிட்லருடன் ஒப்பிடுவது எப்படிச் சரியாகும்? கொல்லப்பட்ட யூதர்களின் எண்ணிக்கையையும் சீக்கியர்களின் எண்ணிக்கையையும் ஒப்பிடமுடியுமா?

முடியாதுதான் ஆனால் சர்வாதிகாரப் போக்கு எப்போது, எங்கு தலை தூக்கினாலும் ஹிட்லர் நினைவுக்கு வருவதைத் தவிர்க்கவே முடியாது.

சிறுபான்மையினர்மீது பெரும்பான்மையினர் தாக்குதல் தொடுக்கும் போது ஹிட்லர் நினைவுக்கு வந்துவிடுகிறார்.

தனது மக்களின் ஒரு பிரிவினர்மீது அரசு வன்மத்துடன் செயல்படும் போது ஹிட்லர் நினைவுக்கு வந்துவிடுகிறார்.

சாதி, மதம், இனம், நிறம், பாலினம் போன்றவற்றின் பெயரால் ஒடுக்கு முறை நிகழும்போது ஹிட்லர் நினைவுக்கு வந்துவிடுகிறார்.

சமூகத்தில் வெறுப்பு அரசியல் பலம் பெறும்போது ஹிட்லர் நினைவுக்கு வந்துவிடுகிறார்.

மாற்றுக் கருத்துகளும் மாற்றுப் பார்வைகளும் மறுக்கப்படும்போது, எதிர்ப்பை வெளிப்படுத்துவதற்கான வெளி குறையும்போது, அடிப் படை உரிமைகள் ஒடுக்கப்படும்போது தவிர்க்க இயலாதபடி வரலாற்றின் சிதிலங்களிலிருந்து ஹிட்லரின் நினைவுகள் மீண்டும் உயிர் பெற்று எழுந்துவருகின்றன.

புகழ்பெற்ற அந்தக் கவிதை குறிப்பிடுவதைப் போல் யாரோ, எங்கோ தான் பாதிக்கப்படுகிறார்கள் என்று நம்முடைய முறை வரும்வரை அன்றைய பல ஜெர்மானியர்களைப் போல் நாம் காத்திருக்கத் தேவை யில்லை. இன்னொரு ஹிட்லர் எங்கும் எந்த வடிவத்திலும் தோன்றாமல் பார்த்துக்கொள்ளவேண்டியது அவசியம். நம் ஒவ்வொருவரின் கடமையும்கூட.

●●●

உதவிய நூல்கள்

1. *Hitler*, Ian Kershaw, Penguin
2. *Hitler, The Germans, and The Final Solution*, Ian Kershaw, Yale University Press
3. *The Impact of Hitler*, Maurice Cowling, Cambridge
4. *Hitler's Germany: Origins, Interpretations, Legacies*, Roderick Stackelberg, Routledge
5. *Hitler: Study of a Revolutionary?* Martyn Housden, Routledge
6. *A People's History of the World*, Chris Harman, Verso
7. *The Age of Extremes*, Eric Hobsbawm, Abacus
8. *Postwar: A History of Europe Since 1945*, Tony Judt, The Penguin Press
9. *Alternatives to Hitler: German Resistance under the Third Reich*, Hans Mommsen, I.B. Tauris
10. *The Rise and Fall of the Third Reich*, William L Shirer, RosettaBooks
11. *The Second World War: A People's History*, Joanna Bourke, Oxford University Press, 2001
12. *The Stalin Era*, Anna Louise Strong, Mainstream Publishers, 1957
13. *Hitler and Nazi Germany*, Stephen J. Lee, Routledge
14. *Surviving Hitler and Mussolini, Daily Life in Occupied Europe*, Edited by Robert Gildea, Oliver Wieviorka and Anette Warring, Berg
15. *Barbarossa*, David M Glantz, Tempus
16. *Hitler and the Nazis: A History in Documents*, David F Crew, Oxford University Press
17. *The Complete Hitler A Digital Desktop Reference to His Speeches and Proclamations 1932-1945*, Max Domarus, Bolchazy-Carducci Publishers
18. *Hitler in History*, Eberhard Jackel, University Press of New England
19. *Hitler's War and The War Path*, David Irving, Focal Point
20. *Confronting Hitler: German Social Democrats in Defense of the Weimar Republic, 1929-1933*, William Smaldone, Lexington Books

21. *The Making of Adolf Hitler: The Birth and Rise of Nazism*, Eugene Davidson, University of Missouri Press
22. *Hitler versus Stalin: The Second World War on the Eastern Front in Photographs*, John Erickson, Carlton Publishing Group
23. *Stalin and Hitler*, Louis Fischer, Penguin
24. *Hitler's Death Camps: The Sanity of Madness*, Konnilyn G. Feig, Holmes & Meier Publishers
25. *Europe at War 1939-1945*, Norman Davies, Macmillan, 2006
26. *Mein Kampf*, Adolf Hitler, Jaico Books, 1995
27. *Franklin D. Roosevelt and the Age of Action*, Edited by Alfred B. Rollins Jr., Dell Publishing, 1960
28. *A History of the Jews*, Paul Johnson, Perfectbound, 1988
29. *Russia: A History of the Soviet Period*, Woodford McClellan, Patience-Hall, 1990
30. *The Communist Party of the Soviet Union*, Leonard Schapiro, Methuen & Co Ltd., 1970
31. *The USSR A Short History*, K.Gusev, V.Naumov, Progress Publishers, 2002
32. *The Collins History of the World in the Twentieth Century*, J.A.S Grenville, HarperCollins Publishers, 1998
33. *Inside the Concentration Camps: Eyewitness Accounts of Life in Hitler's Death Camps*, Compiled by Eugene Aroneanu, Translated by Thomas Whissen, Praeger Publishers
34. *Surviving Hitler: A Boy in the Nazi Death Camps*, Andrea Warren, Harper Trophy
35. *The Fall of Mussolini*, Philip Morgan, Oxford University Press
36. *Mussolini and Fascist Italy*, Martin Blinkhorn, Routledge